Sơ Lược 40 Năm Văn Học Nghệ Thuật Việt
1975-2015

DU TỬ LÊ

SƠ LƯỢC 40 NĂM
VĂN HỌC NGHỆ THUẬT VIỆT
1975-2015

HT PRODUCTIONS

SƠ LƯỢC 40 NĂM VĂN HỌC NGHỆ THUẬT VIỆT
(1975 – 2015)
DU TỬ LÊ
Bìa và trình bày: Uyên Nguyên
HT Productions xuất bản lần thứ nhất tại Hoa Kỳ, 2015
ISBN: 978-1-943101-05-4

MỤC LỤC

Chương một:
Âm Nhạc

Sơ lược bối cảnh sinh hoạt băng nhạc thời đầu tỵ nạn

Trước khi sinh hoạt thương mại những năm đầu của người Việt tỵ nạn ở miền nam Cali "nhổ giò" vào những năm giữa thập niên 1980, với sự xuất hiện khá "hoành tráng" của tiệm vàng, cũng là trung tâm băng nhạc "Thanh Lan" của nữ ca sĩ Thanh Lan- lớn - Để phân biệt với nữ ca sĩ Thanh Lan- nhỏ (khi đó vẫn còn ở Saigòn), thì tất cả mọi sinh hoạt của người Việt tỵ nạn thế hệ đầu tiên này, đều ở tình trạng thủ công nghệ, hay tại gia.[1]

---

[1] Nữ ca sĩ Thanh Lan-lớn, nổi tiếng trong khoảng thời gian đầu của sinh hoạt ca nhạc, phòng trà Saigon, trước khi trở thành phu nhân của ông Cao Xuân Vỹ, cựu Tổng giám đốc Thanh Niên Cộng Hòa, thời cố Tổng thống Ngô Đình Diệm. Trang mạng Wikipedia-mở đã ghi một tiểu sử ngắn gọn về ông Cao Xuân Vỹ như sau: Ông Cao Xuân Vỹ sinh ngày 1 tháng 2, năm 1920, tại Nghệ An. Ông từng tham gia kháng chiến chống Pháp từ năm 1945. Đến năm 1951, ông vào

Người ta còn nhớ trong tình cảnh thất thổ, lạc lõng nơi xứ người, âm nhạc dường như là điểm tựa tinh thần mạnh mẽ và, duy nhất của những người thình lình trở thành những kẻ mất gốc.

Nhưng vì biến cố mất miền Nam xẩy ra qua nhanh, không ai kịp chuẩn bị cho mình điều gì khác hơn tiền bạc, quần áo và nhiều thiết yếu khác. Một số người tình cờ mang theo được những băng nhạc cassette đã thậm thụt sang lại cho nhau, giữ làm "vốn liếng" những ngày còn ở trong các trại tạm trú.

Tuy nhiên, số người có được thứ vốn liếng tinh thần quý báu này, không nhiều. Vì thế, khi ra trại, rất nhiều người muốn có nhạc Việt để nghe cho nguôi ngoai (hay tăng thêm?) phần nhớ nhà.

Đứng trước nhu cầu tinh thần cấp bách này, một vài người đã nghĩ tới chuyện làm cách nào để thỏa mãn như cầu tinh thần lớn lao ấy?

Khởi tự đó, có hai "trung tâm" sang băng cassette "bề thế" ra đời. Một là trung tâm Bốn Phương của ông Lâm. (không phải ban nhạc và cũng là trung tâm nhạc Mây Bốn Phương" sau này), và, hai là "trung tâm" băng nhạc Dạ Lan, của nhạc sĩ Anh Bằng với sự tiếp tay tích cực của người cháu là Trần Thăng. Cả hai "trung tâm" này đều có trú sở miền nam Cali, vốn là những chiếc garage để xe hay chứa vật dụng, cải biến thành những "xưởng" hoặc phòng thu... "dã chiến".

Hôm nay, ít ai có thể hình dung được giai đoạn gần như "vô vọng' này; trước khi họ quen nước, quen cái, hùng dũng "tiến

---

miền nam, tham gia chính quyền Ngô Đình Diệm, giữ vai trò Tổng Giám Đốc Thanh Niên Đệ Nhất Cộng Hòa cho đến thời điểm đảo chánh năm 1963. Sau biến cố tháng 4-1975, Ông Vỹ di tản qua Mỹ từ năm 1975. Ông từ trần tại tư gia ở Quận Cam, California, lúc 4 giờ sáng, ngày 11 tháng 10, 2013, thọ 93 tuổi.

"quân" khỏi những chiếc garage trong những căn appartment chặt hẹp, trở thành thương hiệu lớn, hoạt động quy mô hơn.

Như đã nói, cả hai "trung tâm" Bốn Phương và Dạ Lan thời đó, đều dùng "cơ sở" có sẵn của họ là những chiếc garage, với một ít máy cassette sang qua sang lại, số băng nhạc ít ỏi có trong tay, hầu cung ứng cho thị trường.

Thời đó, vì không có những cơ sở giống như đại lý, cho nên ông Lâm Bốn Phương phải lái chiếc xe van của mình đến nơi nào cần "hàng" của ông.

Những người biết ông Lâm kể, ông có thể đi bất cứ đâu trên đất Mỹ với tấm bản đồ của mình. Những chuyến đi của ông Lâm- Bốn-Phương (tên gọi thân mật), không chỉ với mục đích bán băng nhạc mà, còn là mua (theo giá người có ấn định), hoặc mượn những người có băng nhạc và ông sẽ đền ơn bằng số băng mà họ muốn sau khi sang. Con số hay đòi hỏi vừa kể, tùy theo "bản gốc" là cassette hay băng "reel to reel". Để nghe được lại băng nhựa lớn này, dân chơi thời trước tháng 4- 1975, phải có máy Aikai thì mới nghe được. Vì tính tốn kém cũng như cồng kềnh của băng gốc loại "reel to reel" dường như không được dân tỵ nạn "ẳm" theo bao nhiêu![2]

Riêng "trung tâm" Dạ Lan của nhạc sĩ Anh Bằng và Trần Thăng vì là dân thứ thiệt, có nghề, nên thị trường của Dạ Lan ở ngay miền nam Cali và, Dạ Lan cũng mau chóng thu những những băng cassette "xào nấu" mới bằng một sutdio dã chiến, thiết lập tại garage, hay trong phòng khách nơi căn appartment của họ.

---

2 Đào Đồng„ chủ nhân của nhà sách Tự Lực, ở thành phố Garden Grove, cho biết, hồi tháng 4-1975, tuy còn rất trẻ nhưng anh cũng đã sớm bước chân vào con đường tập sự sản xuất, cung cấp món ăn tinh thần lãnh vực âm nhạc cho biết, "trung tâm" Bốn Phương của ông Lâm thời đó, cũng đã nhận được sự tiếp tay của nhạc sĩ Ngọc Chánh ở San Jose trong những năm đầu thập niên 1980.

Nhạc sĩ Anh Bằng kể, những ngày khởi đầu của Dạ Lan (cũng là những ngày chập chững hình thành kỹ nghệ sản xuất băng nhạc sau này) rất khổ cực. Nếu không thật yêu nghề, không tha thiết muốn gửi tới mọi gia đình Việt tâm tình, đúng nhất là tâm hồn, hơi thở, sự sống Việt qua âm nhạc, thì không thể làm được. Vì ông và người cháu cũng như những đứa con phải "sáng tạo" vật liệu cách âm bằng bất cứ vật dụng nào có được. Thí dụ màn cửa, chăn, mềm, nệm, gối v.v...

Bù lại, trời cũng không phụ lòng người, sau bao nhiêu khó khăn, dò dẫm thất bại liên tiếp trức khi thành công, cuốn cassette "Dạ Lan 1" của trung tâm Dạ Lan ra đời, đã có một tiếng vang lớn. Khắp nơi hỏi mua, không chỉ những người có điều kiện phân phối mà rất nhiều cá nhân, hỏi mua chỉ để cho nhu cầu tinh thần của riêng mình mà thôi.

Sự phát triển của của trung tâm Dạ Lan nhậm lẹ tới mức chỉ trong một thời gian ngắn, nhạc sĩ Anh Bằng và Trần Thăng cùng những người con, cũng là các nhạc sĩ đã mau chóng giã từ "chiến khu băng nhạc" trong garage của căn nhà riêng nơi họ ở, để đi tới "vùng ánh sáng chói lòa" với những phương tiện ngày một chuyên môn hơn, thích hợp hơn cho kỹ nghệ thu âm, sản xuất băng nhạc; vốn là một loại kỹ nghệ đòi hỏi nhiều chuyên môn, kỹ thuật.

Từ mơ ước ban đầu khiêm tốn: Giải quyết nhu cầu tinh thần cần có âm nhạc của đồng bào tỵ nạn, Trung tâm Dạ Lan còn bước xa hơn một bước nữa là, tham vọng thực hiện những cuốn video đầu tiên cho người thưởng ngoạn ở lãnh vực này

Theo lời kể của nhạc sĩ Anh Bằng thì đây cũng là thời gian vào sâu sân chơi của nhạc sĩ Trúc Hồ, sau khi đã là một thành viên của ban nhạc Dạ Lan.

Không biết có phải sự "phình nở" quá nhanh và quá to của Dạ Lan, khiến Dạ Lan phải tách làm đôi để "khống chế" thị trường?

Hay vì một lý do nào khác, ít năm sau, giữa lúc đang trên đỉnh thành công thì hai chú cháu Anh Bằng, Trần Thăng đã làm một cuộc chia tay êm đềm. Để rồi mỗi người trấn giữ một ngọn núi.

Nhạc sĩ Anh Bằng nhường cho cháu mình bảng hiệu ăn khách Dạ Lan, để lập ra trung tâm Asia. Nhạc sĩ Trúc Hồ chính thức có cổ phần trong Asia kể từ thời diểm này.

Riêng với trung tâm băng nhạc Bốn-Phương của ông Lâm thì không ai rõ lắm, con đường phát triển của Bốn Phương. Bề ngoài, người ta chỉ được biết số băng cassette của ông Lâm Bốn Phương cũng tăng mau theo thời gian. Sự kiện đó, cũng tỷ lệ thuận với những chuyến đi xuyên bang một mình một ngựa, không mệt mỏi của ông...

Nhưng kể từ đầu thập niên 1990s, bóng dáng ông Lâm Bốn Phương đậm người, cần cù thưa vắng dần trên các nẻo đường; trước khi không còn ai có cơ hội được gặp hoặc thấy ông nữa.

Sự lặng lẽ chìm vào quên lãng của trung tâm Bốn Phương sau những ngày tung hoành ở lãnh vực sản xuất băng nhạc của ông Lâm, cũng tiêu biểu cho sự biến đi của rất nhiều tên tuổi, từng một thời khuấy động cái cộng đồng tỵ nạn người Việt nhỏ bé, ở nhiều lãnh vực khác, nơi bước khởi đầu!

Nhưng, nếu không có những người đóng vai "khai sơn phá thạch" đó, dù thành hay bại, ở bất cứ lãnh vực nào, tôi nghĩ, có dễ chúng ta sẽ khó có được nhịp sinh hoạt phồn thịnh như hôm nay. Với tôi, họ không chỉ là những viên gạch lót đường mà họ còn là những con én lẻ loi, tin rằng trong hoàn cảnh nào thì, mmùa xuân rồi cũng sẽ tới.

(Garden Grove, Jan. 2015)

19

Những hôn phối tốt đẹp giữa thi ca, văn xuôi và, nhạc Đăng Khánh

Bên cạnh bản chất dịu dàng, ưu ái và ân cần với bằng hữu, tôi nghĩ, những người yêu văn học, nghệ thuật ở thành phố Houston, Texas, hẳn không quên những đóng góp bất vụ lợi của Đăng Khánh và Phương Hoa trong những sinh hoạt tập thể - Từ âm nhạc tới phát thanh, hội đoàn... Họ đã đem lại cho người dân miền Tây Nam Hoa Kỳ, những món ăn tinh thần mà, nếu họ không làm, tôi e khó ai có thể thực hiện được một cách đều đặn, bằng tất cả tấm lòng trân trọng.

Cụ thể, năm 1988, Đăng Khánh / Phương Hoa đã khởi xướng "Chương trình nhạc Thính Phòng", với tiếng hát Mai Hương và ban nhạc Ngũ Cầm Suối Nhạc tại Duschene Academy. Sau đó là những chương trình giá trị, ý nghĩa khác. Như chương trình nhạc

21

thính phòng lần lượt chào đón hai ca sĩ Anh Ngọc (1991) và Duy Trác (1992).

Đăng Khánh / Phương Hoa cũng là những người tổ chức giới thiệu bộ tiểu thuyết *"Giấc Mơ"* của cố thi sĩ Nguyên Sa (1993). Chào đón nhà báo Thanh Thương Hoàng (1999)... Gần nhất, họ tổ chức chương Trình nhạc thính phòng *"Tình Ca Muôn Thuở,"* vinh danh nhiều nhạc sĩ, tại Cullen Hall University of Houston năm 2010, v.v...

Đặc biệt, năm 1994, đáp ứng nhu cầu cộng đồng người Việt ở vùng Tây Nam cần có một đài phát thanh nghiêng nặng về văn học, nghệ thuật, Đăng Khánh / Phương Hoa đã đứng ra thành lập, điều hành đài Tiếng Nói Việt Nam Tại Houston / VOVN. Có thể sự có mặt và, đứng vững trong nhiều năm của đài phát thanh này, đã phần nào khích lệ, thúc đẩy sự ra đời, lớn mạnh của những đài phát thanh khác, sau đấy.

Tuy nhiên, tôi cho rằng đóng góp đáng kể hơn cả của Đăng Khánh chính là dòng nhạc tình mà, ông đã gửi cho người, cho đời.[1]

Ở lãnh vực này, vẫn theo tôi thì, bất cứ một văn, nghệ sĩ nào khi thành toàn công việc thừa kế dòng văn học, nghệ thuật của những thế hệ đi trước, đều là những đóng góp quý báu cho kho tàng văn học đất nước. Thành tựu hay công lao tim óc của họ, không chỉ thuần túy là sự nối tiếp mà, nó còn mang ý nghĩa xiển dương truyền thống văn học của dân tộc đó nữa.

Nhưng, lớn hơn một bậc, nếu văn, nghệ sĩ kia, lại dám ném mình vào những cuộc phiêu lưu, thử nghiệm mới. Và, một khi thử

---

1 Về âm nhạc, Đăng Khánh từng học Classical & Flamenco Guitar với Nhạc sĩ Hoàng Bửu, 1964. Học Classical Piano và Hoà âm với Linh mục, Nhạc sư Tiến Dũng tại trường Suối Nhạc, Saigon, 1970. Tại Hoa Kỳ, ông theo học âm nhạc ở University of Houston, Moore School of Music (Majoring in Theory, Harmony and Composition.)

nghiệm ấy được đám đông đón nhận thì, công trình của họ còn đáng ngợi ca hơn nữa.

Từ hai góc độ vừa kể, nhiều người cho rằng Đăng Khánh, trong tư cách nhạc sĩ, đã bước tới và, thành tựu ở cả hai lãnh vực vừa kể.

Về phương diện VHNT, như chúng ta đều biết, tương quan giữa thi ca / âm nhạc là một tương quan máu huyết. Tương quan nhân quả giữa hai bộ môn.

Chúng ta cũng biết, hầu như chưa một nhạc sĩ Việt Nam nào trong đời, không ít nhất một lần tìm đến với thi ca (cũng tựa các thi sĩ tìm về với thơ lục bát vậy).

Nhưng nói thế không có nghĩa thi sĩ nào sớm hay muộn, đến với thể thơ lục bát, cũng đều thành công! Dù cho họ được coi là "hảo thủ" trong sân chơi của các thể loại thơ khác. Thất bại này, cũng không... kiêng nể một số nhạc sĩ từng mơ ước có những cuộc hợp hôn tốt đẹp với thi ca!

Ngắn, gọn hơn, nếu có những nhạc sĩ chắp thêm cánh cho bài thơ tới được những chân trời mới thì, cũng không thiếu những nhạc sĩ đã vô tình "ám toán", giết chết bài thơ một cách tức tưởi... Dư luận cho rằng, Đăng Khánh thuộc thành phần thứ nhất.

Theo nhận định của một nhạc sĩ vào đầu thập niên 2000, khi ông mới từ Việt Nam qua Mỹ, sau khi theo dõi sinh hoạt nghệ thuật của cộng đồng Việt hải ngoại, ông nói, ở lãnh vực thơ phổ nhạc, Đăng Khánh là một trong số những "hảo thủ" có hạng. Sự phong phú, giầu có thấy rõ trong những ca khúc Đăng Khánh soạn từ thơ qua những thang- âm sang cả, lãng mạn, mượt mà.

"Nhất là sự hòa hợp giữa nốt nhạc và những dấu chữ đặc thù của ngôn ngữ Việt của Đăng Khánh, giúp cho ca sĩ không bị 'trẹo

23

lưỡi' hay, phải phát âm 'lơ lớ' như người ngoại quốc nói tiếng Việt!..." nhạc sĩ này nói.

Tôi nghĩ, nhiều phần, có thể người nhạc sĩ kia đã từng nghe một số ca khúc phổ từ thơ của Đăng Khánh khi còn ở Việt Nam.

Trước đó, trong *"Vài câu tâm tình,"* nhạc sĩ Phạm Duy cũng ghi nhận:

"... Lối chuyển âm (progression harmonique) (của Đăng Khánh) rất đẹp làm cho con tim người nghe phải rung động theo tác giả. Nhưng tôi muốn quên đi những cái gọi là nhạc lý để nghe ra hồn nhạc của Đăng Khánh một cách rất trinh trắng, nhất là những bài do giọng hát đắm say của Tuấn Ngọc diễn tả..." [2]

Nhưng, tài năng Đăng Khánh, nhạc sĩ, không dừng ở đó. Tác giả *"Em ngủ trong một mùa đông"* (viết năm 1993), còn đi xa hơn, khi ông tự tin, làm cuộc thử nghiệm khi lấy một số câu của bài thơ A, ghép, tháp vào bài thơ B, của cùng một tác giả.[3] Ông đã thành công tới mức, ngay tác giả của những câu thơ được Đăng Khánh tìm ra để "tháp cành" này, cũng không thấy được vết "tháp." Điển hình như ca khúc *"Lệ buồn nhớ mi"*, Đăng Khánh viết năm 1996, ở Houston.

"Cloning" hay cũng có thể gọi là "ghép tim" thi ca trên, như tôi biết, dường Đăng Khánh là người thứ hai, sau nhạc sĩ Phạm Đình Chương.[4]

---

2 Tuyển tập "Tình Ca Đăng Khánh," Đại Nam, Paris, xuất bản 1994

3 Là bài "Mùa thu và, thơ mới ở đường Baker, Costa Mesa, cũ" và "Ta đã đợi em từ hạt bụi" của Du Tử Lê, trong tập "Đi với về, cũng một nghĩa như nhau," in lần thứ hai, California, 1992.

4 Để làm thành ca khúc "Đôi mắt người Sơn Tây," năm 1969, cố nhạc sĩ Phạm Đình Chương cho biết, ông đã lấy một số câu thơ trong bài "Đôi bờ" hợp với một số câu trong bài "Đôi mắt người Sơn Tây" của Quang Dũng. Xem thêm:

Lại nữa, nếu không kể Văn Trí, tác giả ca khúc *"Hoài thu"* dựa theo một tùy bút của cố thi sĩ Đinh Hùng[5] thì, Đăng Khánh là người rất sớm, phổ nhạc văn xuôi, dựa theo tiểu thuyết *"Tôi với người chung một trái tim"*, của Du Tử Lê, để làm thành ca khúc *"Hạt mưa bay cuối đời."*

Về phương diện văn chương, các nhà phê bình văn học từng kết luận, tùy bút là thể loại văn xuôi gần với thơ nhất; chứ không phải truyện ngắn hay truyện dài. Vậy mà Đăng Khánh đã thử nghiệm và, thành công khi ông dùng thang-âm (cách riêng của mình,) để chuyển thể một chương đoạn tiểu thuyết...

Từ đó, trước khi ra khỏi bài viết này, tôi muốn lập lại rằng:

"Nếu có một nghệ sĩ dám ném mình vào những cuộc phiêu lưu, thử nghiệm mới và, thử nghiệm đó, được đám đông đón nhận thì, công trình của họ còn đáng ngợi ca hơn nữa".

(Calif. Nov. 2010)

"Mộng dưới hoa - Tuyển tập 20 bài thơ phổ nhạc" của Phạm Đình Chương, Vincent & Company, California, XB, 1991.

5 Theo trang mạng www.dactrung.com, phần "Nhạc."

Âm nhạc, định mệnh chung quyết của một người nữ, tên Đào Nguyên

Đào Nguyên là một trong vài người nữ chỉ thực sự viết nhạc sau biến cố tháng 4- 1975, nhưng cô có sức sáng tác sung mãn. Ca khúc của Đào Nguyên không giới hạn trong lãnh vực tình khúc - Hiểu theo nghĩa tâm hồn người nữ hầu hết nhậy cảm, dễ rung động với những gập ghềnh, sóng gió lứa đôi... Mà, còn mở vào những lãnh vực đòi hỏi người nhạc sĩ phải có một tâm thức, một khả năng cảm thụ đặc biệt.

Cách khác, Đào Nguyên là một ngoại lệ. Tên tuổi của người nữ nhạc sĩ này, có thể còn xa lạ với một số người. Nhưng với những ai yêu thích loại nhạc dành cho thiếu nhi, nhất là thường nghe những chương trình do Ban Hợp Ca Thiếu Nhi Ngàn Khơi trình bày thì, Đào Nguyên là một tên tuổi đã nhận được nhiều yêu thích.

Cụ thể, năm 2010, ca khúc *"Hài Tiên,"* đậm tính dân ca của Đào Nguyên, viết năm 2008, đã được Ban Hợp Ca Thiếu Nhi Ngàn Khơi thu hình, phổ biến rộng rãi.

Ca từ của *"Hài tiên"* có 4 phân đoạn mà, phân đoạn nào cũng dễ thương, thích hợp với thiếu nhi và, mang tính giáo dục cao, như:

"Hôm qua em mơ bà Tiên đến chơi cho em cây đàn
Đàn kia em mang đi chơi em vui ca vang
La La Sol Sol Fa Fa Mi Mi
(...)

"Hôm qua em mơ mẹ kêu bé ơi mau mau quét nhà
Nhà ta thôn quê xa xôi, hôm nay vui sao
Có khách đi qua xin vô chuyện trò
Mẹ ơi đừng lo... Con quét nhà cho
Thu đồ cho gọn, con thương Ba Mẹ con giúp việc nhà.
Quét, em quét em quét em quét thật nhanh
Quét cho sạch nhà, xếp cho gọn gàng, em luôn siêng năng
Thương, là thương là thương là thương, em thương Mẹ
Cha!... "

Ngoài ca khúc *"Hài Tiên,"* Đào Nguyên còn một số ca khúc khác, cũng ứng dụng những luyến láy đặc thù của dân ca Việt, như ca khúc *"Chung Tình"*, *"Tâm Tình Mẹ Con,"*[1]

Tôi cho sự tìm vào, ở lại và, khai triển được dòng nhạc dân ca của âm nhạc Việt là một điểm son đáng kể nơi người nữ nhạc sĩ còn rất trẻ này. Bởi vì nhiều nhạc sĩ thành danh, thế hệ 1954-

---

1 Đào Nguyên cho biết, ca khúc này cô viết từ bài thơ Anh Ngữ "Love Me Now". Việt Dịch bởi Ngọc Dung. Đào Nguyên viết lời cho con hát (August, 2009)

1975 ở miền Nam của chúng ta, cũng không dễ dàng đắm mình trong suối nguồn âm nhạc truyền thống dân tộc đó.

Tuy nhiên, nói như vậy, không có nghĩa Đào Nguyên không thành công với thể loại tình khúc. Trái lại. Chẳng những cô được nhiều nhạc sĩ ghi nhận về sự phong phú từ giai điệu tới ca từ ở mảng tình khúc mà, cô cũng còn được công nhận như một trong vài nữ nhạc sĩ thành công trong lãnh vực phổ nhạc thơ.

Ở lãnh vực thơ phổ nhạc, qua ca khúc *"Em không còn qua nữa những bậc thềm rêu"* (thơ Phạm Ngọc, nhạc Đào Nguyên) Khôi An viết:

"... Chỉ nghe cái tựa thôi, thính giả đã đoán được đây là một bài nhạc lãng mạn và buồn. Và điều bất ngờ thích thú đã đến với tôi ngay tiếng nhạc mở đầu. Không phải là Slow chậm buồn hay Boston rã rời mà là một điệu nhạc da diết có chút âm hưởng của nhạc Jazz. Nhạc không chậm mà khá dồn dập. Và, nhịp điệu hơi mạnh, hơi nhanh, vừa đủ để chuyên chở cái khắc khoải của bài thơ. Tiếng nhạc không diễn tả cái buồn chán chường hay đã dượi mà là cái ngậm ngùi của một chàng thanh niên. Rất buồn nhưng vẫn sống động, rất mất mát nhưng vẫn tự tại. Âm điệu này rất hợp với hình ảnh chàng trai đang nhớ thương người ra đi nhưng "vẫn ngồi giữa cõi nhân gian, rồi chợt buông tiếng hát vu vơ..."

"Điều bất ngờ thích thú thứ hai đến khi tôi tìm ra nhạc sĩ là Đào Nguyên, một nữ nhạc sĩ. Theo tôi, bài này diễn tả khá tinh tế về cảm xúc của một chàng trai, và Đào Nguyên đã giữ được cái buồn rất 'đàn ông' của chàng trai đó bằng cả nhạc và lời. Nhân vật trong bài xưng 'tôi', không phải là 'anh', và điều đó đem lại cho người nghe cảm giác người thanh niên đó đang tâm sự với chính anh ta hơn là với người yêu đã xa.

"Tiếng nhạc réo rắt mở đầu làm người nghe chú ý, và có lẽ người nghe đã gật đầu nghĩ đây là một bài hát đáng nhớ khi đoạn đầu tiên kết thúc bằng *'trái tim đau như muôn ngàn vết cứa'*. Chữ *'cứa'* đã được thi sĩ dùng một cách độc đáo để diễn tả nỗi buồn gặm nhấm dai dẳng và đã được diễn tả trọn vẹn, thấm thía bằng nốt nhạc cao rồi thả thật dài. Cam Thơ đã lên rất tròn, rất hay, diễn tả rất tuyệt ở nốt cuối trong câu hát này.

"Đào Nguyên đã chọn lựa một cách tài tình chỉ một phần của bài thơ nhưng chuyên chở trọn vẹn nỗi đau thấm thía của một người ở lại, mà mỗi góc nhỏ của không gian đều gợi lại hình ảnh cũ

"em không còn qua nữa bậc thềm rêu
vết tích vẫn còn xanh giữa đời mưa nắng
vẫn con đường xa lạ đến mênh mông
vẫn con đường năm tháng cũ đợi mong

"Lời thơ nguyên thủy đã hay mà lời hát được chọn lọc rất khéo léo còn cô đọng và diễn tả sâu sắc thêm lên.

"Những người đã từng mất mát, đã từng chia tay sẽ cảm được cái ngậm ngùi của *'nhớ mãi một mùa trăng'* vì một mùa trăng thì có biết bao nhiêu kỷ niệm vui buồn..."

Với tôi, Album *"Chung Tình"* của nữ nhạc sĩ Đào Nguyên, lần này, ra đời giống như một cuộc hóa thân. Một lột xác, phản ảnh đời thường của tác giả, cũng như phản ảnh mọi gập ghềnh của đời sống tinh thần người phụ nữ Việt ở xứ người.

Với nhiều tâm sự gói ghém khởi đầu bằng một tình yêu lý tưởng "Chung tình", rồi ca tụng tình yêu và cuộc đời tươi đẹp, trầu cau gắn bó bài "Quan Họ cho một loài hoa" (phổ thơ Phạm Ngọc), rồi sau đó sẵn sàng hy sinh tất cả cho tình yêu nhiều khi gặp trắc trở "Cùng người đi lễ" (chuyện kể bởi Đào Nguyên được Phạm Ngọc viết thành lời cho bài hát), rồi giận hờn trong "Âm thầm" (Em bây giờ là của người ta... , phổ thơ Phạm Ngọc); rồi đau khổ cùng cực với "Di chúc của một chia tan" (*Hồn tan vỡ từng miểng chai phụ rẫy... ta bước xuống cuộc đời với tan nát từ đây: ngày... tháng... ấy)*, phổ thơ Du Tử Lê, nhạc viết tháng 11, 2012, sau khi nước mắt đã cạn... bài viết cuối cùng cho CD này "Hoa Ngàn" (nhạc bắt đầu viết 2008, hoàn thành tháng 7, 2013... Khát khao một thời đã cũ, khi mùa xuân không giữ nổi cuộc tình, có giữ được không hồi ức muộn màng, phổ thơ Phạm Ngọc) trong trạng thái tĩnh lặng và nhạc không quá buồn..."

- (Theo www.daonguyenmusic.com)

Trong một thư riêng, tác giả *"Chung Tình"* tâm sự: Cô thấm hiểu đời sống của phụ nữ Việt ở xứ người đã gặp phải nhiều cảnh ngộ, nhiều bi kịch gia đình - Nếu chẳng may họ có một người chồng thích "thay đổi" - Mà nơi dẫn tới những đổi thay dễ dàng, để từ đó, gia đình ở miệng vực chia tan, hay thực sự ly biệt, thì đó là môi trường quê nhà!?!...

Đào Nguyên kể, cô cũng ở trong hoàn cảnh này. Như nhiều phụ nữ khác, càng thành công bao nhiêu trong lãnh vực chuyên môn, đời thường thì khi trở về với gia đình riêng, cô lại càng cảm thấy thất bại bấy nhiêu!

Một câu hỏi lớn đặt ra cho chính Đào Nguyên và, có thể cũng là của đa số phụ nữ là: *"Cuộc sống hôm nay, những ngày trước mặt là sống vì nghĩa, hay sống cho đúng nghĩa của một tình yêu?"*

Ngay sau tự hỏi mình này, nữ nhạc sĩ Đào Nguyên viết:

"'Chung tình' vẫn là hai chữ thiêng liêng đáng lẽ tôi không được đụng đến. Nhưng tôi đã đặc biệt yêu thích và ca ngợi nó (...) Hiện tôi vẫn *'cố giữ chút hồn con gái Việt'* để đi tiếp quãng đường còn lại của mình. Tôi biết chắc một điều là tôi sẽ mãi chung tình với âm nhạc (...) Tôi hy vọng có ngày tôi sẽ cho ra đời ca khúc *"Hãy yêu người mình đã từng yêu"* dành cho phái nam, và tôi hy vọng sẽ có nhiều hơn nữa, những cây bút nữ, cùng tôi giải bài toán khó này..."

Phút nói thật hay những tâm sự, những bày tỏ nằm ngoài âm nhạc của Đào Nguyên cho thấy, cô không chỉ là một nữ nhạc sĩ nặng lòng với những giá trị muôn đời của truyền thống văn hóa Việt mà, cô còn tận hiến đời mình cho những giá trị gia đình, đạo đức bất biến của tổ tiên chúng ta nữa.

Khi thấu hiểu đời thực của Đào Nguyên, bên kia những giai điệu thơ mộng, lãng mạn, đẹp đẽ, tôi rất muốn có lần được gặp cô, để nghiêng mình, trước nỗ lực *'cố giữ chút hồn con gái Việt'* của cô, với tất cả quý, trọng, không thể nói hết, bằng lời!!!

Cố nhà báo Trường Kỳ trong một bài viết của mình, ghi lại rằng, sáng tác đầu tiên của Đào Nguyên nhan đề *"Nhớ mầu trăng quê hương"* viết đúng ngày 30 tháng 4 năm 1985, ngay khi cô được cha và anh đi trước, bảo lãnh đến Hoa Kỳ. Đó là một ca khúc cho thấy tác giả rất nặng lòng với đất nước.

"Dù hành trình sáng tác của Đào Nguyên có một thời gian dài tới gần 10 năm ngưng nghỉ, nhưng tính tới hôm nay, cô đã có trên dưới 40 ca khúc; với hai album nhạc của riêng cô - Đó là CD "Trả lại cho anh," phát hành năm 2004 và, *"Những bậc thềm rêu,"* phát hành năm 2008".[2]

Với tôi, dù cho Đào Nguyên có chủ tâm chọn hay không chọn âm nhạc, như một phần đời sống tinh thần của mình, thì âm nhạc vẫn là định mệnh chung quyết của người nữ nhạc sĩ trẻ tuổi này vậy.

(Feb. 2015)

---

2 Nguồn đd.

Trọng Nghĩa Mộng Lan: Cặp tình nhân chung thủy với chính tình yêu của họ

LNĐ: *Ngày 15 tháng 9 vừa qua, tại miền nam California, có một họp mặt thân hữu, mừng 25 năm ngày thành hôn của cặp vợ chồng nghệ sĩ Mộng Lan – Trọng Nghĩa. Chúng tôi cố công tìm lại một bài viết cũ của chúng tôi, dưới bút hiệu Hồ Huấn Cao, viết về cuộc tình Mộng Lan / Trọng Nghĩa, để đăng lại - Như một món quà, hay lời chúc mừng 25 năm đôi lứa của họ. Nhưng thất bại.*

Mãi tới hôm nay, được một bằng hữu gửi cho; dù trễ tràng, chúng tôi cũng xin được đăng tải, như một món quà linh thần (dẫu muộn), gửi tặng cặp vợ chồng nghệ sĩ này.

Trân trọng.

33

Có thể người đàn ông không hề hay biết rằng, trong số những người đang lắng nghe anh hát, có một người nữ.

Cô không chỉ nghe bằng đôi tai, bằng trái tim (mà), còn bằng tất cả những tế bào căng, phồng yêu thương, nứt nẻ cảm phục, dù cho những ngón tay cô đang chạy, lướt trên phím ngà, như những lượn sóng bay, bay, hay vuốt ve, vỗ về những đụn cát.

Có thể người đàn ông không hề hay biết... nhưng tôi biết... Tôi biết sự ngưỡng phục, lòng yêu thương tới ứa trào, nơi người nữ kia, đã nâng cao thêm cấp độ rung cảm trong tôi, về tiếng hát của người đàn ông đó. Anh đã cho ca khúc anh trình bày, một thời tiết khác. Anh đã cho ca khúc anh trình bày khoảng trời xanh, buốt nỗi bâng khuâng hạnh phúc hay, niềm tuyệt vọng tận cùng chia ly, nơi khoảng cách mênh mông giữa hai âm vực. Anh thở được cùng một nhịp thở của trái tim ca khúc. Anh thở được, cùng hơi thở của tình ca, hoặc đạo ca.

Người nữ có những ngón tay lượn, bay trên phím ngà đó, là Mộng Lan, nhạc sĩ. Người đàn ông, thở được hơi thở với tình ca, hoặc đạo ca đó, là Trọng Nghĩa, ca sĩ. Trọng Nghĩa, nhạc sĩ. Họ không chỉ là cặp tình nhân thủy chung, của âm nhạc. Họ còn là cặp tình nhân chung thủy, của chính tình yêu họ. Một ngoại lệ, một biểu tượng hiếm, quý, trong những cuộc hôn nhân nghệ sĩ.

Lại nữa, họ không chỉ là cặp tình nhân thủy chung, với âm nhạc (và,) với tình yêu của chính họ; mà, chuyện tình của họ, như một truyện thần tiên thời đại mới. Tôi được nghe kể rằng:

Chuyện tình mang đầy tính thần thoại của thời đại mới kia, bắt đầu vào một buổi sáng mùa thu, trong một khu thương xá Việt Nam.

Câu chuyện bắt đầu, bằng câu hỏi của một thiếu nữ, trước khi mua cuốn băng "*Mùa Thu Xa Em*" của người ca sĩ từng thành danh rất sớm, ở Việt Nam, trên sân khấu Queen Bee, lúc anh chưa đầy

18 tuổi. Người thanh niên thành danh, với những tình khúc đến từ Paris; đến từ bên này hay, bên kia giòng nước sông Seine.

Nhưng người thanh niên, khi ấy đâu biết, tiếng hát của anh, qua những bài nhạc Pháp đó, đã lấp đầy trái tim khát khao thơ mộng của một cô gái mới lớn. Một cô bé chỉ mới 13.

Câu trả lời của người bán hàng là:
"Đúng vậy! 'Mùa thu xa em' do Trọng Nghĩa hát".

Khi câu trả lời của người bán chưa kịp dịu, tan lớp sóng xúc động trong tâm hồn người hỏi, thì, người hát trong băng xuất hiện. Anh đặt thùng băng xuống nền gạch của Trung Tâm Băng Nhạc, nơi người bán mới trao băng nhạc *Mùa Thu Xa Em* cho người con gái. Nàng tiến tới, lần này, với một câu hỏi khác.

Một câu hỏi trực tiếp, như một kiểm chứng sau cùng, kịp thời, trước khi hồi chuông định mệnh ngân lên trong đời họ.

"Anh có phải là người hát bài "Adieu, sois heureuse?"

Người đàn ông ngỡ ngàng đáp:
"Vâng. Chính tôi!"

Ba ngày sau, người đàn ông ngỏ lời cầu hôn. Người con gái ứa, bật giọt lệ hân hoan. Người đàn ông đó là Ca sĩ, và cũng là Nhạc sĩ Trọng Nghĩa. Người con gái đó là Mộng Lan, Nhạc sĩ, và, cũng là một Dương cầm thủ hữu hạng, rất trẻ.

Có thể, người đàn ông không hề biết rằng, trong số những người đang lắng nghe anh ngâm thơ, có một người nữ. Cô không chỉ nghe bằng đôi tai, bằng trái tim (mà,) còn bằng tất cả những tế bào căng, phồng yêu thương, nứt nẻ cảm phục, dù cho những ngón tay cô đang chạy, lướt trên phím ngà, như những lượn sóng bay, bay, hay vuốt ve, vỗ về một biển cát.

Có thể người đàn ông không hề hay biết... nhưng tôi biết... Tôi biết sự ngưỡng phục, lòng yêu thương tới ứa trào, nơi người nữ này, đã nâng cao thêm cấp độ rung động trong tôi, về giọng ngâm của người đàn ông đó. Anh đã mang thêm núi cao và vực sâu, vào sinh mệnh bài thơ. Anh đã mang thêm sương mù, mang thêm nắng, gió, mang thêm máu cuồng, và sương buốt, cho bài thơ. Bài thơ, bước ra từ giọng ngâm của anh, là một bài thơ khác. Một bài thơ đọng được nơi đáy cùng, thẳm sâu tâm lặng, người nghe.

Người con gái nở, căng từng tế bào ngưỡng mộ đó, là Nhạc sĩ Mộng Lan.

Người đàn ông mang thêm núi cao, và vực sâu đến cho sinh mệnh bài thơ đó, là Trọng Nghĩa, Nhạc sĩ.

Một đêm. Biển. Nơi sàn deck mênh mông, làm ra trên biển, của Phạm Đào Bạch Tuyết. Khi những giải đèn trên những con tàu phía xa, như những hòn đảo lân tinh, bập bềnh niềm vui và, tiếng cười Tháng Bảy. Gió, như những cánh tay dịu dàng, vô hình, mang mùi vị *"gừng cay, muối mặn"* thoa, thấm lên mặt da thường trực đổi thay nhân thế; người con gái kể:

"Dù đã bao năm, dù có mấy đời, em cũng không thể ngủ, khi người đàn ông chưa chịu nằm xuống, bên em..."

Một đêm. Biển. Nơi sàn deck mênh mông, làm ra trên biển của Phạm Đào Bạch Tuyết, những giải đèn, như những con rắn khổng lồ nhiều màu chói, sắc, uốn lượn giữa không trung. Mỗi giây lát, chúng lại ném lên thẳm cao, những đợt pháo bông, chóng tàn, như định mệnh đổi thay, bất khả hoán chuyển của tháng năm đời thường, người con gái kể:

"Em không thể cản ngăn em đắm mình nỗi nhớ anh ấy, ngay phút thứ nhất, khi em phải ra khỏi nhà, mỗi sớm mai, tới phòng thâu. Sự rời tay, dù chỉ một phút, với em, là một thiếu thốn, một ốm đau, bất hạnh..."

Người con gái kể:

"Dù đã chung sống với nhau bao năm, trong giấc mơ, em vẫn có thể nổi cơn ghen, khi thấy chàng có tình ý (trong giấc mơ) với người phụ nữ khác".

Người con gái kể thêm, dù đã chung sống với nhau bao nhiêu năm, nàng vẫn còn nguyên vẹn cái nhu cầu viết thư... tình cho chàng. Như thể sự gần gũi, và tất cả mọi thứ ngôn ngữ nàng đã tận dụng, đều chưa đủ để nói hết tình yêu của nàng...

"Làm như thời gian mỗi ngày 24 tiếng, không đủ cho em bày tỏ đủ tấm lòng yêu thương dành cho anh ấy. Em có thể nhìn ngắm anh ấy liên tục, hết giờ này, sang giờ khác, mà vẫn không chán... Có người bảo em điên... Nhưng đó là sự thật... "

"Sự thật, như em đã lớn, khôn trong tình yêu, trong dạy dỗ, chỉ bảo của anh ấy cho em."

Người con gái lớn, khôn trong tình yêu đó, là Mộng Lan. Người đàn ông hưởng nhận được ân sủng tình bền đó, là Trọng Nghĩa. Sự thật, như tôi, những ngày qua, đã trân trọng, đã yêu thích, đã hân hoan nhận đón những tác phẩm mà Mộng Lan - Trọng Nghĩa hiến tặng cho nhân gian. Những tác phẩm, những giòng nhạc, những tiếng hát và phím ngà của họ, đã giúp cho tâm hồn, đời sống tôi, trở nên giàu có, ý nghĩa hơn. Phải chăng, vì:

"Họ không chỉ là cặp tình nhân thủy chung của âm nhạc. Mà, họ còn là cặp tình nhân chung thủy của chính tình yêu họ"?

Một ngoại lệ. Một biểu tượng hiếm, quý trong những cuộc hôn nhân, nghệ sĩ, hôm nay.

(Calif. 02/2000)

Nguyên Bích,
những đời nhạc đi ra
từ khoảng cách đủ xa, đó

Tới hôm nay, dù đã trên hai mươi năm, tôi vẫn nhớ người thanh niên có nụ cười hiền hậu mà, dáng vẻ xa cách. Mãi sau này, tôi mới biết, anh là một bác sĩ y khoa.

Nhớ Houston, đầu thập niên (19)90, khi phần nói chuyện của tôi kết thúc bằng câu hỏi trả lời cho bác sĩ Hồ Tấn Phước về bệnh thyroid của tôi - Người điều khiển chương trình loan báo, phần thứ hai của cuộc họp mặt Tất Niên là phần trình diễn văn nghệ.

"Phần này sẽ do nhạc sĩ Nguyên Bích, đảm trách".

Ở một khoảng cách vừa đủ để có thể quan sát mọi cử chỉ, lắng nghe từng lời nói của Nguyên Bích, một đồng môn chưa từng gặp, nhưng lại sớm gây trong tôi điều gì, giống như ấn tượng hai mặt: Có thể lại gần mà, cùng lúc lại ngập ngừng thấy rằng, không nên...

Tôi quay hỏi bạn tôi, Trương Trọng Trác.

Trác bảo, đó là một bác sĩ y khoa, có phòng mạch riêng ở một khu ít người Việt, gần nhà Trác. Hỏi về tương quan giữa hai người, Trác nói, không thân lắm, nhưng:
"Tên này chơi được!"

Là bạn học với Trác từ thời đầu trung học, tôi hiểu, Trác có thể nói nhiều, rất nhiều về những người Trác quý hoặc, thân thiết. Ngược lại, Trác thường kiệm lời khi nói tới những người *"không thân lắm."* Hoặc những người Trác phải giữ xã giao với cụm từ *"vòng ngoài"*, đầy ẩn dụ.

Hai chữ *"chơi được"* Trác dành cho Nguyên Bích không phải là chữ Trác thường dùng. Vì thế, tôi đã định tâm, sẽ gặp Nguyên Bích, khi chương trình văn nghệ của buổi họp mặt chấm dứt. Tôi muốn nghe Bích nói về những sáng tác âm nhạc của anh.

Tôi nhớ, cuối cùng, tôi không nói chuyện được với Nguyên Bích vì, dường như tôi phải trả lời những câu hỏi thêm của bác sĩ Hồ Tấn Phước, về căn bệnh thyroid tôi mang đã nhiều năm.

Thêm nữa, Trác cũng muốn giữa tôi và bác sĩ Phước, một khuôn mặt của thành phố Houston mà, theo Trác, cũng là một thứ Trác không thân; nhưng *"... tên này chơi được!"*

(Tôi hoàn toàn đồng tình với Trác. Tôi không thấy một phân vân, ngập ngừng nào khi mà, mới vài tiếng trước, với sự chứng kiến của một số thầy và, nhiều đồng môn, bất ngờ, bác sĩ Phước cho biết sẽ chữa, hoặc trả mọi y phí trị bệnh thyroid cho tôi, nếu tôi chịu di chuyển từ nam Cali về Texas...)

Tôi nhớ giao tình giữa tôi và Nguyên Bích cũng không "tăng tốc" trong thời gian gần hai năm tôi về Houston chữa bệnh, dưới chiếc dù bảo bọc phần y phí của bác sĩ Phước. Riêng nơi ăn, chốn ở những ngày đầu của chúng tôi, do Trương Trọng Trác và Lê Văn Hào thu xếp. Đó cũng là thời gian tôi cùng Cao Đông Khánh, Phạm Thông, Đăng Khánh, Lê Văn Hào... (sau, có thêm Việt Nguyên, Nguyễn Trí Tuệ...) hợp tác làm tờ bán nguyệt san Văn Nghệ.

Qua nhiều gặp gỡ nhân những buổi sinh hoạt văn nghệ, hay họp mặt giới hạn ở nhà riêng của Phương Hoa / Đăng Khánh, tôi có nhiều cơ hội hơn, trò chuyện với Nguyên Bích. Nhưng lần nào, câu chuyện của chúng tôi cũng bị ngắt quãng hay, rẽ sang hướng khác, khi giữa chúng tôi có thêm bạn tìm tới. Dẫu vậy, tôi cũng được biết thêm ít nhiều về người thanh niên có nụ cười hiền hậu, khiêm tốn mà, dáng vẻ xa cách ấy.

Tôi không biết cái mặt thứ hai của ấn tượng hai mặt, là *"ngập ngừng, không nên"* ở tôi về Nguyên Bích, đã tan biến khi nào!

Tôi chỉ nhớ mỗi gặp thêm Nguyên Bích, tác giả ca khúc *"Sao vội nhạt phai"*, tôi một cảm thấy gần gũi, tin cậy anh hơn. Như sự phó thác hay, tin cậy mặc nhiên của một tình bạn cho ta êm đềm và, nhiều an tâm.

Cũng từ *"phó thác, tin cậy"* kia, thỉnh thoảng, chúng tôi đã có với nhau những trao đổi ngắn về văn học, nghệ thuật. (Đó không phải là thói quen của tôi trong mọi giao tiếp).

Tôi có thói quen xấu là, trong mọi giao tình, rất ít khi tôi nói về văn chương hoặc luận bàn một điều gì, liên quan gần xa tới vấn đề đó.

Do đấy, tôi không biết điều gì nơi Nguyên Bích, khiến tôi vượt qua được thói quen vốn đã thành nếp của mình?

Tôi nhớ, cách đây vài năm, nhân dịp trở lại Houston, vì thời gian ở lại quá ngắn, không thể gặp gỡ nhiều bằng hữu, hai bạn tôi Phương Hoa / Đăng Khánh đã tổ chức cho tôi cuộc họp mặt, trong vòng thân mật, tại một nhà hàng ở tầng thứ nhất, nằm trên đường Bellair. Trong lúc chờ Phương Hoa "bật đèn xanh" bắt đầu chương trình; khi nắng chiều còn quyến luyến, bịn rịn những mái nhà thấp bên kia lộ; trả lời một câu hỏi của Nguyên Bích về một đoạn thơ, tôi đã nói với Bích một cách thoải mái về một vài kỹ thuật của đoạn thơ ấy.

Tôi nhớ, bên cạnh Bích lúc đó, có Mùi Quý Bồng, một bạn học rất thân của Nguyên Bích. (Tôi biết Mùi Quý Bồng từ những ngày họ Mùi còn hành nghề y khoa ở New Orleans, trước khi được biết, Bồng là giai tế của nhạc sĩ Đan Thọ, một người tôi rất quý.)

Tôi nhớ, dường như quá lâu tôi mới lại có dịp nói chuyện về vai trò của hình ảnh trong thơ. Vị trí và kỹ thuật liên tưởng gián cách - Tức từ hình ảnh này, nhảy cóc qua một hình ảnh khác... giống thế võ "*cách sơn đả ngưu*" trong truyện chưởng Kim Dung...

Tôi nhớ, nếu Phương Hoa không nhắc nhở tôi... "đèn xanh đã bật" thì, tôi cũng không biết cuộc nói chuyện, sẽ lôi kéo chúng tôi tới chân trời nào?

Tôi có cảm tưởng, sau buổi chiều ấy, những khoảng cách cuối cùng giữa tôi và người nhạc sĩ luôn giữ cho mình *"một xa cách vừa đủ"* đã được san bằng, một cách *"êm đềm và, nhiều an tâm!"*

Tôi cũng nhớ, đâu khoảng một năm trước khi Trác bất ngờ, theo chân Hồ Tấn Phước *"đi xa"*, chúng tôi có một ăn trưa ở một nhà hàng... *"giữa rừng."* Nơi Vera Ching phải điện thoại đặt bàn, giữ chỗ. Trong khung cảnh riêng tư, Trác đề cập tới những ngày cuối cùng của bác sĩ Hồ Tấn Phước, ân nhân của tôi...

Tôi hỏi, phải Phước được hỏa thiêu?

Trác đáp, không nhớ rõ. Rồi thêm:

"Hình như những tên chơi được thường đi sớm... cậu ạ!"

Hai chữ *"đi sớm"* của Trác như một tia chớp, bật sáng giai điệu ngậm ngùi của ca khúc *"Xin rửa tội tôi,"* một sáng tác khác của Nguyên Bích, qua tiếng hát Tuấn Ngọc, cháy đỏ thần trí tôi, chộn rộn hình ảnh:

"Ta, bia mộ lãng quên
Níu gì thời đã mất
Mở tung ta gió ngất lưng trời
Cho cháy rực nỗi đìu hiu.

"Ta đi trên đường gai
"Dù Chúa không hề trải
Cảnh đời thôi cũng xế tàn
Nào ai không trở về?

"Ta ngồi mòn ghế cũ
Nghe mưa trên từng ngọn cây
Muộn phiền còn bủa vây quanh
Sau lưng ta lá bày.

"Xin rửa tội tôi
Xin rửa tội tôi... bằng lửa!
Cho kẻ chết là ta
Đến một ngày mai
Đến một ngày mai... sống lại
Trong tay người mãi xa!"

Khi âm vọng ca khúc vừa kể, chưa tắt hẳn trong tôi, tôi bảo Trác:

"Tớ thấy vẫn còn đấy chứ cậu!"

Trác ngơ ngác! Tôi nói:
"Thí dụ, Nguyên Bích!"

Trác lập lại, gần như nguyên văn câu nói của Trác hai chục năm trước:

"... Ừ, tên đó chơi được!"

Tôi buột miệng hỏi Trác một câu, không liên quan gì tới câu chuyện:

"Cậu có tin tớ đang muốn được... 'rửa tội bằng lửa?'"

Lần này thì Trác không chỉ ngơ ngác mà, trong mắt Trác, tôi đọc được âu lo:

"Cậu có sao không vậy?"

Tôi im lặng, coi như tai điếc, quay nhìn hồ nước. Những con thiên nga tựa làm bằng giấy láng, được gió đẩy trôi, như những linh hồn trắng muốt, đang mở rộng vòng tay, múa, hát bài ca vô thường không tên gọi, trên sóng gợn.

Tôi tiếc, nếu có Nguyên Bích, tôi sẽ trả lời Trác. Trả lời Trác nhưng chính là để Bích nghe, rằng:

"Không. Tớ không sao cả! Tớ chỉ đang nghĩ tới những điều ngoài tầm tay chúng ta mà thôi..."

(April. 20- 2012.)

Nhân dịp này, chúng tôi hân hạnh đăng tải một bài viết của nhà thơ Du Tử Lê về đời nhạc Nguyên Bích, từng được phổ biến trên nhật báo Người Việt, cách đây trên dưới một năm - Thay cho lời chào mừng người nhạc sĩ vốn được ghi nhận là cực kỳ trân trọng với mọi lao tác âm nhạc của ông.

Cần biết thêm về tác giả xin vào website nguyenbich.com. Hoặc Email: bichbinh@gmail.com

Không biết có phải, do bản chất lặng lẽ, tính khiêm tốn, luôn giữ một khoảng cách đủ xa, với đám đông, cho nên, Nguyên Bích, bút hiệu của Bác sĩ y khoa Nguyễn Văn Bích, hiện cư ngụ tại thành phố Houston, Texas, đã phải tìm vào âm nhạc, như lối thoát hay, con đường duy nhất, để nối nhịp cầu giao cảm với người, với đời?

Tuy nhiên, chúng ta cũng có được một điều khá minh bạch nơi con người trầm mặc này. Đó là sự kiện một trong những ca khúc đầu tay, ca khúc *"Tâm Sự Kẻ Xa Quê"* (thơ Mùi Quý Bồng,) Nguyên Bích viết năm 1989, nếu không được nhạc sĩ Đan Thọ giới thiệu với trung tâm băng nhạc Mai Ngọc Khánh, để thâu băng, chắc chúng ta sẽ khó có được một dòng tình ca, mang tên Nguyên Bích, như hiện tại.

Họ Nguyễn cũng xác nhận, sau khi cảm thấy không hài lòng với những ca khúc đầu tay, được viết xuống, như "để diễn tả những xúc động riêng của mình," ông đã định ngưng việc sáng tác.

"Nhưng khi được biết một ca khúc viết về quê hương của tôi, được một trung tâm băng nhạc xử dụng, trong băng nhạc *'Một Chút Quà Cho Quê Hương'*, tôi thấy hứng khởi, và từ đó, tôi có những sáng tác kế tiếp," Nguyên Bích nói.

Tính đến hôm nay, với khoảng trên dưới 80 ca khúc mà, ba phần tư là thơ phổ nhạc, Nhạc sĩ Nguyên Bích cho biết:

"Âm nhạc cũng như những bộ môn văn nghệ khác, là một trang điểm cho cuộc đời. Cuộc đời có thể vẫn diễn tiến không son phấn, nhưng sẽ rất trần trụi và, nghèo nàn."

Phát biểu về quan niệm sáng tác ca khúc, tác giả *"Hiến Chương Yêu"* giãi bày ý nghĩ riêng của mình:

"Tôi không thích câu nệ quá nhiều vào quy luật. Tôi yêu sự phóng khoáng trong sáng tạo. Tôi mong muốn tìm được những nét mới lạ mỗi khi viết một ca khúc. Có lẽ vì thế, mà tôi từng cảm thấy thất vọng, chán nản mỗi khi nhận ra bản nhạc mới của mình, không có được cho nó điều khác hơn những ca khúc trước đó."

Về quan niệm phổ nhạc vào thơ, Nhạc sĩ Nguyên Bích nhấn mạnh, ông chỉ chọn để phổ nhạc những bài thơ có ý tưởng lạ. Đó là những bài thơ của một số bằng hữu của ông. Như Mùi Quý Bồng, Phạm Oanh, Nguyễn Minh Đức...

Nguyên Bích cũng không thích giữ nguyên bài thơ vì như vậy, sẽ giống như bài thơ được ngâm lên qua cung bậc của tân nhạc.

Vì vậy, ông thường đổi chữ, thêm chữ, thậm chí cắt bớt, thay thế bằng những chữ khác; miễn là sự thay thế không làm sai lệch ý nguyên thủy của bài thơ. Và:

"Một khi tác giả bài thơ, không hài lòng, tôi sẽ vui vẻ khai tử ngay bản nhạc đó," tác giả album *"Sao Vội Nhạt Phai"* tâm sự.

Trong một bài viết về Nhạc sĩ Nguyên Bích, đăng tải trong *"Tuyển Tập Nghệ Sĩ,"* cuốn thứ 5, Nhạc sĩ Trường Kỳ viết:

"Với chủ trương viết nhạc như một thú tiêu khiển, nên Nguyên Bích sẵn sàng hiến bản quyền những sáng tác của anh mà không đòi hỏi một điều kiện nào, ngoài sự mong muốn những đứa con tinh thần của mình, được gửi tới người nghe. Nguyên Bích cho biết mặc dù vợ anh - Phượng Bình, tuy không có được tâm hồn văn nghệ như anh, nhưng lại có 'tai nghe' rất hay, nên đã cho anh nhiều ý kiến quý báu trong việc dùng chữ, điển hình như với nhạc phẩm 'Ước Vọng.'

"Mặc dù là cháu của một nhạc sĩ tên tuổi là Hùng Lân, nhưng Nguyên Bích không hề chịu một ảnh hưởng gì nơi người cậu tài ba. Anh cho là hai người có hai lối suy nghĩ khác nhau về âm nhạc. Anh sáng tác theo ngẫu hứng mà không chịu gò bó trong khuôn khổ. Hơn nữa, nhạc của anh, đa số có tính cách ủy mị, khác với Hùng Lân, là nhạc sĩ được biết đến qua những nhạc phẩm hùng ca và tươi vui. Tính cách ủy mị trong nhạc của Nguyên Bích đến từ quan niệm của chính anh, là:

"'Cái gì buồn thì dễ khai thác và cũng dễ được chấp nhận' Anh nói thêm rằng: 'Có chuyện vui thì mọi người vỗ tay cười nói, chứ đâu có mấy ai viết, hay ghi lại. Nhưng nỗi buồn thì thường được ghi nhớ... Người nghe cũng dễ chấp nhận chuyện buồn hơn chuyện vui.' "[1]

Vẫn theo Trường Kỳ thì:

"Tuy vậy, Nguyên Bích lại nhìn cuộc đời với cái nhìn rất lạc quan, mặc dù anh vẫn cho anh còn kém cỏi và, chỉ làm được những gì người khác làm được; mà chưa đủ tài để làm tất cả mọi chuyện."[2]

Như đã nói, khiêm tốn là bản chất của Nguyên Bích, nhưng chỉ sau một thời gian ngắn, nhiều ca khúc của Nguyên Bích đã trở thành phổ thông, được nhiều người yêu thích. Như ca khúc *"Hãy Bảo Tôi,"* *"Xin Rửa Tội Tôi,"* do Tuấn Ngọc trình bày. *"Hiến Chương Yêu"* được trung tâm Diễm Xưa đưa vào video, với giọng ca Đinh Ngọc...

Chưa kể cuối năm 1999, Trung Tâm Diễm Xưa còn đứng ra thực hiện nguyên một Album, gồm 10 ca khúc của Nguyên Bích, do những giọng ca tên tuổi như Tuấn Ngọc, Vũ Khanh, Thanh Hà, La Sương Sương... trình bày.

Dù bản chất lặng lẽ, tính khiêm tốn, luôn giữ một khoảng cách đủ xa, với đám đông, trong đời thường, nhưng dòng nhạc của Nguyên Bích đã rất sớm "phản bội" của người tạo ra chúng, để tự thân đi tới những chân trời nắng, gió khác. Những chân trời nắng, gió vượt ngoài lằn biên thành phố Houston. Thậm chí, một số ca khúc của Nguyên Bích, còn "vượt biên" ngược về quê nhà. Điển

---

1 "Tuyển tập nghệ sĩ" 5 của Trường Kỳ XB năm 2001.

2 Bđd.

hình, như ca khúc *"Hiến chương yêu"* ông viết đầu thập niên (19)90, ở xứ người.

Theo tôi, có thể trầm mặc của Nguyên Bích, là trầm mặc, tĩnh lặng của một dòng sông mà, những cuồng lưu tình cảm, tàng ẩn đáy sâu. Như ca từ của ca khúc *"Tâm sự với dòng sông,"* ông viết:

"Đời hiu quạnh lặng trôi đi
"Ta đã xa nhau rất ngỡ ngàng
"Tim xót xa ôi đã muộn màng
"Như dòng sông nhỏ nước đã trôi xa..."

Hoặc nhức- nhối- khẩn- khoản, qua ca khúc *"Hãy bảo tôi"*:

"Nói bằng mắt, bằng môi tình còn ngờ.
"Dẫu bằng xương, bằng thịt vẫn chưa vừa

"Với trăm kiếp, nghìn năm còn vẫn thiếu
"Nói bằng gì? Em bảo hộ tôi đi!
"Ngực chôn cất nổi niềm sâu góc trái
"Ai không đau khi máu đã quên về?
"Em hãy chỉ giùm tôi
"Em hãy chỉ giùm tôi dăm cửa ngục
"Để tôi vào chuộc lại trái tim đau..."[3]

Nhưng, trầm mặc của một Nguyên Bích, nhạc sĩ, có là bản chất và, tính khiêm tốn, luôn giữ một khoảng cách đủ xa chăng nữa, thì những giai điệu của ông, cách gì, cũng đã thay ông, sống phần đời

---

3 Thơ Du Tử Lê, Nguyên Bích soạn thành ca khúc.

4 Những này qua, nhạc sĩ Nguyên Bích đã cho ra đời album nhạc mới nhất của ông. Đó là CD nhan đề "Đam Mê" - Bìa: Nguyên Khai. Hòa âm: Hoàng Công Luận. Với ba tiếng hát đang được yêu thích hiện nay: Vũ Khanh, Trần Thu Hà và Quang Tuấn. Trong số 10 ca khúc chọn lọc ở tác phẩm mới nhất vừa kể, người ta thấy có 3 ca khúc phổ từ thơ Trường Đinh, 1 ca khúc phổ từ thơ Phạm Ngọc và, số còn lại là nhạc và lời của chính tác giả.

khác. Phần đời vốn ẩn tàng, sôi sục đáy sâu nhậy cảm, nhiều bi lụy của tâm hồn ông vậy.

Kẻ miệt mài
đuổi theo giai điệu:
Phạm Anh Dũng

Tôi không biết Phạm Anh Dũng sáng tác ca khúc từ bao giờ, lúc nào? Nhưng, theo ghi nhận của riêng tôi thì, cùng với sự định hình và, lớn mạnh của tập thể Việt tỵ nạn tại Hoa Kỳ, ở lãnh vực nghệ thuật, những ca khúc của họ Phạm là một đóng góp phong phú, liên lủy, có dễ cũng nhiều chục năm qua.

Tôi muốn gọi ông là một trong những nhạc sĩ miệt mài trên lộ trình đuổi bắt giai điệu. Phải chăng vì thế mà tính đến hôm nay, họ Phạm đã có trên dưới 300 ca khúc ở tất cả mọi thể loại. Từ những cảm xúc chới với, bập bềnh khi bị bứng khỏi cội gốc đất nước do biến cố tháng 4- 1975, Phạm Anh Dũng đã có loạt sáng tác về tâm cảnh tỵ nạn, những năm tháng đầu tiên ở quê người - Tới những day dứt hoài niệm về một quê hương bên kia biển...

Với thời gian, Phạm Anh Dũng quay trở lại đề tài tình yêu, một thể tài muôn thuở của nhân loại. Tôi cho là một thiếu sót đáng kể, nếu không ghi nhận rằng, ông cũng là một trong những nhạc sĩ không ngừng tìm đến với thi ca. Như thế, thi ca với âm nhạc của Phạm Anh Dũng là một hôn phối rực rỡ, đằm thắm nhất mà, một hôn phối tốt đẹp có thể có được.

Theo trang nhà của nhạc sĩ Trần Quang Hải thì nhạc sĩ Phạm Anh Dũng đã phổ nhạc thơ của rất nhiều nhà thơ. Điển hình như thơ Đinh Tuấn, Phạm Thế Trường, Nguyên Sa, Đinh Hùng, Phạm Ngọc, Vương Ngọc Long, Trần Ngọc, Hoàng Xuân Sơn, Trường Đinh, Y Dịch, Bích Huyền, Đình Nguyên, Cung Vũ, Trần Mộng Tú, Huỳnh Nguyễn Thanh Tâm, BH, Thơ Thơ, Hồng Khắc Kim Mai v.v...

Trả lời trong một cuộc phỏng vấn của nhà báo Việt Hải, Phạm Anh Dũng cho biết, lý do ông tìm đến với âm nhạc, đơn giản chỉ vì ông thích âm nhạc từ thuở nhỏ "... và đến nay vẫn còn thích", mặc dù nghề nghiệp chuyên môn của ông thuộc lãnh vực y khoa.

Năm 1991, khi cho in tập nhạc *Tình Khúc Hồi Hương* gồm 12 tình khúc - Trong số đó có 6 bài phổ từ thơ của các nhà thơ trong gia đình y khoa như Đinh Tuấn, Phạm Thế Trường... Ở phần lời Tựa, cố nhạc sĩ Phạm Duy viết:

"Đã lâu lắm rồi, tình khúc Việt Nam không còn lãng mạn như thời tiền chiến, nghĩa là từ khi tân nhạc vừa mới khai sinh, khi cuộc đời còn quá nhiều thi vị để vừa thấy 'Bóng ai qua thềm' (Văn Chung) thì tâm hồn anh vội vàng đi 'Tìm em' (Dương Thiệu Tước)...

"12 tình khúc của Phạm Anh Dũng, phần nhiều là thơ phổ nhạc, ra đời vào thập niên 1990 này, cho tôi cảm tưởng có sự quay về với nhạc tình cảm lãng mạn quý báu sau đúng nửa thế kỷ lạc loài...

"Nhạc điệu của những tình khúc trở về nguồn ân ái xưa này cũng đi theo với thơ, nghĩa là cũng giản dị, không cầu kỳ nhưng nhạy cảm..."

Tôi thấy, điều cần nói thêm ở trường hợp Phạm Anh Dũng là, dù cho một bài thơ đã được soạn thành ca khúc bởi một nhạc sĩ nào đó; nhưng khi cuồng lưu cảm xúc trong ông dâng lên tới một độ cao nào đó thì, ông vẫn nhập vào bài thơ. Để tự đó, ông cho bài thơ một chiếc áo, một nhan sắc khác. Chiếc áo, nhan sắc mới ấy, mang tên Phạm Anh Dũng.

Sau tuyển tập nhạc *"Tình Khúc Hồi Hương"*, những người yêu nhạc Phạm Anh Dũng lại ghi nhận thêm rằng, lần lượt trên dưới 10 đĩa nhạc của họ Phạm, cũng đã được ông gửi tới giới thưởng ngoạn... Mà, những CD được nhiều người yêu thích nhất, có thể kể như *"Đưa người về Phương đông,"* *"Tình bỗng khói sương,"* *"Đường về,"* *"Dạ Quỳnh Hương"* v.v...

Khi đề cập tới CD *"Đường về"* của Phạm Anh Dũng với tiếng hát Xuân Thanh (XT) trong một bài viết hiện có trên Wikipedia (bản Việt ngữ) tác giả Lê Hoàng Thanh viết:

"... Nhạc phẩm kế tiếp *"Chia Tay"* tự nó đã nói lên nỗi ưu tư của tác giả và người ca sĩ. Phải chăng XT muốn mượn bản nhạc này để diễn tả tâm trạng khi rời quê mẹ, ra đi mà chưa biết rồi sẽ như thế nào... hay cũng có thể muốn nhắc lại mối tình (nào đó) tuy rất gần gũi nhưng đã vội cao bay? Chỉ có tác giả bài thơ (và có thể người ca sĩ) mới hiểu rõ nỗi lòng của mình. Tuy nhiên qua những lời thơ rất nồng nàn trữ tình sau đây đủ cho chúng ta thấy một hình ảnh đau buồn, bùi ngùi cũng như đong đầy nhung nhớ lúc chia tay, nỗi nhớ ngây ngất hương thơm của người yêu:

"Chia tay một giọt lệ thầm
"Một bình minh vỡ một trăm năm về
"Chia tay một sợi tóc thề

"Trong chăn chiếu cũ còn mê hơi người...
(Chia tay)

Ở một đoạn khác, trong bài viết của mình, tác giả Lê Thanh Hoàng ghi lại một nhận định của giáo sư tiến sĩ Lê Mộng Nguyên như sau:

"... Khi nghe ca sĩ Xuân Thanh trình diễn bài "Nhớ Sài Gòn" do bác sĩ kiêm nhạc sĩ Phạm anh Dũng sáng tác, Giáo sư Tiến sĩ Nhạc Lê Mộng Nguyên đã bình như sau: 'Cám ơn Ns/Bs Phạm anh Dũng! Nhạc hay, lời hay và giọng ca Xuân Thanh làm nổi bật nỗi buồn xa xứ của chúng ta khi nhớ lại Sài Gòn. Sài Gòn mất cũng như một linh hồn của chúng ta đã mất!'... "

Là "tình nhân" của thi ca, và cũng là người làm thơ, nên trong ca từ của Phạm Anh Dũng, người đọc dễ dàng bắt gặp nhiều hình ảnh đậm thi tính. Thí dụ:

"Này Sài Gòn yêu thương
Hãy còn đây vấn vương
Nhớ bờ sông nước êm
Ghế đá chốn công viên... .

"Và còn nhiều tiếc nhớ
Thoáng về trong giấc mơ
Khu đại học hoang phế
Mong ngày đó anh về...

"Ước đến bao giờ gặp lại người mơ
Đem theo vần thơ lên bờ sông đó
Đêm khuya nghe từng cơn gió
Nơi xa ánh mắt trông chờ
Sài Gòn yêu dấu ngàn năm..."
(Phạm Anh Dũng, trích "Nhớ Saigon").

Với tôi, dù ca khúc của Phạm Anh Dũng là một hôn phối tốt đẹp giữa thi ca của các nhà thơ và giai điệu của chính ông - Hay, ca khúc được làm thành bởi máu, thịt của riêng Phạm Anh Dũng thì, tình khúc của ông, vẫn có được cho riêng nó những bâng khuâng, xao xuyến. Những thiết tha, rung động, đi ra từ trái tim mẫn cảm này.

(Jan. 2013)

Lộ trình thơ, nhạc huy hoàng, Trần duy Đức

1. Thịt, xương nào có trong đời kiếp âm nhạc Trần Duy Đức?

Gần đây, một số nhà ngôn ngữ học cho rằng, ngôn ngữ của một dân tộc, không chỉ làm thành sắc tố tâm tình của một dân tộc ấy, (mà,) nó còn làm thành những nét đặc thù thể hiện trong lãnh vực văn học và nghệ thuật nữa.

Vẫn theo nghiên cứu của những nhà ngữ học này thì, những dân tộc có loại ngôn ngữ phải phát âm trong miệng, với những đòi hỏi của nhu cầu đánh lưỡi, hay uốn cong lưỡi, là những dân tộc phát triển mạnh mẽ về bộ môn hội họa và điêu khắc. Nói rõ hơn, hội họa hay điêu khắc không là lãnh vực chỉ dành riêng cho một thiểu số, cho những người có khả năng đặc biệt về lãnh vực đó.

Trong khi những dân tộc có loại ngôn ngữ đơn giản hơn trong cách phát âm thường dễ dàng phát triển về âm nhạc. Điều này, cũng có nghĩa, không cần phải là nhạc sĩ hay, ca sĩ, một người bình thường cũng có thể cất tiếng hát một cách dễ dàng, dù không được tập tành, đào luyện từ trường ốc.

Ghi nhận kia, có thể không đúng cho ngôn ngữ của từng dân tộc, nhưng riêng với ngôn ngữ Việt Nam, nhận định đó, nhiều phần ứng hợp.

Chẳng hạn khi nói về thơ, (dường chỉ ngôn ngữ Việt Nam mới có từ đôi: Thi- Ca,) là hát thơ hay, thơ và nhạc là một cặp, bất phân ly.

Phải chăng, vì trong thơ có sẵn nhạc nên, ngay tự thuở bình minh của nền Tân Nhạc Việt, các nhạc sĩ tân nhạc tiên phong của chúng ta, cũng đã tìm tới thơ, cho thơ hơi thở của các hợp âm trên thang nhạc thất cung Tây phương, hoặc ngũ cung Việt Nam.

Tôi luôn có liên tưởng mạnh mẽ rằng, sự kiện các nhạc sĩ đi tìm cho họ một cuộc hôn phối tốt đẹp với thơ, cũng hệt như các nhà thơ Việt Nam, chí ít, cũng một đôi lần tìm đến với thể thơ lục bát vậy.

Khác nhau chăng, rất nhiều nhạc sĩ thành công và, thành danh nhờ những cuộc hôn phối thi, ca đó. Trong khi ngược lại, rất ít nhà thơ có được cái dung nhan rạng ngời của lục bát.

Nhìn lại, người ta thấy rằng, tuồng "*Ngậm Ngùi*" của Huy Cận, đã mang thêm hào quang về cho Phạm Duy, khi Phạm Duy tìm tới "*Ngậm Ngùi*". Dương Thiệu Tước, tuồng mênh mang, bảng lảng hơn, khi ông đến với "*Chiều*" của Hồ Dzếnh...

Đặt *"Người Đi Qua Đời Tôi"*, thơ Trần Dạ Từ, nhạc Phạm Đình Chương, bên cạnh những sáng tác khác của họ Phạm, giới thưởng ngoạn thêm trầm trồ, ngợi ca tài hoa của họ Phạm.

Nhưng, những nhạc sĩ vừa kể, khởi tự đầu nguồn, hay hiện diện hôm nay, tất cả đều chỉ tìm đến với thơ, như một bóng mát, một dòng suối hương thơm, trong hành trình âm nhạc của họ...

Người ở với thơ, người kiên trì, miệt mài trong nỗ lực cân bằng vế thứ hai của danh từ kép Thi- Ca trong ngôn ngữ Việt Nam, phải kể tới Trần Duy Đức.

Trần Duy Đức tìm đến với âm nhạc khi còn rất trẻ. Họ Trần đã thành công rất sớm, khi chưa được hai mươi, với những ca khúc mang tính quân hành hoặc, hùng ca...

Nhưng, khác hơn những nhạc sĩ cùng trường hợp, Trần Duy Đức không ở lại với những tựu thành này. Họ Trần muốn đi tới những chân trời mà, điểm gặp cũng là chỗ giao thao giữa thơ và nhạc. Họ Trần muốn đi tới phần ngọn nguồn tinh ròng hay, thẳm cùng đáy sâu thử thách. Nơi những rung động cảm thức không chia hai. Chỉ là một. Sự là- một, rốt ráo của thi- ca vốn chưa từng phân, ly. Chưa từng ngăn cách.

Hôm nay, giữa quê người, ở tuổi ngoài bốn mươi, với hơn hai mươi năm ăn ở thủy chung với thi- ca, chân dung âm nhạc của họ Trần, là chân dung Thi- Ca. Diện mạo đó, không phải là diện mạo song sinh của hai giọt nước, hai cõi đời văn chương và nghệ thuật - (Mà,) nó đã là một. Một định hình, duy nhất. Một thịt xương, trộn lẫn, duy nhất.

Chính tính bất khả phân kia, nơi đời kiếp âm nhạc mang tên Trần Duy Đức, đã làm thành một Trần Duy Đức, riêng. Rất riêng.[1]

---

1 Trong một bài viết về Trần Duy Đức, nhà thơ Phan Tấn Hải lược ghi tiểu sử họ Trần như sau: "... Năm 10 tuổi, Trần Duy Đức đã biết đệm đàn cho các chị

2. Góc khuất Trần Duy Đức.

Không ồn ào, không lăng xăng, không tổ chức thành nhóm, không lên tiếng, không tự mặc khoác lấy cho mình một danh xưng to lớn, rổn rảng nào... Trần Duy Đức, khép kín đời sống của anh, trong công việc, bổn phận gia đình, và một số rất giới hạn, anh em, bằng hữu của anh. Thế giới của Trần Duy Đức, mỗi buổi chiều, trở về là căn phòng buông rèm, tối bưng hay kín mít. Ở đó, những dòng nhạc mang đầy cá tính, đầy nhân dáng Trần Duy Đức, được tấu lên, nghe lại, rồi xé bỏ hay sửa chữa. Ở đó, trong căn phòng nhỏ, kín bưng ấy, dòng nhạc Trần Duy Đức, thánh thót vang lên. Nó mang lại cho anh, một thời trẻ tuổi đã qua.

Ở đó ấy, trong căn phòng kín bưng, nó mang lại cho ký ức chưa già nua, nhưng đã đủ muộn phiền, đủ thương đau mất mát của anh, tiếng kèn đám ma, những ngày thơ ấu. Tiếng võng ru, tiếng hò khoan trên sông. Những ngày niên thiếu và, tiếng kèn, trống

---

trong xóm hát. Năm 16 tuổi, anh đã soạn ca khúc. Đam mê âm nhạc như thế, nhưng ở Việt Nam lại không có cơ hội học nhạc. Chỉ tới khi sang Hoa Kỳ, Trần Duy Đức mới ghi danh học các lớp sáng tác ca khúc tại các trường College. Trần Duy Đức kể rằng, cơ duyên học sáng tác nhạc đã cho anh gặp một số bạn âm nhạc. Một bạn học cùng lớp là nhạc sĩ Hoàng Khai Nhan, người có nhiều bản tình ca nổi tiếng và cũng là một nhiếp ảnh gia xuất sắc. Cũng chính Hoàng Khai Nhan đã chụp các tấm ảnh để sử dụng cho bích chương của "Đêm Nhạc Thính Phòng Trần Duy Đức & Bằng Hữu". Và cũng chính Hoàng Khai Nhan là người thiết kế tấm bích chương cho đêm nhạc. Trần Duy Đức đã đưa cho tôi xem các cuốn sách giáo khoa về sáng tác ca khúc, trong đó có một cuốn sách tên là "Music Notation" (Văn Phạm Viết Nhạc) của Mark McGrain, trong đó, theo lời Đức, là để viết nhạc theo quy ước quốc tế, để nước nào nhìn vào bản nhạc cũng hiểu. Màu giấy đã ố vàng, mép giấy đã cong... nhưng anh vẫn giữ bên cạnh nhiều cuốn khác để nhớ một thời học nhạc. "Trần Duy Đức kể rằng, anh may mắn được học nhạc tại Hoa Kỳ. Trong đó có những lớp rất gay go, như mỗi lần làm bài quiz thường lệ, thầy giáo đưa ra một bài thơ ngắn, và các sinh viên phải ngay tại chỗ phổ nhạc bài thơ này – tùy theo thể nhạc mà thầy giáo yêu cầu. Thí dụ, một bài thơ về cảnh đời sống nông thôn Mỹ, thì phải phổ thành một ca khúc theo thể nhạc country music – ngay trong lớp, không cần đàn, mà phải viết ngay xuống giấy cho ra bản nhạc..." (Trích Việt Báo, tháng 8 năm 2011)

vẳng đưa từ rừng sâu, lăn suôi trên triền dốc núi, đồi, những năm tháng Pleiku, xô đẩy dịu dàng hay cuộn cuồng mãnh liệt như những tia sáng tím chạy qua những tế bào óc, ngăn cất chứa ký ức của anh.

Ở đó, trong căn phòng kín mít ấy, *"Khúc Mưa Sầu"*, nhạc phẩm đầu tay anh viết từ những năm thiếu thời, đã được không dưới năm nữ ca sĩ mà tên tuổi của họ, gắn liền với từng giai đoạn của đời sống, chọn hát, chọn làm chủ đề cho băng nhạc của họ. Những luyến láy, như những bậc cao nức nở vỡ tan, lần lần trên những nấc thang đi lên cõi hoang lạnh, được nghe lại bằng đôi tai hôm nay, đôi tai của một tài năng âm nhạc chín muồi.

"Ta về đâu?
ngày qua ngày mãi lao đao
phù du một thoáng hư hao
nằm nghe ngày rớt đêm sâu
tình ơi thân phận hồn thâu... "

Tiếng cổ cầm Koto của người Phù Tang thời dựng nước vuốt theo từng nốt nhạc Trần Duy Đức, như sóng bạc đầu trên âm hưởng quần đảo, nghìn xưa.

Nhà thơ Phạm Công Thiện, có lần kể, một đạo sĩ Mỹ, bạn anh, từ Tây Tạng trở về, gặp Trần Duy Đức, đã buột miệng tiết lộ với anh rằng: Tiền kiếp Trần Duy Đức vốn là đạo sĩ của dòng tu khổ hạnh ở Kyoto. Dòng tu lâu đời nhất của xứ Thần Mặt Trời, tới nay, vẫn còn trên những đỉnh núi tuyết. Lời tiết lộ có khả năng làm gợn lên những chấm gai da thịt, nhưng vẫn không mang lại một giải thích thỏa đáng nào cho những tế bào âm nhạc khua thức trái tim Trần Duy Đức.

Âm nhạc, với Trần Duy Đức, là chiếc bóng đã bầu bạn, đã ở cùng anh, những năm lên năm, lên sáu. Âm nhạc, với Trần Duy

Đức, là thực phẩm vô hình nuôi anh lớn, tháp thêm cho anh đôi cánh mộng ảo, đem anh vào đời.

Âm nhạc, với Trần Duy Đức, cuối cùng là một sân chơi hiu quạnh, là một căn hầm ẩn nấp kiên cố nhất cho những cảm thức thất lạc nhân sinh, vong thân bản ngã.

Âm nhạc, như thế đó, đã đến như một người tình buồn thảm, xõa tóc đi dọc hành trình về hư không với Trần Duy Đức...

"Rồi em bỏ tôi đi trong một buổi sáng – Sàigòn đầy lá – hay em bỏ tôi đi trong một chiều nắng ăn lốm đốm da em – rừng đã thổi sương theo – ôi cuộc tình hoang mang rất vội – hoang mang rất vội – qua những miền hư hao – tôi ngồi nghe gió nổi – Khi em bỏ tôi đi – có nghe lòng trống trải – có nghe rừng gió mãi – khi em bỏ tôi đi – em bỏ tôi đi..."

Đó là nét nhạc vút cao để vỡ vụn trên đỉnh trời nát tan của Trần Duy Đức, qua tiếng hát của Lệ Thu, Khánh Ly, rồi Trần Thái Hòa. Nhạc phẩm, đã được dùng như chủ đề chính cho băng nhạc, cho tiếng hát Hải Lý, những năm giữa thập niên 1980.

Đó là Trần Duy Đức, năm hai mươi tuổi. Trần Duy Đức nằm trên dốc đèo Cù Hanh, ở đáy đường Trình Minh Thế. Nhạc Trần Duy Đức buốt giá. Nhạc Trần Duy Đức mang những lát dao bén ngót, lẻm sắc, khoảng sâu tiềm thức ta, ký ức mờ hồ ta. Nhạc Trần Duy Đức, mang những ngọn đuốc, thắp sáng nỗi niềm mất mát, đọa lạc ta, ở những phần khuya lắng nhất.

Đời Mãi Ở Phương Đông

bây giờ, ta đã già và người vẫn mãi xa
như núi sớm hao gầy và giòng sông sớm cạn
bây giờ mùa mưa luôn thánh thót vườn đời ta
không cứ gì phải đúng ngày đúng tháng

và những con nước kia
còn vỗ hoài hai bên bờ tâm hồn ta sỏi đá
bây giờ đã muộn cho chúng ta
trả lại nhau tâm hồn và đời sống
khổ ải đã như rừng
ta cố công mở lối

bây giờ, ta đã già và, người vẫn mãi xa
như con thú đã bạt khỏi ngàn
chạy cuồng về phía biển
nơi những dấu chân quen
(có chút gì tội nghiệp)
đó chính là những lời hát
rớt xuống từ đôi mắt của người lãng du
trong một quay đi
không phải là trở về
bởi chúng ta chưa có một mái nhà để, xưa
ôi những móng tư thù
ngập vó đời bầm dập
ta đi qua nửa đời
vẫn hoài trông trở lại
dấu vết là môi người
vẫn còn thơm ngát mãi
và cuộc tình thiêng liêng
ủ trong tim vô nhiễm

bây giờ, ta đã già và người vẫn mãi xa
phải chăng chúa không thể ở gần
sự có mặt nhiệm màu
chỉ thực sự hiện hình nơi cõi đến
và, người giết lần ta
bằng thả trôi tình trong nín lặng

63

cây vàng im bóng trưa
ta cúi đầu tủi hổ
cay đắng đã như sông
cách gì ta lấp được
ôi giờ ta đã già
người đòi chi cuối kiếp
chân chưa thể bước qua
sợi dây người oan nghiệt[2]

Trái tim ta, con sông thời gian chua xót không lằn ranh. Trái tim ta, những hàng cây thương nhớ vẫn mọc. Vẫn mọc. Vẫn lớn. Ngay khi đời ta không còn nữa. Hay đời nhạc Trần Duy Đức, là một dòng sông?

Hay đời nhạc Trần Duy Đức, là những ngọn cây, vật vã trên tầng cao, gió bão?

Định mệnh nào đã tháp xương máu cho đời nhạc Trần Duy Đức?

Khổ đau nào đã thắp sáng phần thịt da ấm áp mà ngất đắm trong trái tim âm nhạc Trần Duy Đức?

---

2 Bài thơ này Du Tử Lê viết tại thành phố Đà Lạt, năm 1972, khi cuộc chiến ở miền Nam đã lan tràn khắp nơi. Khi con số những gia đình có người chết gia tăng ở một mức độ choáng váng. Khi những người yêu nhau không biết cuộc tình và, chính bản thân họ sẽ ra về đâu sống / chết ra sao, thế nào? Bài thơ như một bài hát ru hay những lời trấn an người tình, trấn an chính mình, của tác giả – về bước đến cuối cùng của định mệnh bất hạnh. Trường hợp nào thì phương đông hay Việt Nam, vẫn là nơi chúng ta sinh ra và, cũng chọn lựa trở về, cuối chót. Bài thơ ra đời được độc giả, nhất là những người trẻ của Việt Nam thời gian đó đón nhận, như đón nhận một vành khăn tang của nỗi tuyệt vọng tới sớm, cùng lúc với nhang khói của niềm an ủi giữa sông, núi quê nhà. Nhạc sĩ Trần Duy Đức phổ thành ca khúc bài thơ này, cũng trong năm 1972, khi ông đang làm "lính thú" trấn thủ Pleiku - - Khi giữa nhà thơ và nhạc sĩ hoàn toàn không biết gì nhau..." - (Trích Web site dutule.com)

Không biết. Không một ai biết. Ngay chàng. Ngay họ Trần. Ngay nhạc sĩ. Chỉ biết. Định mệnh kia, đã là một định mệnh cộng hưởng. Định mệnh của một tiếng thơ. Một dòng nhạc. Định mệnh ở phương đông. *"Đời Mãi Ở Phương Đông"*. Phương đông, nơi trái tim tình yêu chân thiết lầm than ta, sẽ ở. Như giai điệu của chàng ở với *"Dòng suối trăm năm"*:

chẻ đôi sông núi : đêm bưng mặt -
mưa quấn khăn vào sâu ấu thơ /.
chẻ đôi thân thế : mù tăm tích /.
ta nghĩa trang nào? chôn, cất nhau !?
chẻ đôi tâm thất : kênh, mương cạn -
hương tóc truy tầm vai thất tung /.
tưởng ai oan khuất vừa quay gót !
xương, thịt, đời sau, máu rất buồn /.
chẻ đôi con gió : cây ly, biệt -
tim chấn thương cùng môi tháng, năm /.
phạt ngang ký ức rừng, thao thiết -
dòng suối trăm năm bỗng mất nguồn.
  (California 10- 2003)

Trần Quảng Nam và, "Mười năm tình cũ"

1.

"... Phần trình diễn ngay sau đây, tôi nghĩ sẽ là trích đoạn vở Nhạc kịch '*Kim Vân Kiều Truyện*' đi ra từ những vần thơ trác tuyệt của Nguyễn Du, hòa hợp với dòng nhạc lộng lẫy của Trần Quảng Nam. Theo tôi, vở nhạc kịch: '*Kim Vân Kiều Truyện*' của họ Trần, mới thực sự là một công trình nghệ thuật lớn của ông. Một tác phẩm để đời của nhạc sĩ Trần Quảng Nam.

"Tuy nhiên, hẳn quý vị cũng đồng ý với chúng tôi rằng, bất cứ một công trình nghệ thuật lớn lao nào, cũng cần đến sự chung tay, góp sức của nhiều người, để tuyệt phẩm đó có thể đi tới những khoảng không gian bát ngát...

"Tôi muốn nói tới những nhà bảo trợ. Tôi muốn nói, ngoài nhà bảo trợ Mỹ An đến từ Úc châu và nhiều người khác, đã bảo trợ cho chương trình nhạc Trần Quảng Nam hôm nay, tương lai sẽ còn có thêm nhiều nhà bảo trợ khác nữa, giúp cho vở nhạc kịch *'Kim Vân Kiều Truyện'* của Trần Quảng Nam có cơ hội bay lên tới những đỉnh cao vô tận. Như một niềm hãnh diện Việt về phương diện văn học và nghệ thuật ở hải ngoại này vậy..."

2.

Những ghi nhận ngắn ở phần 1 của bài viết này là nguyên văn phát biểu của tôi trong live show *"30 Năm Tình Cũ"* của Trần Quảng Nam, ở San Jose, tháng 10- 2013.

Vì không có thói quen nói dài, nên hôm đó, tôi tập chú ghi nhận của tôi vào công trình hay tham vọng đưa toàn bộ vở nhạc kịch *"Kim Vân Kiều Truyện"* của họ Trần, soạn từ tác phẩm bất hủ *"Kim Vân Kiều"* của Nguyễn Du, lên sân khấu...

Nhưng, viết về Trần Quảng Nam mà không nói tới ca khúc *"Mười năm tình cũ"* trong live show *"30 Năm Tình Cũ"* của họ Trần, tôi cho là một khiếm khuyết - Mặc dù theo tôi, ca khúc *"Mười Năm Tình Cũ"* không phải là sáng tác tiêu biểu cho sự nghiệp âm nhạc của Trần Quảng Nam, với trên dưới 200 ca khúc, tính tới hôm nay.

Trả lời một cuộc phỏng vấn của hệ thống truyền hình SBTN cách đây chưa lâu lắm, họ Trần cho biết:

"... Khoảng năm 1983, bằng hữu văn nghệ có đề nghị tôi viết một ca khúc dễ nghe, ăn khách. Một hôm dọn dẹp nhà, tình cờ dở cuốn album thấy hình cô bạn gái cũ, xúc động và nghĩ ra câu nhạc và lời đầu tiên *'Mười năm không gặp tưởng tình đã cũ'*, và những nốt nhạc kế tiếp tuôn trào, tôi hoàn tất bài hát rất mau. Mấy ngày hôm sau, hát cho bạn bè nghe thử và được ngợi khen. Lúc đó tôi có cộng tác với Quán Văn, một quán ca nhạc cuối tuần ở San Jose, đưa cho ca sĩ Ngọc Tú hát và khán giả thích thú. Sau đó tôi thực

hiện băng nhạc và mời ca sĩ Lệ Thu hát bản *Mười Năm Tình Cũ*
năm 1985, đầu năm 1986 phát hành..."

Dưới đây là phần ca từ của một ca khúc hiếm hoi, sớm nhận
nhiều ưu ái của định mệnh từ bậc thềm thứ nhất của sinh hoạt tân
nhạc Việt hải ngoại:

"Mười năm không gặp tưởng tình đã cũ
Mây bay bao năm tưởng mình đã quên
Như mưa bay đi một trời thương nhớ
Em ơi! Bên kia có còn mắt buồn?
Mười năm cách biệt một lần bỡ ngỡ
Quên đi quên đi mộng buồn bấy lâu
Nhưng em yêu ơi! Một vùng ký ức
Vẫn còn trong ta cả một trời yêu

"Cả một trời yêu bao giờ trở lại
Ôi! Ta xa nhau tưởng chừng như đã
Ôi! Ta yêu nhau để lòng cứ ngỡ
Tình bất phân ly tình vẫn như mơ
Đành nhủ lòng thôi giã từ kỷ niệm
Cho qua bao năm mộng buồn quên dấu
Nhưng sao bao năm ngày dài qua mãi
Trong anh hôm nay thấy tình còn đây

"Mười năm cách biệt tình đành quên lãng
Như mây như mưa bay đi muôn phương
Nhưng em yêu ơi! Một dòng thư cũ
Vẫn còn trong ta một đời cuồng điên

"Mười năm cách biệt hình như em đã
Quên câu yêu thương ta trao cho nhau
Em ơi! Bên kia còn chăng nhung nhớ

Như anh hôm nay thấy mưa trở về
Như anh hôm nay thấy lòng tiếc nhớ
Mười năm không gặp
Mười Năm Nhớ Thương!" [1]

3.

Tôi vẫn nghĩ, mỗi tác phẩm như một con người, luôn có cho nó lộ trình sống, chết riêng. Nói cách khác, tự thân, nó có định mệnh của riêng nó. Và, tác giả, dù muốn cũng chẳng thể can dự... !

Với ca khúc *"Mười Năm Tình Cũ"*, dường như ngay tự "sơ sinh" đã được định mệnh ưu ái, dành cho nó nụ cười hiếm hoi thân ái...

Ở thời điểm, khả năng tỏa rộng tới mức sau đấy, khiến trung tâm băng nhạc nào cũng phải thu âm ít nhất một lần *"Mười Năm Tình Cũ"* thì, ca khúc này, là một biệt, biệt lệ. Đấy là một hiện tượng bất ngờ trong lãnh vực âm nhạc của tỵ nạn Việt thời mới nhóm lửa.

Tôi nhớ khoảng giữa thập niên 1990s, ca sĩ Thái Xuân, chủ nhân trung tâm băng nhạc Diễm Xưa, mời tôi đi ăn tối, cho biết, chắc chị sẽ phải cho thu âm bài *"Mười Năm Tình Cũ"* của Trần Quảng Nam. Tôi hỏi lý do?

Chị nói:

"Trung tâm nào cũng thu bài đó ít nhất một lần, trong sản phẩm của họ, nếu muốn trung tâm mình, gặp được nhiều may mắn... Mặc dù Xuân biết bây giờ Diễm Xưa mới thu thì quá muộn, cũng như đã có quá nhiều người hát..."

Tôi thông cảm với niềm tin nhiều cảm tính của người đứng đầu trung tâm băng nhạc này. Nhưng chính sự kiện Thái Xuân phân

---

1 Nguồn: Wikipedia-mở.

vân: Nên hay không nên thu âm *"Mười Năm Tình Cũ"* của Trần Quảng Nam cho tôi thấy rõ hơn sự khẳng định sống / chết của định mệnh nơi sinh phần của mỗi tác phẩm (dù âm nhạc hay văn chương, hội họa...)

Tuy nhiên, ở mặt nào khác, theo tôi thì, nụ cười thân ái, bất ngờ mà định mệnh dành cho ca khúc *"Mười Năm Tình Cũ"* của họ Trần cũng góp phần thổi bùng ngọn lửa niềm tin nơi những nhạc sĩ khác. Những nhạc sĩ chỉ chính thức khởi nghiệp sau biến cố tháng 4- 1975, ở xứ người. Nó như kẻ dẫn đường cần thiết cho những bước đi hăm hở, kế tiếp của những đường bay ca khúc mới.[2]

Và, tôi tin, có dễ chẳng nhạc sĩ nào không thầm mong, một lần định mệnh bất ngờ gõ cửa sáng tác của họ, như đã xẩy đến với *"Mười Năm Tình Cũ"* của Trần Quảng Nam vậy!?!

---

2 Về tiểu sử của nhạc sĩ Trần Quảng Nam, trang mạng Wikipedia-mở đã ghi như sau: "... Trần Quảng Nam sinh ngày 15 tháng 2 - 1955 (Ất Mùi) tại Tam Kỳ, Quảng Nam. Anh học tiểu học tại Đà Nẵng, trung học tại trường Quốc Gia Nghĩa Tử (Saigon), rồi Đại Học Văn Khoa (Anh Văn) và Tri Hành (điện ảnh) trước khi du học Mỹ đầu 75. Sau đó là Đại học Long Beach (California). Trong đời hầu như lúc nào cũng có hai mối tình cùng một lúc, đến lúc cố gắng, quyết định chỉ có một mối tình thôi, thì, lúc ấy mới sóng gió và tan vỡ (...) 'Mười Năm Không Gặp' (sáng tác năm 1983 và phát hành 1986) viết về cảm xúc khi nhìn lại hình ảnh một người hiện đang ở Pháp tên là Isabel Hạnh, thêm cảm xúc và hình ảnh của một người khác hiện đang ở VN. Cả hai người đều đã lớn tuổi và có gia đình. (Trần Quảng Nam) đến với âm nhạc từ lúc nhỏ, 7-10 hay nghe nhạc cổ điển từ máy thâu băng do ông anh đi du học gửi về. Sau học nhạc ở trung học cùng nhạc sĩ Phạm Nghệ và một thời gian ngắn ở Quốc Gia Âm nhạc. Thích sáng tác từ nhỏ nên cứ theo đuổi và tự học hoài... Sáng tác đầu tay của anh là 'Cồn Cát' (1969)..."

Trúc Hồ,
nhạc sĩ có trái tim lớn

Gần đây, nhiều người than phiền rằng, trong sinh hoạt VHNT của người Việt ở hải ngoại, càng lúc, chúng ta không chỉ có quá nhiều... "nhà thơ"! Đồng thời, chúng ta cũng có qua nhiều... "nhạc sĩ".

Sự lạm phát... "nhạc sĩ" hiểu theo nghĩa, có những "nhạc sĩ" chẳng những không biết ký âm pháp mà có khi còn không biết một nốt nhạc. Nhưng họ vẫn có thể trở thành... "nhạc sĩ"- Sau khi họ cho thu vào băng hoặc CD một điệu nhạc nào đó, do họ... "sáng tác" rồi tìm một nhạc sĩ nhờ ký âm, soạn thành bản nhạc - Trước khi tìm một ca sĩ hát lên "ca khúc" đó.

Số người bi quan trên còn nếu đích danh một số nhạc sĩ từng được những "nhạc sĩ không biết một nốt nhạc" thuê để viết lại thành một bản nhạc, "sáng tác" của những "nhạc sĩ" ấy.

Một người trong giới thưởng ngoạn âm nhạc, kết luận:

"Tình trạng lạm phát... "nhạc sĩ" đã ảnh hưởng không ít tới niềm tin của giới thưởng ngoạn âm nhạc của chúng ta ở quê người, vì tính chất vàng thau lẫn lộn này... "

Tuy nhiên, theo tôi, may mắn thay, chúng ta vẫn có những nhạc sĩ - Chẳng những đã có tài mà, còn có tâm nữa. Điển hình như nhạc sĩ Trúc Hồ.

Theo một tài liệu hiện có trên trang mạng Wikipedia- Mở thì nhạc sĩ Trúc Hồ là một trong số những nhạc sĩ được đào tạo chính quy về âm nhạc ở đại học tại Hoa Kỳ.

Tài liệu kể trên ghi rằng:

"Trúc Hồ sinh năm 1964 là một nhạc sĩ, nghệ sĩ soạn hòa âm người Mỹ gốc Việt hiện ở Hoa Kỳ. Anh được xem là một trong những nhạc sĩ tiêu biểu và có sáng tác đều đặn của dòng nhạc hải ngoại.

"Trúc Hồ tên thật là Trương Anh Hùng, sinh ngày 2 tháng 4 năm 1964 tại Sài Gòn, con trai nhạc sĩ Trúc Giang. Trúc Hồ vượt biên và định cư tại Nam California, Hoa Kỳ, vào năm 1981. Thời gian đầu, Trúc Hồ học piano cổ điển và sáng tác tại trường Đại học Goldenwest và Long Beach. Nhạc phẩm đầu tay của anh là bài hát "Dòng Sông Kỷ Niệm" sáng tác năm 1981..."

Ngay sau đó, ở phần "Sự nghiệp" của nhạc sĩ Trúc Hồ, trang mạng Wikipedia ghi tiếp:

"Cho đến nay, anh đã sáng tác gần 100 ca khúc, đều đặn cho các chương trình ca nhạc của Trung tâm Asia, trong đó nhiều bài nổi tiếng một thời như 'Trái tim mùa đông', 'Như vạt nắng', 'Em đã quên một dòng sông'... Anh đặc biệt được chú ý bởi những ca khúc viết chung với nhạc sĩ Trầm Tử Thiêng và đã được giàn hợp ca

Asia dàn dựng quy mô như: 'Một ngày Việt Nam', 'Việt Nam về trong nỗi nhớ', 'Bước chân Việt Nam'...

"Ngoài sáng tác, anh còn là giám đốc điều hành của Trung tâm Asia và Đài truyền hình SBTN, đài truyền hình 24/24 đầu tiên của người Việt tại hải ngoại.

"Trúc Hồ lập gia đình năm 1990 với Nguyễn Khoa Diệu Quyên (trước kia cùng hoạt động trong cùng ca đoàn Hungtinton Beach tại nam California) và có 2 con là Trương Ngọc La La và Trương Anh Lý Bạch. Diệu Quyên rất hoạt bát và thường xuất hiện trong những sinh hoạt cộng đồng. Ngày 16 tháng 3 năm 2009, Diệu Quyên được Hạ viện tiểu bang California vinh danh và trao giải thưởng 'Phụ Nữ Xuất Sắc' vì là một nhà giáo dục gương mẫu và là một người nhiệt tình phục vụ cho cộng đồng.

"Hiện nay, nhạc của anh chưa được phép lưu hành tại Việt Nam, tuy nhiên vài bài nhạc của anh vẫn *bị* trình diễn trong nước, ngoài ý muốn của anh, như 'Em đã quên một dòng sông' (ghi tên tác giả Hải Triều), 'Cơn mưa hạ' ghi là nhạc Hoa... "

Vẫn theo Wikipedia thì nhạc sĩ Trúc Hồ không chỉ cho thấy tài hoa và ảnh hưởng của Trúc Hồ ở lãnh vực tình khúc hay xã hội mà, nhạc Trúc Hồ còn là một trong vài mũi nhọn ở lãnh vực dùng âm nhạc để tranh đấu cho nhân quyền ở Việt Nam. .

Cụ thể là với ca khúc *"Triệu con tim, một tiếng nói"* của Trúc Hồ đã được cộng đồng Việt tỵ nạn ở khắp nơi trên thế giới đón nhận, đúng như tựa đề *"Triệu con tim, một tiếng nói"*, của ca khúc này.

Trước tầm ảnh hưởng rộng lớn chưa từng thấy về mặt đấu tranh cho nhân quyền VN, của một ca khúc, trang mạng Wikipedia- Mở cũng ghi nhận một cách chi tiết, như sau:

"Ngày 14 tháng 10 2012, Trúc Hồ qua đài SBTN và thư trên mạng kêu gọi đồng bào tham dự phong trào vận động cho nhân quyền. Mục đích là để phản đối việc chính quyền đã bỏ tù những ai 'tranh đấu cho sự toàn vẹn lãnh thổ', và đấu tranh cho nhân quyền, đồng thời đòi hỏi nhà cầm quyền Cộng Sản Việt Nam phải tôn trọng những quyền căn bản của người dân, đã được công nhận trong bản tuyên ngôn Quốc Tế Nhân Quyền mà Việt Nam đã ký kết.

"Ngày thứ hai 10/12/2012 phái đoàn của nhạc sĩ Trúc Hồ đã có mặt tại Hội Đồng Nhân quyền LHQ tại place de Nation, Genève, đúng vào ngày Quốc tế Nhân quyền để trao Thỉnh Nguyện Thư 'Triệu Con Tim, Một Tiếng Nói' với 125.000 chữ ký đến bà Laura Dupuy Lasserre, chủ tịch Hội Đồng Nhân quyền Liên Hiệp Quốc. Đây cũng là chặng cuối của cuộc vận động Nhân quyền lần này, kết thúc chiến dịch 'Triệu Con Tim, Một Tiếng Nói' khởi đầu cách đó gần hai tháng..."

Không chỉ ở hải ngoại, ngay trong nước, trang mạng "dânlambao" ở VN cũng có bài ghi nhận về ca khúc "Triệu Con Tim, Một Tiếng Nói" như sau:

"Bài hát 'Triệu con tim' của nhạc sỹ Trúc Hồ sáng tác cho chiến dịch 'Triệu con tim, một tiếng nói', vận động chữ ký ủng hộ nhân quyền cho Việt Nam. Ca khúc này nằm trong đĩa nhạc '32 Năm Kỷ Niệm' của Trung tâm Asia, nội dung kêu gọi lòng yêu nước trước họa ngoại xâm, đấu tranh cho nhân quyền. Đĩa nhạc Asia thứ 71 này cũng vừa bị UBND TP.HCM và Bí thư Lê Thanh Hải ra lệnh cấm người dân xem... "

Trong 1 lần trả lời phỏng vấn của đài RFA, nhạc sỹ Trúc Hồ chia sẻ:

" 'Trúc Hồ sáng tác bài Triệu Con Tim trong thời gian chúng ta đang theo dõi phiên tòa của anh Điếu Cày, chị Tạ Phong Tần cũng như Anh Ba Sài Gòn. Buổi sáng ngủ dậy, một số người bạn trên facebook cho Trúc Hồ biết là anh Điếu Cày bị 12 năm tù, thì lúc đó lòng mình buồn và khó chịu lắm... thấy hình ảnh của phiên tòa và hình ảnh ánh mắt của anh Điếu Cày, đứng giữa phiên tòa, gương mặt của anh vẫn hiên ngang mặc dù hơi mệt mỏi.

"Khi nhìn vào ánh mắt của anh, thấy được nỗi đau của anh, Trúc Hồ chỉ cảm được thôi không biết tương lai (anh) sẽ về đâu, đất nước Việt Nam sẽ về đâu với những hoàn cảnh nghiệt ngã như vậy. Từ trong ánh mắt đó làm cho Trúc Hồ có cảm hứng ngồi xuống và đã viết bài, tự nhiên lúc đó, lời nhạc lên, giai điệu lên, có âm hưởng Từ phương xa, nhìn về quê hương... '

"Bất chấp lệnh cấm do Bí thư Lê Thanh Hải và UBND TP.HCM ban hành, bài hát 'Triệu con tim' vẫn được lưu truyền và phổ biến rộng rãi trên Internet và qua các mạng xã hội.

"Trên Facebook, nhạc sĩ Trúc Hồ đã chia sẻ đoạn video gồm hai bài hát 'Triệu con tim' và bài 'Bạn Thân' của Việt Khang, với lời nhắn: 'Hai nhạc phẩm Triệu Con Tim và Bạn Thân trong cuốn Asia 71. Cám ơn một khán giả nào đó đã bỏ lên Youtube. Trúc Hồ xin được chia sẻ lại với các bạn, đặc biệt là các bạn trong nước' ".

Ngoài sự kiện tính cho đến hôm nay, chưa có một nhạc sĩ nào của cộng đồng Việt dùng tài năng âm nhạc của mình, để tranh đấu cho nhân quyền ở VN, hữu hiệu như nhạc sĩ Trúc Hồ, thì ở một khía cạnh khác, Trúc Hồ còn cho thấy Trúc Hồ cũng có những đóng góp ý nghĩa và to lớn, khi đề cập tới dân tộc, tổ quốc Việt Nam, qua những ca khúc Trúc Hồ viết riêng hoặc chung với nhạc sĩ Anh Bằng, Trầm Tử Thiêng - Đó là những ca khúc đã được phổ cập rộng rãi, như *"Một ngày Việt Nam"*, *"Việt Nam về trong nỗi nhớ"*, *"Bước chân Việt Nam"*, *"Việt Nam Niềm Nhớ"*, *"Đáp lời sông núi"*, *"Saigon vẫn mãi trong tôi"* v.v...

Ngoài ra, tác giả ca khúc *"Triệu Con Tim, Một Tiếng Nói"* còn được ghi nhận là người luôn quan tâm tới những nhạc sĩ trẻ có tài hoặc có lòng với tổ quốc, quê hương. Rất nhiều nhạc sĩ trẻ đã trở thành nổi tiếng, nhờ trái tim mở rộng của Trúc Hồ, như các nhạc sĩ Việt Khang, Quốc Khanh... Và, gần đây nhất: Đặng Hiền với ca khúc *"Về San Francisco"* đã được nhạc sĩ Quốc Khanh hòa âm và giới thiệu...

Sự mở lòng của nhạc sĩ Trúc Hồ với những người viết nhạc trẻ, cho thấy trái tim lớn của một nhạc sĩ tài năng lớn là Trúc Hồ, dường không có một giới hạn, một vạch phấn nào trong rất nhiều lãnh vực từ tổ quốc, tình ca, tập thể, tới cá nhân...

Có người từng cho rằng, nếu lãnh vực nào của tập thể Việt tỵ nạn ở khắp nơi trên thế giới, cũng có được một nhân cách, một tài năng và một trái tim lớn như nhạc sĩ Trúc Hồ, chắc chắn chỗ đứng của cộng đồng Việt trong quảng trường thế giới đã có một vị trí khác. Một vị trí xứng đáng nhận được sự nể phục của tập thể nhân loại.

Dăm ca khúc tiêu biểu gồm lời và nhạc Trúc Hồ, từ nguồn Wikipedia - Mở:

Em đã quên một dòng sông

Giòng sông hôm nào còn nhớ không em
Kỷ niệm buồn vui tha thiết êm đềm
Từng ngày qua ngày hẹn ước trao nhau
Giờ em quay gót, ngỡ ngàng.
Tình đời sao giờ bạc trắng hơn vôi
Trọn một niềm tin, ai nỡ phụ lòng,
Giòng thư ân tình đậm mãi trong tim
Vì sao em hỡi sao nỡ đành quên

Có giòng sông năm xưa
Đã một thời yêu em
Có giòng sông hôm nay

Vẫn một lòng yêu em
Em yêu
Em đã quên một dòng sông.

Giòng sông hôm nào còn nhớ không em
Kỷ niệm buồn vui, tha thiết êm đềm
Từng ngày qua ngày, hẹn ước trao nhau
Giờ em quay gót ngỡ ngàng.

Tình đời sao giờ, bạc trắng hơn vôi
Trọn một niềm tin ai nỡ phụ lòng.
Giòng thư ân tình, đậm mãi trong tim
Vì sao em hỡi, sao nỡ đành quên.

Em yêu.. .Em đã quên một... dòng sông.

Con đường Việt Nam

Nhớ khi tuổi thơ dại
Mẹ dìu con qua đường cái
Vũng mưa chân quen lội
Nhìn mẹ vui con cũng cười
Nhớ đêm ngủ hiên ngòai
Tiếng võng đưa miệt mài
Tiếng khuya mẹ ru hời
Trời vừa sang canh gà gáy

Nhớ xưa con đi học
Đường quê biền biệt màu nắng
Bướm bay như mây vàng
Dập dồn vui lây xóm làng
Nhớ hoa bưởi sau nhà
Bóng tre đưa la đà

Tiếng ve kêu trưa hè
Thành tiếng quê hương đậm đà

Đã bao năm rồi đó
Thôi không còn nữa
Bóng dáng con trâu
Gặm cỏ đường chiều
Một vài em bé
Vui chơi thả diều
Có tiếng ai ca
Đưa duyên tình tứ
Đêm trăng hò lơ

Nhớ xưa con đi rồi
Mẹ buồn thôn xóm lửa khói
Những mô cau ngăn đường
Từng miền quê ra phố phường
Nhớ bom nổ kinh hoàng
Cắt con đê qua trường
Nhớ ôi bao kỷ niệm
Từ những con đường Việt Nam

Triệu con tim, một tiếng nói

Từ phương xa nhìn về Quê Hương
Đất nước tôi sau 4 ngàn năm
Ải Nam Quan, nay không còn
Hoàng - Trường Sa, nay không còn
Mẹ Việt Nam ơi...

Ngày hôm nay nhìn về Quê hương
đất nước tôi sao lắm nhiễu nhương
người yêu nước trong chốn lao tù,

Mẹ thương con, thiêu cháy thân mình,
Mẹ Việt Nam... đau!

Hãy biết yêu Quê Hương Việt Nam,
hãy biết đau nỗi đau người dân
Ải Nam Quan, Hoàng - Trường Sa...
1 ngàn năm giặc phương Bắc
Quê Hương mình rồi sẽ ra sao?

Hãy biết yêu Quê Hương Việt Nam,
hãy đứng lên cháu con rồng tiên
đừng thờ ơ, đừng làm ngơ
triệu con tim, cùng bước tới...
chúng ta là dòng giống Lạc Hồng

Ngày hôm nay nhìn về Quê hương
đất nước tôi sao lắm nhiễu nhương
người yêu nước trong chốn lao tù,
Mẹ thương con, thiêu cháy thân mình,
Mẹ Việt Nam... đau!

Bạn cùng tôi nhìn về quê hương,
đất nước ta nay sẽ về đâu
người lầm than, kẻ không nhà...
người dân oan trên khắp mọi miền
Mẹ Việt Nam đau!

Hãy biết yêu Quê Hương Việt Nam
hãy biết đau nỗi đau người dân
Ải Nam Quan, Hoàng - Trường Sa
1 ngàn năm giặc phương Bắc
Quê Hương mình rồi sẽ ra sao?

81

Hãy biết yêu Quê Hương Việt Nam,
hãy đứng lên cháu con rồng tiên
đừng thờ ơ, đừng làm ngơ
triệu con tim, cùng bước tới
chúng ta là dòng giống Lạc Hồng

Hãy là ngọn gió đổi thay
Hãy là ngọn gió đổi thay

Hãy biết yêu Quê Hương Việt Nam
hãy biết đau nổi đau người dân
Ải Nam Quan, Hoàng - Trường Sa
1 ngàn năm giặc phương Bắc
Quê Hương mình rồi sẽ ra sao?

Hãy biết yêu Quê Hương Việt Nam,
hãy đứng lên cháu con rồng tiên
đừng thờ ơ, đừng làm ngơ
triệu con tim, cùng bước tới
chúng ta là dòng giống Lạc Hồng.

Hãy biết yêu Quê Hương Việt Nam,
hãy đứng lên cháu con rồng tiên
đừng thờ ơ, đừng làm ngơ
triệu con tim, cùng bước tới
Chúng ta là dòng giống Lạc Hồng.

Tiếng hát Tuấn Anh, hiện tượng Boy George Việt

Đầu thập niên 1980s, khi sân khấu trình diễn âm nhạc Việt ở Hoa Kỳ còn thưa thớt, thì hiện tượng một ca sĩ mới, nổi bật từ giọng hát tới trang phục là ca sĩ Tuấn Anh. Đó cũng là thời gian Sĩ Phú chọn "giã từ vũ khí", chí thú với công việc của một technician ngành điện toán. Tuấn Ngọc còn đóng vai "chúa đảo" Hawaii. Vũ Khanh chưa bén ánh đèn... Và, nhiều giọng ca nam giới, nổi tiếng trước tháng 4- 1975, còn phiêu dạt nhiều phương trời lặng lẽ khác.

Theo bài viết tựa đề "Tuấn Anh" trên trang mạng yeunhacvang.com, được Wikipedia - Bách Khoa Toàn Thư Mở lưu trữ thì, Tuấn Anh tới Hoa Kỳ năm 1979:

"... Qua tới Mỹ, anh nhất quyết đi theo con đường đã chọn là ca nhạc, và chỉ gần hai năm sau đã chính thức trình diễn trước khán giả hải ngoại tại night club Maxim's ở Houston (Texas). Sự đưa đẩy người ca sĩ có tên thật là Nguyễn Tuấn Anh đến với ca nhạc theo anh nói là 'rất tự nhiên và tình cờ'. Cái dịp tình cờ đó đã diễn ra trong lần đầu tiên tại Maxim's đề cập tới ở trên. Vợ chồng chủ nhân vũ trường đã để ý đến tiếng hát của anh qua những nhạc phẩm: Hello, Beat It, Billy Jean và Kiếp Đam Mê để sau đó mời anh cộng tác. Vào năm 81, Tuấn Anh đã cho đời tape nhạc đầu tiên của mình dưới tựa đề 'Kiếp Đam Mê'..."

Tuy nhiên, nhiều người cho rằng lý do sâu xa, mạnh mẽ nhất, đưa ca sĩ Tuấn Anh ra giữa ánh sáng tiền trường sân khấu, lại chính là cách ăn mặc và trình diễn sống động của họ Nguyễn.

Thời điểm này cũng là thời điểm ca sĩ Boy George nổi đình đám trên các sân khấu của xứ Sương Mù - trong cung cách một người nữ - Từ y phục, trang sức, tới phấn son chỉ dành cho phụ nữ.

Ở những xuất hiện thứ nhất trước công chúng trong cung cách người nữ, tuy Tuấn Anh được giới trẻ sự chào nồng nhiệt thì cũng có không ít thành phần khán giả lớn tuổi, cho thấy sự dị ứng của họ.

Với giọng hát trời cho, khả năng nói năng duyên dáng, không ngừng sống động trên sân khấu, dần dần Tuấn Anh cũng chinh phục được những người khó tính... Rất mau chóng, họ Nguyễn được chấp nhận như một Boy George Việt tại Hoa Kỳ.

Về phong cách lập dị của Tuấn Anh trong những buổi trình diễn, tác giả bài "Tuấn Anh" nêu trên, viết tiếp:

"Với những sắc thái đặc biệt, Tuấn Anh đã được mời đi trình diễn hầu như ở khắp mọi nơi trên thế giới. Với quan niệm luôn tôn trọng khán giả nên anh đã sắp đặt rất cẩn thận những lần trình diễn trên sân khấu, từ cách chọn lựa bài bản đến cách ăn mặc, từ điệu bộ cho đến ngôn ngữ khiến người nghe luôn hòa mình vào với những âm điệu khi nhẹ nhàng, khi sôi động trong phần trình diễn của anh. Đối với Tuấn Anh, anh luôn tạo những nét mới lạ trong những nhạc phẩm trình bày, dù cho đó là một bài hát cũ đã được nhiều người trình bày trước đó với mục đích tạo nên một sắc thái mới mẻ. Ngoài ra Tuấn Anh cho biết anh nghiên cứu rất kỹ những nhạc phẩm trình diễn trước khán giả cũng như được thu vào băng nhạc hay CD. Sở dĩ Tuấn Anh tạo được thành công một phần nhờ thời gian theo học hai năm ở Houston và Long Beach về 'vocal', 'acting' và 'performance' và sau khi tốt nghiệp đã áp dụng vào đầu óc nhiều sáng kiến của mình.

"Có thời kỳ Tuấn Anh trình bày những nhạc phẩm Việt Nam theo thể điệu Rap tạo nhiều thích thú cho người nghe, Tuấn Anh cho biết chính anh đã có sáng kiến đó cũng như là người đầu tiên chuyển nhạc Trung Hoa qua tiếng Việt, đặc biệt trong số có nhạc phẩm Máu Nhuộm Bãi Thượng Hải rất nổi tiếng trong những năm đầu thập niên 60..."[1]

Trả lời câu hỏi khán giả ái mộ Tuấn Anh đã nhìn Tuấn Anh như một nam hay một nữ ca sĩ (?) họ Nguyễn đáp:

"... 'Một nam ca sĩ trong một phong cách nhẹ nhàng thanh thoát. Rất riêng, rất đặc biệt', vừa nói anh vừa xòe năm ngón tay chải chuốt dẻo mềm, miệng cười túm tím, mắt đưa đẩy tình tứ, đầy nét duyên của một người nữ.

"Nhưng anh lại nói tiếp rằng 'tuy vậy vẫn không đánh mất cái đàn ông của mình', anh chỉ vào hàm râu đen chạy đều đặn trên cặp môi có kẻ son nhạt.

"Tuấn Anh nói rằng âm nhạc Việt Nam phải có một phong cách mới, và là điều anh cố gắng thực hiện hoài bão đó từ khi đến với khán giả khắp năm châu..."[2]

---

1 Bđd.

2 Bđd.

Nhưng, để có và duy trì được sự thành công của mình tới hôm nay, con đường Tuấn Anh đi, không hề suôn sẻ. Trên lộ trình chinh phục khán giả đằng đẵng mấy chục năm liên tiếp, đôi lúc họ Nguyễn cũng chảy nước mắt:

"... 'Rất nhiều nước mắt đắng cay, rất nhiều những con sâu trong làng văn nghệ' anh thổ lộ.

"Anh không muốn nêu đích danh tên của những 'con sâu' nhưng theo lời anh kể có những người liên quan đến ngành nghề chỉ hành động theo bản năng mà anh gọi là 'kém nhân tính và phi nghệ thuật'.

"Nhiều người hiền hòa đã không nói ra hay không dám nói và đó là cơ hội để những con sâu tiếp tục lợi dụng công sức của họ. Và nơi nào cũng có... "[3]

Tuy nhiên, không vì thế mà Tuấn Anh từ bỏ đam mê của mình. Họ Nguyễn nhấn mạnh:

" 'Được sống và vẫy vùng trong biển nghệ thuật một cách tự do tuyệt đối và sẵn sàng đương đầu với mọi nghịch cảnh', là điều anh mong ước nếu có phải làm lại từ đầu, nhưng anh cũng tự nhận là 'một lãng tử, một lữ hành cô độc trong vòm trời nghệ thuật'.

"Anh cho biết sử dụng nước hoa hiệu Guerlain For Men và có vừa đủ các kiểu nhẫn, dây chuyền, kiếng mát, bông tai cùng nhiều thứ nữa để thích hợp với những bộ y phục trình diễn và cũng để 'bày tỏ lòng thương yêu với khán giả'.

"Những tốn kém về phục sức của Tuấn Anh chỉ nhằm mục đích duy nhứt là biểu lộ sự tôn trọng khán giả, lúc nào cũng gọn gàng đẹp đẽ trước con mắt của người xem,' anh nói".[4]

---

3 Bđd.

4 Bđd.

Giữa thập niên 1980s, trong một bài viết về tiếng hát Tuấn Anh, tôi nhớ, đã ghi xuống, đại ý:

Cơn lốc quyến rũ mang tên Tuấn Anh, không chỉ vì âm vực rộng của họ Nguyễn với những nốt nhạc lên cao không gắt hay, tính thì thầm, dỗ dành, phủ dụ khi giai điệu một ca khúc xuống thấp... Mà, nó còn nằm nơi ý thức của tiếng hát này qua những chữ ý nghĩa nhiều mặt của tiếng Việt nữa.

Ý thức đó, có được, theo tôi khởi từ trình độ, sự hiểu biết của một cá nhân có bề dầy kiến thức.

Nhắm mắt lại, để tiếp nhận thuần túy tiếng hát qua nghệ thuật phát âm của Tuấn Anh, người nghe sẽ dễ dàng nhận ra "tâm bão" của tiếng hát này là những rung cảm sâu, lắng, đi ra từ một trái tim hòa được nhịp đập với những bấp bênh, gập ghềnh thực tế, phũ phàng đời thường...

Cụ thể là ca khúc được coi là gắn liền với tên tuổi Tuấn Anh, tới hôm nay, "*Kiếp đam mê*" của Duy Quang[5]:

"Tôi xin người cứ gian dối
Cho tôi tưởng người cũng yêu tôi
Cho tôi còn được thấy đời vui
Khi cơn mưa mùa đông đang đến
Xin giã từ ngày tháng rong chơi
Đôi tay này vẫn chờ mong
Con tim này dù lắm long đong
Tôi yêu người bằng nỗi nghiệt oan
Không than van và không trách oán
Cho tôi trọn một kiếp đam mê
"Ôi tôi ước mơ anh bỏ cuộc vui

---

5 Theo trang mạng Wikipedia thì ca sĩ Duy Quang sinh ngày 4 tháng 11 năm 1950; là trưởng nam của cố nhạc sĩ Phạm Duy và ca sĩ Thái Hằng. Duy Quang từ trần ngày 19 tháng 12-2012 vì chứng bệnh ung thư gan.

Trở về căn phòng này đơn côi
Môi anh ru nỗi đau tuyệt vời
Khi màn đêm phủ lứa đôi
Là thời gian cũng như ngừng trôi
Thương yêu này người hãy nhận lấy
ôm tôi đi môi hôn tràn đầy
Trong tay người hồn sẽ mù say bao khốn khó vụt bay

"Tôi không cần và nghi ngại khi
Ai chê bai thân tôi khờ dại
Tôi yêu người hồn chẳng tình trong
Tôi vẫn cứ đợi mong

"Tôi xin người cứ gian dối
Cho tôi tưởng người cũng yêu tôi
Cho tôi còn được thấy đời vui
Khi cơn mưa mùa đông đang đến
Tôi xin người cứ gian dối
Nhưng xin người đừng lìa xa tôi".[6]

Ca khúc *"Kiếp đam mê"* của Duy Quang không chỉ có Tuấn Anh thể hiện mà, rất nhiều ca sĩ nam cũng như nữ đã tìm tới, ở qúa khứ cũng như hiện tại.

Sự khác biệt đáng kể với tiếng hát Tuấn Anh, là những chữ có một hay nhiều hơn một âm trắc, như các cụm từ *"nỗi nghiệt oan"*, *"hãy nhận lấy"*, *"bao khốn khó vụt bay"*... chúng không còn là những con chữ xơ cứng, như những kêu rêu thê thiết thiếu hồn vía nữa, mà, tiếng hát Tuấn Anh đã thắp sáng được những gì các cụm từ ấy chất chứa trong "thân thể" chúng.

---

6 Nguồn dactrung.com.

Phải chăng vì thế, khi Boy George của Anh quốc đã biến mất từ nhiều chục năm qua, như ngọn lửa chỉ có một thời rực rỡ ngắn - Thì Tuấn Anh vẫn còn hiện diện với *"kiếp đam mê"* của mình?

Từ những góc khuất,
Việt Dzũng

Đó là sáng Thứ Sáu, ngày 20 tháng 12- 2013. Như thường lệ, chúng tôi gặp nhau ở café Tài Bửu. NH. Phương tiếp tục kể chuyện Phương Dung và đêm trước anh em tập trung ở nhà một bạn học cũ. NB. Hòa nói về chuyến bay về phương đông, đã cận kề... Tôi hỏi thăm NL. Vy, tin Khánh Minh, sau khi người nữ có nhiều bài thơ khá tốt trong thời gian gần đây, té ngã, phải vào nhà thương, vì một phần xương bánh chè bị bể. Và, Thiên Hương, cô chủ quán dài lâu của café Tao Nhân - Một thời là "địa chỉ Thơ"; điểm hẹn quen thuộc của nhiều sinh hoạt VHNT ở quận hạt Orange County nhiều thập niên, đang ở nhà thương, chưa có ngày về. Vy giải tỏa phần nào mối bận tâm của tôi bằng hai "short briefs"... Sau đó, Vy gọi cho Sơn, người bạn đời của Thiên Hương, khi tôi ngỏ ý muốn đi thăm Thiên Hương trong bệnh viện. Tôi nói, từng nằm bệnh viện nhiều ngày, tháng, nên rất hiểu giá trị của mọi cuộc thăm viếng... Vy gọi cho Sơn và, chuyển máy... Sơn kể, lần này, các bác sĩ phát hiện Thiên Hương bị một cục bướu đè lên ống dẫn mật. Đã mấy ngày qua rồi, nhưng bệnh nhân và thân nhân vẫn còn chờ kết quả các thử nghiệm, nhất là kết quả biopsy để biết bướu lành hay ưng thư, trước khi quyết định có cần giải phẫu? Sơn nói, Thiên Hương đang nằm ở Orange Coast Memorial Hospital, thành phố Huntington Beach, phòng số...

Chúng tôi chia tay nhau sớm, khi gió giở chứng, đem thêm nhiều lưỡi dao buốt giá, liếc qua, liếc lại thân thể chúng tôi, ngoài hành lang nhà hàng Tài Bửu. Tôi lái xe về, với nỗi buồn không hy vọng có ngày sẽ thành quen thuộc: Nỗi buồn mỗi cuối năm / Quê người / Nhẩm tính người còn, kẻ mất. Và, luôn luôn câu hỏi cuối cùng ở tôi, vẫn là "khi nào tới phiên ta"?

Đó là lúc 10:50AM (vẫn Thứ Sáu 20 tháng 12- 2013), T. gọi cho tôi, báo tin Việt Dzũng không còn nữa!!! Khi tôi đang xếp hàng chờ trả tiền đổ xăng. Tai tôi ắp đầy những âm thanh nhọn hoắt... Câu nói ngắn của T. bị chẻ nát, thành những tiếng lạc lõng. Giống như những dội sóng ì ầm, đứt đoạn. Không thật. Người đàn bà Mễ đứng sau quầy tính tiền tỏ dấu khó chịu thấy tôi không nói gì. Có thể chị ta không (hay đã)nhận ra vẻ thất thần trên mặt tôi!?!

Cây xăng tôi dừng lại hôm đó, nằm ngay ngã tư Brookhurst và Trask. Chỉ cần chạy thêm vài trăm thước là đường Garden Grove, rẽ tay mặt, cũng chỉ vài trăm thước thôi, đài truyền hình SBTN nằm bên trái, SBTN. Nơi VD phải lui tới hàng ngày, không chỉ một lần; đôi khi nhiều hơn, vì nhu cầu công việc. Tôi nghĩ, chỗ tôi đứng, vòi xăng tôi đang dùng, nhiều phần cũng là chỗ và vòi xăng VD đã từng đứng. Từng dùng. Từng chờ đợi. Trong tôi, một ý nghĩ hoang tưởng vụt đến: Biết đâu chốc lát sẽ có người đặt tay lên vai mình. Nói, theo thói quen "Dzũng đây anh!" Và, "Cậu Út"[23] sẽ vẫn nụ cười trẻ thơ, gương mặt bụ bẫm, rất "babyface" cải chính: "Tin đồn đó anh. Dzũng chưa chết đâu! Dzũng còn nhiều việc phải làm mà anh..!"

Cho tới khi rời cây xăng, vẫn không một bàn tay đặt lên vai tôi. Cũng chẳng có tiếng nói nào, dù thì thầm với riêng tôi.

Đó là lúc 7 giờ tối (vẫn Thứ Sáu 20 tháng 12- 2013): Tôi không biết mình đã nhận được bao nhiêu điện thoại?!? Khởi đầu là điện thoại của NH. Phương. Nhiều lần. Tôi biết Phương muốn nói gì. Tôi không nghe. Tôi không muốn nghe lại cái điệp khúc *"Việt Dzũng mất rồi!"* hay, *"Việt Dzũng chết rồi!"* đã lùng bùng trong tôi hơn nửa tiếng trước.

Nhưng khi Nguyệt Hạnh, rồi Topaz Trần, Lê Văn Hào (Houston), Phiến Đan, Lâm Lý Trí, Đỗ Vẫn Trọn, từ Việt Nam, Pleiku, Trần Thu Miên từ Boston, Mass... . gọi... thì tôi nghe.[24] Họ không gọi để thông báo hay, hỏi tôi có biết tin Việt Dzũng mất. Họ gọi để bày tỏ những bàng hoàng, bất ngờ và, nỗi buồn quá lớn, trước sự "đi xa" đột ngột của Dzũng.

Ở từng vị trí quá khứ, mỗi người khua thức trong tôi, những cảnh đời mà, họ đã có chung với tôi và Dzũng. Chúng như những hòn than dĩ vãng cháy bỏng và, nỗi muộn phiền là mặt bên kia của một thời rực rỡ!

*

---

23 'Cậu Út', nickname Trương Trọng Trác (1940-2009) đặt cho Việt Dzũng khi chúng tôi tập trung quanh tạp chí NC rồi tuần báo TP, đầu thập niên 1980s. Trong anh em, Dzũng nhỏ nhất và, cũng đa tài, đa năng nhất, nên được mọi người cưng chiều nhất.

24 Trần Thu Miên kể, ngay tự những ngày đầu tháng 5-1975, ở trại tỵ nạn Fort Chaffee, tiểu bang Arkansas, Việt Dũng và Trần Thu Miên đã có những buổi sinh hoạt văn nghệ "tự phát" liên tục...

Tiếng nói lạc giọng của Topaz Trần ném tôi trở lại những ngày đầu thập niên 1980s. Đó là những buổi tối, nơi phòng khách căn nhà nhỏ đường Ranchero Way, Garden Grove, Việt Dzũng ôm đàn hát gần như tất cả những ca khúc có trong băng nhạc "*Kinh Tỵ Nạn*". Chúng tôi sững người. Đứng tim. Khi nghe Dzũng hát bằng giọng của mình, những ca khúc như "*Một chút quà cho quê hương*":

"Em gởi về cho anh dăm bao thuốc lá
Anh đốt cuộc đời cháy mòn trên ngón tay
Gởi về cho mẹ dăm chiếc kim may
Mẹ may hộ con tim gan quá đoạ đầy.

"Gởi về cho chị dăm ba xấp vải
Chị may áo cưới hay chị may áo tang
Gởi về cho em kẹo bánh thênh thang
Em ăn cho ngọt vì đời nhiều cay đắng.

"Con gởi về cho cha một manh áo trắng
Cha mặc một lần khi ra pháp trường phơi thây
Gởi về Việt Nam nước mắt đong đầy
Mơ ước một ngày quê hương sẽ thanh bình.

"Em gởi về cho anh một cây bút máy
Anh vẽ cuộc đời như ước vọng mong manh
Gởi về cho mẹ dăm gói chè xanh
Mẹ pha hộ con nước mắt đã khô cằn". 25

Hay "*Lời kinh đêm*":

"Lời kinh đêm ôi lời kinh đêm.
Lời kinh buồn như tiếng mẹ thở dài.

---

25 Nguồn: Wikipedia – Tiếng Việt.

Ai có nghe thấu lời kinh khổ,
Sao cúi mặt gục đầu ngủ quên.

"Trời mong manh ôi đời lênh đênh.
Thuyền bấp bênh cuộc sống mơ hồ...
Lời kinh cầu từng ngày quen thuộc
Lời mẹ buồn giữa tiếng Nam- mô.

"Thuyền trôi xa về đâu ai biết
Thuyền có về ghé bến tự do.
Trời cao xanh hay trời oan nghiệt.
Trời có buồn hay trời chỉ làm ngơ.

"Trời chơ vơ ôi người bơ vơ.
Người vẫn ôm mảnh ván rũ mục.
Lời kinh cầu từng hồi nấc nghẹn.
Lời mẹ buồn giữa tiếng Amen.

"Người buông xuôi về nơi đáy nước
Người có mộng một nấm mộ xanh.
Biển ngây ngô hay biển man rợ
Biển có buồn hay biển chỉ làm ngơ".[26]

Tôi nhớ, tôi đã yêu cầu Dzũng hát lại nhiều lần, hai ca khúc vừa kể. Riêng *"Lời kinh đêm"* Dzũng phải hát lại không dưới 3 lần.

Tôi yêu tất cả những ca khúc của Dzũng trong "Kinh tỵ nạn" tới độ, hai ngày sau, tôi mời thêm một số bằng hữu tôi quý, trong số đó, có Topaz Trần, để nghe *"Người buông xuôi về nơi đáy nước / Người có mộng một nấm mộ xanh / Biển ngây ngô hay biển man rợ / Biển có buồn hay biển chỉ làm ngơ"?*

---

26 Nguồn: Wikipedia – Tiếng Việt.

Thời gian này, cũng là thời gian chúng tôi mới khởi sự thực hiện nguyệt san Nhân Chứng (NC) mà, linh hồn của phần kỹ thuật, sắp chữ bằng máy IBM (quả cầu, bỏ dấu tay) là Việt Dzũng.

Thời gian này, quận hạt Orange County có rất ít nhà hàng. Một trong những nhà hàng thuộc hạng sang, là nhà hàng Pagoda, ra đời, tọa lạc gần ngã tư Harbor và Garden Grove. Một buổi trưa, Topaz Trần mời tôi đến ăn để ủng hộ chị Nicole, chủ nhà hàng. Ba ngày sau, tôi trở lại, cũng buổi trưa với Việt Dzũng, chị Nicole cho tôi biết, Topaz Trần dặn chị, bất cứ lúc nào tôi đến, thì đừng lấy tiền và ghi vào "chương mục riêng của Topaz..." Tôi nhờ chị Nicole nói lại với Topaz, ngoài tôi, nếu có thêm Việt Dzũng thì có OK? Ít tiếng sau, Topaz gọi cho tôi ở tòa soạn, nói, ai chứ Việt Dzũng thì Topaz vui lắm, để được mời vào "account" riêng của Topaz ở Pagoda.

Đấy là thời khởi đầu huy hoàng của Topaz Trần trong lãnh vực địa ốc. Đấy cũng là thời gian nữ ký giả Connie Chung của nhật báo Register (không biết có phải qua sự giới thiệu của Topaz?) ngỏ ý muốn phỏng vấn Việt Dzũng cho tờ Register.[27] Dzũng nhận lời và, chúng tôi "nhất trí" chọn Pagoda để Dzũng trả lời phỏng vấn với tư cách Nhạc sĩ kiêm Tổng thư ký tòa soạn NC. Vì, chúng tôi không muốn Connie Chung thấy được "thực trạng" nghèo nàn tới đáng xấu hổ, của cái gọi là tòa soạn NC, thuở đó.

Như một vài thân hữu khác, Topaz Trần trở thành "thành viên" của nhóm NC rồi Tuần báo Tay Phải (TP). Khi thời gian cho phép, đôi lần Topaz cũng cùng chúng tôi đi... "lưu diễn".

---

27 Connie Chung (1946-) Sau đấy đã dời tờ Register, trở thành cộng tác viên nổi tiếng của những hệ thống truyền hình lớn như NBC, CBS, CNN và MSNBC ở New York. Tới ngày về hưu, ba lần bà được trao giải Emmy dành cho những nhà báo xuất sắc nhất trong năm. (Theo Wikipedia)

Nói tới "lưu diễn", tất cả chúng tôi đều trông vào Việt Dzũng, một trong vài yếu tố quyết định sự thành bại của các chuyến đi dù gần hay xa.

Cũng ngay từ những tháng khởi đầu của thập niên 1980s, Dzũng đã ủng hộ ý kiến, đem tờ NC đến với người đọc. Khi chúng ta không có một phương tiện quảng bá nào khác. Tôi lãnh nhiệm vụ liên lạc với nhà thơ Phạm Kim, đại diện NC ở thành phố Tacoma, tiểu bang Washington.[28] Bạn tôi sốt sắng nhận lời! Chúng tôi hào hứng "lên kế hoạch" với "mũi nhọn" chính là Việt Dzũng. Để thêm phần "rậm đám", chúng tôi rủ Quỳnh Như ngâm thơ, Cao Đông Khánh đọc thơ.[29] Đoàn Vững thổi sáo. Tôi lo việc giới thiệu Nhân Chứng và, TN lo tất cả những việc không tên còn lại...

Thời đó, chưa có máy photocopy, cộng đồng Việt cũng chưa có một phương tiện truyền thông nào, từ báo chí, tới phát thanh... Phạm Kim phải tới một nhà in của người Mỹ để nhờ in flyers, đem gửi tại một vài địa điểm bán thức phẩm Á Đông! Và, dù mưa gió sập sùi suốt thời gian "gánh hát" chúng tôi có mặt tại Tacoma, nhưng sự thành công của chúng tôi với mấy trăm đồng bào ngồi chật hội trường nhà thờ Tin Lành đường King, đã vang dội tới Seattle. Khiến nhà văn Huy Quang - Vũ Đức Vinh, chủ nhiệm tờ Đất Mới, liên lạc, mời chúng tôi đến Seattle, nói chuyện và trình diễn tại trụ sở Hội Thân Hữu Việt - Mên- Lào, Seattle... [30]

---

28 Sau thời gian tạm cư ở Tacoma, Phạm Kim di chuyển gia đình về thành phố Seattle. Tại nơi ở mới này, khoảng giữa thập niên 1980s, ông xuất bản tờ Người-Việt-Tây-Bắc; được ghi nhận là một trong vài tờ báo lâu đời và thành công nhất vùng.

29 Nữ nghệ sĩ Quỳnh Như hiện phải điều trị dài hạn trong một Nursing Home ở quận Cam. Nhà thơ Cao Đông Khánh sinh năm 1941 tại Gia Định. Ông mất ngày 12 tháng 12 năm 2000, tại Houston, Texas.

30 Cố nhà văn Huy Quang / Vũ Đức Vinh sinh năm 1931 tại Hà Nội. Ông mất ngày 9 tháng 12 năm 2005 ở Seattle, tiểu bang Washington State. Là sĩ quan cấp tá binh chủng KQ/VNCH, năm 1965, ông được Thủ tướng Nguyễn Cao Kỳ

Đi đến đâu, Dzũng cũng được đồng bào các giới chào đón, như một biểu tượng thương yêu của người ty nạn. Có thể nhiều người không biết rằng, bên cạnh những "kinh ty nạn", tình ca quê hương, Việt Dzũng cũng có khá nhiều tình khúc. Từ những tình khúc nhẹ nhàng, xây trên nền quê hương khuất bóng, như *Tôi muốn mời em về*", tới những tình khúc viết về tình yêu đôi lứa - Trong số này, cũng không ít những ca khúc đậm dấu đoạn lìa, chia tan... Điều này cũng dễ hiểu. Bởi căn bản, Dzũng vẫn là một người trẻ, lại cực kỳ nhậy cảm...

Việt Dzũng thường chỉ hát những tình khúc nghiêng nặng cảm thức lứa đôi trong những trường hợp đặc biệt, với số bằng hữu thật giới hạn. Lý do, Dzũng muốn mọi người ghi nhận một hình ảnh về Việt Dzũng thôi. Đó là hình ảnh Việt Dzũng của nhạc quê hương, ty nạn và đấu tranh. Dzũng nói, Dzũng không muốn ai thấy hình ảnh yếu đuối, ủy mị của Dzũng. Dù ở đời thường, Dzũng rất dễ chảy nước mắt...

Trong sinh hoạt riêng tư, tôi và Lãm (một người bạn của tôi thuở đó), từng chứng kiến đôi lần những giọt nước mắt của Dzũng, ngập ngừng lăn khỏi đôi mắt trẻ thơ, trên khuôn mặt rất "babyface" ấy. Đó là thời điểm của cuộc tình Dzũng và BeBe HA ở giai đoạn mới chớm...

Tôi nhớ, cuộc tình Việt Dzũng / BeBe HA bắt đầu vào khoảng giữa năm 1985, khi Lãm giới thiệu BeBe HA với tôi, mục đích để BeBe HA tiếp tay, phát triển tờ báo TP. Vì BeBe HA chưa tốt nghiệp, nên hai người gặp nhau ở căn chung cư của Lãm, đường King, Santa Ana nhiều hơn ở tòa soạn. Khi "Cậu Út" của chúng tôi

---

bổ nhiệm vào chức vụ Tổng giám đốc cục Vô Tuyến Truyền Thanh. Trước năm 1954, ông đã có 2 tác phẩm do nhà Sinh Lực Hà Nội xuất bản. (Nguồn: Nhà thơ Hoàng Song Liêm – Wikipedia – Tiếng Việt.)

thú nhận đã "fall in love" BeBe HA, tôi và Lãm gia công vun vào với tất cả yêu thương và hân hoan dành cho đôi bạn nhỏ.

Tuy nhiên, giai đoạn đầu của cuộc tình Việt Dzũng / BeBe HA có phần chập chờn, bấp bênh, với nhiều ngày Dzũng không gặp BeBe HA! Và, chúng tôi cũng không biết tìm BeBe HA ở đâu!

Do quá nhậy cảm, Dzũng rơi vào trạng thái tâm lý tựa như tuyệt vọng. Vì thế, nhiều đêm, Dzũng dục tôi dời căn chung cư của Lãm, trở về tòa soạn, đường Ranchero Way, để nghe Dzũng hát tình khúc...

Theo tôi, đó là những giây phút Dzũng sống thực nhất. Dzũng không che đậy, không kềm chế cảm xúc mình. Như thể nó không thể khác. Tình cảm thật, nó là thế đấy!

Cũng ở thời điểm này, không biết có phải do tâm trạng tuyệt vọng hay không, Dzũng đã phổ nhạc bài thơ *"Thu khúc một"* của tôi và, hát cho tôi nghe nhiều lần:

"trăng khuyết, như đời tôi
cũng thôi, một kiếp người
em về, khuya có vui (?)
tôi và đêm nhớ người...
gió biếc như tình tôi
cung chiều lên tiếng gọi
về kịp không hỡi em
vầng trăng ta khuyết rồi (...)

em ở đâu đêm qua?
có nghe hồn anh tắt vội
buồn vương giọt nước mắt
cho giá lạnh cội áo quán (...)

mây khói ru tình tôi
nhớ thương một kiếp người

em về khuya có vui (?)
tôi về đêm nhớ người
trăng khuyết như hồn tôi
ván quan đã đóng rồi
về kịp không hỡi em
vầng trăng ta khuyết rồi!"[31]

Khi Dzũng hát tới những câu *"em về khuya có vui"* hoặc *"về kịp không hỡi em / Vầng trăng ta khuyết rồi"...* (vốn là những câu hỏi - không có câu trả lời), thì đó cũng là lúc Dzũng nhắm mắt, mặc cho hai dòng lệ lăn dài trên gương mặt trẻ thơ của mình. Phần tôi, tôi cũng không đủ sức đem mình khỏi chiếc ghế, dù chỉ để đặt tay lên vai Dzũng, như một cử chỉ dỗ dành, cảm thông... bất lực!!!

Những lúc ấy, tôi bằng quên chính tôi cũng đang ngợp sâu trong những câu hỏi mình từng viết xuống - Mà cùng với nước mắt xót xa, tôi ước sao, tiếng hát, câu hỏi của Dzũng cất lên trong căn nhà lạnh lẽo, hoắm sâu dưới tầng tầng bóng đêm, có thể bay đến BeBe HA!!!

Bây giờ, khi tôi viết những dòng chữ này (thì) *"ván quan"* (câu chữ của Dzũng – không có trong nguyên bản thơ) đã thực sự *"đóng rồi"*... BeBe HA không chỉ *"về kịp"* mà hơn thế, BeBe HA đã... *"ở lại"* giữa cuộc đời của Dzũng, một cách tốt đẹp, từ nhiều chục năm qua.

Nhiều ngày, từ khi nhận được hung tin về Dzũng, tôi lại tự hỏi, cách gì BeBe HA có thể vượt những *"nhớ thương một kiếp người"*, khi Dzũng không còn nữa? Vĩnh viễn không còn nữa! Dù chỉ một thoáng xuất hiện, đâu đó, trên mặt địa cầu này?

---

31 Bài "Thu khúc một" tôi viết và phổ biến tháng 8 năm 1984. Việt Dzũng là người đầu tiên soạn thành ca khúc, với nhan đề "Trăng Khuyết", 1985. Sau đó mới tới Vũ Thành An và Vĩnh Điện... "Trăng Khuyết" của VD được in lại trong

Tuy bị giới hạn khả năng di chuyển, nhưng ngay tự những ngày còn rất trẻ, Việt Dzũng đã cho thấy, sức làm việc của Dzũng, tựa dòng thác không ngừng cuồn cuộn chảy. Dzũng không thể ngồi yên dù chỉ một tiếng. Buông việc này, bắt việc kia. Việc nào vào tay Dzũng cũng đều trở thành dễ dàng, suôn sẻ. Từ dịch tin, đánh máy, lay out bài vở, tới soạn nhạc, thiết lập chương trình lưu diễn, liên lạc với anh em, bằng hữu năm châu, bốn biển, Dzũng đều hoàn tất một cách dễ dàng, gọn nhẹ, giống như chúng ta lấy một vật trong túi. Tôi muốn nói, Việt Dzũng không chỉ quan tâm tới lãnh vực âm nhạc mà, "Cậu Út" của chúng tôi còn rất nặng lòng với báo chí, văn chương, chữ nghĩa nữa!

Cụ thể, đầu thập niên 1980s, vì một tháng, NC mới xuất bản một lần, lại nữa, không phải tháng nào cũng có... "show" lưu diễn nên, để trám vào khoảng thời gian..."Không biết làm gì"... Dzũng đề nghị gom một số truyện ngắn của Nguyễn Ngọc Ngạn, làm thành tuyển tập *"Truyện ngắn Nguyễn Ngọc Ngạn".* Đó là tác phẩm đầu tiên của họ Nguyễn ở Toronto, Canada, được ấn hành tại Hoa Kỳ. Sau truyện Nguyễn Ngọc Ngạn là tập thơ *"Lịch sử tình yêu",* cũng là thi phẩm đầu tay của Cao Đông Khánh và, tập truyện "Tan theo ngày nắng vội" của tôi. Tất cả mọi công đoạn đều một tay Dzũng đảm nhận. Ngay cả việc phát hành, Dzũng cũng nhận phụ trách. Thời gian đó, quận hạt Orange County và vùng Los Angeles chưa có tiệm sách. Sách báo sản xuất được gửi bán ở một số chợ bán thực phẩm Á Đông.[32]

"K. Khúc Của Lê / Tuyển tập 40 năm thơ-nhạc Du Tử Lê", tr. 104. Nhóm Thân Hữu Du Tử Lê Tại Hoa Kỳ xb, 1998.

32 Nữ danh ca Thanh Thúy hiện cư ngụ tại miền Bắc California. Một số thân hữu cho biết, nhiều năm gần đây, chị đã chọn hẳn con đường tu tại gia, ấn tống kinh sách và, làm từ thiện... Trong khi kịch sĩ Hoàng Long chọn thành phố Boston, Mass, để an cư.

Tôi không biết hai tác phẩm của hai bạn văn kia, có những "tai nạn" đáng tiếc nào chăng? Thí dụ "trùng tu" bỏ dấu thành "trúng tử", "chữ nghĩa" thành "chủ nghĩa", "dâm đãng" thành "đảm đang" cùng nhiều "tai nạn" ghê rợn hơn nữa... Vì Việt Dzũng phải bỏ dấu bằng tay...

Song song với mối bận tâm về lãnh vực văn chương, Dzũng vẫn là người chủ động gần như tất cả những... "show lưu diễn" của chúng tôi, thuở sinh hoạt trình diễn của tập thể Việt tỵ nạn còn cực kỳ "hoang vắng"! thuở mà sinh hoạt văn nghệ cũng như báo chí chưa hề cho cộng đồng tỵ nạn Việt một chút tia sáng cuối đường hầm nào.

Tôi nhớ khi tôi kể với Dzũng, người đại diện của tạp chí NC ở Calgary ngỏ ý muốn mời anh em NC viếng thăm miền tây Canada một lần cho biết, Dzũng bảo, sao không nghĩ tới việc biến cuộc viếng thăm thành một "show lưu diễn"? Thế là, một tháng sau, "gánh hát" của chúng tôi lại "đường trường xa..." tới một xứ sở, một chân trời hoàn toàn xa lạ.

Kỳ đó, ngoài số thành viên "cơ hữu" như Việt Dzũng, Cao Đông Khánh, Quỳnh Như... chúng tôi còn mời được nữ danh ca Thanh Thúy, kịch sĩ Hoàng Long. Cùng với Việt Dzũng, họ là những tên tuổi dấy lên cơn bão thương yêu nơi khán giả Việt ở miền Tây Canada này...

Những ca khúc cũ, mới những tưởng đã bị chôn dưới tàn tro lịch sử sang trang, hay vùi sâu đáy biển đông thì, được "gánh hát" của chúng tôi làm sống lại. Nếu tôi nhớ không lầm thì bất cứ ca khúc nào được đồng bào yêu cầu, nữ danh ca Thanh Thúy, cũng như Việt Dzũng đều không từ chối, nếu họ thuộc. Sau buổi diễn, trả lời câu hỏi của tôi, người nữ danh ca của hai mươi năm VHNT miền Nam cho biết, chị hát không chỉ vì yêu cầu của đồng bào mà còn vì đam mê của chính chị nữa:

"Thúy đâu nghĩ, có ngày được hát lại cho hàng ngàn khán giả nghe những ca khúc mà mình từng một thời yêu thích..." Linh hồn ca khúc "Ướt mi", một sáng tác của cố nhạc sĩ TCS, nói.[33]

Tuy nhiên, với chúng tôi, kỷ niệm đáng nhớ nhất của những "show trình diễn" có lẽ là kỳ chúng tôi "trình diễn" tại Houston lần thứ nhất - Sau khi "Cậu Út" và Lê Văn Hào (tức nhà thơ Vũ Hà Du) trần thân dựng bảng café Tay Trái từ A tới Z cho chúng tôi ở ngã tư Faiview và Trask, thuộc thành phố Santa Ana. Điều đáng nhớ nhất, không phải vì sân khấu nhỏ Tay Trái là nơi trở lại thường trực của tiếng hát Julie. Cũng không phải đó là địa điểm xuất hiện đầu tiên của nhạc sĩ Trần Duy Đức, đôi bạn trẻ Vũ Kiểm / Hương Thơ... Mà, sau khi thấy Tay Trái đứng vững, có lợi tức rồi, Lê Văn Hào bàn với Dzũng trở lại Houston, mở nhà in Thế Giới (ở đường Bell) - Làm đầu cầu cho anh em NC và TP, khi sa cơ, thất thế, có chỗ để lui về...

Đó là năm 1984, "Cậu Út" phối hợp với Lê Văn Hào và nhà văn Lê Văn Phúc[34] đã tổ chức buổi ra mắt tập truyện "Tan theo ngày nắng vội".

Tôi không biết có bao nhiêu ngày nắng ấm đã tan đi một cách vội vã (?) Chỉ biết, sau đó, một cuộc tình dẫn tới một hôn nhân tốt đẹp giữa nhạc sĩ Trần Duy Đức thuộc "gánh hát" của chúng tôi và một thành viên nhóm Thế Hệ Trẻ ở Houston, Lê Nguyệt Hạnh.

Hai nhân vật tích cực góp phần vào sự tác hợp cho "đôi trẻ" nên duyên phận, chính là Lê Văn Hào và Việt Dzũng vậy.

---

33 Khoảng giữa thập niên 1980, Orange County mới có một tiệm sách nhỏ do nguyên giáo sư Vũ Văn Niên chủ trương, và chị ông là người trông nom, ở thành phố Santa Ana. Sau đấy tới tiệm sách Thăng Long ở vùng Los Angeles...

34 Lê Văn Phúc, tác giả tập tạp văn "Tôi làm tôi mất nước", được nhiều người biết đến.

Kể lại mối lương duyên của Nguyệt Hạnh / Trần Duy Đức, tôi chỉ muốn nhấn mạnh, song song với chủ tâm tận hiến cuộc đời cho lý tưởng tự do, nhân bản... Việt Dzũng còn là người thủy chung, tận tụy với bằng hữu. Như một trong những góc khuất của tác giả "Một chút quà cho quê hương".

Từ đó, tôi thấy, Việt Dzũng xứng đáng với mọi danh hiệu truy tặng cho Dzũng... Riêng cá nhân tôi, tôi muốn ghi nhận Việt Dzũng như một trong những vốn quý của tập thể Việt, nơi quê người.

Dù bây giờ, Việt Dzũng không còn nữa, nhưng những đóng góp, những đầu tư của Việt Dzũng cho tự do, nhân bản và tình người, sẽ mãi còn là những ngọn lửa ở được với mai sau.

(Tháng 12 – 2013)

Chương hai
Xuất Bản

Ai là người đầu tiên
xuất bản sách
cách đây 40 năm?

Cách đây 40 năm, khi lớp người Việt tỵ nạn đầu tiên, như những chiếc lá lìa cành bị vung vãi khắp cùng nước Mỹ thì, bên cạnh nhu cầu âm nhạc, lớp người này cũng còn có nhu cầu đọc, thấy tiếng mẹ đẻ trên những trang sách - Nhất là khi tập thể đó, chưa có một tờ báo nào, được phát hành rộng rãi như hiện tại.

Trước khao khát tinh thần cháy bỏng này, người đầu tiên có sáng kiến in lại tất cả những đầu sách đủ loại - Từ ưu tiên tự điển hay sách học tiếng Anh, các loại sách phổ thông, giải trí như truyện chưởng, truyện dịch Quỳnh Giao, truyện của các tác giả miền Nam, không phân biệt giá trị, tên tuổi, tới những cuốn sách dạy về gia chánh, nấu ăn v.v... cũng đã được khẩn cấp in lại, như một nỗ lực đáp ứng khoảng trống quá lớn trong đời sống tinh thần của người tỵ nạn.

Người đầu tiên hăm hở xắn tay áo, bước vào lãnh vực xuất bản, giai đoạn sơ khai, là ông Đỗ Ngọc Tùng, nhà Đại Nam, ở thành phố Glendale, miền nam California. Người kế tiếp là ông Danh, với bảng hiệu Xuân Thu mà trong giới gọi là "Danh- Xuân- Thu".

Theo Đào Tự Tín, của nhà sách Tự Lực trên đường Brookhurst, ở thành phố Garden Gorve, thì, khởi nghiệp, ông Danh - Xuân- Thu cư ngụ tại thành phố Houston, Texas, trước khi di chuyển về thành phố Cerritos ở miền nam Cali - Nơi thích hợp nhất cho sự bành trướng lãnh vực xuất bản sách.

Cũng phải ít năm sau, người ta mới thấy sự xuất hiện của nhà Ziên Hồng, ở Saigon trước tháng 4- 1975; do chính chủ nhân là giáo sư Lê Bá Kông, cho sống lại tại Houston, Texas.

Nếu không kể nhà Ziên Hồng của giáo sư Lê Bá Kông, chỉ tái bản những bộ sách thuộc bản quyền của nhà Ziên Hồng (đa số là sách do giáo sư Lê Bá Kông biên soạn) thì, tất cả các đầu sách của hai nhà Đại Nam và Xuân Thu đều có một số mẫu số chung là:

- Thứ nhất, không cần biết tác giả của những cuốn sách được họ in lại thời đó, là ai? Ở đâu?

- Thứ nhì, sự kiện này đồng nghĩa với việc bản quyền tác giả không hề được đặt ra, ngay cả với những tác giả có mặt trong đợt tỵ nạn đầu tiên tại Mỹ, như các nhà văn Nguyên Vũ, Thanh Nam...

Ở thời điểm này, các nhà xuất bản nêu trên đã viện cớ nghe rất... có lý là: "Tình hình rối ren, phức tạp, không thể biết các tác giả đó ở đâu? Việt Nam? Trong hay ngoài nước Mỹ?"

- Thứ ba, ngay cả khi biển đông đem lại cho chúng ta những nhà văn vượt biển đến được bến bờ tự do thì bản quyền tác giả cũng không được... "xét lại"! Dù cho họ có liên lạc với các nhà xuất bản hay không. (Sau nhiều vụ kiện cáo, tình trạng này kéo dài thêm nhiều năm nữa, mới chấm dứt!)

- Thứ tư, cả hai nhà xuất bản Đại Nam và Xuân Thu, khi có được một cuốn sách cũ trong tay, họ chỉ việc chụp lại nguyên bản - Hiểu theo nghĩa để nguyên tên nhà xuất bản cũ, cùng ngày tháng, nơi chốn xuất bản... Và chỉ in thêm một trang đầu hay trang cuối với tên nhà xuất bản, cùng địa chỉ mới mà thôi. Họ không cần phải thuê người sắp chữ hoặc đánh máy lại...

Bởi thế, những cuốn sách được in lại thời đó cũng đã "cõng" theo nó cả những lỗi chính tả, hay những lỗi to lớn hơn là mất trang, hoặc số trang nhảy lộn xộn...

Dù vậy, người đọc vẫn hân hoan đón những những cuốn sách ấy, với không một lời thắc mắc, than phiền...

Những người trong giới xuất bản sau này (khi tình hình sinh hoạt của người Việt tỵ nạn, ở mọi lãnh vực, đã tạm thời ổn định), cho biết, hai ông Tùng- Đại- Nam và Danh- Xuân- Thu trở thành hai đại gia giàu có, nhờ là những người đầu tiên khai thác lãnh vực sách cũ của miền Nam một cách quy mô, "đại trà"!

Sinh thời, khi được hỏi đâu là nguồn cung cấp để Đại Nam có sách mà in lại? Thì ông Đỗ Ngọc Tùng tiết lộ rằng, có ba nguồn cung cấp chính:

- Nguồn cung cấp thứ nhất là những cá nhân khi di tản tình cờ mang theo được những cuốn sách mà họ yêu thích.

- Nguồn cung cấp thứ hai, là những sinh viên du học tại Hoa Kỳ, trước tháng 4- 1975. Để giảm bớt phần nào nhớ nhà, gia đình đã gửi cho họ những đầu sách đủ các loại họ muốn có. Từ thơ văn, tới triết lý, biên khảo, tôn giáo... Luôn cả các tạp chí nữa.

- Và, nguồn thứ ba là những thư viện hay kho sách trên những chiến hạm của Hải quân/VNCH. Trước khi phải rời tầu, chuyển sang tàu Mỹ để vào vịnh Subic Bay thuộc Phi Luật Tân, hồi tháng 4- 1975, một số quân nhân Hải Quân thời đó đã nhanh tay chọn lấy cho mình, những sách, báo thích hợp với họ.

"Tuy nhiên, đầu sách mà chúng tôi có nhiều nhất vẫn là từ những cá nhân; khi chúng tôi có lời rao muốn mua lại, hoặc hỏi mượn những cuốn sách cũ thời trước 1975, ở Saigon", ông Đỗ Ngọc Tùng nhấn mạnh.

Được biết sau khi thành công ở lãnh vực xuất bản, ông Tùng- Đại- Nam còn với tay qua lãnh vực báo chí. Đó năm 1981, khi ông sang lại tờ báo Hồn Việt của cố nhà báo Nguyễn Hoàng Đoan.

Nhà báo Ngọc Hoài Phương cho biết, ông Tùng sang lại tờ Hồn Việt với điều kiện, nhà báo Ngọc Hoài Phương phải ở lại Hồn Việt trong vai trò điều hành tổng quát. Sau đấy, ông Tùng mời nhà văn Mai Thảo về làm chủ bút. Nhà báo Long Ân tiếp tục ở lại vai trò Tổng thư ký...

Lý do của sự kiện "làm báo" của ông Đỗ Ngọc Tùng, được ông giải thích là, ông cần làm chủ một phương tiện quảng cáo cho hàng nghìn đầu sách ông có trong tay.

Tuy nhiên, sau một thời gian tung hoành ngang dọc từ xuất bản tới làm chủ báo, năm 1989, ông Đỗ Ngọc Tùng đã trao quyền sở hữu Hồn Việt cho nhà báo Ngọc Hoài Phương. Được biết, việc "trao ấn tín" từ tay ông Tùng, qua nhà báo Ngọc Hoài Phương, cũng là thời gian ông Tùng chuẩn bị... phong kiếm quy ẩn, "giã từ chiến trường sách, báo"...

Có người cho rằng, cùng với sự ổn định của sinh hoạt người Việt tỵ nạn ở tất cả mọi lãnh vực, thì đó cũng thời gian thay đổi hoàn toàn cung cách xuất bản, nhất là sự tương tác giữa tác giả và tác phẩm ở hải ngoại...

Phải chăng vì thế mà hai đại gia đầu tiên ở lãnh vực này đã sớm rút lui, nhường sân chơi cho những nhà xuất bản khác?

Và, 40 năm qua, lãnh vực này trải qua nhiều thời kỳ thịnh, suy như ta đã thấy hôm nay!

(Calif. Feb – 2015)

Đỗ Ngọc Yến, người đặt nền móng cho sinh hoạt báo chí Việt ở Hoa Kỳ

Tôi không nhớ, tính tới ngày 30 tháng 4- 1975 thì, đã bao lâu tôi không có dịp gặp lại bạn tôi, Đỗ Ngọc Yến. Chỉ nhớ trước đấy, khoảng giữa thập niên (19)60, đôi lần tôi gặp ông ở trường Văn Khoa cũ, đường Nguyễn Trung Trực Saigon. Và, lần gặp sau cùng, khi họ Đỗ cộng tác với nhật báo Đại Dân Tộc (?) ở đường Gia Long. Tôi không nhớ rõ vì việc gì khiến tôi tới tòa soạn này. Chỉ nhớ, họ Đỗ ngồi nơi chiếc bàn đầu tiên, ngay đầu cầu thang. Khi tôi tới, cả tòa soạn lúc đó, chỉ có mình ông làm việc. Ông giữ tôi ngồi lại ít phút, hỏi thăm công việc, gia đình, đời sống... Tuyệt nhiên, chúng tôi không đề cập tới chuyện chính trị, văn chương. Làm như giữa chúng tôi có một khoảng cách lớn với hai phạm trù này. Tới lúc đó, cách xưng hô giữa chúng tôi vẫn là "ông / tôi."

Cách xưng hô quen thuộc này được họ Đỗ chủ động thay đổi vào cuối năm 1978, sau một buổi tối, khi tôi ghé căn duplex ông thuê, ở đường Euclid, tìm Việt Dzũng.

Khi tôi lách mình qua chiếc cửa garage xập xuống non nửa, họ Đỗ đang cặm cụi bỏ dấu những trang tin.

Ông ngừng tay. Ngước lên. Rời ghế. Tôi cảm được niềm vui hay nỗi mừng rỡ tỏa ra từ bàn tay ông. Và, tôi tin, ông cũng cảm nhận được điều tương tự ở nơi tôi. (Thời đầu ty nạn, mỗi khi tình cờ gặp lại người quen biết cũ, là một niềm vui lớn!)

Cũng như những ngày Saigon, họ Đỗ hỏi thăm tôi về tình trạng gia đình? Ở đâu? Làm gì? Sau đấy, chúng tôi xoay qua nói chuyện thơ.

Ông bảo, cuộc viếng thăm bất ngờ của tôi, khiến ông nhớ bài thơ "bạn đến chơi nhà" của Nguyễn Khuyến. Và ông đọc: "Đã bấy lâu nay bác tới nhà / Trẻ thì đi vắng, chợ thời xa / Ao sâu, sóng cả, khôn chài cá / Vườn rộng rào thưa, khó đuổi gà / Cải chửa ra cây, cà mới nụ / Bầu vừa rụng rốn, mướp đương hoa / Đầu trò tiếp khách, trầu không có / Bác đến chơi đây, ta với ta."

Giọng đọc êm đềm, thủ thỉ, thông minh, không chút ngập ngừng của ông, quyến rũ tôi. Tôi nhắc bài "Khóc Dương Khuê", ông đọc ngay:

"Bác Dương thôi đã thôi rồi / nước mây man mác ngậm ngùi lòng ta (...) Muốn đi lại tuổi già thêm nhác / Trước ba năm gặp bác một lần / Cầm tay hỏi hết xa gần / Mừng rằng bác vẫn tinh thần chưa can (...) Bác chẳng ở dẫu van chẳng ở / Tôi tuy thương, lấy nhớ làm thương / Tuổi già hạt lệ như sương / Hơi đâu ép lấy hai hàng chứa chan!"

Cũng như tôi, có dễ quá lâu bạn tôi không có dịp nói chuyện về thơ, nên nhiều tiếng sau đó, chúng tôi say mê nói về thơ, giữa tiếng mưa lúc nhặt, lúc khoan reo, vang từ mười ngón tay Việt Dzũng. Và, sương mù lấp kín phần cửa garage xập xuống non nửa, tòa soạn Người Việt Cali.

Từ Nguyễn Khuyến, chúng tôi "nhảy cóc" sang Hồ Dzếnh. Tôi nói giới phê bình văn học tiền chiến đã bất công với lục bát Hồ Dzếnh, khi chỉ nhắc tới lục bát Huy Cận. Tôi dẫn chứng mấy câu như "khi vàng đứng bóng im trưa / tiếng khô lá rụng làm thưa phố phường." Hoặc "đâu hình tàu chậm quên ga / bâng khuâng, gió nhớ về qua lá dày..."

Đỗ Ngọc Yến nói, ông không biết mấy câu lục bát ấy. Nhưng ông thấy nó quen quen, hình như chúng đã tái hiện đâu đó, trong lục bát sau này thời chúng ta. Và, ông đọc "Phút linh cầu" của tác giả "Chiều". Từ "Chiều" (thơ Hồ Dzếnh, nhạc Dương Thiệu Tước), chúng tôi tìm vào thơ Quang Dũng. Rồi Tản Đà. Lý Bạch. Thế Lữ... Chúng tôi tranh nhau nói. Tranh nhau đọc. Như sợ thời gian sẽ không dành cho chúng tôi một cơ hội nào khác!

Với tôi, đó là một buổi tối hạnh phúc hiếm. Một buổi tối, tôi được sống thoải mái với thơ. Với Đỗ Ngọc Yến. Không dè dặt. Không lựa lời. Không giả ngây, giả điếc... (Như những gặp gỡ, chuyện trò trước và sau đó.)

Lúc chia tay, bạn tôi nói, hàng tuần chịu khó viết về thơ, ngăn ngắn, cho Người Việt Cali. Tôi nhận lời ngay.

Thời đó, chưa có computer, cũng chưa có máy Vary typer. Việt Dzũng đánh máy bài bằng chiếc IBM quả cầu. Không dấu. Nên sau khi đưa bài một hai ngày, phải tôi trở lại tòa soạn để tự bỏ dấu bài của mình. Những lần ghé tòa soạn, sau đêm... "đọc thơ trong garage," bạn tôi không còn dùng cụm từ " ông / tôi" mà là "tôi / bác."

Đổi thay này, khiến tôi thấy tôi gần gũi hơn với họ Đỗ. Như thế, chúng tôi đã là bằng hữu của nhau từ một tiền kiếp xa xôi nào.

*

Sau này, thỉnh thoảng cũng có người xưng hô "tôi / bác" với tôi. Tôi hiểu họ gọi thay cho con. Nhưng tôi vẫn không thấy thoải mái...

Với tôi, cách xưng hô ấy, đã theo bạn tôi, Đỗ Ngọc Yến, "đi xa" cả gần năm rồi!

Nó chỉ còn trong ký ức tôi: Tháng mười hai. 1978. Căn duplex đường Euclid. Sương mù. Cánh cửa garage xập xuống non nửa. Tiếng mưa, lúc nhặt, lúc khoan reo, vang từ mười ngón tay Việt Dzũng. Và, lung linh tiếng thơ Nguyễn Khuyến, Tản Đà, Thế Lữ, Hồ Dzếnh, Quang Dũng... qua giọng đọc êm đềm, thông minh, thủ thỉ, của Bác- Yến- tôi, mà thôi.

Trang mạng Wikipedia- Mở ghi nhận tiểu của tiểu sử của nhà báo Đỗ Ngọc Yến, nguyên văn như sau:

"Đỗ Ngọc Yến (25 tháng 5 1941 — 17 tháng 8 2006) là người sáng lập ra và cũng là chủ nhiệm đầu tiên của Nhật báo Người Việt, tờ báo tiếng Việt lâu đời nhất và cũng lớn nhất tại hải ngoại. Ông cũng là một trong những người sáng lập ra khu Little Saigon tại Quận Cam, California. Ông sinh ra ở miền Nam Việt Nam, tuy nhiên lúc trưởng thành thì sống phần lớn ở Nam California.

"Đỗ Ngọc Yến sinh ra ở Saigon (giờ mang tên thành phố Hồ Chí Minh). Ông là một trong 5 người con (3 trai, 2 gái). Cha ông là một thợ may mà đã ủng hộ Việt Minh trong cuộc chiến chống Pháp dành độc lập dân tộc. Mẹ ông là một người theo đạo Công giáo sùng đạo.

Ông bắt đầu viết báo khi còn đi học và là chủ bút tờ báo trường Trương Vĩnh Ký. Ông bị đuổi học do hoạt động chống chính quyền, nên phải tự học, cho nên mãi đến năm 22 tuổi ông mới lấy được bằng Tú Tài. Khi vào đại học Văn khoa ông trở thành một đại diện trong ban Chấp hành Sinh viên và đã tổ chức những cuộc xuống đường đòi lật đổ tướng Nguyễn Khánh năm 1964. Năm sau ông Yến bắt đầu làm việc với International Voluntary Service (IVS), một hội thiện nguyện Hoa Kỳ, vận động và tổ chức thanh niên sinh viên giúp IVS phân phối thực phẩm cho đồng bào bị nạn bão lụt ở miền Trung.

"Từ năm 1964 ông Đỗ Ngọc Yến đã viết bài cho các nhật báo Sống, Sóng Thần, Đại Dân Tộc, tạp chí Văn Nghệ, tuần báo Đời, và nhiều tờ báo khác. Bắt đầu từ thập niên 1970 ông cộng tác với nhiều phóng viên các báo ngoại quốc hoạt động tại Việt Nam. Về khuynh hướng chính trị ông Yến vừa chống thực dân vừa chống chủ nghĩa cộng sản, nhưng ông nghĩ rằng chỉ có Hoa Kỳ mới đủ sức mạnh chống cộng sản. Vào ngày 26. 04. 1975, ông và vợ cùng 3 con rời Việt Nam và sau đó được định cư ở Hoa Kỳ.

"Ông thành lập tờ báo Người Việt (vào cuối năm 1978 ban đầu là tuần báo, tới 1985 thì trở thành nhật báo) với mục đích loan báo những tin tức trung thực tại Việt Nam cũng như những gì đang xảy ra với người tị nạn ở hải ngoại. Ông cũng đứng vai trò trung gian chuyển đạt quan điểm người Việt tị nạn đến với người Mỹ qua báo chí Mỹ. Cơ sở báo Người Việt cũng là nơi quy tụ các văn sĩ, và nghệ sĩ.

"Sang đến thế kỷ 21 ông mắc bệnh tiểu đường và suy thận hằng tuần phải vào bệnh viện lọc máu. Ông mất ngày 17 tháng 8 2006 tại bệnh viện Fountain Valley, miền Nam California.

Nhiều người cho rằng, cùng với các ký giả như Nguyễn Hoàng Đoan, Du Miên, nhà báo Đỗ Ngọc Yến là một trong những đầu đầu tiên, xây dựng nền tảng sinh hoạt báo chí Việt tự nạn, tại Hoa Kỳ.

Nếu không có ông, nhiều phần, sẽ khó có thể có một nhật báo như nhật báo Người Việt hôm nay, ở xứ người.

(Garden Grove, Sept. 2013)

Đi tìm một chỉ danh
cho Lê Đình Điểu

Nếu có có một người, trong đời thường, không chọn cho mình đời sống của một người làm văn nghệ toàn phần, nhưng sau khi qua đời, lại được nhiều anh chị em trong giới văn nghệ nhắc nhở, viết bài ca ngợi, như một người làm văn nghệ tích cực, đúng nghĩa, thì, đó là trường hợp của Nhà báo Lê Đình Điểu, qua đời năm 1999.

Đúng vậy, sau gần hai năm thu thập, tuyển chọn và sắp xếp, cuối cùng, *"Tuyển Tập Lê Đình Điểu"* đã được ấn hành những ngày qua, tại miền Nam California. Với những bài viết của các tác giả như Lê Tất Điều, Đỗ Quý Toàn, Nhã Ca, Bùi Bích Hà, Trần Mộng Tú, Thụy Khuê, Phạm Phú Minh... Với những bài thơ soạn thành ca khúc bởi các nhạc sĩ như Vũ Thành An, Phạm Anh Dũng, Thụy Lữ,... và rất nhiều tác giả khác, mỗi người, trong cái nhìn riêng của mình, đã cho Lê Đình Điểu một danh xưng, một tên gọi...

Từ một Lê Đình Điểu, nhà thơ, với bút hiệu Y Dịch, thuở học trò, qua tới một Lê Đình Điểu, nhà giáo, công chức, nhà báo, dịch giả, nhà hoạt động văn hóa, xã hội, chuyên viên tổ chức, phát thanh... Danh xưng nào, cũng đúng, và đồng thời, cũng không đầy đủ với Lê Đình Điểu.

Vậy, nếu phải phác họa một bức chân dung họ Lê, thì, đâu là chân dung gần nhất, phản ánh được nhiều chiều kích nhất của con người đa diện và, đa dạng này?

Người ta có thể tìm thấy câu trả lời kia, qua một bài viết của nhà văn Bùi Bích Hà, trong một bài viết có tính cách tưởng niệm của bà.

Bằng vào tương quan cá nhân, ở bài viết của mình, tác giả Bùi Bích Hà đã tập chú hai khía cạnh trong một con người - con người Lê Đình Điểu - - Đó là hình ảnh "người anh" và "người thầy". Bùi Bích Hà viết:

"Trong nỗi bứt rứt khôn cùng, chúng tôi điện thoại hỏi thăm Phạm Phú Minh về tang lễ của anh Điểu trong buổi sáng hôm đó mà cả hai chúng tôi, vì một lý do bất khả kháng, đã không thể có mặt để tiễn đưa anh. Anh Minh cho biết, anh chưa từng thấy một đám tang nào đông người tham dự như vậy ở quận Cam. Điều này thật ra không có gì bất ngờ đối với một người như anh Lê Đình Điểu: khoan hòa, trung chính, tận tụy với công việc anh làm và tôn trọng mọi người.

"Chắc chắn có nhiều bài diễn văn diễm lệ đã được đọc để tuyên dương anh cùng với những đóa hoa được gửi đến anh lần cuối. Tuy nhiên, ngay khi tôi về lại quận Cam, một người bạn văn nói với tôi qua điện thoại rằng bạn ấy tin còn có rất nhiều bài điếu văn khác, ngắn gọn hơn, ít hào nhoáng hơn, không đọc lên trước đám đông nhưng sẽ còn được đọc mãi trong thinh lặng và suy nghiệm riêng của nhiều người quý anh, không để xưng tụng mà để tưởng nhớ, cả hành trang anh để lại cho bạn bè trước khi ra đi. Tôi hoàn toàn chia sẻ cảm nhận này.

"Chỉ ít lâu sau lúc nhận diện rõ bệnh trạng của mình, anh viết một lá thư gửi cho bằng hữu, lời lẽ dung dị, ý tứ linh hoạt. Anh có cái an nhiên tự tại của một người thâm cứu và thông hiểu lẽ huyền vi của trời đất và thân phận người, đi qua cuộc đời này bằng những bước chân nhẹ nhàng và một tâm thức tỉnh táo. Sống một ngày trọn một ngày, một năm trọn một năm, thời gian của anh luôn đầy ắp những dự tính phải thực hiện, những công trình phải hoàn tất, những khai phá phải bắt đầu, nhắm tới một tương lai tốt đẹp hơn không chỉ cho riêng anh, gia đình anh mà chính là cho xã hội trong đó anh tự giao cho mình trách nhiệm phải xây dựng, cho cả cái cuộc sống anh không ngừng yêu thương và tôn quý.

"Tôi học được từ anh nhiều bài học tốt lành, như thái độ trân trọng, sự tận tụy với bạn, tính lạc quan nhìn về tương lai, không quy trách người hay ngoại cảnh, ngay cả khi bị đối xử bất công. Anh là người dễ dàng vượt qua những kinh nghiệm xấu, không để mất thời giờ và năng lực với gai góc trên đường đi. Để đạt tới cái đích thực của mình, anh luôn luôn có thừa nghị lực, sự nhạy bén, khả năng sáng tạo để tìm ra những phương tiện mới, những vận hội và kết hợp mới.

"Tôi thường nghĩ anh Lê Đình Điểu là mẫu người mà bất cứ ai có cơ hội giao tiếp với anh đều ít nhiều nhận ra những dấu vết ảnh hưởng do anh để lại, như cái ánh mắt hồn hậu đi kèm với nụ cười đằm thắm, tiếng trả lời reo vui bên kia đầu giây điện thoại "Điểu đây", hơn nữa, cụ thể nhất, có thể nói tới sinh hoạt hàng ngày tại hội VAALA, đài phát thanh VNCR tràn ngập tinh thần và hơi thở Lê Đình Điểu ngay cả thời gian anh nằm bệnh viện hay đã ra đi. Với các anh Ngô Mạnh Thu, Phạm Phú Minh, với Đinh Quang Anh Thái, Mỹ Sương, Hồng Nga, Hoàng Trọng Thụy... mất anh

Điều không chỉ là mất một người bạn tốt, một người anh độ lượng, một người lãnh đạo có biệt tài, ý nghĩa to lớn nhất của cái mất này là nguồn hứng khởi (inspiration) vốn là động cơ thúc đẩy nhiều công trình tốt đẹp trên đời.

"Tôi đến viếng anh ở nhà quàn Peek Family, anh muốn tiện đường cho bạn bè. Mặc dầu anh dặn đừng ai mua hoa cho anh, để dành những khoản tiền ấy cho Vaala hoạt động nhưng căn phòng anh ghé lần cuối cùng tràn ngập những vòng hoa vinh danh và thương tiếc. Tôi biết chung cuộc của mọi người đều đến một nơi tương tự như thế này, nhưng anh bất ngờ về đây sớm quá, quả là một thiệt thòi cho văn học, truyền thông, báo chí, tuổi trẻ và công cuộc đấu tranh cho Tự Do và Nhân Quyền của khối người Việt hải ngoại." (...)

"Riêng tôi, những kỷ niệm làm việc chung với anh, kỷ niệm của chuyến thăm Van Couver ngắn ngày do Trần Mộng Tú mời năm 1996, của một buổi sáng năm ngoái cùng bạn bè đến thăm khi mới biết tin anh đau, tất cả thoáng hiện trong trí nhớ tôi như những thước phim còn ướt. Chúng khiến tôi cảm nhận rõ nỗi mong manh của kiếp người, nỗi ngậm ngùi về 'những cuộc chiến chưa tàn' trên sân khấu lợi danh của thế gian. Sách vở nói nhiều về sự chết sống, để làm được cả hai điều hoặc to lớn, hoặc đê tiện, con người nghĩ sẽ sống nhiều hơn trăm năm."

Trước khi chấm dứt bài viết, như một chân dung Lê Đình Điểu với những chi tiết nổi bật nhất, đậm nét nhất, Nhà văn Bùi Bích Hà, mượn một câu nói của một Thượng Tọa, nói với những đứa con của người quá cố, trong một tang lễ mà bà tham dự, rằng:

"Giữa muôn vàn hoài niệm về người đã khuất, tôi chợt nhớ lại lời của Thày Thích Minh Mẫn nói trong một lễ tang mà tôi được dự 'Đừng nhìn thân phụ các con trong cái chân tướng già nua này nữa. Ông ấy như một bông hoa đã nở về kiếp khác.'

"Vâng, cách gì thì, với một đời sống, như Y Dịch- Lê Đình Điểu đã sống, sự ra đi của ông, cũng đã như một bông hoa nở về kiếp khác".

Dưới đây, chúng tôi trân trọng kính mời bạn đọc thưởng lãm một số bài thơ của họ Lê, viết từ thời ông còn đi học.* Những bài thơ ký tên Y Dịch, từng được nhiều người trẻ, thuở đó, yêu thích:

Đốt thư

Nếu bảo mây xưa về lối cũ
thì thôi không nói chuyện nhân gian
Nhưng không mây trắng không còn trắng
thì nói làm chi chuyện lỡ làng

Người ta đi mãi vào quên lãng
Tôi vẫn mình tôi với ngỡ ngàng
Tâm tư gửi cả trong lòng gió
Cho nhớ cho thương cả bẽ bàng.

Chao ôi càng nói càng thêm khổ
Ai đóng yêu đương mở oán sầu
Những cánh thư xưa màu chửa úa
Mà tình thì đã hết trao nhau

Ô hay, nhân thế là như thế
nói mãi làm chi chuyện đã rồi
bao nhiêu là mộng là mơ nhỉ
Tất cả nằm trong tiếng sụt sùi

Sáng nay có ít nhiều mây trắng

---

* Trích "Tuyển Tập Lê Đình Điểu", Người Việt, California, XB 2001.

Về liệm sầu u trong tóc tôi
Đốt hết tình thư mùa cũ vậy
Cho tàn hai chữ đớn đau thôi!
1957.

Mùa xuân trong cửa

Ôm mộng giang hồ như Nguyễn Tuân
Nằm trong êm ấm ước phong trần
Mùa xuân pháo đỏ mưa bay hết
Lại vẫn còn đây ư cố nhân?

Mười lăm, mười sáu đã thèm đi
Pháo đỏ mưa rây nghĩa lý gì
Phố phường trắng bụi mưa phùn ướt
Trắng mấy đêm rồi trắng tái tê

Đến năm mười bảy thì đi đấy
Nhưng có giang hồ đâu bốn phương
Lênh đênh mà chẳng lênh đênh biển
Say sóng hay là mơ cố hương

Năm nay vừa chẵn hai mươi tuổi
Là chẵn hai mươi cái tết đời
Nhưng lòng tết chẳng bao giờ đến
Bể mộng giang hồ vẫn chưa vơi

Đóng cửa nhìn ai đi bốn phương
Mưa giăng trắng xóa mấy con đường
Cố nhân lại giữ không đi nữa
Ôm mộng giang hồ trong vấn vương
1958

Hoài cổ

Sông Hoàng cát lạnh trăng soi
Con thuyền chở gió phương Đoài qua đây
Sênh ca nổi sóng sông đầy
Nửa thuyền thi tứ, một tay ca cầm
Thời gian diệu vợi tri âm
Thế nhân đã mệt, tháng năm u sầu
(Bãi hoang heo hút từ lâu
Dậy hồn tiên chủ, sắc mầu nhạt phai)
Nhớ xưa nào gót vân hài
Mông lung bào ảnh, miệt mài âm ba
Sông Hoàng cát có vàng pha
Dửng dưng gõ mái mà ca sầu tình
Xổ buông tóc liễu như mành
Lạnh lùng đầu đội một vành trăng lu
Nửa khuya sông bạc sa mù
Con thuyền mất hút nghìn thu khôn tìm
Sông Hoàng cát lạnh trăng im
Hồn sơ cổ khiến bốc niềm tiếc thương
1960.

Lê Thiệp, nhà văn, tác giả cụm từ "Đại lộ kinh hoàng"

Lê Thiệp là thế hệ phóng viên báo chí đầu tiên của miền Nam, được đào luyện một cách chính quy, tính tới tháng 4 năm 1975.

Cùng với những tên tuổi như Ngô Đình Vận, Dương Phục, Lê Phú Nhuận, Vũ Ánh... ông tốt nghiệp khóa 1 báo chí do cơ quan Việt Tấn Xã, Saigon, tổ chức.

Tôi không biết có phải vì đôi lần tình cờ gặp ông trong một vài cuộc họp báo họa hiếm tôi phải tham dự, hình ảnh một Lê Thiệp với bộ dạng bên ngoài khá khác lạ, cho tôi cảm nhận đó là người có nhiều cá tính mạnh mẽ mà nổi bật nhất, rõ nét hơn cả trong tôi là, tính bất cần đời của người phóng viên trẻ tuổi này.

Tôi cũng không biết có phải vì những ký sự hay phóng sự của ông, thường cho tôi nhiều điều khác hơn căn bản của một bài ký sự, phóng sự là nhân vật, sự kiện và con số...

Tôi luôn bắt gặp nơi những bài viết của ông một điều gì, rất gần với căn bản một sáng tác văn chương như, chữ nghĩa, hình ảnh, tư tưởng...

Với thời gian, khi ông cầm bút lại, nhiều năm sau biến cố tháng 4, 1975, qua tập bút ký nhan đề *"Chân Ướt Chân Ráo"* (CƯCR) do Tủ sách Tiếng Quê Hương của Uyên Thao, ở Virginia, xuất bản năm 2003, tôi mới có dịp nhìn rõ hơn, thấy rõ hơn tính chất nhà văn, nơi con người nhà báo này.

Ở đây, tôi không muốn nói tới vốn sống ngồn ngộn rói tươi của ông. Tôi cũng không muốn nhắc tới cái kiến thức sâu rộng của ông về nhiều phương diện, từ văn học tới chính trị, lịch sử, xã hội... Tôi chỉ muốn nói tới khía cạnh văn chương như những nhát dao dứt khoát, xấn sổ trên một khối gỗ xù xì để hình thành chân dung một nhân vật, một sự kiện.

Điển hình như khi viết về cha xứ Nguyễn Thành Long ở vùng Hoa Thịnh Đốn, mở đầu bài *"Giấc Mơ Việt Nam"*, ông viết:

"Ông cha xứ viền điếu thuốc đặt vào nõ chiếc điếu cổ, ngón tay cái hơi miết nhấn những sợi thuốc nâu sậm xuống và châm lửa. Ông rít một hơi ròn tan, dụi bỏ que diêm, rồi thở ra rất chậm rãi. Khói thuốc lào đậm xanh, như quánh lại không tan nổi trong cái không khí oi bức của một buổi chiều mùa hạ.

"Ông ngồi đó dưới gốc cây mơ màng nhìn xuyên qua làn khói. Những thanh sắt làm khung trơ trọi, những mảnh tường chưa dụng kín, những chiếc mái cong vút vẫn còn phải có cái chống, cái kê nhưng ông biết chắc giấc mơ mà ông gọi là Giấc Mơ Việt Nam của ông nay đã thành" (CƯCR, trang 214).

Khi viết về họa sĩ Ngọc Dũng, một người ông quý trọng, cũng là người anh kết nghĩa của mình, ông viết:

"Gần anh, nhìn tranh anh, dần dần tôi hiểu cái mềm mại của tranh anh, cái quyến rũ của tranh anh bắt đầu từ cái đẹp không lý luận, cái giản dị của chính sự việc, đề tài. Nó gần gũi với tôi, với những gì quanh tôi, nó nhập vào tôi lúc nào không biết. Bức tranh vẽ cô gái gầy guộc ngồi trên ghế nhìn vào khoảng không bỗng lúc nào trở thành một cái gì không thể thiếu trong sinh hoạt hàng ngày. Một lần tôi dẹp tranh để treo một bức trừu tượng vào thay. Có cái gì bứt rứt khó chịu vào những lần đi qua mảnh tường. Tôi bèn úp bức trừu tượng lại, treo cô gái lên. Cô bé bỗng như cười và tôi có cảm giác mình có thêm một đứa con trong nhà, lúc nào cũng ngồi đó im lặng, nhưng sự hiện diện thì tràn đầy trong tôi." (Ngọc Dũng, Giọt Nước Hân Hoan, CưCR, trang 211).

Hoặc khi viết về một loại trái cây rất tầm thường đến độ ít ai để ý là trái ổi, trong bài "*Những Quả Ổi Cuối Mùa*", ông viết:

"Tôi cắn vào trái ổi, cắn một cách từ tốn chậm rãi, gặm phần vỏ nhai thật kỹ. Nó hơi đắng chát, cái đắng chát dịu dàng. Tôi ăn đến phần cùi. Giòn, sần sật, nước ngọt ứa ra thấm vào tận chân răng. Tôi nhai phần ruột có hột. Hột ổi to nhưng không cứng lắm, nhai vỡ ra kẹt vào kẽ răng. Tôi vừa đi vừa hít hà để những hột ổi bong ra" (CưCR, trang 121- 122).

Tôi không nghĩ người đọc chờ đợi hay, đòi hỏi nơi người viết ký sự, phóng sự những đoạn văn như tôi vừa trích dẫn.

Với tôi, đó là những đoản văn đượm, tươm chất tùy bút.

Tôi thấy như mình ngửi được mùi thơm của trái ổi, cảm được vị chát của vỏ ổi hoặc, độ ngập của những chiếc răng găm vào phần ruột ổi.

Tôi thấy như mình đang đứng trước bức tranh cô gái gầy guộc, ngồi trên ghế, hướng về khoảng không phía trước, với tất cả cảm nhận lẻ loi của cô, trong đăm đăm dõi theo một mơ mộng bồng bềnh, chưa hẳn rõ chân dung một tình yêu hay, khát khao một bờ vai, một cánh tay ai đó, nơi tranh Ngọc Dũng, qua mô tả của Lê Thiệp.

Tôi cũng thấy như mình ngửi được mùi thuốc lào, nghe được tiếng réo sôi hân hoan của niềm vui, hòa lẫn nỗi buồn của những sợi thuốc cháy nhanh, nơi chiếc điếu cầy lên nước thời gian, nhiều dặm xa xôi quê nhà, của cha Nguyễn Thành Long...

Rải rác đâu đó, trong bút ký của Lê Thiệp, nhiều giải lụa tùy bút, như thế. Nhất là những bút ký nhân vật của ông.

Với giọng văn kể chuyện từ tốn, chậm chạp, đôi lúc gây gỗ, gấp gáp một cách bất ngờ. Trước đây, tôi những tưởng Lê Thiệp với nguyên gốc phóng viên, ông sẽ thích hợp với những bút ký về con người, xã hội hay thời cuộc.

Nhưng càng đọc ông, tôi mới thấy, cõi giới văn xuôi Lê Thiệp còn vươn xa hơn mấy phạm trù vừa kể.

Ông viết về tuổi thơ, kỷ niệm và, ngay cả lãnh vực thi ca cũng dễ dàng, thấu đáo với nhiều "nhân vật, dữ kiện, con số" như khi ông viết tin hay, phóng sự vậy.

Vẫn trong tác phẩm nêu trên, tôi rất thích bút ký nhan đề "Sư Triệt Học lận đận nơi nao?"

Không cần phải đọc hết bút ký này, độc giả cũng đã nhận ra hai chữ "lận đận" mà tác giả dùng trong nhan đề của mình, vốn trích từ câu thơ "cùng một lứa bên trời lận đận" của Phan Huy Vịnh, dịch từ nguyên tác Bạch Cư Dị.

Bỏ qua một bên sự gặp lại người bạn học cũ, trong nhân thân mới, nhân thân của một nhà sư - Nhà sư Triệt Học (thế danh Trần

Đức Giang,) với tất cả tâm trọng, kỳ thú, như một đoản văn tả các trích tiên gặp nhau; khi nói về bài thơ *"Tỳ Bà Hành"*, ông viết:

"Phải chờ cho đến khi Phan Huy Vịnh dịch thì mới có thơ:

Bến tầm Dương canh khuya đưa khách
Quạnh hơi thu lau lách đìu hiu
Chủ xuống ngựa, khách dừng chèo
Chén quỳnh mong cạn, nhớ chiều trúc ti.

"Bạch Cư Dị sáng tác khỏe với 3487 bài thơ. Ông tự sắp thơ của mình thành 4 loại chính: Phúng Dụ, Nhàn Thích, Cảm Thương và Tạp Luận.

"Gần bốn ngàn bài trong đó ông tự hào nhất là loại Phúng Dụ, nhưng hình như mọi người Việt chỉ nhớ Tỳ Bà Hành. Chính nhờ Phan Huy Vịnh.

"Bài thơ thất ngôn cổ phong 88 câu này được làm khi Bạch Cư Dị bị biếm trích khỏi Tràng An đến nhậm chức Tư Mã ở quận lỵ hẻo lánh Giang Châu. Trong buổi tiễn thiền sư Mãn Thượng Nhân ở bến sông Bồn, hai người đã gặp một kỹ nữ về già. Tỳ Bà Hành thuật lại cuộc gặp gỡ này và bài thơ trở thành bất hủ..."

Nhưng Lê Thiệp không quy kết, không trói buộc bài viết của ông trong những "nhân vật, dữ kiện, con số" mà, ông đẩy ngòi bút, cảm hứng của mình tới những đỉnh cao, những vực sâu khác.

Những đỉnh cao, những vực sâu làm thành bởi những trận "địa chấn" mà bài thơ của Bạch Cư Dị, đúng hơn, bản dịch của Phan Huy Vịnh (như một bài thơ khác, nếu tôi được phép nói như vậy) làm thành.

Tôi muốn nói, sự bước khỏi khuôn- thành- ký- sự, để đi vào lãnh giới "tư tưởng", một trong ba thành tố căn bản của văn chương.

Lê Thiệp viết:

"...Nhưng sức truyền bá của bài Tỳ Bà Hành thì thấm từ nhiều thế hệ nho gia đến tận Xuân Diệu, Vũ Hoàng Chương...

"Sau Chu Mạnh Trinh đọc Kiều mà giọt lệ Tầm Dương chan chứa đến Vũ Hoàng Chương:

Tình nhân thế chưa cay người lịch duyệt
Niềm giang hồ tan tác lệ Giang Châu
"Và Xuân Diệu thì:
Lời kỹ nữ đã vỡ vì nước mắt

....

Xao xác tiếng gà. Trăng ngà lạnh buốt
Mắt run mờ kỹ nữ thấy sông trôi.
Hoặc chỗ khác:
Long lanh tiếng sỏi vang vang hận
Trăng nhớ Tầm Dương, nhạc nhớ người.(...)

"Tôi ngồi đọc lại một lần nữa. Tờ photocopy lâu ngày đổi màu, nay cũng đã cứng hơn, nham nháp nơi tay.

"Hà tất tằng tương thức? Lọ sẵn quen nhau?

"Bạch Cư Dị và người kỹ nữ đâu có quen biết nhau trước. Họ vẫn là tri âm và chính vì mối tri âm mà có Tỳ Bà Hành:

Đồng thị thiên nhai luân lạc nhân
Tương phùng hà tất tằng tương thức

......

Cùng một lứa bên trời lận đận
Gặp gỡ nhau lọ sẵn quen nhau
"Thì ra thế. Cùng một lứa.

"Quan Tư Mã, đại thi hào, kỹ nữ, vợ anh lái trà, có gì khác đâu? Cái giai cấp, cái phân biệt đã xóa nhòa để có Tỳ Bà Hành.

"Phải chăng chỉ chính vì cùng một lứa bên trời lận đận, sư Triệt Học đã đưa tôi bài thơ này trong chiếc ga xép khi chia tay ở Fukuoka?"

Tuy nhiên, người đọc cũng bắt gặp rất nhiều những từ ngữ, những chữ nghĩa bổ bã, rất ấn tượng làm bật lên cảnh tượng sinh hoạt của một giai đoạn xã hội nào đấy. Chính những ngữ cảnh đầy tính chất phóng sự, ký sự này, phần nào cũng đã làm thành nét riêng trong văn xuôi Lê Thiệp.

Nhưng khả năng hiển lộng văn chương của cố nhà báo họ Lê này, không đừng ở đó. Ông còn đi xa hơn một bước nữa khi viết về nhân vật *"Đỗ Lệnh Dũng"*, một bằng hữu của ông.

Qua tác phẩm *"Đỗ Lệnh Dũng"*, tôi thấy rõ hơn một ghi nhận từng ở trong tiêu rất dài lâu. Đó là: - Một nhà văn chuyển qua viết ký sự, phóng sự, thường dễ dàng trở thành một phóng viên tầm cỡ.

Nhưng, ngược lại, nó sẽ khó khăn hơn cho một phóng viên chuyển qua viết văn, trở thành một nhà văn tên tuổi. Như ghi nhận riêng của tôi thì, chúng ta không có nhiều ký giả khi chuyển qua viết văn, đã trở thành những nhà văn nổi tiếng. Vẫn theo thì, nhà báo Lê Thiệp, nằm trong số không nhiều đó.. Tôi không biết có phải những đòi hỏi căn bản của một phóng viên là dựa trên những dữ kiện cụ thể, chính xác, nghĩa là họ phải loại bỏ hẳn trong phóng sự, ký sự của họ những gì thuộc về lãnh vực tưởng tượng mà, gần đây, nhiều người người quen dùng hai chữ "hư cấu" để minh thị sự khác biệt quyết liệt giữa tưởng tượng và hiện thực, tựa như giữa trắng và đen, giữa sáng và tối vậy.

Một giải thích khác, theo tôi, cũng nên ghi nhận. Đó là, bẩm sinh tâm hồn, các giác quan của một nhà văn có thể có nhiều khác biệt với thói quen hay, tập quán của một nhà báo?

Nhưng dù với lý giải nào, tôi vẫn thấy: Nếu lãnh vực báo chí, truyền thông, có định luật căn bản, như định luật 5 chữ "W" và, 1 chữ "H"[1] - Thì, ở lãnh vực văn chương nhà văn cũng bị chi phối bởi một số định luật tối thiểu.

Nếu không, nhà văn chỉ là Người Kể Chuyện / Story Teller. Là người có đôi chút hiểu biết ở lãnh vực căn chương, tôi cho rằng, ba đòi hỏi căn bản cho một nhà văn (dùng chung cho cả nhà thơ,) là khả năng So Sánh / Comparison, Liên Tưởng / Connection in Thought và, Nhân Cách Hóa / Personalization. Chưa kể tới những đòi hỏi khác, nhưng đó là ba đòi hỏi căn bản; hay là những chìa khóa căn bản của nghệ thuật mô tả, diễn đạt tư tưởng.

Từ đó hay vì thế mà người đọc có được nhà văn này khác nhà văn kia. Thi sĩ này không giống thi sĩ nọ. Đồng thời, cũng từ đó, người đọc có thể lượng tài năng một nhà văn.

Tôi nghĩ, dường như nhà báo Lê Thiệp, không chủ tâm làm văn chương. Chí ít cũng qua những tác phẩm ông đã xuất bản, như *"Chân ướt chân ráo"* (2003), *"Đỗ Lệnh Dũng"* (2008)...

Nhưng vô tình hay thói quen, ông đã cho thấy khả năng áp dụng ba đòi hỏi vừa kể, một cách khá nhuần, nhuyễn.

Căn cứ vào tác phẩm mới nhất của Lê Thiệp, cuốn *"Đỗ Lệnh Dũng"* (ĐLD) kể chuyện về hành trình đầy kịch tính trong 20 năm chiến tranh miền Nam, của bạn ông, Lê Thiệp đã cho tôi nhiều đoạn văn bất ngờ.

Thí dụ:

"Phía dưới tôi, trên đất nước này, bom rơi đạn nổ khắp nơi. Từ trên cao nhìn xuống, những hố bom to như những chiếc ao nhỏ,

---

1 Đó là mấy chữ "who, when, where, why, what" và "how."

hoặc trũng xuống sâu hoắm, hoặc đọng nước tù lên rêu xanh ngắt.
Thật chẳng khác gì một khuôn mặt rỗ hoa" (ĐLD. trang 160).

Đi sâu hơn vào lãnh vực hình thức hay kỹ thuật, tôi còn có được cái thích thú khi thấy Lê Thiệp dùng rất nhiều ngôn ngữ đường phố trong tác phẩm của mình. Tôi không biết có phải do đấy mà các bút ký, truyện ký của Lê Thiệp thường mở ra những từ trường thu hút lớn?

Tôi cũng không biết, có phải nhờ thế mà tác phẩm của ông đã thẩm nhập được vào đời thường? Câu chuyện, tự thân có chung nhịp thở với đám đông? Nên, khoảng cách giữa tác giả và người đọc đã được thâu ngắn lại?

Hiển nhiên, đứng trước một tác phẩm văn chương, rất nhiều câu hỏi được cất lên?

Nhưng câu trả lời, theo tôi, không thuộc về nhà phê bình. Nó cũng không thuộc về tác giả.

(Một tác phẩm, khi hoàn tất, đã phổ biến, nó độc lập với tác giả. Nó sống / chết theo định mệnh đời riêng của chính nó). Nói cách khác, nó thuộc về đám đông và, thời gian.

Cũng thế, tôi chọn lựa để trích dẫn vài đoạn văn sau đây, của tác giả, chỉ như một vài ghi nhận phản ảnh những suy tưởng của Lê Thiệp về cuộc chiến. Chúng không mang tính khẳng định nào thay cho tác giả và độc giả:

"Ít ra chiến tranh không phải là chuyện cà rỡn mà là chính mạng sống của con người" (ĐLD).

Hoặc:

"Trung úy Dũng trận mạc đầy người, huy chương Việt Mỹ cả vốc, dân chơi thứ thiệt nay đang đứng trong xó tối và đang bị một phụ nữ, có lẽ là vợ của một người lính tử trận, nhìn bằng con mắt ái ngại" (ĐLD. Tr. 162 - 163).

135

Nếu là một người khác, tôi nghĩ, họ sẽ không dùng cụm từ *"chuyện cà rỡn"* khi nói về chiến tranh... Hoặc *"trận mạc đầy người"*, *"huy chương cả vốc"*, *"dân chơi thứ thiệt"* khi mô tả nhân vật của mình.

(Ghi nhận này, tôi cũng đã viết xuống ở phần cuối bài viết kỳ trước, rằng đó chính là những từ ngữ trực tiếp, bỗ bã như một "đặc sản" ngôn ngữ của một giai đoạn, một hoàn cảnh xã hội, có vị trí "đắc địa" trong thể văn ký sự, phóng sự với ít nhiều trào phúng, hay tự trào).

Cuốn truyện ký mới nhất của Lê Thiệp, còn cho tôi thấy cái bút pháp khá đặc biệt của ông, khi những chương truyện của ông đi theo một dòng chảy khá nhất quán; nhưng chúng vẫn tựa những những hòn đảo trong một quần đảo. Chúng có thịt xương, hơi thở riêng... Mà, vẫn tương tác nhau, vì cùng chung một bầu trời, một khí hậu và, một thủy lưu bất khả chia, cắt.

Đọc những bút ký của Lê Thiệp, dù ngắn hay dài, tôi luôn thấy khả năng nhập vai, đồng hóa mình với nhân vật, sự kiện, nơi chốn hiện hữu trong tác phẩm của ông.

Tôi không biết có phải vì tự căn bản, ông vốn yêu nhân vật, những gì ông chọn để mô tả; hay nhân vật, sự kiện, nơi chốn... chỉ là cái cớ, để ông nói được điều muốn nói?

Khi cố tình viết nghiêng hai chữ "cái cớ", tôi muốn nhấn mạnh rằng, điều này, cũng là một trong những chỉ dấu sự khác biệt giữa nhà văn và ký giả.

Nói rõ hơn, đối với một ký giả thì, nhân vật, sự kiện... chỉ là những nhân vật, sự kiện làm thành tâm bão của một bản tin hay một ký sự.

Nhưng với nhà văn, cũng là nhân vật, cũng với sự kiện... ,khi được chọn để đem vào văn chương, chúng chỉ là cái cớ, để nhà văn nói một điều gì khác, ẩn tàng sau lưng nhân vật, bên kia sự kiện...

Trở lại với tác phẩm *"Đỗ Lệnh Dũng"*, tôi nghĩ, nhân vật Đỗ Lệnh Dũng chỉ là cái cớ để tác giả, Lê Thiệp phản ảnh những dằn vặt, những khắc khoải dày xéo tâm thức ông xuyên suốt cuộc chiến và, cảnh tình Việt Nam hai mươi năm tao loạn. Đọc hết cuốn truyện, tôi không thấy Lê Thiệp bắt nhân vật Đỗ Lệnh Dũng (đại diện cho người lính miền Nam Việt Nam) của ông phải đóng vai người hùng Robot, hay một thứ siêu nhân / Superman!

Ngược lại, ông cũng không thú vật hóa người lính miền bắc bằng những hình ảnh như xẻo tai, moi gan, nuốt mật kẻ thù... như một vài tác giả miền Bắc đã mô tả người lính miền Nam trong truyện của họ!

Cả hai cực này, tôi nghĩ, đều nằm ngoài tư duy của một Lê Thiệp, nhà văn.

Tuy nhiên, tôi cho cách gì khi viết văn, Lê Thiệp viết từ ký ức tập thể, hay, ký ức đám đông, theo cách nói Carl Jung.[2] Bởi một điều dễ hiểu, ông là một phần tử ở trong và thuộc về đám đông đó.

Tôi muốn nói, đám đông thanh niên miền Nam.

Đám đông ấy ra sao, thế nào trong ghi nhận của Lê Thiệp? Đám đông thanh niên miền Nam có chung một mẫu số là: Không ai trong họ, ở miền Nam Việt Nam, bị nhồi sọ, bị tuyên truyền từ tấm bé rằng, phải căm thù, phải tận diệt những người cộng sản miền Bắc.

---

2 Carl Jung (1875-1961,) nhà phân tâm học người Thụy Sĩ.

Hầu hết thanh niên ở thế hệ Lê Thiệp, đã nhập ngũ một cách tự nhiên, giống như một bổn phận khi đất nước cần đến. Tôi cho trung Úy Đỗ Lệnh Dũng (hóa thân của nhà văn Lê Thiệp) đã rất lương thiện khi ghi lại như sau:

"Tôi là sĩ quan – trung úy Dũng – nhưng suốt bao nhiêu năm trong quân ngũ, chưa bao giờ tôi để tâm tới khía cạnh vẫn thường được nói tới như lý tưởng bảo vệ tự do, như chiến tranh ý thức hệ, như tiền đồn của thế giới...

"Tôi bị động viên thì đi. Được huấn luyện thành sĩ quan. Giáo dục của gia đình và học đường khiến tôi thấy những bổn phận đó là đương nhiên. Chưa bao giờ tôi đặt câu hỏi với tôi về ý nghĩa cuộc chiến cả." (ĐLD. Trang 53).

Lại nữa, vẫn qua nhân vật Đỗ Lệnh Dũng (hay hóa thân của nhà văn Lê Thiệp) còn phản ảnh bản chất nhân từ của người Việt nam.

Tính nhân bản, tình đồng đội của nhân vật Đỗ Lệnh Dũng hay, của hầu hết người lính miền nam Việt Nam đã được Lê Thiệp ghi nhận một cách cụ thể, tới ngậm ngùi, như sau:

"Có lần chúng tôi bắt được hai tù binh từ Bắc xâm nhập. Họ trẻ quá, hiền lành quá như những cậu học trò trung học. Tôi có thể làm tình làm tội họ, hoặc nữa là bắn họ. Tôi đã rùng mình trong suy nghĩ rằng mình có quyền định đoạt cái chết của người khác" (ĐLD. Trang 144).

Ở một đoạn khác, khi tả lại cuộc băng rừng, vượt suối của mẹ con thuộc một sắc tộc thiểu số, từ ấp Chợ Mới tới chi khu Đồng Xoài thuộc tiểu khu Phước Long, chỉ để trả lại cho trung úy Dũng một gùi bắp, vốn là kết quả lao động, trồng tỉa của chính ông; nhà văn Lê Thiệp viết:

"Tôi tiễn mẹ con Gái về lại núi rừng của họ, lòng chùng xuống, nghĩ giá mọi người cùng đối xử với nhau như hai mẹ con Gái, chắc tôi không phải cầm súng đánh nhau với ai cả." (ĐLD. Tr. 176).

Vẫn được hướng dẫn bởi căn bản tình người, ngòi bút của nhà văn Lê Thiệp, qua chuyện kể của người tù cải tạo Đỗ Lệnh Dũng về phản ứng rất người của một người lính miền Bắc, ông viết:

"Không ngờ một sĩ quan trẻ tốt nghiệp Võ Bị Đà Lạt lại thuộc và hát vọng cổ hay như vậy. Những người lính ngồi chồm hổm phía ngoài đôi khi nổi hứng quăng thuốc lá cho tụi tôi, và có lần một người xông vào giữa đám tù vừa đi vừa chìa bao thuốc lá quấn queo mời. Anh ta nghênh ngang vừa đi vừa nói: "- Sợ đéo gì. Kỷ luật thì kỷ luật, ông đéo sợ..." (ĐLD. Tr. 228).

Hoặc nữa:

"Tôi nhớ mãi khi vừa lên xe sắp sửa chạy thì có một người tất tưởi chạy tới, vừa đi vừa nói oang oang:
"- Có anh nào ở tiểu đoàn 9 Dù không?
"Khi biết không có 9 Dù, anh ta toe toét:
"- Mấy bố khiếp lắm, đánh giỏi lắm. Hễ gặp ai ở tiểu đoàn 9 Dù cho thằng này gửi lời thăm. Mấy bố bắn khiếp.
"Một người lính áp tải đến can thiệp thì anh ta văng tục liền:
"- Địt mẹ, làm đéo gì thế. Ông mày đi B đánh nhau với Dù thừa sống thiếu chết, chưa sợ thằng nào đâu" (ĐLD. Tr. 248- 249).

Viết tới đây, tôi tự hỏi, không biết khởi tự những cảm thức nào khiến cho Lê Thiệp chọn lựa, ghi lại phản ứng của một số người lính miền Bắc mà nhân vật Đỗ Lệnh Dũng của ông đã gặp gỡ trong hành trình tù đầy, đọa lạc lạc của mình?

Những ghi nhận tôi ít thấy nơi những tác giả khác, khi viết về những năm tháng chôn vùi tuổi thanh xuân của mình trong những nhà tù của người cộng sản.

Tôi không có dịp hỏi ông và, nếu có dịp, nhiều phần tôi cũng sẽ không hỏi. Vì, điều đáng kể dối với tôi là tính chất điềm tĩnh trong cõi giới văn chương Lê Thiệp.

Thiếu điềm tĩnh, tôi nghĩ, nhà văn sẽ bị những xung động tình cảm cuốn, xô ngòi bút mình lậm sâu phần đất chủ quan, bất cập... Trường hợp đó, nhà văn sẽ không ghi nhận được những chi tiết nhỏ, nhưng cần thiết, để tác phẩm có chiều sâu với những nhận xét tinh tế, khiến người đọc được cơ hội buồn / vui phẫn uất hay hạnh phúc...

Nói cách khác, với tôi, Lê Thiệp, qua tác phẩm "Đỗ Lệnh Dũng" đã làm chủ được ngòi bút của mình.

Tôi muốn ra khỏi bài viết này, bằng một bản tin ngắn, do nhà báo Vũ Quý Hạo Nhiên viết và, gửi cho đài phát thanh BBC ngày 3 tháng 8 năm 2013, nguyên văn như sau:

"Nhà văn Lê Thiệp (1944- 2013) là phóng viên chiến trường trong chiến tranh VN

"Ông Lê Thiệp, một phóng viên chiến trường kỳ cựu, một nhà văn, và cũng là một doanh gia phở thành công ở Mỹ, qua đời hôm 5 tháng 7 tại Virginia, Hoa Kỳ.

"Sinh tại Sơn Tây năm 1944, ông di cư vào Nam vào sau đó trở thành một ký giả nổi tiếng, với những bài phóng sự bao gồm nhiều đề tài từ chính trị, chiến tranh, đến xã hội.

"Trong Mùa Hè Đỏ Lửa 1972, ông có mặt tại Quảng Trị tường trình chiến cuộc từ mặt trận.

"Tại đây, chính ông là người đặt ra chữ *đại lộ kinh hoàng* mà hiện nay được dùng để miêu tả đoạn đường chạy loạn bị bộ đội cộng sản pháo kích trực tiếp khiến hàng chục ngàn thường dân bị thiệt mạng trên quốc lộ 1.

"Vượt biên qua tới Mỹ năm 1979, ông có thời gian hợp tác với mặt trận Hoàng Cơ Minh và làm báo Kháng Chiến.

"Sau khi mặt trận phân hóa, tranh chấp, tờ báo đóng cửa, ông dọn đi bang Virginia và mở một tiệm phở.

"Nhà báo Nguyễn Văn Khanh, một người bạn của ông Lê Thiệp, hiện là giám đốc đài phát thanh RFA, có gặp ông Lê Thiệp lúc đó, và hỏi ông có ý định viết lại cuộc phân hóa trong nội bộ Mặt trận hay không.

" 'Ông rướm nước mắt. Đó là lần đầu tiên tôi thấy ông Thiệp khóc', ông Khanh kể.

"Nhiều người cũng muốn tôi viết lại lắm, để xem tôi nghiêng về phía nào," ông Lê Thiệp nói.

" 'Nhiều người cũng muốn tôi viết lại lắm, để xem tôi nghiêng về phía nào. Tôi nghiêng về phía Việt Nam'.

"Tiệm Phở 75 của ông Lê Thiệp nằm trên một khu thương mại nhỏ ở Washington, DC, lúc đầu chật vật, nhưng dần dần khá lên và thành công lớn.

"Nhiều người biết đến ông chủ là người cầm xâu chìa khóa xoay vòng vòng và hay hỏi thăm khách "ăn ngon không."

"Phở 75 nay phát triển lên tới nhiều địa điểm khác ở vùng Virginia và các tiểu bang gần đó.

Là nhà văn, ông có tập ký sự và tạp ghi "Chân ướt chân ráo" nổi tiếng và được độc giả hưởng ứng nồng nhiệt, một quyển truyện dài "Đỗ Lệnh Dũng" viết theo chuyện đời một sĩ quan Việt Nam Cộng Hòa bị bắt làm tù binh và bị đưa ra Bắc lúc chiến tranh gần kết thúc, và tuyển tập tạp ghi "Lững thững giữa đời."

"Ông là nhà báo có nhiều bạn bè do tính tình cởi mở, và cũng nổi tiếng là ngang.

"'Tôi xem ông Lê Thiệp là người anh', ông Nguyễn Văn Khanh nói, 'và học được nhiều ở ông, nhất là về tình bằng hữu.

"'Ông không bỏ anh em, không bỏ bạn bè, cả những người đã phản bội ông'.

"Nhà báo Lê Thiệp qua đời vì bệnh ung thư, gia đình còn vợ ông, bà Đậu Phương Mai, và ba cô con gái".[3]

---

3 Nguồn Wikipedia – Mở.

Nhìn lại, Ngụy Vũ

Trong ghi nhận của tôi, ở bất cứ lãnh vực sinh hoạt nào của một tập thể, cũng có những cá nhân tận hiến khả năng, tấm lòng mình cho cộng đồng - Để rồi, cuối cùng, thời gian sẽ lặng lẽ trải tấm màn lãng quên lên những cống hiến tận tình ấy. Tôi không biết có phải đó là trò chơi ú tim / đuổi bắt của định mệnh? Hay đó cũng chỉ là một cây bài, trong bộ bài cay nghiệt đương nhiên của phần số?

Điển hình cho trường hợp cống hiến và lãng quên vừa kể, ở lãnh vực VHNT, là Ngụy Vũ.

Là thị dân của miền nam Cali trên dưới mười năm qua, tôi nghĩ, nhiều người còn nhớ hay, tối thiểu cũng đôi lần nghe tới hai chữ Ngụy Vũ. Một cái tên, tự thân đã mang lại cho chính nó, những dư luận thuận, nghịch gay gắt! Không ít người chỉ nghe danh (không biết gì về người nghệ sĩ này), đã vội có ngay cho mình một thiên kiến!

Tôi muốn nói, không hiếm khi dư luận bước ra đường phố với đôi mắt nhắm nghiền hoặc cận thị... Do đấy, tôi nghĩ, đã tới lúc chúng ta nên bình tâm, nhìn lại những đóng góp của Ngụy Vũ cho tập thể người Việt hải ngoại - Chí ít, cũng ở hai lãnh vực là phát thanh và sau đó, thuyền nhân ty nạn. Nhất là đã một năm trôi qua, kể từ khi người nghệ sĩ này, rời bỏ miền nam Cali, về vùng Đông Bắc Mỹ, giúp bằng hữu phát triển một đài phát thanh 24/24 bằng hệ thống HD Radio... Một kỹ nghệ HD Radio mới nhất tại Hoa Kỳ với vai trò "Generald Program Manager".

Một năm, đơn vị thời gian tuy ngắn ngủi, nhưng giữa thời đại quá tải biến động như hôm nay thì, thời gian kia cũng đủ dài, cho một nhìn lại tĩnh lặng, không nhập nhòe cảm tính...

Để mọi nhìn lại có được tính khách quan cần thiết, đối với một cá nhân như Ngụy Vũ, người có một thời gian dài hiện ra ở nhiều quảng trường sinh hoạt tập thể. Từ bàn phóng truyền thông, ông đã ném mình vào nhiều lãnh vực khác nhau, như chính trị, xã hội, văn nghệ, thể thao... Chính tự những hăng hái, xông xáo nọ mà, một vài cơ sở truyền thông, báo chí (khởi tự nhu cầu riêng) đã dành cho ông nhiều "danh hiệu", nhiều "tước phong" tựa những trang sức phù phiếm! Đáng tiếc! (Tôi nói đáng tiếc bởi đó cũng là một đầu mối đưa tới những nhăn mặt của dư luận).

Tuy nhiên, trong đám đông thầm lặng, có thể nhiều người đã quên rằng, những năm cuối thập niên 1980s, khi con số đài phát thanh ở miền nam Cali, đếm chưa hết mười ngón tay thì, tiếng nói Ngụy Vũ ở băng tần 106.3, mỗi khuya khoắt, đã là một tin cậy, an ủi lớn với nhiều thính giả. Nhất là với thính giả nữ giới.

Cũng thời gian này (1990), tự băng tần vừa kể, có thể nhiều người cũng đã quên, Ngụy Vũ là người duy nhất, cống hiến mọi tin tức, biến chuyển của biến cố chính trị lớn nhất thời đó. Biến cố mang tên Trần Trường.

Năm mươi ba ngày, đêm bám sát biến cố chính trị Trần Trường, trong vai trò một ký giả phát thanh yêu nghề, Ngụy Vũ, đã cung cấp cho tập thể người Việt, không chỉ ở Cali mà, khắp nơi trên thế giới, những gì mọi người cần biết...

Rất nhiều đài phát thanh quốc tế, đã phải dùng tới, dựa vào phần tin tức Ngụy Vũ có được, để hoàn tất những bản tin của họ.

Ở mặt khác, mặt lắng tâm, sống với tình yêu, quá khứ, hoài niệm, vào những năm đầu thập niên 2000, có thể nhiều người cũng không muốn nhớ rằng, họ từng thả trôi tâm hồn họ theo tiếng hát của Ngụy Vũ ở Hội quán Thùy Dương của Hoàng Trọng Thụy. Đó là những đêm cuối tuần, khi toàn diện hội trường Thùy Dương chìm trong bóng tối; và trên sân khấu chỉ còn chút ánh sáng yếu, với cây guitar thùng, Ngụy Vũ hát:

"Có khi mưa ngoài trời / là giọt nước mắt em / Đã nương theo vào đời / làm từng nỗi ưu phiền / Ngoài phố mùa Đông / đôi môi em là đốm lửa hồng / Ru đời đi nhé / cho ta nương nhờ lúc thở than / Chân đi nặng nặng / hoang mang ta nghe tịch lặng / rơi nhanh dưới khe im lìm..." (Trích "Ru đời đi nhé"- TCS)

Có thể nhiều người cũng đã quên, đầu thập niên 2000, chính xác là năm 2002, Ngụy Vũ, con người tựa như sinh ra để tận hiến khả năng và tấm lòng mình cho đám đông, khởi động cuộc thi viết *"Hành Trình Biển Đông"*.

Cũng kể từ thời điểm này, liên tiếp năm năm sau (2002- 2006), tại Hội trường Nhật báo Người Việt đường Moran, thành phố Westminster, Ngụy Vũ đã tổ chức mỗi năm, một *"Ngày Thuyền Nhân"*.

Có nhiều năm, ông phải thuê người dựng rạp phía ngoài hội trường, để đáp ứng nhu cầu của đồng bào, khi lượng người tham dự vượt trên con số ngàn...

Năm 2003, tuyển tập *"Hành Trình Thuyền Nhân"* tức *"Hành Trình Biển Đông"*, tập 1, ra mắt. Khơi lại dòng lệ đau thương, bi đát của thân phận Thuyền nhân Việt Nam, trên biển khổ...

Một năm sau, ông cho ra mắt tuyển tập *"Hành Trình Thuyền Nhân"* tức *"Hành Trình Biển Đông"* 2 và, cũng trong năm 2004 này, bản dịch tiếng Đức, được giới thiệu với độc giả Germany. Không đầy hai năm sau nữa, bản dịch Anh ngữ hoàn tất - Gửi biếu tất cả các vị dân cử ở Thượng viện, cũng như Hạ viện Hoa Kỳ. Như một nhắc nhở xin đừng quên những oan hồn thuyền nhân Việt nơi mồ sâu đáy đại dương và, xin hãy nhớ tại sao? Vì đâu?

Hai tập sách *"hành trình thuyền nhân"*, từng được ghi nhận là "best seller", và cũng là tác phẩm được giới thiệu, tìm đọc khắp nơi trên thế giới, đang được Ngụy Vũ tái bản, phát hành trong năm nay.

Ở đây, tôi thấy không cần thiết phải nhắc tới những việc làm đáng kể khác của Ngụy Vũ. Như: Năm 2003, ông tham gia phái đoàn Truyền thông Báo chí tới Philippine để tranh đấu cho hơn 2,000 thuyền nhân không bị trục xuất về VN. Giúp số thuyền nhân tuyệt vọng này, được ở lại Phi Luật Tân, chờ chính phủ Mỹ cho phép định cư.

Ở đây, tôi cũng thấy không cần thiết phải nhắc tới đóng góp cụ thể của Ngụy Vũ cho phong trào Túc Cầu của người Việt ở Nam Cali; khi ông là sáng lập viên, kiêm nhà tổ chức giải *"Thanksgiving Cup"* liên tiếp nhiều năm từ 2005 tới 2012 ở miền nam Cali; cùng nhiều hoạt động ý nghĩa khác nữa...

Tôi nghĩ, chỉ nội việc Ngụy Vũ tận hiến công sức, tiền bạc, tâm huyết của mình, cho hai bộ bộ sách kể trên, ông cũng đã xứng đáng được mãi nhớ; như một người lựa chọn sống để theo đuổi lý tưởng... Dù cho thời gian có lặng lẽ kiên trì trải tấm màn lãng quên lên những cống hiến tận tình ấy.

146

Những người như Ngụy Vũ, nếu quan tâm tới "cây bài, trong bộ bài cay nghiệt đương nhiên của phần số", tôi tin họ đã và sẽ không thực hiện được những điều mà, không phải ai cũng có thể làm được!

Là một trong những người tự biết, không làm được những gì Ngụy Vũ đã làm, tôi viết bài này, như một lời cám ơn ông.

Cám ơn một Ngụy Vũ không ngưng nghỉ tận hiến khả năng, tấm lòng mình cho cộng đồng và, xa rộng hơn, cho ngày mai, tập thể.

(Calif. 26. 9. 2013)

Phạm Quốc Bảo,
một quá tay bỡn cợt
của định mệnh?

Sau trên dưới nửa thế kỷ tìm đến với thi ca, dịch thuật, báo chí, tính tới giữa năm 2012, tác giả "Cùm đỏ" Phạm Quốc Bảo đã hoàn tất được 21 tác phẩm - Mà, *Bay qua nỗi nhục, vinh* là tác phẩm mới của ông.

Đề cập tới tác phẩm này, Uyên Nguyên viết:

"... Phải chăng, Nhục/Vinh là những ngọn sóng tranh nhau, dồn tới, liên tục đổ ập trên thân phận con người, tạo thành một trường lịch sử oan khiên, khiến người mắc mứu, nổi trôi giữa những cơn thịnh nộ, do những ý thức hệ tranh giành quyền lực, quyền lợi đỉnh chung, ở mọi thời. Nhìn từ quốc độ *Lịch Sử*.

"Vị trí địa dư của nước Việt ta từ xưa đến nay vẫn là nơi chốn tranh chấp ảnh hưởng của quốc tế: Lãnh địa lẫn dân số thì nhỏ bé ít ỏi nên suốt dòng lịch sử cứ chiến tranh liên miên, dứt ngoại xâm lại nội chiến, hiếm khi được an bình để tập luyện quen thành cái nếp kiến thiết xây dựng, tự lực tự cường. (Nhục Vinh, tr.24)

"Phải chăng Nhục/Vinh, chỉ là bề mặt của sóng, làm choáng ngộp người ngoi ngóp giữa dòng, mà từ giờ phút tử sinh đó, đã bùng vỡ ý chí sinh tồn. Nhìn từ góc độ *Văn Hóa*.

"... Từ đầu thế kỷ 20 trở đi, hết là thuộc địa của Pháp thì lại bị dụ vào cuộc nội chiến vì chủ thuyết ngoại lai, cho đến bây giờ cái đuôi rớt lại của ảo tưởng chủ nghĩa vẫn còn phá ruỗng đi cả cái xã hội trong nước... Trong hoàn cảnh hiện nay của dân tộc, chúng ta lại bắt buộc nỗ lực tìm cho ra được những khả năng sống còn mới cho dòng giống Việt. Chúng ta có nối gót tổ tiên, bằng cách thực hiện được nội dung ý nghĩa 'vượt thoát' hay không, là vấn đề của chúng ta hiện nay – Mỗi người trong chúng ta, mỗi tập thể, mỗi cộng đồng gốc Việt đều có thể nhìn ra và thủ đắc được những khả năng mới ấy... nhưng mở đầu vẫn phải tự xét, tự nhận rõ ra chính mình đã. (Nhục Vinh, tr.25)

"Phải chăng người Việt mình, trải nghiệm sau những trận Nhục/Vinh của Lịch sử – Văn hóa, nhìn ra thế giới và nhìn lại thân phận quê hương, như tâm tình của nhà văn Phạm Quốc Bảo ấp ủ trong mấy câu chuyện ngắn đầu sách, làm chủ đạo cho toàn bộ nội dung tuyển tập thứ hai mươi mốt của anh:

Nhục vinh vinh nhục đối đầu
cho ta sống trọn trước sau một đời
Nếu toàn mạc mặt đãi bôi
thì ai trân trọng đắp bồi mãi đây?
(Nhục Vinh, tr.11)"1

---

1 Nguồn Wikipedia-Mở.

Tuy mở đầu mỗi phân đoạn nặng tâm cảm của mình qua những trang sách *"Bay qua nỗi nhục, vinh"* của Phạm Quốc Bảo bằng những câu hỏi "Phải chăng" - Nhưng thực chất bài viết của Uyên Nguyên đã mang tính chia sẻ về những nhận định của họ Phạm dọc theo lộ trình lịch sử, văn hóa Việt. Chính vì thế, để khép lại bài viết đắng đót tâm cảm của mình, Uyên Nguyên xác quyết:

"... *Văn Hóa*, bấy giờ là tư tưởng chủ đạo trong tuyển tập Nhục/Vinh của nhà văn Phạm Quốc Bảo, ước mong chia sẻ cùng bạn đọc bốn phương, còn thương nhau trong *'tâm tình một nẻo quê chung,'* và trân quý một nguồn đạo lý đông phương linh diệu:

"Có con chim Lạc
hiện diện tự bao giờ
trong bức vẽ đời người.

"Bỗng nhảy ra
vẫy vùng
nhục vinh

...

"rồi sau đó
biến vào huyền thoại
như trước khi vào đời
đã là huyền thoại.
(Bay lên đi, chim Lạc, tr.9)

"Những cánh Chim Lạc bay vút, vượt lên trời không nhưng chẳng bao giờ mất đường bay, xa hồn sông núi Việt Nam."[2]

Ở góc độ khác, khi viết về Phạm Quốc Bảo, Trang Luân ghi nhận:

"... Nói tới anh, trước tiên là phải nói đến nụ cười. Lúc nào tôi cũng thấy anh nở nụ cười ở trên môi. Cái nụ cười biểu lộ cho sự

---

2 Nđd.

hiền hòa, cởi mở và dễ mến. Anh xuất thân từ Đại Học Văn Khoa (môn Triết Học Đông Phương) ở Sài Gòn trước đây. Anh là nhà mô phạm. Một nhà giáo mẫu mực, tận tụy với nghề nghiệp. Cuộc đời anh gắn bó với bút mực, bảng đen, phấn trắng và lớp học. Sau biến cố tang thương của lịch sử đất nước. Anh hòa chung số phận với biết bao nhiêu quân, cán, chính của chế độ Việt Nam Cộng Hòa ở miền Nam. Anh bị cầm tù. Bị đầy ải ra đến tận vùng thâm sơn cùng cốc ngoài miền Bắc. Bị sỉ nhục. Bị đói rét. Bị chứng bệnh nan y, ngặt nghèo, quái ác, dày xéo lên thân thể anh, ròng rã suốt từ năm này sang đến năm khác. Đứng trước tình trạng bi đát đó, anh được thả ra, trở về đoàn tụ với gia đình. Sau thời gian chữa chạy, anh hồi phục, sống lây lất, vất vưởng giữa xã hội đầy nghi kỵ và mâu thuẫn. Luân lý, đạo đức bị đảo lộn, suy đồi. Hệ thống giáo dục thì đặt nặng về tư tưởng, chính trị, hơn là khía cạnh văn hóa và chuyên môn. Trong khi đó, nhà nước lại theo đuổi chánh sách thắt chặt về kinh tế, khiến cho đời sống dân chúng trở nên khó khăn, nghẹt thở. Ai nấy đều tỏ ra ngán ngẩm, không còn thiết tha gì đến hai chữ hòa bình! Hòa bình có, nhưng tự do thì không! Hòa bình trong lam lũ, cơ cực. Hòa bình trong chiếc bánh vẽ về tương lai chói ngời, chập chờn ở phía trước. Tương lai đó chẳng bao giờ có thực! Hình ảnh mục nát, tả tơi của một xã hội miền Bắc, sau năm 1954, với những vết thương lở loét, rướm máu, cứ lởn vởn, ám ảnh thường xuyên ở trong anh! Về thân phận bọt bèo của tầng lớp trí thức, cùng cái giá quá đắt của nhóm Nhân Văn Giai Phẩm phải gánh chịu. Từ đó, nó trở thành động cơ mãnh liệt, thôi thúc anh đi tới quyết định dứt khoát, là phải ra đi! Chỉ có ra đi là thượng sách. Cuối cùng, anh đã đến được bến bờ của tự do trong chuyến mạo hiểm đầy gian nan, thử thách. Anh đặt chân xuống đất Mỹ vào năm1981. Giã từ nghề giáo chức, anh chuyển hướng, bước sang, làm quen với lãnh vực thông tin và báo chí. Gắn bó với nhật báo Người Việt trên ba chục năm nay và hiện giờ, mặc dù đã quá tuổi nhưng anh vẫn còn hăng say, tiếp tục với công việc.

"Ngoài ra, anh còn đặc biệt chú tâm đến vai trò của người cầm bút. Với ba tác phẩm được xuất bản ở trong nước, cộng thêm mười bảy đứa con mới được ra mắt tại hải ngoại, đã nói lên một sự đóng góp không nhỏ vào dòng chảy của nên văn học ở tại nơi này. Song song với công việc sáng tác, anh còn quan tâm, lưu ý đến mọi sinh hoạt của những bạn trẻ đang sinh sống ở Hoa Kỳ, cũng như ở khắp mọi nơi trên thế giới. Anh cùng người bạn chí thân là bác sĩ Phạm gia Cổn, đã có mặt trong hội nghị Tuổi Trẻ Việt Nam Trên Thế Giới Kỳ 4 (The 4th International Vietnamese Youth Conference) do mạng lưới Tuổi Trẻ Lên Đường (Lên Đường International Youth Network) và Tổng Hội Sinh Viên tại Úc Châu (Federal Vietnamese Students Association of Australia) phối hợp trực tiếp và đứng ra tổ chức (đã diễn ra trong năm ngày, từ 27 đến 31 tháng 12 năm 2005) tại trung tâm thành phố Sydney, với sự tham dự của 500 thành viên nồng cốt, đến từ 17 quốc gia khắp nơi trên thế giới. Anh cùng bác sĩ Cổn được đề cử trong vai trò thuyết trình viên ở đại hội này. Với anh: Tuổi trẻ là rường cột, là tương lai của đất nước. Điều đó rất đúng! Vì thế. Anh muốn thổi vào tâm tư của giới trẻ tại hải ngoại luồng sinh khí mới, về tình tự của dân tộc, về tình yêu quê hương và giống nòi. Về cội nguồn. Về các trang sử hào hùng, oanh liệt của tổ tiên ta trong công cuộc dựng nước và giữ nước. Về vai trò, bổn phận, nghĩa vụ, trách nhiệm của tuổi trẻ hôm nay đối với tổ quốc và dân tộc, đồng thời anh muốn gắn bó họ vào với mảnh đất thân yêu hình chữ S ấy.

"Nói dại! Nếu cuộc sống lưu vong còn kéo dài thêm vài chục năm nữa! Đến khi ấy, thế hệ chúng mình đã nằm xuống, ra đi. Tôi nghĩ rằng: Có lẽ cái hình thể của đất nước mình, họ cũng không biết nó nằm theo mẫu tự nào của hai mươi bốn chữ cái!" Đấy là câu nói mà anh vẫn thường thổ lộ với bạn bè như thế..."[3]

---

3 Nđd.

*

Tôi không biết định mệnh có qúa tay bỡn cợt họ Phạm không (?), khi 10 năm đầu tỵ nạn, ông đã nhận lãnh công việc Chủ bút báo Người Việt - Đó là thời gian báo này mới chuyển mình từ tuần báo, trở thành nhật báo - Giai đoạn cam go nhất của quyết định thay da, đổi thịt, giữa lúc sinh hoạt thương mại của cộng đồng Việt mới cất cánh, còn nhiều bất trắc, phía trước. Trong khi bản chất ông lại nghiêng nặng về lãnh vực nghiên cứu văn hóa, giáo dục!

Tuy nhiên, cùng với một số bằng hữu, Phạm Quốc Bảo đã cân bằng được nhu cầu tin tức, bài vở và, chi phí tài chánh... Để cuối cùng, ông đưa được nhật báo này tới chỗ ổn định, trên bục gỗ cao nhất của lãnh vực nhật báo tỵ nạn thời đó.

Tôi biết, với phẩm chất khiêm tốn cố hữu, họ Phạm sẽ từ chối trả lời câu hỏi của tôi, đại ý:

- Ông có hãnh diện với những đóng góp đáng kể của mình trong sinh hoạt báo chí, qua nhật báo Người Việt?

Nhưng, dù ông không nói một lời nào thì, với tôi, ngoài những tác phẩm đã cống hiến cho đời, mười năm trong vai trò chủ bút báo Người Việt, cũng là một phần đáng kể trong sự nghiệp của một người cầm bút như ông. Một người đã bước vào tuổi bảy mươi ở quê người.

(Garden Grove, Jan. 2015)

Kẻ sĩ thời nhiễu nhương /
Vũ Ánh/ không còn nữa!

Mấy ngày qua, giữa lúc miền nam Cali có được vài ngày nắng ấm và, đêm không lạnh lắm thì, tôi lại bị quật ngã bởi nhiều căn bệnh khác nhau. Tôi bị cùng lúc, những cơn đau gây nên bởi sự lồng lộn của những khúc ruột, hậu quả của chứng bệnh ung thư ruột già, đưa tới tình trạng phải cắt bỏ một đoạn ruột khá dài; và, sự sôi sục, nóng rát quặn thắt bao tử. Không biết có phải cả hai tình huống bất thường này đã "hợp đồng tác chiến" trong cơ thể tôi, để đưa đến tình trạng tiêu chảy không ngừng nghỉ từ 5 giờ chiều Thứ Năm, tới gần sáng Thứ Sáu. Tôi lặng lẽ nghiến răng chịu đựng những cơn đau liên tiếp, như những đợt sóng hung hãn không ngừng đổ vào bờ cát . Nhiều lúc không chịu đựng nổi , tôi phải ra khỏi phòng , để tránh ảnh hưởng tới giấc n gủ của T. Tôi cũng tận dụng một vài thói quen tìm an lạc cho giấc ngủ như thầm niệm "lục tự". Hoặc, tự nhắc nhở mình, cố gắng lên, có thể đây là

155

trận đánh cuối cùng với sinh / tử, trước khi ta được giải thoát khỏi kiếp sống tồi tệ, đầy hàm hồ, ngộ nhận này.

Tôi an ủi mình, khi cái chết đến, nó không chỉ giải thoát cho cá nhân tôi, những người thân quanh tôi mà, nó cũng sẽ giải thoát cho văn chương của tôi, khỏi cái không gian đầy xú uế thải ra bởi những ganh ty, thiển cận và thiểu năng cá nhân dẫn tới bầy đàn...

Những cố gắng đôi lúc tưởng như tuyệt vọng, đã giúp tôi bất động mà T. không hay. T. đâu biết, tôi rón rén ra khỏi giường vào lúc 5 giờ sáng. T. đâu biết, lúc T. ở vườn sau, trong phòng mở mắt, chờ nắng lên từ khung cửa sổ thì đó là lúc tôi thấy bình minh mon men leo dần và nghiêng đầu ngó vào căn phòng của chúng tôi, khoảng 6 giờ sáng. Tôi biết, nắng chảy chan hòa c hăn mền của chúng tôi, lúc 7:30. Đó cũng là lúc tôi thiếp đi sau một đêm thức với... những cơn đau!

Gần mười giờ, T. vào phòng lay tôi dậy - Nhắc tôi... "trễ giờ đi làm rồi..." Chữ T. dùng để chỉ công việc ... ra quán café mỗ i buổi sáng, dù bão táp, lụt lội của tôi.

Tới lúc đó, tôi mới cho T . hay, tôi đau cả đêm . Mới thiếp đi. Không dậy nổi. Và, bảo T. tôi chỉ cần ngủ.

Mười một giờ, trước khi đi làm , T. vào phòng, hỏi tôi cần gì không? Tôi lắc đầu. Khoảng một giờ, rồi ba giờ, T. gọi về hỏi tình trạng sức khỏe của tôi. T. bảo tôi, cố ngồi dậy, ăn chút gì cho đỡ mất sức . Phở hoặc cháo ? Tôi hứa tôi sẽ d ậy. Ra khỏi phòng ... Nhưng rồi những cơn đau lại tìm tôi để tứt xuống những trận đòn thù. Trước khi bị dìm trở lại, sâu hơn vào hôn mê, tôi nhận được nhiều điện thoại liên tiếp của bạn tôi, Ngọc Hoài Phương. Những hồi chuông bất thường , gắt gỏng, bực bội... Thấy tên bạn qua ô kính màn hình cell phone, phần không đủ sức trả lời, phần nghĩ bạn tôi chỉ muốn "check" xem chuyện gì xẩy ra cho tôi mà sáng nay, tôi không ra quán... Tôi im lặng. Sau loạt điện thoại liên tiếp của Phương, là của một người bạn khác. Bùi Vĩnh Hưng... Những hồi chuông báo tử, theo tôi vào mê sảng?!?

Năm giờ chiều, có thể vì quá sốt ruột, T. điện thoại về cho H., bảo vào phòng coi xem tôi ra sao? Tôi nghĩ, phải dậy thôi. Để mọi người an tâm là tôi chưa "đi xa", chí ít, cũng ngay lúc này.

Tôi đâu ngờ, những hồi chuông báo tử tạm rời xa tôi thì, thời gian đó, cũng là lúc những hồi chuông báo tử khác, gióng giả báo tin sự chấm dứt đột ngột đời sống bạn tôi, Vũ Ánh!

Gần bảy giờ, trời còn sót chút nắng, ngồi tựa lưng vách tường, sân sau, gọi cho Ngọc Hoài Phương - Tôi đinh ninh bạn tôi sẽ hỏi chuyện gì mà không ra quán sáng nay(?) Nhưng không Ngọc Hoài Phương nói ngắn, gọn:

"Vũ Ánh mất rồi!..."

Như 99 ngày trước, khi T. gọi về báo tin Việt Dzũng, phản xạ hấp tấp, ngây ngô của tôi là:

"... Cái gì?"

"Vũ Ánh chết rồi!"

"Chắc không? Ai xác nhận?"

Bạn tôi đáp, vẫn ngắn gọn:

"Rồi. Yến Tuyết cho biết!"

Tôi bàng hoàng. Tắt máy!

Nếu đời sống luôn đem đến cho chúng ta những điều không hiểu nổi thì, tin Vũ Ánh mất, là một trong những điều không hiểu nổi, to lớn đối với tôi: Vũ Ánh, một người sống ngăn nắp. Trật tự. Nghiêm cẩn...

Tôi nhớ, ở quán café LH, mới vài ngày trước, khi nói chuyện với Khánh Hòa và Vũ Đình Trọng về việc sẽ mời hai người bạn trẻ trở

157

lại chương trình "Du Tử Lê và Bằng Hữu" cho đài SBTN vào Thứ Ba tuần tới, tôi còn nói, tôi thích lắm, khi biết chuyến viễn du mới nhất của nhóm Sống, đến Las Vegas, có Vũ Ánh!

Tôi nhớ, tôi từng nói, nhiều lần với Ngọc Hoài Phương, Khánh Hòa, Vũ Đình Trọng, Nguyễn Chí Khả ... rằng, tôi khâm phục Vũ Ánh, qua những bài viết phản ảnh những cảm nghĩ trung thực của ông, về những tệ trạng đáng xấu hổ diễn ra trong sinh hoạt của cộng đồng người Việt ở hải ngoại Dù cho vì những bài báo đó mà Vũ Ánh đã ph ải nhận lãnh không biết bao nhiêu lên án , nguyền rủa, hăm đọa... Nhưng không vì thế, ông lùi bước, nhụt chí... trước những điều ông cho là không thể ngoảnh mặt, ngậm thinh!

Tôi nhớ, lần chót, tôi gặp bạn tôi , chúng tôi có nhiều thì giờ hơn, trò chuyện với nhau Đó là lần gặp nhau cách đây vài tháng ở nhà Khánh Hòa. Buổi chiều đó, có dễ vì cùng chủ trương đúng giờ nên khi chúng tôi tới, ngoài gia chủ, những người tiếp tay tổ chức cuộc họp mặt, khách chưa nào tới!!!

Ngồi với nhau chun g một ghế salon nơi phòng khách nhà Khánh Hòa, tôi nói với bạn tôi về tài liệu bí mật chiến tranh VN , Ngũ giác đài mới giải mật mà, bạn tôi đang dịch từng kỳ cho báo Sống. Tôi cũng nói với bạn tôi rằng, tôi có theo dõi loạt hồi ký 13 năm tù cải tạo của bạn, hàng tuần, trên nhật báo Người Việt. Bạn tôi ngạc nhiên lắm! Có thể ông không nghĩ tôi có thì giờ theo dõi những loạt bài như vậy . Hoặc ông cho , đó là lãnh vực mà tôi ít quan tâm nhất!

Tôi nói, không những tôi đọc mà tôi còn nhớ cả những bài viết của ông, thời gian ông làm Chủ bút cho tờ Viễn Đông của cố nhạc sĩ Nguyễn Đức Quang khi tòa soạn báo này còn tạm trú trong một căn phòng nhỏ hẹp mặt tiền đường Bolsa thành phố Midway City (?)

Trước khi có nhiều khách tới, tôi còn kịp nói với ông, lòng khâm phục của cá nhân tôi và lập trường bất thối chuyển của ông về các vấn đề lớn của đất nước như chế độ cộng sản, não trạng ao tù của một vài thành phần chống cộng ở hải ngoại...

Ông bảo, ông biết. Chính vì ông có những cái nhìn về đất nước, đường lối Quốc / Cộng khác hơn một số người mà, ông phải trải qua không biết bao nhiêu tai nạn! Nhưng:

"Tôi thanh thản, bằng lòng chấp nhận vì đó là con đường tôi chọn! Tôi nghĩ thời gian tù đầy tôi và một số anh em còn dám làm báo chui, tờ Hợp Đoàn, đem đến cho cá nhân tôi tổng cộng 6 năm cùm, biệt giam... Bị hành hạ 'lên bờ xuống ruộng'... thì hà cớ gì, ở xứ tự do này, tôi lại phải viết những điều không đúng với suy nghĩ của tôi? Tôi có cái may là được bà Yến Tuyết ủng hộ, chia sẻ, nên gia đình chúng tôi vượt qua khó khăn, điều tiếng dễ dàng.." Họ Vũ tâm sự.

Trưa nay, đọc bản tin của TN & ĐB viết về Vũ Ánh, trên nhật báo Người Việt, giữa lúc những cơn đau chưa rút khỏi thân thể, tôi chú ý tới đoạn viết ngắn:

"... Vũ Ánh là một nhà báo yêu nghề và say mê với công việc. Ông qua đời tại phòng làm việc tại tư gia; bài báo cuối cùng của ông mang tựa đề 'Hà Nội vẫn chưa đủ niềm tin cởi trói báo chí', được gởi đến Nhật Báo Người Việt lúc 11:37 phút sáng của ngày cuối cùng trong cuộc sống ông..."

Theo đó, tính tới 12 giờ 30 phút, tức khoảng một tiếng sau khi anh chị em báo Sống gặp nhau, theo thông lệ mỗi trưa Thứ Sáu, không có Vũ Ánh thì bạn tôi đã "đi xa" một cách bất ngờ, êm đềm. Đến độ, nhiều phần có thể chính ông cũng không biết, mình sắp "đi xa".

(Mơ ước được chết một cách thanh thản, chóng vánh, là khát khao cháy bỏng của nhiều người, trong đó có tôi...)

Lại nữa, trước khi đi xa, tới phút cuối, họ Vũ vẫn còn tận hiến trí tuệ, tài năng, kiến thức của ông, cho tập thể.

Những đóng góp của Vũ Ánh vì đất nước, cho dân tộc của ông, theo tôi là những tận hiến của một người Kẻ   - Sĩ thời nhiễu nhương. Một người sống Công- Chính cho tới phút cuối đời mình!

Bởi thế, hơn ai hết, vẫn theo tôi, ông xứng đáng được Thượng đế ân thưởng chuyến đi xa cuối cùng một cách êm đềm. Một mơ ước, khát khao cháy bỏng, không phải ai cũng có thể có được.

*

Vũ Ánh, bạn tôi,

Sống, chết được như bạn, âu cũng là một hạnh phúc lớn lắm vậy! Xin bạn an nghỉ trong niềm thương tiếc , kính trọng của rất nhiều người thuộc đám đông thầm lặng hôm nay và, ngày mai.

(Garden Grove, Mar. 15 2014)

Vũ Quang Ninh,
từ con nuôi Tổng Thống Diệm
tới nghiệp phát thanh

Thời trước tháng 4- 195, ở Saigon có hai nhân vật cùng làm phát thanh và, cùng giữ những chức vụ quan trọng. Đó là các ông Phạm Xuân Ninh (bút hiệu Hà Thượng Nhân), và Vũ Quang Ninh. Để phân biệt, anh em trong giới văn nghệ, phát thanh đã gọi ông Vũ Quang Ninh là Ninh "con" – Lý do, so với ông Phạm Xuân Ninh thì ông Vũ Quang Ninh nhỏ con hơn. Lại nữa, cả hai ông cùng có một thời gian dài làm việc ở hai địa chỉ cách nhau chỉ vài phút đi bộ. Vì thế, một người trong giới văn nghệ sĩ đã sửa câu đồng giao *"Ông Nỉnh ông Ninh / đi đến đầu đình lại gặp ông Nang",* thành *"ông Nỉnh ông Ninh / đi đến đầu đường lại gặp ông Ninh".*

Nhân vật này chọn *"đầu đường"* thay cho hai chữ *"đầu đình"* vì, sau thời gian giữ chức vụ giám đốc đài phát thanh Quốc Gia, ông

161

Phạm Xuân Ninh được điều về làm chủ nhiệm nhật báo Tiền Tuyến của quân đội.[1] Mà, tòa soạn báo Tiền Tuyến nằm trong doanh tranh cục Tâm Lý Chiến, số 2 Bis Hồng Thập Tự - Trong khi ông Vũ Quang Ninh làm giám đốc đài phát thanh Tiếng Nói Tự Do, ở cư xá Thành Tín, số 7 Hồng Thập Tự.

Sinh thời, ông Vũ Quang Ninh bước vào ngành phát thanh rất sớm. Ngay khi mới di cư từ miền Bắc vào Nam, ông đã tham gia ngành phát thanh. Theo một tài liệu còn được lưu trữ trên trang mạng Wikipedia- Mở thì ngay sau khi tốt nghiệp khóa sĩ quan trừ bị Thủ Đức, ông cử làm quản đốc đài phát thanh Huế, trước khi được thuyên chuyển về Saigon, phục vụ tại đài phát thanh Quân Đội, rồi về làm việc tại đài Tiếng Nói Tự Do, trước khi trở thành giám đốc đài này.

Trong thời gian làm Quản đốc đài phát thanh Huế, ông Vũ Quang Ninh đã tạo cơ hội cho bạn ông là cố nhà văn Mai Thảo gặp gỡ nữ ca sĩ Hà Thanh, tại trụ sở của đài. Không lâu, sau cuộc gặp gỡ này, nhà văn Mai Thảo đã một thân, một mình trở lại Huế, đến thẳng nhà nữ ca sĩ Hà Thanh / Trần Thị Lục Hà, gặp song thân của người nữ danh ca kia, ngỏ ý muốn xin hỏi cưới cô.

Trong một bài viết khá lâu, đã tôi ghi chuyện này theo lời kể của chính tác giả *"Đêm Giã Từ Hà Nội"*. Được biết, theo chuyện kể của nhà văn Mai Thảo, thì ông rất chân thành, tha thiết muốn được làm rể dòng họ Lục. Bằng cớ, trước khi ra về, ông còn nhấn mạnh:

---

1 Ông Phạm Xuân Ninh tức nhà thơ Hà Thượng Nhân sinh năm 1920 tại làng Hà Thượng, huyện Hậu Lộc, Thanh Hóa. (Đó là lý do ông chọn cho mình bút hiệu…"Hà Thượng Nhân". Ông cũng dùng bút hiệu Hoàng Trinh cho những bài thơ tình cảm. Nhà thơ Hà Thượng Nhân bị tù cải tạo từ tháng 4-1975, tới năm 1983 mới được trả tự do. Năm 1990, rời Việt Nam theo chương trình HO, ông chọn định cư tại thành phố San Jose, miền bắc tiểu bang Cali. Ông mất tại thành phố này, ngày 11 tháng 10 năm 2011, hưởng thọ 91 tuổi.

"Nếu được hai cụ chấp thuận thì chúng tôi sẽ mời cha mẹ của chúng tôi từ Saigon ra Huế, để ngỏ lời cầu hôn chính thức..."

Tiếc rằng cuộc "cầu hôn" chính thức, duy nhất trong cuộc đời của người đứng đầu tạp chí Sáng Tạo, đã không được gia đình họ Lục chấp thuận.[2]

Sự kiện hy hữu này, cũng được người trong cuộc là nữ danh ca Hà Thanh, xác nhận trong những năm cuối đời.[3]

Nhắc tới tình bạn thâm giao giữa Vũ Quang Ninh và Mai Thảo, tôi tin, nhiều người còn nhớ, đôi lần, giữa những họp mặt bất ngờ, trong giới hạn thân hữu, nhà văn Mai Thảo từng chỉ tay vào họ Vũ, nghiêm trang tiết lộ rằng:

"Thằng này, ngày xưa ghê gớm lắm đấy. Nó được phép gặp ông Diệm bất cứ lúc nào mà không cần phải thông qua chánh văn phòng hoặc phải xin hẹn trước. Vì nó là con nuôi của Tổng thống kia mà..."

Những lúc đó, nhà truyền thông Vũ Quang Ninh chỉ mỉm cười, không nói gì.

---

2 Nhà văn Mai Thảo tên thật Nguyễn Đăng Quý, sinh ngày 8 tháng 6 năm 1927 tại Nam Định. Ông là chủ nhiệm tạp chí Sáng Tạo, tạp chí văn chương tạo được ảnh hưởng lớn trong sinh hoạt 20 năm văn học miền Nam (1954-1975). Không biết có phải vì thất bại trước vụ cầu hôn thứ nhất với nữ danh ca Hà Thanh hay không(?) Mà, cho tới ngày từ trần nhà văn Mai Thảo đã không có một lần câu hôn nào khác. Ông cũng không chủ trương sống đời sống vợ chồng với bất cứ người phụ nữ nào...

Trước khi qua đời ngày 10 tháng 1 năm 1998 tại thành phố Garden Grove, nam California, nếu không kể những tập truyện ngắn cũng như tiểu thuyết nổi tiếng, xuất bản trong nước thì, tập thơ duy nhất tựa đề "Ta thấy hình ta những miếu đền" của Mai Thảo, do nhà sách Văn Khoa, Cali., xuất bản năm 1989 cũng đã gây một tiếng vang lớn trong văn giới...

3 Nữ danh ca Hà Thanh, tên thật Trần Thị Lục Hà sinh năm 1937 tại tỉnh Thừa Thiên / Huế. Bà mất ngày 1 tháng 1 năm 2014 tại thành phố Boston, tiểu bang Masschusetts, Hoa Kỳ vì bệnh ung thư máu, hưởng thọ 77 tuổi.

Rất nhiều người hiện diện muốn hỏi thêm, chẳng hạn khởi tự nhân duyên nào mà họ Vũ lại được cố Tổng thống Ngô Đình Diệm nhận làm con nuôi? Hay sự kiện ấy đã xảy ra khoảng thời gian nào? Nhưng mọi người cùng tôn trọng sự im lặng mang tính tư riêng của ông, không ai ngỏ lời...

*

Là người yêu, quý anh em văn nghệ nên, nếu không kể những văn nghệ sĩ được mời cộng tác dưới hình thức cung cấp bài vở theo hợp đồng, người ta thấy rất nhiều nhân viên bán chính thức, hoặc chính thức của đài Tiếng Nói Tự Do được họ Vũ tuyển dụng như các nhà thơ, nhà văn Dương Nghiễm Mậu, Tú Kếu, Phan Tùng Mai, Nguyễn Thượng Tiến, Song Hồ, các nhạc sĩ Hoàng Quốc Bảo, Hồ Đăng Tín, Từ Công Phụng v.v... Về phía ca, kịch sĩ, người ta thấy có những tên tuổi đáng kể như Quỳnh Giao, Mai Hương, Hồng Vân, Lữ Liên, Vũ Huyến, Thanh Thoại, Bích Sơn, Bích Thủy v.v...

Nhưng tình yêu lớn nhất, một đời của họ Vũ, theo tôi, có lẽ vẫn là nghiệp phát thanh!

Tô dùng chữ "nghiệp" thay vì "nghề" bởi vì ngay từ những năm ty nạn đầu tiên tại Hoa Kỳ, trong lúc còn làm công việc của một Cán sự xã hội cho thành phố Los Angles thì Vũ Quang Ninh đã hợp tác với một số bằng hữu, vốn là nhân viên cũ của ông như Nguyễn Hữu Công, Hạ Bá Kỳ thiết lập một chương trình phát thanh vào mỗi tối chủ nhật, gọi là chương trình *"Tiếng Vọng Quê Hương"* ở quận hạt Orange County.

Tôi nhớ đó là những năm đầu thập niên 1980s, tại căn nhà chứa xe của chuyên viên phát thanh Hạ Bá Kỳ, những chương trình của Tiếng Vọng Quê Hương đã được thu thanh tại đây...

Ở những ngày đó, Vũ Quang Ninh phải lái xe từ vùng Los Angeles về Quận Cam làm việc cũng như vận động, khích lệ tinh thần anh chị em cộng tác, hoàn toàn tự nguyện, không thù lao.

Phụ trách tin tức của Tiếng Vọng Quê Hương thuở đó, ngoài Nguyễn Hữu Công, còn có Ngọc Dung. (Trước khi đổi tên thành Phương Dung, mở thẩm mỹ viện). Trước tháng 4- 1975, ở Việt Nam, Ngọc Dung là xướng ngôn viên đài Truyền Hình số 7 Cần Thơ, rồi xướng ngôn viên đài phát thanh Chương trình Tiếng nói Cửu Long / Quân Đoàn 4 / Chiến tranh chính trị. Thời gian cộng tác với chương trình *Tiếng Vọng Quê Hương*, Ngọc Dung còn ở thành phố Glendale với nhà báo Ngọc Hoài Phương. Cô phải di chuyển hàng tuần một đoạn đường dài không thua gì người chủ xướng Vũ Quang Ninh).[4]

Phụ trách những chương trình khác của *Tiếng Vọng Quê Hương* là các nghệ sĩ Bích Sơn, Bích Thuận, Lê Tuấn...

Bên cạnh đó, có thể nhiều người không nhớ rằng, ngoài công việc phát thanh, Vũ Quang Ninh còn hợp tác với ông Đinh Lưu Nhã, điều hành nguyệt san *"Diễn Đàn Chúa Nhật"*, cũng ngay tự những năm đầu thập niên 1980s, tại miền nam California. Ông Đinh Lưu Nhã giữ vai trò chủ nhiệm. Ông Vũ Quang Ninh trong vai trò chủ bút.

Sau bao nhiêu thăng trầm, chuân chuyên, mãi tới năm 1993, Vũ Quang Ninh mới cùng một số chuyên viên và, những người nặng lòng với nhu cầu cần có một tiếng nói cho cộng đồng Việt tỵ nạn

---

4 Được biết Ngọc Dung sinh năm 1952, tại Cần Thơ. Cô dùng bút hiệu Phương Dung cho hai cuốn sách biên khảo về 2 đề tài mà trước cô chưa một tác giả Việt Nam nào khai thác. Đó là các cuốn "Tìm hiểu sự tái sinh của các Lạt Ma Tây Tạng", và "Những điều huyền diệu của Kim Cang Thừa"; xuất bản tại Orange County, năm 1996. Cộng chung, hai cuốn sách dầy gần 1,000 trang, đều được Đức Đạt Lai Lạt Ma viết tựa. Sau đó, sách cũng đã được tái bản nhiều lần.

tại miền Nam California đã tiếp tay, góp vốn dựng bảng Đài phát thanh Little Saigon Radio (LSR).

Rất mau chóng, với thời gian LSR phát triển thêm ở nhiều vùng khác trong nước Mỹ.

Ngày 16 tháng 3 năm 2013 ông Vũ Quang Ninh đã vĩnh viễn ra đi trong luyến tiếc của rất nhiều. Trước tin buồn này, báo Viễn Đông số đề ngày 17 tháng 3 năm 2013, đã có một bản tin khá đầy đủ, nguyên văn như sau:

"... Một trong những người Việt Nam làm đài truyền thanh kỳ cựu nhất tại hải ngoại đã ra đi vĩnh viễn trong sự thương tiếc của nhiều người, nhất là những thính giả trung thành của đài Little Saigon Radio (LSR). Vào sáng sớm Thứ Bảy 16- 3- 2013, ông Vũ Quang Ninh đã lìa trần ở Quận Cam, hưởng thọ 84 tuổi.

"Theo lời của một thân nhân nói với nhật báo Viễn Đông, ông Vũ Quang Ninh đã vào bệnh viện Garden Grove vào ngày Chủ Nhật 10- 3 vì bị viêm phổi. Sau vài ngày nằm ở bệnh viện này, ông được gia đình đưa qua bệnh viện Kaiser ở Irvine nơi mà ông đã trút hơi thở cuối cùng vào khoảng 4 giờ sáng Thứ Bảy.

"Trong hai thập niên, ông Vũ Quang Ninh là giám đốc của Little Saigon Radio, một đài phát thanh kỳ cựu, được nhiều người biết đến nhất tại Nam California trong nhiều năm.

"Thành lập đài phát thanh ở hải ngoại là một ước mơ lớn được thành tựu của ông Vũ Quang Ninh. Chào đời tại miền Bắc Việt Nam, ông di cư vào Nam năm 1954 và bước vào ngành truyền thông kể từ đó. Sau khi tốt nghiệp trường sĩ quan Thủ Đức, ông được làm việc tại đài phát thanh Quân Đội của chế độ Việt Nam Cộng Hòa từ năm 1955 đến 1959.

"Trong thập niên 1960 cho đến năm 1975, ông làm việc tại Nha Chiến Tranh Tâm Lý ở Sài Gòn, viết báo, viết bài bình luận cho các đài phát sóng từ miền Nam ra miền Bắc.

"Sau khi tị nạn cộng sản tại Mỹ, ông làm cán sự xã hội tại Orange County, vẫn theo đuổi ngành truyền thông và chờ cơ hội mở đài phát thanh. Đến năm 1993, sự nghiệp truyền thanh của ông đã bay bổng lên cao với sự thành lập đài LSR. Ở thời kỳ cao điểm, đài này phát sóng trực tiếp đến cả trăm ngàn thính giả tại Quận Cam, Nam California; San Jose, Bắc California; và Houston, Texas.

"Ông Vũ Quang Ninh từng nói rằng phát thanh đã ngấm vào máu, là hơi thở của đời sống của ông. Mặc dù già yếu trong mấy năm gần đây, ông vẫn đến đài phát thanh hầu như mỗi ngày. Theo lời của Hương Terri, con gái của ông Vũ Quang Ninh và cũng là người thường lái xe đưa cha đến đài, ông vẫn viết bình luận và nhờ xướng ngôn viên khác đọc trên làn sóng cho đến trước ngày vào bệnh viện.

"Ông Bảo Trung, một nhân viên tiếp thị của LSR, nói với báo Viễn Đông: 'Lúc nào bác Ninh cũng nghĩ đến một dự án nào đó để mang lại lợi ích cho cộng đồng. Cho dù nằm trên giường bệnh bác cũng nghĩ đến việc này, việc kia mà bác có thể thực hiện cho người khác. Phải nói là bác đã chiến đấu cho đến chết'. "Ông Nguyễn Hữu Công, trưởng ban chương trình của LSR, cũng đồng ý với nhận xét đó, và nói thêm: 'Ông Ninh luôn nghĩ đến những điều lợi ích nhất cho cộng đồng mà ông có thể làm được...'"[5]

Tôi nhớ, trước khi ông Vũ Quang Ninh từ trần đâu khoảng nửa năm, trong một gặp gỡ không hẹn trước với một số bằng hữu quen biết, thân thiết tại Saigon, một người trong nhóm, tình cờ đề

---

[5] Nguồn: Wikipedia-Mở.

cập tới những đóng góp lớn của cố nhạc sĩ Phạm Đình Chương cho nền tân nhạc Việt Nam[6] - Tôi thấy ông Ninh bỗng trở nên đăm

---

6 Tiểu sử của cố nhạc sĩ Phạm Đình Chương được trang mạng Wikipedia-Mở, ghi lại, nguyên văn như sau: "Phạm Đình Chương (1929-1991) là một nhạc sĩ tiêu biểu của dòng nhạc tiền chiến và là một tên tuổi lớn của tân nhạc Việt Nam. Ngoài ra ông còn là một ca sĩ với nghệ danh Hoài Bắc.

"Phạm Đình Chương sinh ngày 14 tháng 11 năm 1929 tại Bạch Mai, Hà Nội. Quê nội ông ở Hà Nội và quê ngoại ở Sơn Tây. Xuất thân trong một gia đình truyền thống âm nhạc, cha của Phạm Đình Chương là ông Phạm Đình Phụng. Người vợ đầu của ông Phụng sinh được hai người con trai: Phạm Đình Sỹ và Phạm Đình Viêm. Phạm Đình Sỹ lập gia đình với nữ kịch sĩ Kiều Hạnh và có con gái là ca sĩ Mai Hương. Còn Phạm Đình Viêm là ca sĩ Hoài Trung của ban hợp ca Thăng Long.

"Người vợ sau của ông Phạm Đình Phụng có 3 người con: trưởng nữ là Phạm Thị Quang Thái, tức ca sĩ Thái Hằng, vợ nhạc sĩ Phạm Duy. Con trai thứ là nhạc sĩ Phạm Đình Chương. Và cô con gái út Phạm Thị Băng Thanh, tức ca sĩ Thái Thanh.

"Ông được nhiều người chỉ dẫn nhạc lý nhưng phần lớn vẫn là tự học. Trong những năm đầu kháng chiến, Phạm Đình Chương cùng các anh em Phạm Đình Viêm, Phạm Thị Quang Thái và Phạm Thị Băng Thanh gia nhập ban văn nghệ Quân đội ở Liên Khu IV.

"Phạm Đình Chương bắt đầu sáng tác vào năm 1947, khi 18 tuổi, nhưng phần nhiều những nhạc phẩm của ông thường được xếp vào dòng tiền chiến bởi mang phong cách trữ tình lãng mạn. Các nhạc phẩm đầu tiên như Ra đi khi trời vừa sáng, Hò leo núi... có không khí hùng tráng, tươi trẻ.

"Năm 1951 ông và gia đình chuyển vào miền Nam. Với nghệ danh Hoài Bắc, ông cùng các anh em Hoài Trung, Thái Thanh, Thái Hằng lập ban hợp ca Thăng Long danh tiếng. Thời kỳ này các sáng tác của ông thường mang âm hưởng của miền Bắc như nói lên tâm trạng hoài hương của mình: Khúc giao duyên, Thằng Cuội, Được mùa, Tiếng dân chài... Thời gian sau đó, ông viết nhiều bản nhạc nổi tiếng và vui tươi hơn: Xóm đêm, Đợi chờ, Ly rượu mừng, Đón xuân...

"Sau khi cuộc hôn nhân với ca sĩ Khánh Ngọc tan vỡ, ông bắt đầu sáng tác tình ca. Ông đem tâm trạng đau thương vào những bài nhạc tình da diết, đau nhức, buốt giá tâm can: Đêm cuối cùng, Thuở ban đầu, Người đi qua đời tôi, Nửa hồn thương đau.

"Có thể nói Phạm Đình Chương là một trong những nhạc sĩ phổ thơ hay nhất. Nhiều bản nhạc phổ thơ của ông đã trở thành những bài hát bất hủ, có

chiêu, như thể có những suy nghĩ hay hồi tưởng lao lung nào đó. Sau đấy, ông tâm sự đại ý:

Trong những ngày cuối cùng của tháng 4- 75, trước khi Saigon sụp đổ, ông nhận được lời hứa của một người bạn Mỹ, ở tòa đại sứ, cũng là cố vấn trưởng của đài phát thanh Tiếng Nói Tự Do (TNTD), sẽ di tản tất cả nhân viên và, những cộng tác viên quan trọng của đài TNTD ra khỏi Việt Nam. Thời điểm của cuộc di tản đặc biệt này, dự trù là tối ngày 29. Địa điểm tập trung là đài TNTD, ở số 7 đường Hồng Thập Tự. Những chi tiết khác, sẽ được thông bao sau.

Chính vì thế mà ông Ninh đã thông báo tin đặc biệt ấy cho một số nhân viên và bằng hữu văn nghệ sĩ của ông.

Ông Ninh kể vào khoảng 9 giờ tối ngày 29 tháng 4, ông nhận được điện thoại của người bạn Mỹ, gọi từ tòa đại sứ, yêu cầu ông đến gặp ông ta gấp. Đích thân ông ta sẽ ra cổng để đón ông Ninh...

Ông Ninh hấp tấp ra đi, không quên nói với mọi người là cứ ở lại đài. Ông sẽ gọi về ngay khi có tin tức cụ thể...

Nhưng, vẫn theo tâm sự của ông Ninh thì sau khi vào tòa đại sứ rồi, ông được người bạn Mỹ thông báo rằng, tình hình biến chuyển qúa nhanh chóng. Không ai kịp trở tay, làm bất cứ một điều gì vào giờ thứ 25 nữa! Vì thế, người bạn Mỹ đã giữ ông Ninh lại. Và khuya hôm đó, ông được trực thăng bốc ra Hạm đội 7. Ông kể, ông rất muốn thông báo tin xấu này với những bằng hữu đang

---

một sức sống riêng như: Đôi mắt người Sơn Tây (thơ Quang Dũng), Mộng dưới hoa (thơ Đinh Hùng), Nửa hồn thương đau (thơ Thanh Tâm Tuyền), Đêm nhớ trăng Sài Gòn (thơ Du Tử Lê)... Phạm Đình Chương cũng đóng góp cho tân nhạc một bản trường ca bất hủ Hội Trùng Dương viết về ba con sông Việt Nam: sông Hồng, sông Hương và sông Cửu Long.

"Sau 1975 Phạm Đình Chương định cư tại California, Hoa Kỳ. Ông mất 22 tháng 8 năm 1991 tại California. Theo một số tài liệu khác thì ông mất năm 1993".

chờ ông ở đài. Như các ông Phạm Đình Chương, Mai Thảo, Thanh Thoại, Hồ Đăng Tín, Hoàng Thư v.v... Tất cả khoảng trên dưới 20 người. Nhưng người bạn Mỹ của ông nói là không nên. Do đó, ông không thể dùng tel. của tòa đại sứ để gọi về đài. (Thời đó, chưa có Cell phone ông Ninh nhấn mạnh).

Ông Ninh cho rằng, đó là một thất bại lớn nhất, dù ngoài thẩm quyền của ông. Bởi vì:

"Nếu tôi có thể gọi về đài, thì cũng sẽ có một số anh em tìm được đường di tản khác... !" Ông Vũ Quang Ninh nói.

Tâm sự của ông Vũ Quang Ninh về sự kiện vừa kể, trùng hợp với những gì sau này, cố nhạc sĩ Phạm Đình Chương (cũng như nhà văn Mai Thảo), đã đôi lần thuật lại.

Tác giả trường ca *"Hội Trùng Dương"* thuật rằng: Tới khuya, sau khi không có tin tức gì từ ông Ninh, một số anh em lục tục trở về nhà. Tuy nhiên, số còn lại cũng tới bảy tám người; ngủ ở đài TNTD cho tới sáng hôm sau, tức sáng 30 tháng - 4- 1975. Trước khi chia tay, ai về nhà nấy, thì những người còn lại được nghệ sĩ Hoàng Thư mời qua tiệm phở bên kia đường (nằm dọc theo bờ tường cư xá Bưu điện).

(Nghệ sĩ Hoàng Thư nổi tiếng với vai diễn *"Trấn thủ lưu đồn"* trên sân khấu cũng như trên truyền hình và, phát thanh, cho biết, trước khi người vợ cũ của ông di tản theo chồng về Mỹ, đã gửi lại cho ông 100 đô la. Ông muốn tiêu hết với bạn bè vì không biết tương lai, có còn gặp lại nhau nữa hay không?!!)

*

Tuy nhà truyền thông Vũ Quang Ninh không còn nữa, nhưng con đường phát thanh đầy gai góc ở những năm tháng đầu tiên thời ty nạn đã được ông dọn đường, phát quang cho lãnh vực này hôm nay trở nên phong phú, tốt tươi.

Tôi trộm nghĩ, chúng ta không có nhiều lắm, những người làm được những việc như ông. Nên, cách gì thì họ Vũ cũng đáng được ghi nhớ, bởi ông đã cống hiến trọn đời mình trong lãnh vực phát thanh của người Việt Quốc Gia từ trong nước, tới hải ngoại.

(Garden Grove, Feb. 2015)

Chương ba:
Điện Ảnh, Sân Khấu

Đạo diễn Đinh Anh Dũng:
Giữ đời cho nhau

Dưới dàn chanh dây của T., với những trái chanh chen chúc, nhấp nhô như những vỉ trứng ngỗng, sơn xanh, treo- ngược- ước- mơ từng mùa, ngắn ngủi một đời người, tôi mới có gần trọn một buổi chiều ngồi với Đinh Anh Dũng. Một đạo diễn rất mực tài hoa, theo tôi.

Tôi không nhớ bao lâu, nhưng có dễ cũng đã trên mười năm, chúng tôi mới lại có được với nhau, một buổi chiều... "chuyện vãn," như thế.

Chúng tôi thay nhau nhắc lại, những ngày tháng của các năm 1995, 1996, khi trung tâm Diễm Xưa của nữ ca sĩ Thái Xuân chính thức nhờ họ Đinh bắt tay vào việc quay những thước phim đầu tiên cho bộ video " *Du Tử Lê, Giữ Đời Cho Nhau.*"

Hành trình của cuộc... *"giữ đời"* này khá lênh đênh với những ý tưởng, những đòi hỏi nghệ thuật, thể hiện thành hình ảnh của Đạo diễn Đinh Anh Dũng! Chúng tôi trải qua nhiều ngày, tháng, nhiều nơi chốn, với nhiều tình thân gần như khắp nước Mỹ. Riêng Dũng, còn là những ngày lặn lội từ nam ra bắc, thu hình những tài liệu mà, Dũng nghĩ sẽ mang thêm giá trị về cho bộ phim.

Tôi nhớ, Đạo diễn Đinh Anh Dũng ra tận Quảng Trị, mang theo người mẫu và đoàn quay phim tới nhà thờ La Vang, để thu hình ngôi nhà thờ bị đổ nát một phần trong chiến tranh, làm *background* cho ca khúc *"Trong tay thánh nữ có đời tôi,"* nhạc Trần Duy Đức. Dũng cũng tìm đến Bến Chương Dương, tìm hiểu cội nguồn bài thơ sau này trở thành ca khúc *"Trên ngọn tình sầu"*...

Chúng tôi nói chuyện với nhau về những ngày tháng cũ. Mới đó mà, đã như... cổ tích!

Đinh Anh Dũng nhắc lại những ngày chúng tôi thu hình ở Virginia.

Thời gian đó, nhạc sĩ Huỳnh Thái Bình và, chị Huỳnh Oanh còn là "khổ chủ" của những bữa cơm, những ly café, những buổi họp mặt văn nghệ nơi căn nhà vững chãi, như một lô cốt ngạo nghễ giữa rừng thông. Họ cũng là những "diễn viên" từng xuất hiện trong bộ phim. Bây giờ mỗi người bạn của chúng tôi, đã chọn cho mình, một đời sống khác. Cả tôi lẫn Đinh Anh Dũng, không thể đoán biết ai, hiện là chủ ngôi biệt thự giữa... rừng sâu kia.

Dũng hỏi thăm về những người bạn của tôi ở Falls Chruch, như Đinh Cường, Nguyễn Thế Toàn, Lê Thiệp...

Dũng nhắc lại những ngày chúng tôi thu hình ở Houston, Texas.

Thời gian đó, bạn tôi Trọng Kim / Trương Trọng Trác còn ngồi trên lầu hai, khu phố đường Melrose, bề bộn tài liệu, hình ảnh lưu trữ cho những "trận đánh" báo chí, mỗi hai tuần một lần... Bây giờ, bạn tôi đã ra người *thiên cổ!*

Houston, của tôi và Đinh Anh Dũng những ngày thực hiện chương trình *"giữ đời cho nhau..."* chỉ còn Đăng Khánh, Nguyên Bích, Lê Văn Hào, Nguyễn Ngọc Bảo, Nguyễn Đức Tuệ... (Cao Đông Khánh đã cùng cơn say của anh, về chân trời khác.)

Tác giả *"Em ngủ trong một mùa đông"* cũng di chuyển tới một ngôi nhà mới.

Ngôi nhà cũ của Đăng Khánh / Phương Hoa ở đường Kirlwood, không còn. Ngôi nhà ấy, đã thuộc về người khác.

Tôi không hỏi lai lịch chủ mới của căn nhà từng diễn ra không biết bao nhiêu cuộc họp mặt. Nơi đằm thắm của bao nhiêu tiếng hát, thương yêu. Bao cuộc triển lãm tranh bằng hữu... Tôi không hỏi, vì tôi biết, đó không phải là mối bận tâm của chủ nhân mới. Mối quan hoài nếu có, thuộc về chúng tôi.

Nơi cố nhà văn Mai Thảo chọn ở, gần như tất cả những lần ông viếng thăm Houston. Tất cả những lần ông tới thành phố tình thân này, để thu tiền bán báo Văn; hay tham dự những chương trình văn học, nghệ thuật lớn, do Đăng Khánh / Phương Hoa tổ chức.

Đó cũng là ngôi nhà mà Đạo diễn Đinh Anh Dũng và tôi, dừng chân nhiều ngày, trên lộ trình *"giữ đời cho nhau"* gập ghềnh nắng và, gió. Sa mạc và, hoa cúc. Niềm vui và, nỗi buồn, giữ lại...

Phương Hoa và Đăng Khánh đã xây cất lấy cho họ một ngôi nhà khác. Ngôi nhà tinh khôi. Ngôi nhà hai tầng trong một khu rợp bóng cổ thụ.

Nhưng nơi chốn ấy, sẽ vĩnh viễn không có cơ hội ghi khắc hình bóng (dù mờ nhạt,) của những Phạm Đình Chương, Mai Thảo,

Nguyên Sa, Ngọc Dũng, La Sương Sương, Hồ Tấn Phước... và, gần nhất, Trương Trọng Trác.

Họ đã *đi xa.* (Tựa sự *đi xa* của Hữu Loan, Hoàng Cầm... ở Việt Nam mà, Đinh Anh Dũng nhắc tới, ngay dưới dàn chanh dây của T., với những trái chanh chen chúc, nhấp nhô như những vỉ trứng ngỗng, sơn xanh, treo- ngược- ước- mơ từng mùa, ngắn ngủi một đời người.)

Rồi, ca sĩ Thái Xuân, người được của nhiều ca, nhạc sĩ công nhận là có một trình độ thẩm âm "siêu quần, bạt chúng," cũng đã đi xa, cách riêng của mình, sau khi chị quyết định chấm dứt toàn bộ đời sống (vốn một thời lộng lẫy) của trung tâm Diễm Xưa.

Đinh Anh Dũng cũng hỏi tôi về thành phố Seattle. Nơi chúng tôi trải qua những ngày mưa nẫu, ủng trên chiếc cầu dẫn vào khu phố Việt Nam, đường Jackson và, các ngõ hẻm, chốn "tọa lạc" của những thùng rác thương mại to đùng, lênh khênh. Những thùng rác mà tôi từng nghĩ, nếu chẳng may mấy ông Mỹ đen, sau khi "phê," ngứa mắt thấy "ê kíp" của đạo diễn Đinh Anh Dũng "dàn trận" máy móc, đèn đóm, lỉnh kỉnh cờ quạt... nổi hứng ném tất cả chúng tôi vào thì, vẫn còn... dư chỗ cho vài ba "chiến hữu" nữa!

Tôi nhớ, tôi phải "diễn" nhiều lần, dọc theo một trong những con hẻm nặng mùi kia. Khi ấy, Dũng bắt tôi mặc áo mưa, che dù, dầm chân trong những vũng nước lạnh buốt (không được phép nhăn mặt...) để Dũng đi giật lùi, thu hình vào ống kính, những thước phim "*người đi trong mưa gió*" này.

Bây giờ, tôi không nhớ những đoạn phim thu ở Seattle, được dùng làm *background* cho ca khúc nào của bộ phim. Đinh Anh Dũng hỏi tôi về Võ Thạnh Đông, Phạm Kim, "Ông Thúi Hoắc"...

Chúng tôi cũng nhớ lại những ngày ở Portland, Oregon, nơi chiếc sân, bên hông nhà hàng của người bạn đời Từ Công Phụng.

Ở chiếc sân và, trong ngôi nhà cũ ấy, Dũng cũng đã thu và, dùng được gần như trọn vẹn, phần kể lại "sự cố" liên quan tới chuyện ra đời của hai ca khúc "Trên ngọn tình sầu" và, "Giữ đời cho nhau" (tức "Ơn em.")

Tôi nói, tính tới cuối Tháng Bảy vừa qua, sau khi trải qua bảy hay, tám lần *chemo,* tình trạng sức khỏe của họ Từ, đã tốt đẹp. Cái bướu trong gan của bạn tôi, nhỏ còn một nửa. Mặc dù trước đấy, tác giả *"Bây giờ tháng mấy"* đã phải đi một đường *"tông đơ"* láng o cái đầu... cho nó tiện! Sau khi tóc đã như lá... mùa thu!

...

Dưới dàn chanh dây của T., với những trái chanh chen chúc, nhấp nhô như những vỉ trứng ngỗng, sơn xanh, treo- ngược- ước- mơ từng mùa, ngắn ngủi một đời người, tôi mới có gần trọn một buổi chiều ngồi với Đinh Anh Dũng. Một đạo diễn rất mực tài hoa, theo tôi.

Tôi hỏi Dũng về ảo thuật gia Trần Thiện, người lãnh công việc làm "hậu kỳ" cho bộ phim.

Tôi dùng chữ "hậu kỳ" cho sang vậy thôi! Thực ra, công việc của ảo thuật gia Trần Thiện chỉ là dùng máy "gắp chữ bỏ miệng ca sĩ," để khi bộ video ra đời, sẽ không bị cái cảnh "tiếng hát đi trước, cái miệng đi sau" hay, "trống đánh xuôi kèn thổi ngược"...

Tôi không biết hiện tại, kỹ thuật ráp tiếng ra sao! Nhưng với đêm "dự khán" vụ "ráp tiếng" tại căn mobile home của Trần Thiện thì, đó là lần đầu tiên chúng tôi hiểu thế nào là *edit* tiếng nói cho phim.

Tôi nhớ tôi và T. muốn phát điên khi chỉ với một câu nhạc, thí dụ câu *"con dế buồn tự tử giữa đêm sương"* (trong ca khúc *"Trên ngọn tình sầu,"* nhạc Từ Công Phụng, Ý Lan hát,) mà chúng tôi phải nghe tới, nghe lui mấy chục lần! Mỗi lần vài ba tiếng!

Thoạt tiên là *"Con dế buồn..." "Con dế buồn..." "Con dế buồn..."*

Chỉ... một con dế đó thôi, chúng tôi nghe không dưới mười lần. Rồi *"tự tử..." "tự tử..." "tự tử..."* không dưới năm lần. Cuối cùng mới là *"giữa đêm* sương..." *"giữa đêm sương..." "giữa đêm sương..."*

Tôi tin, bạn tôi có thể hình dung tính cách "khủng bố trắng" mà, ông *edit*, Trần Thiện, ông đạo diễn, Đinh Anh Dũng đã hành hạ chúng tôi đến đầu, đến đũa như thế nào!

Tôi nghĩ, vụ làm "hậu kỳ" này, có thể sẽ bớt phần "tai họa", nếu Trần Thiện không bị thời gian đuổi nà sau lưng và, Đinh Anh Dũng bớt khó tính một chút.

Số là 10 giờ sáng ngày hôm sau, ảo thuật gia của tôi phải ra phi trường bay về Saigon. Oan nghiệt thay, khi họ Trần càng vội vàng, hấp tấp bao nhiêu thì, cái vụ "gắp chữ... bỏ miệng ca sĩ" của ông càng *"nghìn trùng xa cách"* bấy nhiêu! Trong khi với họ Đinh thì, chỉ một phân... *xa cách* thôi," ông cũng không chịu. Ông ngồi sát bên họ Trần, chỉ, bảo, khắt khe từng ly, từng tí...

Tôi nhớ, mới làm việc được đâu chừng vài tiếng, Trần Thiện kêu đau lưng. Ông lấy cái *belt* mà những người khuân vác nặng thường đeo để tránh bị cụp xương sống, cột quanh bụng... Lâu lâu, ông lại đem một tay rời khỏi dàn máy, vỗ vỗ chiếc đai... Sau đấy, ông đổi tay, vỗ vỗ... túi quần.

Tôi quên nói, bạn tôi, đạo diễn Đinh Anh Dũng không chỉ rất mực tài hoa mà, ông còn thuộc loại "cực kỳ" thông minh nữa. Cứ mỗi lần Trần Thiện *phát biểu cảm tưởng* theo cách của ông ta thì, họ Đinh lại chuồi ngay một tờ Dollar "giấy... lớn" cho Trần Thiện.

Tôi chưa một lần hân hạnh được xem Trần Thiện biểu diễn ảo thuật. Nhưng, qua đêm đó, tôi phải thú nhận rằng, quả tôi có tâm phục, khẩu phục ông "David Copperfield Việt Nam" này. Vì mỗi lần được "chi viện" một cách "tự nguyện" như vậy, bao giờ sự *"gặp chữ bỏ miệng ca sĩ"* của họ Trần, cũng nhậm lẹ... thấy rõ! Và, những tờ "giấy lớn" cũng được "hô biến" một cách rất... Trần Thiện

...

Ngồi với nhau, dưới dàn chanh dây của T., khi nắng chiều đã lùi xa, ăn tới nóc mấy chuồng chim giữa sân, tôi nói với Dũng, những ngày "kinh hoàng" kia với tôi bây giờ, sau mười mấy năm nhìn lại, mới thấy, đó cũng là một trong những kỷ niệm, đáng nhớ.

Đinh Anh Dũng nói:

"Đúng vậy. Hạnh phúc / khổ đau chỉ như hai mặt của một đồng xu."

Dũng cũng kể, trước đây, đôi lần Dũng có gặp Trần Thiện ở Saigòn. "Nhưng khoảng mười năm nay thì, không."

Tôi nói, mong rằng Trần Thiện chưa *đi xa*! Dũng gật đầu. Hy vọng.

Nhắc tới kỷ niệm, Dũng hỏi tôi còn nhớ vụ thu ca khúc *"Đêm, nhớ trăng Saigòn,"* nhạc Phạm Đình Chương? Tôi nói, nhớ chứ!

Tôi nhớ, theo quyết định ban đầu thì, người trình bày ca khúc *"Đêm, nhớ trăng Saigòn"* là nữ danh ca Thái Thanh. Thái Xuân chọn Thái Thanh vì trung tâm Diễm Xưa đã có trong tay CD Thái Thanh Hải Ngoại, chủ đề: *"Đêm, nhớ trăng Saigòn."* Nghĩa là phần *audio* có sẵn. Chỉ phải thu hình Thái Thanh hát... nhép. Đinh Anh Dũng đầu tư khá nhiều công sức cho phần *background* của ca khúc này.

Mặc dù quay trong studio, nhưng Dũng dàn dựng rất công phu. Từ vầng trăng (giả,) rất lớn, tới một khung cửa sổ (cũng giả)... Nơi tôi dừng lại sau cùng: Tì tay thành cửa sổ... Nhìn lên bầu trời... (giả,) với những ngọn nến (thật) bập bùng, cháy sau lưng và, hình ảnh Thái Thanh rực rỡ, điểm xuyết... Như sự hư ảo giữa "điểm" và "diện". Như sự hòa quyện buồn bã giữa tiếng hát, người hát và, tâm trạng thất lạc tình yêu, thất lạc cuộc đời của một thanh niên, những ngày đầu, ty nạn quê người.

Tôi nhớ, tôi phải "diễn" nhiều lần cho tới khi Đinh Anh Dũng thật hài lòng. Mặc dù hình ảnh tôi, khi được coi chiếu thử, trước sau chỉ là một cái mặt... đen thui. Tối hù!

Sau đó, không biết vì lý do gì, Producer Thái Xuân của bộ phim, lại chọn Vũ Khanh. Phần *audio,* dễ thôi. Phòng thu riêng của Diễm Xưa, đã có Derek Phạm, phụ trách. Nhưng phần Dũng và tôi, mới thực vất vả.

Đinh Anh Dũng phải nghĩ một *script* khác. Tôi phải "diễn" lại, theo *script* ấy.

Một buổi chiều, giữa lúc đang ăn cơm, thình lình Đinh Anh Dũng gọi - Dũng bắt tôi ra ngay ngã tư đường Westminster và Beach Blvd, thành phố Westminster để đóng... phim!

Dũng giải thích, tuy tôi không hiểu rõ lắm... Đại khái, ánh sáng đang tốt nhất. Trăng (thật) cũng đã lên vừa đủ độ cao trong tính toán của Dũng.

"... Nhưng tất cả mọi thứ, chỉ tốt nhất trong vòng 30 tới 45 phút thôi. Nếu anh không ra ngay, cơ hội sẽ không trở lại... lần thứ hai!"

Tôi buông đũa, không thay quần áo, chỉ khoác thêm chiếc áo lạnh, phóng xe tới... "hiện trường."

Chẳng biết có phải vì còn đói hay, phải "diễn" giữa phố xá, tôi loạng quạng sao đó mà, Dũng bắt tôi đóng đi, đóng lại gần một tiếng đồng hồ trên đoạn đường "ngựa xe như nước" này. Tôi cảm tưởng như xe nào chạy ngang, cũng tò mò nhìn xem chúng tôi đang diễn trò gì! Có người ra vẻ hiểu chuyện, bấm còi inh ỏi... Tựa khích lệ tinh thần mầm non, "tài tử chính!"

Nói nào ngay, khi thu hình cảnh này, tôi được đạo diễn cho hút thuốc... mệt nghỉ. Thỉnh thoảng thuốc tàn, chưa kịp châm điếu khác thì, đạo diễn đã mau mắn nhắc nhở.

Sau này, hỏi ra, tôi mới biết, Dũng muốn thu vào ống kính, màn khói thuốc... mù mịt... Cho thêm phần "ấn tượng." Nhớ... quê hương!

Bạn tôi,

Dưới dàn chanh dây của T., với những trái chanh chen chúc, nhấp nhô như những vỉ trứng ngỗng, sơn xanh, treo- ngược- ước- mơ từng mùa, ngắn ngủi một đời người, tôi mới có gần trọn một buổi chiều ngồi với Đinh Anh Dũng. Một đạo diễn rất mực tài hoa, theo tôi.

Sau bao nhiêu năm, lần đầu tiên, chúng tôi có lại hàng giờ cùng nghe với nhau một số ca khúc cũ, mới của nhiều nhạc sĩ phổ từ thơ của tôi; như cách đây mười mấy năm, chúng tôi cũng đã có những chiều, những đêm, cùng nghe với nhau như vậy. Đinh Anh Dũng hưng phấn hình dung hai năm nữa, 2012, chúng tôi sẽ cầm trên tay, một cuốn video mới. Dũng gọi đó là *Giữ đời cho nhau* #2. Nghệ thuật. Mới.

Tôi nói, hy vọng ngày đó, tôi còn sống!

Đinh Anh Dũng tỏ dấu ngạc nhiên. Có dễ vì tôi cố tình không kể với Dũng, kết quả *Cat scan* mới nhất cho thấy, trong phổi của tôi, xuất hiện một cái bướu. Các bác sĩ Vũ Khải, Lê Trần Hoàng hy vọng cái bướu này không phải là dấu hiệu của ung thư tái phát. Tuy nhiên, có thể họ sẽ vẫn muốn tôi phải làm thêm một *Cat scan* nữa. Riêng cho phổi.

Gần đây, tôi rất ít muốn nói về bệnh tình của mình. Với tôi, kể từ sau cuộc giải phẫu ung thư bởi bác sĩ Lê Tâm, mỗi ngày được sống thêm với tôi là một *bonus*. Một tặng phẩm quý báu mà,

Thượng Đế đã ưu ái dành cho tôi, bên cạnh những ưu ái khác cũng từ Đấng Một này.

Tắt một lời, tôi bằng lòng, với từng buổi sáng, mở mắt, thấy mình còn sống. Tôi cũng bắt đầu mỉm cười và, thấy thương hại cho những kẻ bịa đặt, phao tin, phủ nhận, vu cáo, ty hiềm một cách ấu trĩ về tôi.

...

Gần đây, tôi cũng bắt đầu tìm được cho mình, cái hạnh- phúc- của- vật- bị- lãng- quên. Thứ hạnh phúc như mẩu nến trên bàn, trong đêm. Khi nó chỉ còn rớt, sót chút thịt, da thừa thãi. Chờ cháy nốt.

...

Buổi chiều, khi nắng đã đi hết chiều dọc sân sau, lúc anh Long tới đón Dũng, để chuẩn bị đi rước Bamby và Jerry ở Disneyland; đứng nán vài phút với nhau trên lề, Dũng chỉ ngôi nhà bên kia đường, kể anh Long nghe, mười ba năm trước, nơi mảnh vườn hoang, bên hàng rào đổ nát, Dũng đã thu hình Đinh Ngọc, với ca khúc *Hiến chương yêu,* nhạc Nguyên Bích; cùng một người mẫu và, những bông hoa dại, dưới chân tường. Đó là một trong những thước phim cuối cùng của bộ video *Giữ đời cho nhau,* 1997.

Tôi nói, căn nhà xưa, không còn nữa. Đinh Ngọc đã bỏ Cali về Việt Nam, sống tiếp phần tuổi trẻ của mình. Người con gái dóng cặp với Đinh Ngọc, đã ra trường. Cô cũng đã có cho cô, đời sống khác.

Tôi muốn nói với Dũng, định mệnh không có thói quen dành một vé tầu vào tương lai, cho những người già như tôi. Mặc dù, tôi cũng biết, sẽ còn rất nhiều chuyến xe tốc hành đem họ, những người trẻ (như Đinh Ngọc,) tới những chân trời, mới.

Tôi không nói. Tôi muốn im lặng. Trở vào. Ngồi xuống. Một mình. Dưới dàn chanh dây. Qua kẽ lá, tôi sẽ thấy được bóng tối bập bùng, gió nổi.

(Aug. 8 2010)

Lê đình Ysa,
chọn làm cây tràm hôm nay,
cho ngày mai trái ngọt

Trong sinh hoạt Văn Học Nghệ Thuật (VHNT) Việt 40 năm ở hải ngoại, tôi ghi nhận được một hiện tượng khá đặc biệt. Đó là hiện tượng những người trẻ trưởng thành ở xứ người - Những người tốt nghiệp đại học với những ngành nghề chuyên môn cao, như kỹ sư, dược sĩ, bác sĩ... Thay vì dùng bằng cấp để bảo đảm cho đời sống riêng của mình hoặc gia đình, với mức lương ở con số trên dưới trăm ngàn một năm, thì họ lại ném mình vào những lãnh vực mà, tương lai thường chỉ cho họ những hoa, trái phù du, bất trắc. Đó là lãnh vực VHNT.

Nói thế, không có nghĩa những đam mê lửa ngọn của tất cả những người trẻ muốn đóng góp trí tuệ, tài năng họ cho con đường nhiều phần bất trắc kia, đều thất bại.

Thực tế cho thấy, cũng có nhiều người trẻ thành công. Họ trở thành những vì sao lấp lánh trên nền trời sáng tạo. Họ nhận được những tràng pháo tay, những ngợi ca, như những vòng nguyệt quế vinh quang, tương xứng với đam mê và, tài năng của họ.

Tuy nhiên, bên cạnh đó, tôi cũng thấy (không nhiều lắm) người trẻ, sau khi thành công trên bước đường học vấn, vì lý tưởng hay một tâm nguyện nào đó, đã gác bỏ bằng cấp của mình qua một bên, để lao vào những sinh hoạt VHNT một cách lặng lẽ. Lặng lẽ hiểu theo nghĩa họ không hề có chủ tâm tìm kiếm tên tuổi cho họ, hay một vòng nguyệt quế ghi công, xác lập nào!

Trường hợp này, ở những năm tháng quê nhà trước tháng 4-1975, tôi thấy gần như không có! Nếu có, cũng rất họa hiếm. Nhưng trong sinh hoạt 40 năm VHNT quê người, hiện tượng này khá phổ cập.

Điển hình cho hiện tượng đặc biệt vừa kể, người tôi nhớ tới đầu tiên là Lê Đình Ysa.

Theo nội dung của một bài báo đã ghi nhận thì, Dược sĩ Lê Đình Ysa "là linh hồn, là đầu tàu cho những người trẻ của VAALA..." Rõ hơn, tác giả bài báo đăng tải trên nhật báo Người Việt đã lâu, cho biết thêm:

"... Dược Sĩ Lê Đình Ysa, đang làm việc tại St. Joseph Home Care Pharmacy, bắt đầu đến làm việc cho VAALA từ năm 2000, sau ngày mất của bố cô, nhà báo Lê Đình Điểu, một trong những người sáng lập nên VAALA, 'như một cách tôi muốn tưởng nhớ đến bố tôi, muốn đi tìm hiểu những điều bố tôi đã làm' (...)

"... Hãy thử một lần nói chuyện với Ysa, để thấy những ấp ủ, những dự định, những trăn trở của cô đối với VAALA, dường như đã đi vào hơi thở và máu thịt cô là như thế nào.

"Buông công việc của một người dược sĩ ra là toàn bộ tâm trí Ysa dành hết cho VAALA, để lúc nào cô cũng thấy 'công việc cứ quay cuồng, thì giờ đi đâu hết trơn, phải lấy cả ngày vacation ra để làm nữa!' Nếu không thì làm sao mỗi mùa Trung Thu hơn 300 trẻ em quanh đây lại tíu tít tụ về tham dự cuộc thi vẽ Trung Thu? Nếu không thì làm sao các đạo diễn gốc Việt từ nhiều nơi trên thế giới có cơ hội được trình chiếu các bộ phim của mình trong cùng một đại hội điện ảnh? Nếu không thì làm sao các họa sĩ gốc Việt có một nơi gom về để đưa các sáng tác của mình đến cho công chúng thưởng lãm? Nếu không thì sao có những cuộc Hội Luận Điện Ảnh tổ chức cùng Hội Văn Hóa và Ngôn Ngữ Việt Nam (VNLC) của trường Đại Học UCLA? (...)

"Trả lời câu hỏi, '12 năm gắn bó với VAALA, chị nghĩ điều thành công nhất của chị là gì?' Ysa suy ngẫm:

"Tôi nghĩ thành công lớn nhất của mình là lôi cuốn được giới trẻ hơn mình tham gia vào công việc. Nếu không có những bạn trẻ đó, tôi không thể đi tiếp được.

" 'Tôi rất thích truyện ngắn Rừng Mắm của Bình Nguyên Lộc. Ở đất Hoa Kỳ này, tôi nghĩ thế hệ thân phụ tôi là cây mắm, thế hệ 1.5 của tôi là cây tràm, thế hệ sau này mới là xoài, mít, ổi ngon lành, nếu mình chịu khó vun trồng... '"[1]

Buông bỏ công việc chuyên môn có mức lương đáng mơ ước của không ít người trẻ, Lê Đình Ysa, theo tôi, không thuần túy vì / như "một cách tưởng nhớ" thân phụ của cô, nhà báo, nhà thơ Lê Đình Điểu, (một người đã cống hiến trọn đời mình cho những mục tiêu hữu ích chung cho tập thể, từ văn chương, xã hội, giáo dục, tới báo chí, phát thanh) mà, trong huyết quản, sâu nơi đáy tầng cảm thức riêng của Lê Đình Ysa, còn là những lượng sóng ngầm, cuồn cuộn một tình yêu đất nước. Tình yêu Việt Nam.

Có dễ, chính vì thế mà, Ysa đã mở tung trái tim mình, để nở ra, vươn tới những chân trời khác, khởi từ nền tảng VAALA / Hội Văn Học Nghệ Thuật Việt Mỹ mà thân phụ cô là một trong những người sáng lập.

Với đôi ba người bạn tâm huyết, cùng lý tưởng, như họa sĩ Ann Phong, như Titi Mary Trần, Lê Đình Ysa:

"... Từ nhiều năm qua, các hoạt động của Hội VAALA từ ra mắt sách, Vẽ Trung Thu, tổ chức các lớp học về cải lương, hát bội, đến những hoạt động tầm cỡ hơn như Đại Hội Điện Ảnh Việt Nam Quốc Tế (ViFF), triển lãm F.O.B I, F.O.B. II, Ẩn Dụ Nhiệm Màu (Marvelous Metaphors) hay Đời Sống Tuần Hoàn (Cycles of Life), chương trình kịch 'Finding Home', v.v. thực sự trở nên quen thuộc với nhiều người Mỹ gốc Việt tại đây..."[2]

Trong số những hoạt động được sự tiếp tay tích cực của Ann Phong và TiTi Mary Trần, Ysa đã thực hiện trên dưới mười năm qua, những sinh hoạt VĂN HọC NGHệ THUậT mà chúng ta nên ghi nhận là, không phải ai có tâm huyết cũng có thể làm được!

Ở đây, tôi chỉ xin đơn cử một vài sinh hoạt, gần như người Việt nào ở Hoa Kỳ, cũng biết tới hoặc đã nghe qua. Đó là cuộc thi Vẽ Tết Trung Thu năm nay, sắp bước vào năm thứ mười ba - Với kết qủa ngày càng được nhìn nhận như một nỗ lực văn hóa cực kỳ ý nghĩa, trở thành ngày hội lớn, không chỉ cho trẻ em Việt mà, cũng là vườn cây ương mầm tài năng thiếu nhi của các sắc dân khác nữa.

Cụ thể, cuộc thi vẽ hồi tháng 9 năm 2014 vừa qua, do VAALA tổ chức lần thứ 12, sáng tác của các họa sĩ nhi đồng, đã được Viện bảo tàng nổi tiếng thế giới Bowers ở thành phố Los Angeles,

1 Nguồn: Wikipedia-Mở

2 Nđd.

trưng bày mọi sáng tác của các tham dự viên, cuộc thi vẽ chủ đề "Hội Trăng Rằm Thiếu Nhi / Children's Moon Festival".

Cũng vậy, ở lãnh vực thứ hai, lãnh vực điện ảnh, với những Đại Hội Điện Ảnh Việt Nam Quốc Tế (Việt Film Fest), do VAALA khởi xướng từ hơn mười năm qua (sẽ tiếp diễn vào trung tuần tháng Tư tới đây, tại rạp UltraLuxe GardenWalk, thành phố Anaheim), cũng đã được ghi nhận như sau:

"Kể từ năm 2003, Viet Film Fest được biết đến như một đại hội điện ảnh Việt lớn nhất tại hải ngoại. Trong hơn một thập niên qua, đại hội đã thu hút hàng ngàn người tham dự và trình chiếu phim từ các quốc gia trên thế giới như Úc, Canada, Pháp, Đức, Do Thái, Ba Lan, Na Uy, Anh, Nhật, Đại Hàn, Cambodia, Việt Nam, và Hoa Kỳ.

"Mục đích của Đại Hội Điện Ảnh Việt Nam Quốc Tế gồm hỗ trợ và quảng bá tác phẩm của các đạo diễn người Việt trên toàn thế giới.

"Như mọi năm, Viet Film Fest sẽ trao giải Trống Đồng dành cho phim hay nhất (phim dài và phim ngắn), giải Tài tử xuất sắc (nam và nữ). Khán giả cũng sẽ được bầu chọn phim dài và phim ngắn hay nhất..."[3]

Tôi nghĩ, khó ai nhớ hết đã có bao nhiêu đạo diễn, tài tử được vinh danh trong những Đại Hội Điện Ảnh Việt Nam Quốc Tế (Việt Film Fest) vừa kể.

Nhưng, điều tôi muốn nhấn mạnh, chính là sự "vắng mặt" của Lê Đình Ysa, linh hồn những công trình lớn lao và ý nghĩa đó.

---

3 Nđd.

Tôi không nghĩ nhiều người nhớ tới phần đóng góp lặng lẽ của Lê Đình Ysa, mặc dù, cho tôi nhắc lại: Đó không phải là điều Ysa tìm kiếm.

Dẫu vậy, tôi vẫn xin được nói thêm, được nhấn mạnh tới khía cạnh lặng lẽ của Ysa. Vì hiển nhiên, trước, sau, Ysa không hề đi tìm một lợi nhuận vật chất hay tinh thần nào, trong tất cả mọi hoạt động của VAALA.

Tôi cũng không nghĩ chỉ thuần túy vì / như "muốn tưởng nhớ" người cha khả kính của cô mà, Ysa ném mình vào hành trình xiển dương văn học, nghệ thuật Việt gập ghềnh nắng, gió, chao chát nơi quê người.

Tôi trộm nghĩ, nếu muốn, Ysa sẽ có nhiều cách khác hơn, để bày tỏ lòng trân trọng nhớ ơn người cha đáng hãnh diện đó.

Nhưng, những gì Ysa đã làm, theo tôi, nó còn bắt nguồn từ một trái tim lớn. Trái tim của một người trẻ ở quê người, muốn nâng hai chữ Việt Nam lên tầm cao hơn, xa hơn nữa, giữa quảng trường Văn Học Nghệ Thuật thế giới, (từ đôi vai nhỏ bé, gầy guộc của mình!)

Chính điều này, khiến tôi thấy, đóng góp của Ysa cho Việt Nam, đáng trân trọng như bất cứ một đóng góp to lớn nào ở các lãnh vực khác, của những người trẻ Việt khác, nơi quê người, 40 năm qua.

Tôi tin, những đóng góp đó, của Ysa, sẽ còn ở lại với Việt Nam nhiều lần 40 năm nữa, không chỉ nơi quê người mà, luôn cả ở quê nhà, nữa.

(Jan. 2015)

Thắng Đào,
biên đạo vũ Ballet
trên sân khấu Mỹ

N hư sự hiểu biết của tôi thì Thắng Đào, là Biên đạo vũ
Ballet đầu tiên, được những sân khấu lớn của Hoa Kỳ mời
trình diễn.

Căn cứ theo một bài viết của Đoàn Hưng trên nhật báo Việt Báo
năm 2011 thì, Thắng Đào sinh ở Đà Nẵng. Thắng Đào theo gia
đình vượt biên tới Hoa Kỳ, lúc mới ba tuổi. Thắng Đào bắt đầu học
múa ballet từ Juilliard School và Nhạc Viện Boston. Lấy bằng BFA
ngành múa cũng ở Nhạc Viện Boston, và bằng MA ở New York
University.

Từ năm 2001 đến 2006, họ Đào là vũ công của đoàn Stephen
Petronio Company, làm việc với Metropolitan Opera và Little

Orchestra Society. Ông đã đi trình diễn ở New York, Boston, California, Colorado, Austin, rồi Châu Âu và một số quốc gia ở vùng Đông Bắc Á - Ngay tự những xuất hiện đầu tiên, Thắng Đào đã nhận được những khen ngợi từ những nhà phê bình nghệ thuật nổi tiếng của The New York Times, The Boston Globe, Austin American- Statesman...

Nơi bài viết vừa kể, nhân dịp Thắng Đào dàn dựng chương trình Ballet có tên *"Quiet Imprint (Vết Lăn Trầm),* ký giả Đoàn Hưng, Việt Báo cho biết thêm nhiều chi tiết về Thắng Đào, như sau:

"... Từ năm 2001 đến 2006, anh Thắng là vũ công của đoàn Stephen Petronio Company, làm việc với Metropolitan Opera và Little Orchestra Society. Anh đã đi trình diễn ở New York, Boston, California, Colorado, Austin, rồi Châu Âu và một số quốc gia ở vùng Đông Bắc Á. Anh đã nhận được những lời khen ngợi từ những nhà phê bình nghệ thuật nổi tiếng của The New York Times, The Boston Globe, Austin American- Statesman...

"Từ năm 2007, anh Thắng Đào bắt đầu tập trung vào công việc biên đạo múa. Anh thành lập công ty Thang Dao Dance Company tại New York, dàn dựng những chương trình ballet hiện đại cho những nghệ sĩ ballet ưu tú của New York. Lần đầu tiên xuất hiện trước công chúng vào năm 2008 tại Contemporary Dance Festival, anh Thắng đã vinh dự nhận được giải thưởng Prince Grace Fellowship cho hai vở ballet SOS và Glass Violin Concerto.

"Kể từ đó, Thắng Đào bắt đầu nổi tiếng hơn trên bình diện toàn quốc với những vở diễn soạn cho Boston Conservatory và Ballet Austin II. Với một chàng trai gốc Việt ở độ tuổi chưa đến 30, những thành đạt trong lĩnh vực nghệ thuật như vậy ở trên xứ Mỹ quả thật đáng khâm phục.

"Đang rất thành công trong lĩnh vực ballet thuần túy Tây Phương, anh Thắng Đào bắt đầu có ý định tìm về nguồn vào khoảng năm 2005. Trong thời gian đi lưu diễn ở Đại Hàn, Nhật Bản, anh cảm thấy mình đã ở rất gần quê hương Việt Nam rồi mà vẫn chưa có dịp về thăm.

"Anh bắt đầu tìm nghe nhạc Việt Nam. Tình cờ anh mua được 1 CD nữ ca sĩ Khánh Ly hát Ca Khúc Da Vàng của Trịnh Công Sơn, version đầu tiên Khánh Ly hát trước 1975 với phần đệm chỉ là cây đàn guitar thùng. Từ đó, những ký ức tiềm ẩn về nguồn cội máu đỏ da vàng bỗng dưng sống dậy mạnh mẽ trong anh, một người đã rời quê hương từ năm 03 tuổi! Anh nhớ lại những ngày còn tị nạn ở đảo, mẹ anh đã ru anh ngủ bằng cách cho anh nghe nhạc Khánh Ly hát Trịnh Công Sơn. Anh còn nhớ mang máng là có lần mẹ khóc vì nhớ nhà khi nghe những bản nhạc này. "Số phận bi thương của dân tộc Việt, của những kẻ lưu vong hình như gắn với giọng hát Khánh Ly và Ca Khúc Da Vàng, những ca khúc đã phác họa được phần nào tâm trạng của người Việt trong cuộc nội chiến Nam Bắc.

"Anh Thắng bắt đầu nghĩ đến việc dàn dựng một chương trình ballet với chủ đề Việt Nam. Anh viết phác thảo cho chương trình Ballet có tên là Quiet Imprint (Vết Lăn Trầm), nhằm thể hiện văn hóa của cộng đồng Việt trên đất Mỹ thông qua nghệ thuật ballet. Năm 2009, dự án này anh nhận được nguồn tài trợ từ tổ chức Princess Grace Foundation. Anh cùng với Ballet Austin II bắt tay vào việc thực hiện. Vết Lăn Trầm đã ra đời như thế...

"Vết Lăn Trầm (Quiet Imprint) là 10 tác phẩm ballet có phần nhạc là 10 ca khúc của Trịnh Công Sơn. Vết Lăn Trầm cũng là tên một ca khúc của Trịnh Công Sơn. Anh Thắng chọn nó làm chủ đề của chương trình (cho dù bài này không nằm trong 10 ca khúc được chọn) bởi vì qua những vũ khúc ballet, anh muốn kể lại câu chuyện về vết thương âm thầm trong ký ức của những người Việt lưu vong. Vết thương ấy có trong cả những người trẻ tuổi, không hề sống qua thời chiến, lớn lên ở hải ngoại như anh. 10 bài hát (Hãy Sống Giùm Tôi, Người Con Gái Việt Nam Da Vàng, Hát Cho Người Nằm Xuống, Biển Nhớ) được chọn ra để khái quát hóa câu chuyện Việt Nam. Đối với anh Thắng, ngôn ngữ ballet là cách diễn tả cảm xúc tuyệt vời nhất mà không cần đến ngôn ngữ. Chính ca sĩ Khánh Ly sẽ hát để những vũ công chuyên nghiệp của Ballet Austin II trình diễn. Anh Thắng đã hội ý rất nhiều với ca sĩ Khánh Ly về những bài hát được chọn, thứ tự các bài hát. Có lẽ không ai hiểu nhạc Trịnh Công Sơn hơn Khánh Ly. Cũng theo anh Thắng, giọng hát Khánh Ly trình bày ca khúc TCS rất gần gũi với nghệ thuật ballet, do tính chất kể chuyện, tâm tình đầy màu sắc, đầy cảm xúc của giọng hát độc nhất vô nhị này. Một sự kết hợp nghệ thuật hoàn hảo.

"Buổi trình diễn Vết Lăn Trầm đầu tiên là tại nhà hát Ballet Austin vào tháng 03 năm 2010. Không chỉ có người Việt Austin mà rất nhiều người Mỹ cũng đã đến xem và cảm nhận được thông điệp của anh Thắng Đào. Chương trình được ra mắt giới hâm mộ tại Houston vào hai buổi diễn vào tháng 04 năm 2011 cũng thành công rực rỡ. Anh Thắng rất vui vì chương trình sẽ được thực hiện ở Little Saigon - thủ đô của người Việt hải ngoại- vào tháng 10 tới. Diễn tả cảm xúc về nguồn của mình bằng nghệ thuật ballet, chia xẻ cảm xúc này với đồng bào mình là ước mơ của anh Thắng đối với chương trình Vết Lăn Trầm."[*]

Đúng như ghi nhận của Đoàn Hưng, là một biên đạo vũ Ballet người Việt đầu tiên, thành công trên những sân khấu lớn của Mỹ, Thắng Đào đã tìm về di sản văn hóa Việt - Nhằm mục đích giới thiệu với cử tọa người Mỹ một khía cạnh đặc thù của dòng VHNT dân tộc, tôi cho đó là một điểm son lớn, một biểu tỏ cụ thể của

---

[*] Đoàn Hưng, nguồn Wikipedia-Mở

tấm lòng một nghệ sĩ Việt, dù thành công tới mức nào, ở quảng trường nghệ thuật thế giới, vẫn không quên nguồn gốc và, niềm hãnh diện Việt, dù quá nhiều tang thương, bất hạnh...

Từ góc độ này, tôi nghĩ, Thắng Đào xứng đáng được biết đến như một trong những "Đại sứ" của nền văn hóa Việt nơi quê người.

Những đạo diễn trẻ và,
Trần Anh Hùng
trên trên màn ảnh thế giới

Cùng với những thành tựu có tính cách quốc tế của những nhiếp ảnh gia VN thế hệ thứ hai, thành công rực rỡ ở hải ngoại, có dễ đó là sự thành công của các đạo diễn Việt, cũng thuộc thế hệ thứ hai kể từ sau biến cố tháng 4- 1975.

Thành tựu vừa kể, không chỉ được những người Việt sống ở hải ngoại ghi nhận mà cũng được các nhà quan sát ở Việt Nam công nhận nữa.

Cụ thể, khi ghi nhận về những đạo diễn trẻ tốt nghiệp tại Hoa kỳ, tác giả Phi Phi của báo Thanh Niên đã chọn 5 đạo diễn trẻ mà tài năng của họ, được coi là vượt trội thì, hết 4 trong số 5 đạo diễn đó là những đạo diễn trẻ sống và, tốt nghiệp các trường đào tạo đạo diễn điện ảnh ở hải ngoại.

Theo tác giả Phi Phi thì điển hình là các đạo diễn như Victor Vũ:

"... Sinh ra và lớn lên tại Mỹ, tốt nghiệp cử nhân sản xuất phim từ ĐH Loyola Marymount (Los Angeles, California, Mỹ), Victor Vũ chính thức bước vào con đường điện ảnh với bộ phim ngắn 20 phút - Firecracker. Bộ phim này đã giúp anh đã chiến thắng ở hạng mục Giải thưởng phim sinh viên ở Liên hoan phim Newport Beach năm 1998.

"Sau một vài dự án phim nhỏ, đến khi Victor Vũ thực hiện bộ phim kinh dị Oan hồn (2004) ảnh hưởng từ truyện ma Liêu trai chí dị, con đường làm phim của anh mới dần được định hướng

"Năm 2009 đánh dấu cột mốc quan trọng sự nghiệp của Victor Vũ khi anh chính thức về nước làm phim. Từ năm 2009 đến nay anh đã cho ra lò 7 phim điện ảnh Chuyện tình xa xứ, Giao lộ định mệnh, Cô dâu đại chiến, Thiên mệnh anh hùng, Scandal - Bí mật thảm đỏ, Cô dâu đại chiến 2, Quả tim máu và sắp tới là Scandal 2. (...)

"Những tác phẩm của Victor Vũ không chỉ thành công về mặt thương mại, mà còn được ghi nhận ở chất lượng nghệ thuật và thậm chí là mở ra chương mới cho điện ảnh Việt. Nhờ có Thiên mệnh anh hùng, khán giả đã bắt đầu kỳ vọng vào dòng phim cổ trang, võ hiệp vốn chưa từng là thế mạnh của các đạo diễn Việt Nam. Hiện dòng phim kinh dị cũng được xem là món "độc quyền" của Victor Vũ với những tác phẩm chất lượng thật sự chứ không phải nhát ma nửa mùa..."

Về đạo diễn Trần Anh Hùng, tác giả Phi Phi viết:

"Trần Anh Hùng được khán giả nhắc đến ở hai khía cạnh: Một trong những đạo diễn điện ảnh người Việt giành được nhiều giải thưởng uy tín và danh giá nhất từ trước đến nay" và "Thế hệ đạo diễn Việt kiều đầu tiên về làm phim tại Việt Nam".

"Sinh năm 1962, đạo diễn người Pháp gốc Việt có cơ hội tiếp xúc với nền điện ảnh đương đại đậm chất nghệ thuật của Pháp từ sớm. Tốt nghiệp xuất sắc trường điện ảnh danh tiếng École Louis-Lumière, anh tự mình đạo diễn phim ngắn Người thiếu phụ Nam Xương (lấy cảm hứng từ Truyền kỳ mạn lục) và lập tức gây chú ý, thích thú cho những nhà phê bình phim nước ngoài.

"Năm 1993, Trần Anh Hùng bắt tay vào thực hiện bộ phim Mùi đu đủ xanh, lấy bối cảnh Sài Gòn những năm 50. Đây là bộ phim dài đầu tiên và cũng là tác phẩm thành công nhất của Trần Anh Hùng, thu về được giải thưởng Camera vàng cho phim đầu tay tại giải César của Viện Hàn lâm Nghệ thuật và Kỹ thuật Điện ảnh Pháp. Năm 1994, Mùi đu đủ xanh được đề cử giải Oscar cho phim ngoại ngữ hay nhất nhưng không đoạt giải.

"Mùi du đủ xanh là một trong những tác phẩm điện ảnh làm nên tên tuổi của Trần Anh Hùng.

"Thành công vang dội của Mùi đu đủ xanh đã giúp cho Anh Hùng có thêm kinh phí để thực hiện bộ phim tiếp theo Cyclo (Xích lô) Không nằm ngoài mong đợi, Cyclo giành giải thưởng danh giá Sư tử vàng cho phim hay nhất tại Liên hoan phim Venezia. Từ đây, tên tuổi Trần Anh Hùng được nhiều nhà phê bình phim trên thế giới biết đến và coi như một hiện tượng của điện ảnh Pháp.

"Sau 2 thành công lớn khi làm phim về Sài Gòn, Trần Anh Hùng chuyển qua miêu tả vẻ đẹp của Hà Nội qua tác phẩm thứ 5 trong sự nghiệp Mùa hè chiều thẳng đứng. Dù không giành được giải thưởng nào song cũng được giới chuyên môn đánh giá cao về tính nghệ thuật.Năm 2008, Trần Anh Hùng được chấp thuận chuyển thể tiểu thuyết kinh điển Rừng Na Uy của nhà văn Nhật Murakami.

"Đóng góp rất lớn vào sự thành công cho điện ảnh nước nhà, Trần Anh Hùng là niềm tự hào của điện ảnh Việt khi chắt chiu công sức tạo dựng dựng lại hình ảnh về Việt Nam giữa dòng chảy của điện ảnh Mỹ và các nước châu Á khác đang chiếm ưu thế."

Ghi nhận về đạo diễn Charlie Nguyễn, tác giả Phi Phi viết:

"Charlie Nguyễn là một trong những đạo diễn đầu tiên mở đầu xu hướng phim do Việt kiều thực hiện thu hút đông đảo khán giả, với bộ phim Dòng máu anh hùng (2007). Giữa dòng phim thị trường nhảm đang hoành hành, thì tác phẩm của Charlie Nguyễn được thực hiện nghiêm túc và tốn kinh phí kỷ lục (hơn 1 triệu USD) không chỉ tạo nên cú đột phá trong điện ảnh Việt, thay đổi tư duy xem phim của khán giả mà còn được giới chuyên môn công nhận với giải thưởng Bông sen bạc tại LHPVN lần thứ 16 và vài giải thưởng quốc tế khác.

"Những năm sau đó, Charlie Nguyễn chính thức trở thành "vua phòng vé" với các phim hài đạt doanh thu cao trong mùa phim hè như Để Mai tính (37 tỷ đồng), Long ruồi (khoảng 42 tỷ đồng), Cưới ngay kẻo lỡ... Để lại nhiều tiếc nuối nhất là Bụi đời Chợ Lớn - bộ phim hành động võ thuật của Charlie Nguyễn đã không được phát hành vào mùa hè 2013. ...

"Charlie Nguyễn đã chứng tỏ được tài năng trong việc tạo nên những kịch bản hay cũng như chỉ đạo diễn xuất tuyệt vời. Anh cũng là một trong những đạo diễn chỉ đạo những phim về hành động, võ thuật đẹp mắt nhất hiện nay..."

Đạo diễn trẻ sau cùng, được Phi Phi nhắc tới là Hàm Trần:

"Hàm Trần tên thật là Trần Quang Hàm, một đạo diễn người Mỹ gốc Việt, tham gia dựng các phim điện ảnh đình đám trước đây như Dòng máu anh hùng, Bẫy Rồng, Sài Gòn Yo... Tuy nhiên, mãi đến năm 2013 với Âm mưu giày gót nhọn, cái tên Hàm Trần mới thật sự được khán giả Việt Nam biết đến và dành nhiều quan tâm đến đạo diễn Việt kiều này.

"Bộ phim lãng mạn, hài hước Âm mưu giày gót nhọn chọn đề tài xoay quanh hậu trường showbiz hấp dẫn cùng dàn diễn viên gồm nhiều gương mặt đẹp long lanh và nổi tiếng, đã hoàn toàn làm hài lòng nhà đầu tư mang về 7,5 tỷ đồng chỉ trong 4 ngày đầu công chiếu. Bản thân vị đạo diễn này cũng có màn chào sân khá ấn tượng..."[1]

Nói tới Hàm Trần, có lẽ chúng ta cũng nên nhắc tới bộ phi, "Vượt Sóng" của ông.

Dư luận chung cho rằng, đó là một trong những tác phẩm lớn của người đạo diễn trẻ tuổi này, ở phương diện công phu, ý nghĩa mà bộ phim đó đạt được.

Như những đạo diễn trẻ, gốc Việt, cùng thời với mình, đạo diễn Trần Anh Hùng cũng đã xuất hiện với những phong cách và, những dấu ấn riêng của mình.

Với thành tích là những giải thưởng lớn của những đại hội điện ảnh quốc tế, từ Âu châu qua tới Mỹ châu, họ Trần cho thấy dường như ông không bận tâm lắm tới sự thành bại tài chánh mà, mối bận tâm lớn nhất của ông lại là nội dung, hay những "thông điệp" ông muốn gửi gắm trong những thước phim của mình; song song với quan tâm về diễn xuất, hình ảnh nghệ thuật, góc độ ánh sáng...

Về chủ tâm dành mọi ưu tiên cho nghệ thuật của đạo diễn Trần Anh Hùng, dư luận nói nhiều tới sự kiện chính ông là người hướng dẫn, đạo diễn người bạn đời của ông, nữ tài tử Trần Nữ Yên Khê trong một đoạn phim khá "nhậy cảm"...

---

1 Phi Phi: Nguồn Wikipedia – Mở

Phát biểu về những thước phim nhậy cảm này, tài tử chính Lee Byung Hun, người đóng vai... "trên giường" với Trần Nữ Yên Khê kể lại rằng:

"... Ngoài tôi và Trần Nữ Yên Khê còn có một phụ nữ khác ở đó. Tôi không biết đó là mẹ hay mẹ chồng của cô ấy. Chỉ biết bà ấy chơi đùa cùng lũ trẻ trong lúc hai chúng tôi ở trên giường".

"Tuy nhiên, đó chỉ là câu chuyện trong bộ phim I come with the rain (tạm dịch là Và anh đến cùng cơn mưa). Lee Byung Hun cho biết thêm: "Đạo diễn (Trần Anh Hùng) tất nhiên cũng có mặt ở đó để chỉ đạo chúng tôi diễn xuất. Mọi chuyện buồn cười lắm (...) Tôi đã phải diễn khoảng 1 phút nhưng khi lên phim thì chỉ còn 5 giây. Quay một cảnh trên giường khó tới mức nào ư? Đó là những cảnh phim không có đầu mà cũng chẳng thấy cuối ở đâu".[2]

Trả lời câu hỏi: ... Anh làm thế nào để những khán giả đã đọc truyện không bị thất vọng khi xem phim, khi thấy phim khác với tưởng tượng của mình? - Của một đặc phái viên nhật báo VnExpress Online, về bộ phim "Rừng Na Uy" (chuyển thể từ tiểu thuyết cùng tên của nhà văn Nhật Bản Haruki Murakami, nổi tiếng thế giới trong những năm gần đây), đạo diễn Trần Anh Hùng nói:

" Tôi không quan tâm tới chuyện đó. Cái tôi cần quan tâm là làm được cuốn phim hay. Còn nếu nó hay nhưng không ăn khớp với tưởng tượng, tiềm thức của khán giả thì đó là chuyện của người xem chứ không phải chuyện của đạo diễn.

"Mỗi lần làm phim là một quá trình khó khăn về mọi mặt. Đây là lần đầu tiên, tôi làm tác phẩm điện ảnh từ một tiểu thuyết nổi tiếng. Tôi không phải chỉ chuyển thể cốt truyện mà còn phải chuyển những suy nghĩ, những tình cảm của mình khi đọc truyện vào phim. Tôi chọn cách đi thẳng vào vấn đề chứ không bắt đầu

---

2 Nđd.

bằng những hồi tưởng của nhân vật bởi việc hồi tưởng đã quá quen thuộc, tôi không thích làm lại. Hơn nữa, quá khứ - hiện tại cần mối liên hệ nguyên nhân - hệ quả mà sách thì không có điều đó. Nếu muốn giữ bố cục như sách, mình phải bịa thêm một số chuyện xảy ra ở hiện tại trong khi nguyên tác đã quá nhiều thông tin. Vì thế tôi chọn một mốc thời gian, không đi qua đi lại giữa hai thời điểm của đời người.

"Phim của tôi quay từ mùa đông, sau đó ngừng 5 tháng để chờ quay mùa hè. Đó là một quá trình dài nhưng khi làm việc, tôi không hề thấy mệt mỏi. Diễn xuất của diễn viên rất tuyệt và làm việc với họ cũng không có gì quá phức tạp. Vấn đề không phải tiếng Nhật - tiếng Pháp hay tiếng Việt, chúng tôi có chung ngôn ngữ điện ảnh nên rất dễ để hiểu nhau..."[3]

Qua tiết lộ kể trên, những người yêu mến tài năng đạo diễn Trần Anh Hùng, đã thấy rõ tính nghiêm túc của họ Trần với nội dung của từng thước phim mà ông chọn để gửi tới khán giả.

Căn cứ theo tư liệu của trang mạng Wikipedia- Mở, tiểu sử của đạo diễn Trần Anh Hùng, được biết như sau:

Trần Anh Hùng sinh ngày 23 tháng 12 năm 1962, tại Mỹ Tho (một số nguồn ghi là tại Đà Nẵng), Việt Nam. Sau sự kiện 30 tháng 4 năm 1975, gia đình Trần Anh Hùng đi sang Lào, sau đó di cư đến Pháp.

Là một đạo diễn điện ảnh người Pháp gốc Việt, Trần Anh Hùng được biết tới nhiều nhất qua các tác phẩm về chủ đề Việt Nam với phong cách thực hiện đương đại. Ông là đạo diễn của Mùi đu đủ xanh (L'Odeur de la papaye verte), bộ phim duy nhất cho đến nay của điện ảnh Việt Nam lọt vào danh sách đề cử vòng cuối cùng của

---

3 Nđd.

Giải Oscar cho phim ngoại ngữ hay nhất. Ngoài ra, Trần Anh Hùng cũng đoạt nhiều giải thưởng điện ảnh khác.

"Sự nghiệp

"Tại Pháp, Trần Anh Hùng theo học tại trường điện ảnh danh tiếng École Louis- Lumière và thực hiện đề tài tốt nghiệp năm 1987 bằng việc đạo diễn bộ phim ngắn, Người thiếu phụ Nam Xương (La Femme Mariée de Nam Xuong) năm 1987, tác phẩm này cũng do Trần Anh Hùng viết kịch bản lấy cảm hứng từ Truyền kỳ mạn lục, một tác phẩm văn học Việt Nam cổ do Nguyễn Dữ sáng tác.

"Sau Người thiếu phụ Nam Xương, Trần Anh Hùng còn thực hiện một bộ phim ngắn khác là Hòn vọng phu (La Pierre de l'Attente, 1989) trước khi bắt tay vào đạo diễn bộ phim điện ảnh Mùi đu đủ xanh (L'Odeur de la papaye verte). Tác phẩm sau khi công chiếu đã nhận được rất nhiều lời khen ngợi về phong cách thực hiện cũng như những cảnh quay rất đẹp về Việt Nam, riêng Trần Anh Hùng đã được trao giải Caméra d'Or (Máy quay vàng) cho quay phim xuất sắc nhất tại Liên hoan phim Cannas 1993 và Giải César cho phim đầu tay xuất sắc nhất (César de la meilleure première œuvre) tại lễ trao giải César của Viện Hàn lâm Nghệ thuật và Kỹ thuật Điện ảnh Pháp. Mùi đu đủ xanh cũng là tác phẩm duy nhất đại diện cho điện ảnh Việt Nam cho đến nay lọt vào danh sách đề cử rút gọn của Giải Oscar cho phim ngoại ngữ hay nhất (...)"[4]

---

4 Nđd.

Chương bốn:
Hội họa

Khánh Trường,
ám ảnh bất toàn
trong văn chương và,
đời sống

1.

Nếu phải chọn một nhà văn, tiêu biểu cho trường hợp hay, hiện tượng phức tạp, mâu thuẫn, trong sinh hoạt văn học nghệ thuật của người Việt hải ngoại, hơn một phần tư thế kỷ qua, tôi sẽ chọn Khánh Trường. Nguyễn Khánh Trường.

Tôi chọn Khánh Trường / Nguyễn Khánh Trường, không phải, vì ông là họa sĩ, cùng lúc, nhà văn, nhà thơ và, cũng là nhà báo.

Nơi quảng trường sinh hoạt văn nghệ của chúng ta, trong nước, cũng như hải ngoại, không chỉ có một Khánh Trường vừa vẽ, vừa làm thơ, viết văn, lại còn làm báo nữa. Chúng ta có khá nhiều nghệ sĩ, ở trường hợp này. Đó là những lãnh vực, tự nó, có những mối tương quan, liền lạc hữu cơ.

Tôi chọn Khánh Trường, có dễ, bởi Khánh Trường / Nguyễn Khánh Trường tiêu biểu cho ý niệm khá buồn thảm: Con người là con vật bị ngộ nhận.

Ý niệm ấy, không mới mẻ gì!

Không phải đợi tới lúc chúng ta có một Albert Camus, với những tác phẩm đào xới chủ đề "con người là một con vật bị ngộ nhận," một cách trầm thống, lúc đó, vấn nạn ngộ nhận mới được đặt ra trong sinh hoạt tri thức của nhân loại.

Đọc lại những tác phẩm cổ điển; nhớ tới những bi kịch trong thần thoại cổ Hy Lạp, trong văn chương Shakespeare, luôn cả những tác phẩm gần gũi chúng ta hơn, như Đoạn Trường Tân Thanh, Cung Oán Ngâm Khúc; dù với ít, nhiều cường điệu, hầu hết các nhân vật trong những tác phẩm này, cũng chỉ như những con vật rẫy rụa tuyệt vọng trong lưới định mệnh.

Họ bị thảm kịch đánh bẫy và trở thành con tin hớn hở (hay tội nghiệp?) trong bầu khí thảm kịch đó.

Với tôi, Khánh Trường / Nguyễn Khánh Trường, không chỉ tiêu biểu cho trường hợp con người là con vật bị ngộ nhận, bị đánh bẫy, mà, Khánh Trường, tự thân còn là nạn nhân hay con vật của chiếc lưới tuyệt vọng do chính ông giăng lấy cho mình.

Với tôi, sự rẫy rụa của Khánh Trường, từ hình tượng, mầu sắc, tới chữ nghĩa, là hệ quả đương nhiên của chủ tâm đánh tháo khỏi vòng tay định mệnh. Đơn giản, ta có thể coi đó như nỗ lực tuyệt vọng trong kiếm tìm hoàn hảo, của Khánh Trường.

Khánh Trường, chủ biên một tạp chí, như Hợp Lưu, sau 12 năm tồn tại liên lủy, như một phép lạ, và, cùng lúc, cũng là thảm kịch dài đẵng, cuộc chơi chập trùng ngộ nhận, tôi nghĩ, tựa khuôn mặt khác của mâu thuẫn hay, một trong những cách thế kiếm tìm hoàn hảo (?) của ông.

Tám năm trước, khi trả lời một cuộc phỏng vấn của Nhà thơ Nguyễn Mạnh Trinh, phát biểu về Hợp Lưu, tại sao? Người chủ biên một tạp chí khá dài lâu nhất, cho biết:

"Ngày nay, sau mười mấy năm, chiến tranh đã kết thúc, quốc gia đã độc lập, vấn nạn bức thiết nhất là làm thế nào đưa đất nước ra khỏi cảnh u tối, lạc hậu, nghèo đói, độc tài, chuyên chế. Muốn giải quyết vấn nạn này, trước tiên phải đưa dân tộc trở về với "đại khối". Tùy tâm cơ, hoàn cảnh, sở thích, mỗi người mỗi cách. Tôi yêu văn nghệ, vì vậy tôi chọn văn nghệ như phương tiện để góp phần thực hiện ước mơ kia. Ước mơ xóa bỏ những vĩ tuyến 17 trong lòng mỗi người Việt Nam, ước mơ hợp lưu mọi tinh hoa của giống nòi, không phân biệt vị trí quá khứ. Nói theo ngôn ngữ Tạ Duy Anh: *phải bước qua lời nguyền* cái lời nguyền hình thành trong não trạng mỗi chúng ta, khởi từ thảm kịch qua phân Nam Bắc. Nói gọn lại, phải ý thức rằng, chúng ta, không chừa ai, đều là nạn nhân của một giai đoạn lịch sử. Nếu chưa đủ tỉnh táo và can đảm vượt thoát khỏi thân phận nạn nhân, thì, mãi mãi chúng ta sẽ còn trầm luân trong vũng lầy thù hận. Vô lý, vô nghĩa và bất nhân. Bất nhân với chính bản thân, đã đành, còn bất nhân với lịch sử nữa."

Có dễ, cũng vì tấm lòng chân thật (tới ngây thơ), thiết tha (tới ngông cuồng), qua bút hiệu Kim Thi, trong mục "Ngày Tháng," con người làm báo trong Khánh Trường / Nguyễn Khánh Trường, đã không ngớt gióng giả những hồi chuông lai tỉnh chân diện mục: Nhân ái. Nguyễn đã gặt hái được một cách dư thừa những "vụ mùa trái độc".

Đã tưởng, những vụ mùa bất ưng, những ngày gió chướng sẽ quật Khánh Trường ngã xuống, tênh hênh trên những trang chữ nồng nàn của ông; và, sự ra đi, hay rút lui của những đồng hành, từ điểm khởi, là những dự báo bất thường, thời tiết; có khả năng nhắc nhở, khuyến cáo ông! Vậy mà Khánh Trường vẫn bước tới. Như sự bước tới (một cách ương ngạnh), đối đầu định mệnh.

Ngộ nhận, nếu đó là cây bài thủ mệnh của người đàn ông mang tên Khánh Trường, (thì,) nó không chỉ chi phối phần đời làm báo của Khánh Trường. Nó còn dẫm đôi chân tàn khốc lên những khối mầu, những hình thể của một Khánh Trường, họa sĩ.

Phát biểu suy nghĩ của mình về Hội Họa, cũng trong cuộc phỏng vấn vừa kể, Khánh Trường nói:

"Một bất hạnh (cũng có thể may mắn?) - tôi không xuất thân từ bất cứ trường ốc nào. Thuở nhỏ, mê vẽ, chưa kịp học vẽ, đã phải khoác lên người bộ quân phục. Giải ngũ không bao lâu thì biến cố 1975 ập tới, cơm áo lao đao, thê nhi lận đận, tuổi lại chẳng còn trẻ trung chi mấy, muốn học, cũng đã muộn màng. Trong một buổi nói chuyện với vài anh em trong ban chủ trương tờ Thiện Chí, bên Đức, tôi có tâm sự: Tôi biết vẽ từ khi biết cầm...các cái: than củi, mảnh gạch, ngói vỡ (trên các bức tường quét vôi trắng,) rồi bút chì, bút rông, bút lá tre (trên tập vở học trò...) rồi mầu nước, bột màu, sơn dầu (trên giấy, vải, bố...) Từ ấy đến nay, hơn một phần ba thế kỷ tìm tòi, đọc, tập luyện, thể nghiệm hết sức cam go. Con đường từ A qua B, nếu có người hướng dẫn, chỉ mất nửa giờ đến đích. Tôi đi một mình, lại không có bản đồ, có khi lòng vòng mất cả ngày. Tuy nhiên, trong cái khó ló cái khôn: nhờ khổ công tìm kiếm, tôi khá vững về hình họa (nhiều họa sĩ Việt Nam, dù xuất thân trường ốc đàng hoàng, muốn vẽ một bàn tay, một khuôn mặt, một đồ vật 'đâu ra đó' vẽ không xong. Những vị này lúc còn học trong trường thường 'khinh bỉ' hình họa, muốn đi tắt, đi nhanh nên chỉ thích bôi màu xanh đỏ tím vàng đầy khung bố, đợi ráo mặt, đổ xăng đổ dầu lên cho co cụm nhăn nhúm lại để tạo 'chất' xong, lật ngang lật dọc, thêm, bớt chút đỉnh cốt hơi hơi giống cái gì đó, rồi đặt một cái nhan đề thật 'nổ' thật 'bí hiểm' và gọi đó là tranh siêu thực."

Những người theo dõi khít khao bước đường tạo hình của Nguyễn, sẽ không khỏi ngạc nhiên, khi thấy những tương phản, đối chọi gay gắt. Từ những bức sơn dầu khỏa thân, mà hai mầu chính được dùng ở thể gần như nguyên trạng là, đỏ và xanh, Khánh Trường bước qua mầu tối là sự trộn lẫn giữa hai mầu nguyên thủy, đen và trắng; với hình ảnh những người đàn ông lẻ loi, cuối đường; những thiếu nữ và, trăng xám; những mẹ, con và, biển tối...

Lại có thời gian, người xem chỉ thấy trên canvas của Khánh Trường những hình khối, trơ vơ, lạc lõng, như sự vỡ bùng của tâm thức quá tải số lượng thuốc nổ hư vô...

Con người lạc lõng, (hay hư vô lạc lõng?) tất cả cũng chỉ là một mặt nào đó của nỗ lực đi tìm hoàn hảo để suốt cuộc trường chinh tìm kiếm (hoặc trốn chạy) kia, Khánh Trường chỉ có thể, có được cho mình sự bất toàn. Tựa bất toàn, diện mạo song sinh với ngộ nhận hoàn hảo.

Nếu ở mặt báo chí, mặt hội họa, ám ảnh bất- toàn- chia- nửa- phần- đời- hoàn- hảo còn có lúc được giảm khinh, che mờ bởi những đám mây mang nặng những cơn mưa bập bềnh cảm hứng, hay sự nới tay, độ lượng bất ngờ của vô thức, thì trong cõi văn xuôi Khánh Trường, mối ám ảnh bất toàn, đứa con song sinh của ngộ nhận, lại thường trực hiện diện, như kẻ dẫn đường (chết dẫm), trong sự cần mẫm quá độ của chính hắn.

Ngay từ truyện ngắn (hay tùy bút, ký sự) đầu tay của Khánh Trường, đăng trên tuần báo Khởi Hành những năm đầu thập niên 70; kể chuyện hai anh em ruột, ở chung một đại đội, tham gia chiến dịch Lam Sơn, 719; khi người anh tử thương, người em dùng con dao đi rừng, vừa khóc vừa chặt đầu anh, bỏ vào bao mặt nạ chống hơi độc, mang về cho mẹ, ngộ nhận đã sớm rôm rả, cất tiếng.

Dù chuyện thật, Khánh Trường chứng kiến từ đầu, trở thành ám ảnh chai, sẹo trong tâm trí ông, nhưng khi câu chuyện được phổ biến, ngộ nhận đã cùng lúc đến với tác giả, như chiếc bóng đeo quấn gót chân.

Tôi không có khả năng lý giải về một tương quan định mệnh nào đó, giữa dòng chữ đầu tiên, và những giòng chữ kế tiếp, trải trên mặt phẳng thời gian đằng đẵng, một đời, nhà văn họ Nguyễn. Nhưng, điều tôi nhận ra, điều tôi tìm thấy: Tuồng, trong khá nhiều truyện ngắn (hoặc dài), của Khánh Trường, nếu nhân vật không bất toàn thể chất, (thì) cũng bất toàn tâm lý. Sự bất toàn thân, tâm đó, như phản diện của nỗ lực đi tìm toàn hảo? Hay hành trình soi sáng ngộ nhận?

Một trong những truyện ngắn mới của Khánh Trường, truyện *"Những Vòng Tròn Không Đồng Tâm"*, in trong tập *"Chung Cuộc"*, tôi tình cờ gặp nhân vật nam, tên Huân, với đôi chân tật nguyền, được nhân vật nữ, tên Quỳnh Thư, chọn, trao gửi tình yêu thời con gái. Nhưng sự bất toàn của Huân lại là nhát dao chém xuống khuôn mặt tình yêu Quỳnh Thư! Tựa, bất hạnh vốn chiếm giữ nửa phần chân dung hạnh phúc. Tựa, bất toàn vừa là chính diện tình yêu Quỳnh Thư, vừa là phản diện của ngộ nhận: Định mệnh bất phân ly. Quà tặng tai ương cho những sinh vật, mang tên con người.

Tôi không biết Quỳnh Thư (hay Khánh Trường) có chia phần với nhân vật (?) khi viết:

"Tôi vẫn là tôi của những năm mười tám, hai mươi, vẫn muốn đi tìm sự hoàn hảo ở một người đàn ông. Hoàn hảo ở cả thể xác lẫn tâm hồn. Tôi biết, sẽ chẳng bao tôi tìm ra mẫu người lý tưởng đó."

("Những Vòng Tròn Không Đồng Tâm", trang 131.)

Người đàn ông được nhân vật Quỳnh Thư kiếm tìm đó, tôi nghĩ, có dễ cũng là người đàn ông, hay, một con người, nói chung, (mà) Khánh Trường hằng săn đuổi. Một con người không thật. Một con người không hiện diện. Hoặc giả, nếu có, theo tôi, con người ấy, cũng chỉ có thể sinh thành từ túi bào- thai- ngộ- nhận.

Tôi muốn gọi ngộ nhận trong văn chương Khánh Trường là ngộ nhận khép.

Tôi muốn chỉ danh nó là mâu thuẫn nội tại. Và, Nguyễn Khánh Trường là hiện thân của mâu thuẫn bình phương.

Những tảng mầu, khối, chưa một lần thỏa mãn nhu cầu kiếm tìm hoàn hảo, nơi ông. Những dòng thơ sốc nổi hay sâu lắng, chưa một lần mang lại cho Khánh Trường nụ cười. Những trang giấy được lấp đầy bởi những con chữ nóng rẫy, rát bỏng lương hảo của một gã giang hồ, phiêu bạt (thứ thiệt), của Khánh Trường, chưa một lần, hắt trả lại cho ông, niềm vui, dù khiêm tốn, liu điu.

Thì thôi, hãy để ông "tự do phơi phới" như thơ Mai Thảo, với những vết chàm (mà,) định mệnh đã đánh dấu trên tâm, thân chàng.

(Tháng 9- 2001)

2.

Khánh Trường, Những Hò Hẹn Bất Ngờ Với Định Mệnh.

Cuối tuần qua, một bằng hữu ở gần tôi – Đỗ Tăng Bí chở một người bạn chung, Nguyễn Xuân Hoàng ở xa về, đi thăm cựu chủ biên và, cũng là người sáng lập tạp chí Hợp Lưu: Họa sĩ Khánh Trường.[1]

Buổi trưa, tôi gặp hai bạn tôi ở quán cà phê Gipsy. Nguyễn Xuân Hoàng, nói với tôi về trường hợp lành bệnh của Khánh Trường, tựa điều gì giống như "phép lạ"!

Hoàng giải thích, sau khi các bác sĩ Tây y cho biết, lần này (sau nhiều lần,) họ bó tay trước biến cố tai biến mạch máu não của Khánh Trường. Và, cho gia đình đón bệnh nhân về nhà, chờ... chết! Người bạn đời của Khánh Trường, như bất cứ một phụ nữ Việt Nam thương chồng nào khác, với truyền thống "còn nước, còn tát," bà tìm tới Đông y.

Nguyễn Xuân Hoàng kết luận:

"Thật kỳ diệu, bây giờ, tuy vẫn còn phải ngồi xe lăn, nhưng Khánh Trường đã có thể làm việc, vẽ liên tiếp nhiều giờ không mệt..."

Đỗ Tăng Bí khoanh tay, im lặng. Nơi cuối tia mắt xa xăm của Bí, tôi bắt được tín hiệu liên quan tới những game màu trong sáng. Những tấm canvas lớn, dù đã được đóng khung lại, nhưng đường nét và, màu sắc vẫn vượt qua lằn ranh biểu kiến, đi tới những chân trời tâm thức, không giới hạn.

Không biết có phải khi nghe Nguyễn Xuân Hoàng nói về trường hợp "kỳ diệu" của Khánh Trường, khiến tôi liên tưởng tới cuộc triển lãm cá nhân, đầu tiên của Khánh Trường, sau nhiều ngày dũng mãnh chống lại tật bệnh, với niềm tin ngoại lệ và, ngoại khổ?

Nếu tôi không hiểu lầm thì Đỗ Tăng Bí cũng đang nhớ tới cuộc triển lãm cá nhân đầu tiên của Khánh Trường, sau nhiều ngày

---

1 Nhà văn Nguyễn Xuân Hoàng sinh năm 1940 tại tỉnh Khánh Hòa. Ông mất ngày 13 tháng 9 năm 2014 tại thành phố San Jose, California

dũng mãnh chống lại tật bệnh với một niềm tin ngoại lệ và, ngoại khổ. Hay chỉ vì tôi đang nghĩ tới cuộc triển lãm đã diễn ra cách đây gần nửa năm, của Khánh Trường?

Tuy nhiên, điều quan trọng với tôi (cũng như với Đỗ Tăng Bí?) là chủ đề của cuộc triển lãm vừa kể, đã hiển lộ một xác định lớn, rất lớn: Sự chuyển hóa thân/tâm của họa sĩ:

- Đáo bỉ ngạn. Vượt qua, để đến được bờ kia trí huệ. Thăng hoa.

Tôi nhớ, tôi đã ghi lại đâu đó, trong một bài viết khá lâu của tôi, một vài phát biểu ngắn của chính Khánh Trường nhân qua 30 tác phẩm làm thành cuộc triển lãm *Đáo Bỉ Ngạn* của ông, rằng:

"Nhẹ nhàng, thoải mái, giữ cho tâm thân lúc nào cũng an bình. Với cá nhân tôi, Thiền chỉ giản dị thế thôi.

"Nên khi vẽ những bức tranh liên quan đến chủ đề Thiền, tôi luôn tự nhủ sẽ tuyệt đối trung thành với ý niệm trên. Vì vậy 30 bức tranh trong lần triển lãm này đều được gạn lọc, hạn chế tối đa từ đường nét, màu sắc đến đề tài; cũng như không để mình bị cuốn vào những lãnh địa mới, lạ mà hầu hết họa sĩ đều mong thử nghiệm, khai phá.

"Cũng có nghĩa tôi dùng một bút pháp rất chân phương, mộc mạc để chuyển tải những giáo lý cơ bản nhất của Phật giáo với mong ước ai cũng có thể tiếp cận và hiểu dễ dàng."[2]

"Nhẹ nhàng, thoải mái, giữ cho tâm thân lúc nào cũng an bình..." cụm từ phản ảnh tính an nhiên, tự tại, hay sự đã tới được bờ bên kia của Khánh Trường, chúng ta đọc/nghe chỉ trong một chớp mắt...

---

2 Trích Brochure triển lãm Khánh Trường tại Thiền viện Sùng Nghiêm, Nam Cali, ngày 22 tháng 1 năm 2012.

Nhưng để sống/vẽ/viết được "chỉ trong một chớp mắt" ấy, thực tế, người họa sĩ tài hoa này, đã trải qua nhiều lần lột da. Nhiều lần tưa máu. Nhiều chết đi, sống lại!

"Nhẹ nhàng, thoải mái, giữ cho tâm thân lúc nào cũng an bình..." là cách nói của họa sĩ - Một con người theo tôi, đặc biệt, hiếm hoi, đã đạt tới một định lực tương hòa giữa thân và tâm, trong thực giới bất toàn của thân thể. Tôi muốn nói tới sự giới hạn mọi hoạt động của Khánh Trường trong chiếc xe lăn.

Tôi muốn nhấn mạnh tới cái tâm thái, cái tuệ- lực trong thân tứ đại của Khánh Trường xương thịt, khi bạn tôi không thể đứng lên, vẽ những bức tranh lớn.

Tôi muốn kể với Nguyễn Xuân Hoàng rằng, bạn có biết, để hoàn thành 30 bức tranh, chủ đề *"Đáo Bỉ Ngạn"*, Khánh Trường đã phải vẽ bằng cách nhìn sự vật theo chiều nghịch đảo?!?

Nói cách khác, dễ hiểu hơn thì, Khánh Trường không thể có phòng tranh *"Đáo Bỉ Ngạn"*, nếu Khánh Trường không thể vượt, thoát khỏi giới hạn ba chiều không gian: Trên/dưới, trái/phải, xa/gần.

Mặt khác, tôi cũng muốn kể với Nguyễn Xuân Hoàng rằng, theo cảm nhận của tôi, từ sự vượt, thoát ấy, Khánh Trường cũng đã xóa bỏ được cái nhìn của những cặp đối đãi nhị nguyên, như: Đúng/sai; còn/mất; đi/về; hợp/tan; thành/hại... Vốn là thuộc tính căn để của mỗi chúng ta, giữa thế gian này. Trong đó, hệ trọng nhất là cái tâm phân biệt hình/tướng. Khánh Trường cho thấy nỗ lực trở về nhất nguyên. Trở về cái Một.

Khi đem được tâm trở về nhất nguyên, trở về cái Một, cũng đồng nghĩa với sự kiện Hiền giả/Saga, kẻ thức ngộ đã vượt qua biển đối đãi, để tới được bờ kia.

Với tôi, Khánh Trường, qua hội họa của mình, là kẻ thức ngộ ấy.

Bởi thế, qua một phát biểu khác, khi giới thiệu bức tranh "*Bát Nhã Tâm Kinh*" của mình, Khánh Trường viết:

"Ngoài cây Bồ đề, Vô ưu cũng là loại cây rất được tôn quí trong Phật giáo. Cây Vô ưu nở hoa quanh năm, đặt biệt từ tháng 2 đến tháng 5, cũng là mùa Phật đản, màu hoa rất rực rỡ. Hoa Vô ưu màu cam đỏ, hương thơm dịu, nở thành từng chùm. Theo kinh điển, Hoàng hậu Mahamaya khi mang thai, năm 564 TCN, đã rời hoàng cung về quê sinh nở như tập tục của quê hương bà thời bấy giờ. Trong lúc ghé vườn Lâm Tỳ Ni bà đã hạ sinh thái tử Tất Đạt Đa, tay vịn cành Vô ưu. Khi trưởng thành, nhìn thấy con người mãi trầm luân trong vòng sinh lão bệnh tử, ngài muốn tìm đường giải thoát cho tất cả, nên quyết định lìa xa vợ con, cung vàng điện ngọc, ra đi tầm chân lý. Trải qua bảy năm với nhiều biến cố, có khi rất nghiệt ngã, cuối cùng ngài chứng ngộ, dưới cội Bồ đề.

(...)

"Bát nhã tâm kinh hiển thị qua ngôn ngữ màu sắc bằng tư duy hội họa..."[3]

Tôi biết tôi dường còn muốn nói với Nguyễn Xuân Hoàng nhiều hơn nữa, những cảm nhận của cá nhân tôi về trường hợp Khánh Trường. Nhưng, khi thấy những giải nắng đã trải thấp hơn bên kia bức tường dài phân chia hai khu vực, tôi chọn sự im lặng.

Tới lúc phải chia tay Bí, Hoàng, tôi bỗng muốn thêm rằng, rồi đây, với một người như Khánh Trường, có thể sẽ còn có những hò hẹn bất ngờ khác, với định mệnh của riêng mình!?!

(Tháng 5- 2012)

---

3 Trích Brochure triển lãm Khánh Trường tại Thiền viện Sùng Nghiêm, Nam Cali, ngày 22 tháng 1 năm 2012.

Lê Tài Điển, những bức tranh theo buổi chiều trôi vào xa, vắng

Tôi không biết điều gì khiến tôi vẫn nhớ, dù đã trên hai mươi năm, buổi gặp gỡ đầu tiên giữa tôi và họa sĩ Lê Tài Điển: Thượng tuần tháng 11 năm 1989 tại nhà hàng Bida Saigon, quận 13, Paris.

Bạn tôi đưa tôi đến Bida Saigon để thăm Đạt, chủ quán. Trước khi dẫn tới Bida Saigon, bạn tôi cố tình cho tôi được "tham quan" hai cơ sở thương mại, anh nghĩ rằng, tôi sẽ thích. Đó là nhà sách Nam Á và Trung tâm băng nhạc Thúy Nga, cùng một tầng lầu với Bida Saigon.

Paris cách đây trên dưới 23 năm, sinh hoạt thương mại của người Việt chưa được phồn thịnh lắm. Nó vẫn còn vẻ gượng gạo của một người mới trở lại sinh hoạt bình thường, sau một trận đau dài.

Ngay nhà hàng Bida Saigon của Đạt, cũng vậy. Quán nhỏ. Bàn ít. Thưa thớt dăm bàn khách. Nhưng cảm giác ấm cúng đến với tôi lập tức, khi tôi nhận ra nơi chiếc bàn kê gần cửa ra vào, là một nhóm văn nghệ sĩ. Đôi người tôi quen từ Saigon trước 1975. Số khác, tôi chỉ biết mặt. Trong những người tôi chỉ biết mặt, có Lê Tài Điển, họa sĩ. Và, một người hoàn toàn xa lạ với tôi, ngồi cạnh họ Lê là họa sĩ Nguyễn Cầm. Sau khi được giới thiệu, Lê Tài Điển mau mắn đứng lên, tìm ghế cho chúng tôi.

Tôi nhớ, câu đầu tiên tôi nói với người họa sĩ nổi tiếng, xa quê hương; đồng thời, cũng nổi tiếng lười vẽ rằng, tôi được coi tranh và hình ông, tự những ngày còn ở Saigon. Không ngờ hôm nay được gặp ông ở đây.

Thay vì trả lời câu nói, như một lời chào của tôi thì, người họa sĩ, tác giả của mấy bức tranh đen trắng từng được in trên vài tạp chí Saigon, sớm gây ấn tượng trong tôi, lại hỏi, uống rượu nhé? Bia không? Ở Paris bao lâu? Khách sạn hay nhà bạn?

Ông nói với tất cả chân tình, không chỉ qua giọng nói mà còn luôn cả khuôn mặt. Nhất là đôi mắt. Tôi nghĩ, tôi không đủ khả năng diễn tả đôi mắt nồng ấm mà, xa vắng. Lẩn khuất những u uẩn, khôn tan của họ Lê.

Đôi mắt, tựa những con đường Paris. Ban đêm. Nhỏ. Hẹp. Kín đáo. Điệu đàng duỗi mình dưới những tàng cây. Như những chiếc dù bằng len, ủ, ấm hương thơm từ những xe chở bánh mì, thở ngạt ngào khu Place d'Italie.

Tôi cũng không biết nói gì về những bức tranh ẩn tàng, lẩn khuất đâu đó, trong đôi mắt người họa sĩ tài hoa này, những buổi chiều muộn. Những buổi chiều tôi có dịp ngồi với ông, (thường vây quanh, ít, nhiều bạn hữu.)

Chưa bao giờ chúng tôi nói chuyện với nhau về văn chương. Càng không hề có chuyện nói với hội họa. Nhưng, cảm nhận tôi, cho biết, những lúc ông im lặng, nhìn xuống ly rượu hiếm khi cạn kiệt của mình, hay ngó mông những đoạn tường dài hoặc, nhà phố ken cứng gạch, ngói và, cửa sổ - Là lúc những bức tranh đen, trắng hoặc mầu tối của ông, thành hình (?) Những đường nét, mầu sắc (dù tối,) hiện ra trên những tấm canvas vô hình, thinh lặng. Như sự thinh lặng của những xa vắng lẩn khuất u uẩn. Khôn tan! Đôi mắt ông.

Tôi ngỡ đó là lúc chiếc- cọ- hoàng- hôn đang phân bố khuôn mặt ông từng mảng đậm, nhạt. (Mà, mầu chủ đạo, bao giờ cũng là mầu nhang. Tối!)

Lặng lẽ quan sát bạn, trong những thời khắc im sững ấy, nhiều lần tôi tự hỏi:

"Phải chăng hư vô cũng có lúc cao hứng đầu thai thành đường nét và, mầu sắc?"

(Đường nét, mầu sắc một con người, cúi xuống ly rượu hiếm khi cạn kiệt, hay ngó mông bên kia đường - Là bức tường dài, những nhà phố ken cứng gạch, ngói và, cửa sổ.)

Cảm nhận này ở tôi, về người họa sĩ nổi tiếng, có quá nửa đời gắn bó với Paris, đã lớn thêm, dọc theo lộ trình lao lung nắng- gió- tháng- năm, trong những lần trở lại với T., sau đấy.

Tôi nhớ mùa hè 2004, khi Cổ Ngư / Mạch Nha, Đặng Mai Lan và các bạn thuộc tổ chức Thư Viện Diên Hồng ở Pháp, tổ chức cho tôi một buổi nói chuyện tại Paris. Dù thời gian eo hẹp và quá bận bịu, chúng tôi vẫn tìm mọi cách gặp lại người họa sĩ lười vẽ và, không bao giờ nói về tranh của mình. Những buổi chiều ngồi quán, đôi khi không thấy cần thiết phải nói với nhau điều gì, tôi lại bắt gặp tôi chờ đợi những chiếc- cọ- hoàng- hôn phân bố khuôn mặt ông từng mảng đậm, nhạt. (Mà, mầu chủ đạo, bao giờ cũng là mầu nhang. Tối!)

Ở lần gặp gỡ ấy, dù tôi vẫn không thể biết những bức tranh đen trắng hay, mầu tối nào đang được ông vẽ trên những canvas vô hình? Nhưng tôi rất muốn nói với ông, đại ý, tôi sẽ vui lắm, hạnh phúc lắm, ngày nào, trong một cuốn sách in ra của tôi, có được một bức tranh ký tên Lê Tài Điển, làm phụ bản.

Tôi không biết điều gì níu tôi lại. Tôi không nghĩ tương giao giữa tôi và ông chưa đủ gần, để tôi có thể nói ra mong ước của mình. Tôi trộm nghĩ, ngay cả khi còn sơ giao, thì ngỏ ý của tôi, cũng sẽ không làm phật lòng người họa sĩ tài hoa thường cúi xuống ly rượu hiếm khi cạn kiệt kia.

Bởi vì, với ông, tôi nghĩ, dường rốt ráo đời sống, hội họa, và hư vô, vốn chỉ là một (?)

Có thể, tôi sợ bày tỏ của tôi, sẽ làm cho những xa vắng cùng những u uẩn lẩn khuất trong đôi mắt đầm ấm mà xa vắng nọ, thêm vắng xa? U uẩn!

Có thể, từ vô thức, tôi nghĩ, tôi phải tôn trọng mối thương tâm của ông. Mối thương tâm nghệ thuật chỉ riêng một mình Lê Tài Điển, cùng buổi chiều, bức tường dài, những căn nhà ken cứng gạch, ngói và, cửa sổ... đồng cảm. Chia xót.

Ngày chót, trước khi tôi và T. (nhất là T.) phải trở lại Cali vì công việc, chúng tôi có một buổi chiều ấm áp bằng hữu. Rưng rưng tình thân. Tôi muốn nhắc tới chuyện chủ nhân nhà xuất bản An Tiêm, Thanh Tuệ cho tôi biết, ông đã mất bao nhiêu giờ, thu xếp bao công việc, đổi bao nhiêu chuyến tầu + metro, để đến kịp buổi hẹn. Đó cũng là lần Nguyễn Thị Trọng Tuyến được Trọng, người bạn đời tuyệt vời, chở bằng xe riêng, từ thành phố Rouen về Paris, với chúng tôi mà, Lê Tài Điển và Kiệt Tấn đóng vai "điều hợp chương trình."

Dù nhận lời với các bạn, sẽ sớm trở lại, lần gặp đó, trong tôi, lại nhen nhúm ý nghĩ nên xin họ Lê, một bức tranh đen trắng, làm phụ bản cho cuốn sách sẽ in của mình.

Cuối cùng, tôi im lặng. (Như đã từng.)

Khác chăng, lần này, quan sát bạn, những lúc im sững, cúi xuống ly rượu hiếm khi cạn kiệt, lúc hoàng hôn vung chiếc cọ bạo, ngược của nó lên khuôn mặt ông từng mảng đậm, nhạt... (Mà, mầu chủ đạo, bao giờ cũng là mầu khói, tối!) tôi bỗng thấy thôi! Không cần thiết nữa!

Đúng vậy. Trước giờ chia tay, tôi thấy, không cần thiết gì nữa. Vì cuối cùng, tôi chợt nhận ra:

"Định mệnh Lê tài Điển là định mệnh của những bức tranh không được vẽ ra." Chúng đã, đang và, sẽ còn theo những buổi chiều trôi vào vắng xa. U uẩn. Lẩn khuất đâu đấy, cuối đường đôi mắt ông.

Đó cũng là lúc tôi cảm nhận khá rõ rằng, hoàng hôn không hề vung chiếc cọ bạo ngược của nó lên khuôn mặt ông từng mảng đậm, nhạt... Mà, chính ông, chính Lê Tài Điển, tự thân, đã là đường nét, là mầu sắc.

Tuy nhiên, trong tôi lại dấy lên, một câu hỏi khác. Câu hỏi:

"Với một người có khuôn mặt và, đôi mắt tự thân đã là hội họa, liệu y có cần phải vẽ nhiều nữa chăng?"

Câu trả lời của tôi là, "không!"

Tôi cũng không thấy cần thiết, hỏi xin một bức tranh (đen trắng) cho cuốn sách (chưa có) của mình.

Nếu nói ra, tôi tin, T. sẽ không phản đối tôi, quyết định ấy!

(Calif. Tháng 1- 2012.)

Tương tác giữa thi ca và, hội họa nơi tài năng Lê Thánh Thư

Nhà xuất bản Giấy Vụn, Saigon, trong những ngày qua, đã ấn hành thi phẩm *"viết trong bóng tối. Amen"* của nhà thơ và, cũng là họa sĩ nổi tiếng Lê Thánh Thư.

Có thể nhiều người quên rằng trước khi trở thành họa sĩ nổi tiếng, có tranh được trưng bày tại nhiều bảo tàng viện quốc tế, họ Lê vốn là một nhà thơ. Chính thi ca là một bệ phóng cao vời huy hoắc, để tác giả "viết trong bóng tối. Amen" (vtbt.A) ném mình vào thế giới hình tượng và, màu sắc.

Từ nền tảng thi ca giàu có của mình, họ Lê đã có được cho tranh của ông những dung lượng thơ mộng, lãng mạn và, luôn cả độ trầm sâu của những game màu, đưa ông tới được những quảng trường hội họa thế giới.

Trong cảm nhận của tôi, sự tương tác giữa Thi ca và Hội họa nơi tài năng Lê Thánh Thư, là một tương tác hữu cơ máu, thịt. Như sự tương tác bất khả phân giữa nắng / gió đất / trời, giữa tài năng và những súc chạm siêu hình, hư ảo.

Cũng nhờ tương tác có tính máu, thịt kể trên mà, tài hoa Lê Thánh Thư, mỗi thời kỳ, mỗi giai đoạn, như một thân mộc lớn, xuôi thuận theo thời gian, trổ thêm nhiều cành, nhánh sáng tạo sum suê hoa, trái...

Ngay nhan đề *"viết trong bóng tối. Amen"* của họ Lê, tôi cho rằng, nó cũng đã là một thực chứng cho những tựu thành, những kết tủa đẹp đẽ, ý nghĩa nằm trong nỗ lực không ngừng đi tới, của tác giả này.

Viết hay vẽ trong... bóng tối là gì? Nếu không phải là một khẳng định, xác nhận những dòng thơ (hay những sắc màu, đường nét, hình tượng) vốn đi ra từ vô thức hoặc tiềm thức? Tâm lý học nhập môn từng giải thích đại để sinh hoạt ý thức của con người có hai phần. Phần hiện ra rõ trên mặt nước của một dòng sông, là phần ý thức. Phần chìm khuất dưới mặt nước là vô thức hoặc tiềm thức. Nói cách khác, tiềm thức là một thứ "tàng kinh các," một kho chứa những cảm nghiệm, những thành / bại, buồn / vui, khổ đau hay hoan lạc của con người.

Là người có đôi chút kinh nghiệm trong lãnh vực chữ, nghĩa, tôi thấy có dễ cũng nên đề cập tới sự hiện ra bất ngờ của những con chữ nơi trang viết. Bất ngờ hiểu theo nghĩa không một chút dự báo, những con chữ ở cõi thinh không nào đó, thình lình hiện ra, rớt xuống và, ở lại trong một câu, một khổ thơ... Chúng nằm ngoài chủ tâm kiếm tìm, kiến tạo của tác giả.

Đó là những con chữ vẫn theo tôi, như được một bàn tay bí nhiệm nào, cầm lấy những ngón tay thi sĩ, để sai khiến thi sĩ viết xuống. Dù cường điệu tới đâu, trước những con chữ bất ngờ, "đắc địa," mang ánh sáng chói lòa về cho nguyên cả một khổ hay bài thơ, tôi nghĩ, tác giả cũng không thể xác quyết rằng ông ta đã có ý thức, chủ tâm từ trước rằng, tới câu thơ kia, con chữ đó sẽ xuất hiện ở vị trí ấy!!!

Ở một cấp độ khác, thi ca còn mang lại cho tác giả, cho người đọc những con chữ tuy không mang tính tương thông huyền bí giữa thinh không và con người; nhưng nếu nó có được tính dữ dội thì, những con chữ đó, cũng có khả năng nâng cấp bài thơ. Chúng cũng chứng tỏ được phần nào, mức độ tài hoa của tác giả.

Sự có mặt của những con chữ như thế, (cũng như sự có mặt của một tảng mầu, một đường nét, một hình tượng trong một họa phẩm,) thường tạo những cơn địa chân nhỏ về phương diện mỹ học hoặc tu từ học.

Khả năng gây mê người đọc (người xem tranh) của loại con chữ vừa kể, theo tôi là một tương tác mang tính siêu hình. Tôi nghĩ, khó ai có thể lý giải một cách tường tận, rốt ráo. Cũng như người ta không thể thuật lại một cách minh bạch sự tương quan giữa thần linh và những trang thơ, bức tranh, bản nhạc... của nhiều tác giả nổi danh trong lãnh văn học và nghệ thuật.

Thay vì theo thứ tự, đi từ bài thơ đầu tiên của thi phẩm "vtbt.A," tôi mở đọc bài cuối. Bài thơ nhan đề "Mọi ngày, ghi..." của Lê Thánh Thư:

"Ngày cả gió
"em về
"nụ cười phủ bóng đèn
"đỏ cái nhìn trai tân
"phồn hoa

"bần thần
"kẻ mộng
"ngậm bùa ăn ngải
"đêm mê
"giấc đàn bà..."
(vtbt.A. trang 128.)

Tôi hiểu, hai chữ *"bóng đèn"* dẫn tác giả tới tĩnh từ *"đỏ"* (màu sắc hay cường độ dòng điện.) Tĩnh từ *"đỏ"* lại gọi, mời tác giả đi qua phần thị lực là *"cái nhìn."* Nhưng hai chữ *"trai tân"*, định danh cho một người thanh niên còn ngây thơ, trong trắng trong vấn đề nữ giới, thì tôi không nghĩ nó đã được chuẩn bị từ trước. Tôi cho nó có mặt tình cờ. Nó bật ra, ở lại cuối câu thơ, như một thú nhận vội- vàng- hân- hoan của một cảm xúc đột biến. Nó nâng, đẩy cả khổ thơ vào không gian bất ngờ, mới mẻ.

Cũng thế, ở bài thơ thứ ba (vẫn tính từ cuối sách, tính ngược lên), nhan đề *"Blue trên cánh đồng"*:

"Người đàn ông trở về đứng trên thành cầu
"nghe tiếng tù và tan trên cánh đồng nắng hạn
"đôi mắt màu tro
"ứa ra những hồi niệm nhiều năm mê sảng.

"Tiếng tù và loang kín mặt sông con
"người đàn ông ném đốm lửa chưa tàn
"cánh đồng rạn vỡ chân chim
"nơi này
"cỏ không thể xanh.

"Nơi đây người thức bên kia sông
"bao dáng hình củi mục tưởng trọn đời không thể sống
"vẫn hom hem nụ cười góa bụa
"vẫn hồn quê thanh khiết sáng cả sân nhà

230

"vẫn thân cò lặn lội qua sông
"bàn chân cắm xuống mặt đất nhếch nhác mùa màng
"người mắt màu tro
"lặng lẽ
"tẩm mình trong nhang khói."
(vtbt.A. trang 125).

Đó là ba khổ thơ đầu của bài *"Blue trên cánh đồng"*. Cả ba khổ thơ đều mang tính mô tả cảm nhận, hành động của người đàn ông có *"đôi mắt màu tro"*, *"đứng hát trên cầu"*, *"nghe tiếng tù và"* - Cùng những con đường mà, tiếng tù và vẽ ra, dẫn người đàn ông tới những cảnh vật (thiên nhiên), tới những phần số bấp bênh, bèo bọt (con người)...

Đó là những bức tranh mà, chúng ta có thể đặt kề bên nhau, thành những "bộ tam", "bộ tứ" có cùng một tông màu xám, hợp.

Qua gần 20 chục câu thơ, cá nhân tôi, không cảm nhận được một con chữ nào mang tính bất ngờ hiện ra, rớt xuống dọc trên lộ trình vận hành chữ nghĩa của bài thơ. Phải đợi tới khổ thơ thứ tư, khổ thơ chót:

"Tiếng tù và cày xới hoàng hôn
"trên cánh đồng tràn ngập mộ chí
"đâu đây vẳng tiếng kêu
"phải tiếng linh hồn gọi nhau từ làng dưới ngược lên
"níu ngày chậm lại
"chậm lại tàn hương."
(vtbt.A. trang 126.)

Khi họ Lê dùng động từ *"cày xới"*, tuy là một dạng của kỹ thuật nhân cách hóa và, độ nóng của hai chữ *"cày xới"* chưa tới mức như hai hòn than hồng, có thể làm "phỏng" mắt người đọc - Nhưng, với tôi, tự thân, nó cũng đã có được cho nó, tính dữ dội của con chữ! Khi đi theo ngay sau nó là hai chữ *"hoàng hôn"*.

Tôi nghĩ, độc giả, luôn cả những người trong giới, nếu đọc kỹ, với con mắt có chút ít hiểu biết về kỹ thuật làm thơ, cũng như về tu từ và, mỹ học, sẽ không khỏi ngạc nhiên khi rải rác trong thi phẩm *"Viết trong bóng tối. Amen"* của Lê Thánh Thư, còn có rất nhiều những con chữ bất ngờ, không thua gì hai chữ *"cày xới"* trong cụm từ *"cày xới hoàng hôn"*. Thí dụ:

"Em ạ
"Đường soi khuya khoắt đom đóm
""Mộng lẫn vào đâu đi đâu
"Quẫn mái nghèo
"Lệch gió
"Rẻo vườn thất lộc
"Người đi.

"Đom đóm về
"Vẽ lửa sân hoang
"Đêm căng chỉ ngang nhà
"Em dập dềnh
"Rách lụa..."
(Trích *"Em, lụa là,"* vtbt.A, trang 92.)

Với hai khổ thơ, cộng chung chỉ có 12 câu, vậy mà đã có khá nhiều chữ sống động, ấn tượng như *"quẫn"* (mái nhà,) hay, "đêm *'căng chỉ'* ngang nhà"...

Hoặc:

"Ngày lẻ
"Con chim đầu tiên chết khát
"Người nơi đâu về
"Bên đường rung rẩy váy
"Khoe bầu vú hoa thuốc phiện
"Đêm dầm ướt hiểm..."
(Trích *"Ngày lẻ,"* vtbt.A, trang 74.)

Với cá nhân tôi, ảnh- dẫn / guilding image người đàn bà "*rung rảy váy*" đã lung linh biết bao... Nhưng khi mạch thơ đi tới kết luận mang tính biểu cảm cao là "*Khoe bầu vú hoa thuốc phiện / Đêm dầm ớt hiểm*" thì, đó không phải là những con chữ (hình ảnh) ta có nhiều cơ hội bắt gặp nơi những tác giả khác.

Tôi không biết, Lê Thánh Thư sau một thời gian tạm "quên" thi ca để vung cọ với những rung động, tìm kiếm mới mẻ, mở ra những chân trời khác, đã ảnh hưởng vào cõi giới thi ca họ Lê, khi ông trở về đầu nguồn, hay ngược lại?

"Đường phía núi
"Cỏ tàn khô vất vơ
"Em lùa bò đi để lại mùi da ngai ngái
"Dưới chân núi
"Về muộn
Gió thơm mùi thuốc rê tẩm mật
"Khói vẽ trời xanh
"Khói cuộn người mơ mòng
"Chiều cúi mặt mà đi
Da thịt người xông khói.

"Mùa quê bụi bặm
"Cây rạt rào gió
"Cỏ khô rống tiếng bò
"Đường im trường như rắn..."
(Trích "*Mùi Quê,*" vtbt.A. Trang 120)

Hoặc:

"Giữa thế giới đầy lông chó rụng
"Một người
"Bí mật mọc răng nanh
"Nhai rau ráu nhã nhạc
"Ếm giọng thất truyền.

"Giữa mùa định kỳ thay lông chim biếng hót
"Một người
"Công khai lột lưỡi
"Rống lên
"Khúc Caprice 24 của Paganini.

"Giữa bóng đen sổ nét mực tàu
"Bầy muỗi đói vẽ rồng bay ánh sáng
"Một người
"Mơ thành sâu bọ
"Đo mình trên đường ngũ cốc.

"Giữa giấc mơ hình sự
"Thấy đám tù nhân chỉ điểm từng khuôn mặt
"Một người
"À í a
"Requiem... Requiem..."
("Viết trong bóng tối. Amen," trang 84. Trọn bài.)

Tôi cũng không biết, khi họ Lê triệt để khai thác đặc tính của màu Acrylic là sự khô nhanh và, độ dầy của loại màu này, đã cho phép ông tạo thành chiều thứ ba nơi những bức tranh tưởng chừng như không có matière của ông?

Với số người không hiểu rõ kỹ thuật và, những đổi mới của hội họa hiện đại thì, tranh của Lê Thánh Thư là loại tranh phẳng, bẹt (flat). Không có matière hiểu theo nghĩa không được tô, đắp nhiều lớp màu lót, trước khi chính thức tạo hình hoặc phân bố màu theo cảm xúc. Sự thực tranh của ông, kể cả những bức ông vẽ một cách cực kỳ đơn giản (nhưng khá khó khăn khi thể hiện) là hình ảnh những cây lau, sậy, những tơ trời, những giải khói vươn giữa khoảng trời bát ngát, nếu tinh ý, sẽ nhận ra độ dày, nổi cộm của chúng.

Điển hình, cụ thể hơn, tôi được xem một bức tranh Lê Thánh Thư, với trọng điểm là con mắt cách điệu. Ông đã dùng dao khoét một đường cong, dài sâu giữa mí mắt và, con mắt, khi Acrylic còn ướt. Sau đấy, ông phết một lớp Oil painting màu xanh xám, để người xem tranh, chỉ cần một chút tinh ý thôi, cũng sẽ nhận ra độ sâu của con mắt hay, chiều thứ ba mà, bức tranh của ông muốn biểu hiện.

Ghi lại một trong những nỗ lực làm mới hội họa của Lê Thánh Thư, tôi chỉ muốn nhấn mạnh: Tính khai phá, nỗ lực mở đường của họ Lê, là một phần bản chất bẩm sinh của ông (?) Từ đó, tôi cho rằng, với khởi nguồn là thi ca, Lê Thánh Thư đã rất sớm, có cho riêng mình tiêu chí: Cách tân.[*]

Nhưng, vẫn theo tôi, dù ở lãnh vực hội họa hay thi ca (nhất là thi ca) họ Lê không chỉ có một trăn trở duy nhất là, làm mới. Tâm hồn Lê Thánh Thư (qua thi ca) còn cho thấy rất rõ những đau đáu của ông về đời thường. Về thân phận hèn mọn của con người trong cuồng nộ giông, bão thời thế:

"Mày tự khai
"Hay mày không
"Mày phản động
"Hay mày không
"Mày muốn sống
"Hay mày không
"Mày tự do
"Hay mày không...
(Trích *"Bài khảo cung (vấn & đáp)"* vtbt.A., Trang 85.)

---

[*] Lê Thánh Thư sinh năm 1956 tại Quy Nhơn, từng có thời gian là Tu sĩ Thiên Chúa Giáo. Kể từ năm 1996, ông liên tiếp nhận được những giải thưởng lớn về hội họa của nhiều quốc gia khác nhau. Thơ ông phổ biến trên các tạp chí Thơ, Hợp Lưu, Tiền Vệ, Da Màu, Litviet, Văn Chương Việt... Cùng với gia đình, ông hiện sống và, làm việc tại Saigon.

Hay:

"Có những điều nên nói lại thôi
"Mỗi người
"Một mòn mỏi
"Mỗi người
"Một nanh sói
"Mỗi người
"Một giấc mơ còi..."
(Trích "Ba bài tự khai", vtbt.A. Trang 89.)

Hoặc nữa:

"Sợ hãi đã ngấm vào máu
"Sợ hãi đã ăn tận xương
"Xứ sở này
"Người sợ tiếng động
"Người sợ đám đông
"Người sợ tường lửa
"Người sợ gõ cửa
"Người sợ chó sủa
"Người sợ mèo kêu
"Người sợ chim hót
"Người sợ nhòm ngó
"Người sợ tiếng chuông
"Người sợ nhịp chân
"Người sợ tin nhắn
"Người sợ giấy mời
"Người sợ lời cuối
"Người sợ thăm hỏi...
(Trích *"Về nỗi sợ hãi,"* vtbt.A. Trang 112.)

Hiển nhiên, trong cảm nhận của tôi, Lê Thánh Thư là một nhà thơ, một họa sĩ tài hoa, với nhiều biến khúc huê dạng.

Tuy nhiên, nếu có dịp, tôi sẽ hỏi ông, chỉ với bài thơ "*Về nỗi sợ hãi*", nếu phải chuyển thể qua đường nét và, sắc mầu, ông sẽ vẽ thành bao nhiêu bức tranh?

Và, ông có tin đó là những chuyển thể trung thực?

(Calf. June 10- 2012.)

Thơ, gửi một họa sĩ, ở cách tôi nửa vòng trái đất: Lê Thiết Cương.

1.

khi bóng đêm xập xuống giá vẽ,
đó là lúc sắc mầu trong tranh họ Lê đứng lên.
bước ra và,
đi tới thế giới.
từ cách nhìn riêng của họa sĩ,
tôi nghe được tiếng nói của những một người.
hai người.
nhiều người...
và, tươi tốt khỏa thân.
nhờ trái tim họa sĩ tháp vào hình tượng.

2.

khi bóng đêm xập xuống giá vẽ,
đó là lúc sắc mầu trong tranh họ Lê đứng lên.
bước ra và,
đi tới thế giới.
từ cách nhìn riêng của họa sĩ,
tôi nghe được tiếng nói thiên nhiên, vạn vật.
tôi nghe được tâm sự những đời trâu.
nụ cười hiền của mèo.
nỗi đói trăng, sao của cá.
lời nhắn đừng phụ nhau của chim.
luôn cả mồ hôi nông phu
(nỗi buồn đồng ruộng).
và, hân hoan hoa, lá...
nhờ trái tim họa sĩ tháp vào hình tượng.

3.

khi bóng đêm xập xuống giá vẽ,
đó là lúc sắc mầu trong tranh họ Lê đứng lên.
bước ra và,
đi tới thế giới.
từ cách nhìn riêng của họa sĩ,
tôi nghe được tiếng nói những ngôi nhà.
tiếng thở dài trên những bàn thờ (không hiển lộ).
cõi thinh lặng của những sân chơi không trẻ thơ.
và, bước chân hư vô đi qua bao đời, kiếp.
cùng đạn, bom, thịt, xương một thời chinh chiến.
nhờ trái tim họa sĩ tháp vào hình tượng.

4.

khi bóng đêm xập xuống giá vẽ,
đó là lúc sắc mầu trong tranh họ Lê đứng lên.
bước ra và,
đi tới thế giới.
từ cách nhìn riêng của họa sĩ,
tôi nghe được ghế, bàn phân ưu chỗ ngồi ai sớm bỏ!?!
như những bữa cơm chiều,
chia phần cùng tàn tro nhang, khói trên cao rớt đầy mâm
khổ, ải.
nhờ trái tim họa sĩ tháp vào hình tượng.

5.

khi khúc gỗ, tảng đất sét trong tay họ Lê,
hóa thân thành gốm, tượng.
từ cách nhìn riêng của họa sĩ,
tôi nghe được tiếng chuông chùa,
khua thức những thân, tâm mất nguồn
tìm về đầu sông,
sau quá nhiều tháng, năm chăm bẩm bao tử!.!
nhờ trái tim họa sĩ tháp vào hình tượng.

6.

khi bóng đêm xập xuống giá vẽ,
đó là lúc không chỉ sắc mầu trong tranh họ Lê đứng lên
bước ra và,
đi tới thế giới.
(mà,) tôi còn nghe được bước chân của những người đã
khuất
đem nắng, mưa, buồn vui thuở trước,
vun, xới gốc hôm nay!

(ai dám bảo những hồn siêu, phách tán không cần nơi nương náu?)
như dòng máu liên tục
chảy dọc thân tổ quốc,
tới mai sau!
nhờ trái tim họa sĩ tháp vào hình tượng.
(cách của ông).

7.

khi bóng đêm xập xuống giá vẽ trống trơn,
tôi đứng lên.
nghe được nhịp đập trái tim họ Lê.
những điều ông không nói.
cõi thinh lặng mênh mông nhắc tôi:
- hãy cảm ơn Lê Thiết Cương!
- cảm ơn Vũ Phương Liên!
- cảm ơn Hà Quang Minh!
những Con Người (viết hoa).
những nhịp- cầu- chữ- nghĩa,
nối tôi với họ Lê:
- một họa sĩ,
ở cách tôi nửa vòng trái đất.

(Calif. Feb. 2014)

Vũ Hối, kết quả của một hiến tặng trọn đời cho nghệ thuật?

Nếu phải trưng dẫn một bằng chứng về sự bất công của Thượng Đế, hiểu theo nghĩa ngài đã lãng quên biết bao con người, để dành quá nhiều vinh quang, chói lọi cho một người - thì, Vũ Hối, là một bằng chứng tiêu biểu.

Nói thế, không có nghĩa khi Thượng Đế chọn họ Vũ làm "Kẻ Thừa Sai Văn Học Nghệ Thuật" cho cuộc đời, cho con người, thì, họ Vũ đã không phải trả bất cứ một giá nào cho những chói lòa ông nhận được. Mà, trái lại.

Vâng! Trái lại. Họ Vũ đã ném hết thân, tâm, hiến tặng trọn vẹn cuộc đời mình cho cuộc trường chinh văn học và nghệ thuật lao lung, dằn, xóc kia, để có ngày hôm nay.

Trước nhất, tài năng và những vinh quang mà người đàn ông mang tên Vũ Hối, bị nhìn ngắm như một "bằng chứng cụ thể" về sự ưu ái đặc biệt từ Thượng Đế, sinh ngày 22 tháng 11 năm 1932 tại Quảng Nam. Ông là bào đệ của nhà văn kiêm giáo sư Vũ Ký.

Năm 1963, ông đoạt giải khôi nguyên Hội Họa Quốc Tế tại Hoa Kỳ. Tháng 11 năm 1994, trong Đại Hội Mỹ Thuật Thế Giới, tổ chức tại thành phố Atlanta, Georgia. Ông được vinh danh là Họa Sĩ Sáng Tạo Nghệ Thuật, bằng vào công trình sáng lập Trường phái Luân Vũ Họa/Paintings in Motion và Trường phái "Thư Họa / Handwriting- Painting".

Trước đấy, tự thập niên 50, tên tuổi của ông đã được văn giới biết tới qua những thi phẩm như *"Mùa Giao Cảm"*, xuất bản năm 1958; *"Vần Thơ Màu Trắng"*, được phiên dịch qua Pháp ngữ và Anh ngữ; *"Hợp Tấu Thi Tuyển"*, nhiều tác giả, do nhà Nhân Loại xuất bản năm 1969, cùng một số thi phẩm khác, viết sau biến cố tháng 4, 1975.

Cũng từ thập niên 50, hay trên nửa thế kỷ, thơ của Vũ Hối đã được hai nhạc sĩ tiền chiến, nổi tiếng như cố nhạc sĩ Lê Thương, Đức Quỳnh phổ nhạc. Đó là các ca khúc mang tên *"Lời Ru Của Mẹ"* và, *"Bức Tranh Xứ Huế"*.

Gần nhất, cơ sở Nhật Trường Productions cũng mới phát hành một dĩa nhạc đặc biệt, mang tên *"Vũ Hối, và Thơ Nhạc Trong Tranh"* với 7 ca khúc phổ từ thơ họ Vũ bởi những nhạc sĩ nổi tiếng từ thời tiền chiến, cũng như hiện tại. Đó là nhạc sĩ Đức Quỳnh, Viễn Châu, Song Ngọc, Trần Thiện Thanh, Nguyễn Hữu Tân, và, ba thi phẩm được diễn ngâm bởi Thanh Toàn, Hồng Vân và, Hà Phương.

Ngay ở bộ môn nhiếp ảnh nghệ thuật, Vũ Hối cũng là hội viên chính thức của hai hội ảnh nổi tiếng thế giới là hội PSA và ICS...

Ở mặt nào, từ hội họa qua tới thi ca, từ Thư Họa, Luân Vũ Họa, qua tới bộ môn nhiếp ảnh nghệ thuật, Vũ Hối cũng cho thấy khả năng sáng tạo của ông, được tẩy tới cực cao nhất của mầu sắc, chữ nghĩa và ánh sáng đường nét.

Khi những kênh, mạch nghệ thuật đi ra từ trái tim và tài năng Vũ Hối, tới điểm cực đại, dường chúng đã nhập dòng - đã là một – dường không còn một khoảng cách, một lằn ranh phân biệt nào giữa các bộ môn ấy.

Nhà thơ Hà Huyền Chi trong một bài viết về Vũ Hối, đã rất tinh tế khi nhấn mạnh: *"Chữ và thơ (Vũ Hối) tươm mật trên từng tuyến màu giao hưởng, làm thành một cõi riêng ở tranh- thơ Vũ Hối"*.

"Nét cọ khoác cho thơ chiếc áo gấm thất thể làm sinh động hồn chữ, khiến bùng chuyển men thơ. Thi trung hữu họa mà cũng là họa tàng thi tứ. 'Người Họa' và 'Người Thơ' nhập điệu để cùng bay bổng trong tình tự văn chương. Thư Họa (viết mà như họa) - một khai phá chấn động mở ra chân trời mới: tranh- thơ".

Ở một đoạn khác, vào sâu hơn trường phái "Thư họa" mang tên Vũ Hối, nhà thơ Hà Huyền Chi ghi nhận:

" 'Chữ' không thể vẽ lại. Dầu muốn! Mỗi chữ đã là một bức họa, một biểu tỏ độc đáo đã một lần soi mặt trên dòng thưởng ngoạn. Một lần!

"Vũ Hối, người thứ nhất đã làm nổi bật đặc thù chữ Quốc Ngữ.

"Rồi ra nhân loại sẽ phải ghen với chúng ta về những dấu có trăng liềm, câu liêm, có chim bay, có giọt sương long lanh, có hạt lệ ngậm ngùi, có mưa rơi và lá rụng...

"Ta có quyền hãnh diện vì chữ Việt qua nét thư họa có một không hai của Vũ Tiên Sinh đã được mọi người thán phục..."

Tới hôm nay, có dễ người ta khó có thể kể hết những ghi nhận của văn giới, về đời thơ Vũ Hối, sau hơn nửa thế kỷ hưng phấn, suy trầm theo mệnh nước... Tuy nhiên, chỉ với một cảm nhận chân thực, đầy cảm tính sau đây, trích từ một bài viết của nhà văn Trần Hoài Thư, sau khi tác giả này, được nghe chính họ Vũ, diễn đọc bài thơ "*Em Là Pho Tượng*" của ông:

"*Anh Vũ Hối, người họa sĩ, người thơ, người tù, người lưu vong, đứng yên, cứ đọc, cứ dừng lại để nhắm mắt, nuốt thêm khối gì nghèn nghẹn và tiếp tục đọc. Một người nghệ sĩ là thế. Tôi xin anh tha lỗi vì tôi chưa bao giờ thuộc thơ anh, nhưng tôi biết kể từ đây, tôi sẽ mang hoài hình ảnh một người thơ gánh trên vai chiếc thập tự giá.*

"*Chỉ có tôi, thì không xứng đáng gì để làm mấy bài thơ vớ vẩn.*

"*Thơ tôi đã đọc trên bục. Tôi đứng dậy quay về phía người vỗ tay, cúi đầu chào. Nhưng tôi nghĩ là thơ tôi sẽ phải vứt hết vào sọt rác, nếu không diễn tả hết đôi mắt nai ngoan của em bé đang tìm về dưới pho tượng để học bài đêm nay.*"

Đó là những nhận định của những người cầm bút nổi tiếng tự hôm qua và hôm nay. Nhưng trước một Vũ Hối, một cá nhân tượng trưng cho sự nhập dòng, cùng lúc nhiều chiều kích, nhiều kênh, mạch văn học nghệ thuật khác biệt thì, nhận định của mỗi tác giả, dù sâu sắc, tinh tế tới đâu, cũng chỉ có thể chạm dụng tới một hoặc hai bản sắc của con người phức- trùng- bản- ngã này.

Vậy, tại sao chúng ta không thử lắng nghe họ Vũ nói về chính mình. Dù cho ông cũng chỉ đề cập tới vài kênh, mạch thẳm sâu của tâm hồn và chiều, kích tài năng ông...

Nhưng, chút ít, nó cũng là tiếng nói chính thức, ngọn lửa tinh tuyền, cháy lên từ một thân, tâm đã ăn ở liên lụy trên nửa thế kỷ với văn học và nghệ thuật Việt Nam, như sự ăn ở, hay tấm lòng thủy chung của một con người, sinh ra và chọn ở, cuối cùng, với khí thiêng quê hương, đất nước.

Ở phút nói thật - hiểu theo nghĩa nói với chính mình, con người được Thượng Đế chọn, như một biểu tượng vinh quang nhiều mặt - (dĩ nhiên, vinh quang kia, chói lòa nọ, sẽ không thể đến với họ Vũ, nếu họ Vũ ném cả thân, tâm, hiến tặng trọn cuộc đời mình cho văn học nghệ thuật) đã tâm sự như sau:

"Báo chí, các nhà phê bình nghệ thuật, các đài truyền hình thường vẫn hỏi tôi (...) là tôi vẽ theo đường lối nào, họa phái nào, công thức nào? Tôi xin thưa là không theo một công thức nào cả, tôi vẽ tùy theo trực giác sáng tạo của nhà nghệ sĩ cảm thông với đề tài bằng một tâm thức thần cảm đột xuất (illumination spontanée) mà thôi. Và riêng tôi, quan niệm vẽ tranh mà còn chăm chú tuân theo họa phái nào, trường phái nào, công thức này nọ thì đâu còn là nghệ thuật sáng tạo, tự do sáng tạo. Đó chỉ là máy móc, vô sắc, vô thức của sinh vật vô cảm xúc.

"Cũng như tôi làm thơ vậy, chữ tôi viết vậy, nó trào ra như nguồn suối của tâm tư, dồn nén sau bao áp lực ẩn ức vì tâm trí, nghệ thuật bị ngục tù trong chế độ vô nhân từ nhiều năm, tháng rã rời...).

Được biết họa sĩ Vũ Hối, cùng với gia đình, hiện cư ngụ tại tiểu bang Virgina, Hoa Kỳ. Dù đã lớn tuổi, ông vẫn còn đi đó đây - Tới bất cứ nơi nào muốn ông có mặt.

Theo tôi, sự kiện này, cũng đã phần nào nói lên tấm lòng thiết tha của ông không chỉ với VHNT mà, còn với cả bằng hữu và, tập thể nữa.

(Dec. 2011)

Chương năm:
**Những tác giả
nhập được vào dòng chính**

Lan Cao, cây bút Việt vào được dòng chính văn chương Hoa Kỳ

Nếu không kể những người trẻ, cầm bút sau biến cố tháng 4- 1975, viết văn, làm thơ không phải bằng tiếng mẹ đẻ mà, bằng các ngoại ngữ phổ cập như tiếng Mỹ, tiếng Pháp hay, tiếng Đức... rồi mượn tên nhà xuất bản ngoại quốc để xuất bản giúp tác phẩm của mình; thì Lan Cao là một trong số những nhà văn gốc Việt, nghiêm trang, chính danh, bước vào được dòng chính của văn chương vào Hoa Kỳ.

Ngay tự tác phẩm đầu tay "*Monkey Bridge - Cầu khỉ*" được một nhà xuất bản lớn của Hoa Kỳ chọn xuất bản năm 1997, tác phẩm của Lan Cao đã được giới phê bình văn chương Hoa Kỳ đón nhận như một thành tựu tốt đẹp của một cây bút ngoại quốc, gốc Việt.

Nhưng phải đợi tới cuốn tiểu thuyết thứ hai, tựa đề *"The Lotus and the Storm – Hoa Sen trong bão tố"*, do nhà xuất bản Viking xuất bản giữa năm 2014, thì văn tài của cô mới thực sự được văn giới Hoa Kỳ công nhận, như một trong những cây bút viết về chiến tranh Việt Nam, trung thực, cảm động, đầy tính nhân bản, vượt trên thiên kiến chính trị...

Mặc dù *"The Lotus and the Storm – "Hoa Sen trong bão tố"* được xếp vào loại tiểu thuyết, nhưng người đọc sẽ không khó lắm khi nhận ra, nó cũng là một dạng bán hồi ký (semi- autobiograpy) - Vì nội dung *"The Lotus and the Storm – Hoa Sen trong bão tố"* cho thấy đó là truyện kể về một gia đình mà, mỗi cá nhân thuộc về gia đình ấy, như những chiếc lá từ một gốc cây bị cuộc chiến khốc liệt ở phần đất miền nam Việt Nam, bứt lìa khỏi cành, khi Saigon, thủ đô miền Nam VN, đổi chủ vào những ngày cuối cùng của tháng 4-1975.

Họ như những chiếc lá bất lực trong bàn tay vò xé của định mệnh và, kết quả cuối cùng là mỗi thành viên đã mặc nhiên được định mệnh ưu ái tặng cho một vết thương khôn lành...

Hai nhân vật chính của *"The Lotus and the Storm – Hoa Sen trong bão tố"*: Một là cựu sĩ quan từng được trao tặng nhiều huân chương do những thành tích ông đạt được sau nhiều năm tháng vào sinh, ra tử... Nhưng hiện tại ông đang nằm chờ chết nơi căn nhà riêng của ông tại một thành phố thuộc ngoại ô thủ đô Hoa Kỳ.

Và, nhân vật chính thứ hai, tên Mai, con gái của người cựu sĩ quan từng hiến trọn của đời mình cho cuộc chiến chống trả nỗ lực thôn tính miền Nam của chế độ Cộng sản miền Bắc. Cô được mô tả lớn lên ở vùng Chợ Lớn, ngoại ô thành phố Saigon.

Tài kể chuyện của Lan Cao qua văn chương, dù đã được tác giả tiểu thuyết hóa phần nào những biến động, những bi kịch đời thường xoay quanh hai nhân vật chính kia, nhưng người đọc vẫn cảm nhận được tính riêng tư, ngậm ngùi bi phẫn của những phận đời chìm, nổi trong chiến tranh đó.

Tuy nhiên, những phận đời người lính, chờ chết và, người con đã bước vào tuổi trưởng thành ở xứ người... trong *"The Lotus and the Storm – Hoa Sen trong bão tố"*, không chỉ gói gọn trong bi kịch của một gia đình, hai thế hệ lưu vong mà, nó trở thành một bất hạnh hay một thương tích tâm thần chung cho những người cùng cảnh ngộ! Cho bất cứ một gia đình, có bất cứ một nguồn gốc nào, khi họ phải gánh chịu hậu quả chiến tranh - Con quái vật nghìn tay của thời đại.

Không biết, có phải vì tính nhân quần, sự tật nguyền tâm lý của các nhân vật trong *"The Lotus and the Storm – Hoa Sen trong bão tố"* của Lan Cao đã vượt khỏi giới hạn của một biên cương, khu vực địa- chính- trị của một quốc gia hay không mà, tiểu thuyết của cô, đã được văn giới Hoa Kỳ, trao tặng những vòng nguyệt quế trân, quý - Một điều dường như chưa xảy đến cho bất cứ một tác giả Việt trẻ nào, cầm bút sau tháng 4- 1975 như Lan Cao.

Theo ghi nhận trong một bài tường thuật của tổ chức VAALA hiện có trên Wikipedia- mở thì:

"... The Lotus and the Storm nhận được nhiều lời khen ngợi từ giới phê bình cũng như các nhà văn. Ruth Ozeki, tác giả của cuốn A Tale for the Time Being, cuốn sách đoạt giải Book Prize của báo Los Angeles Times, viết về cuốn tiểu thuyết mới của Lan Cao như sau: *'Một cuốn tiểu thuyết cảm động sâu sắc về những hậu quả đổ nát xảy ra với một cô gái trẻ, với gia đình và đất nước của cô. Với những chi tiết gợi cảm và ấn tượng, Lan Cao mang lại hình ảnh Sài Gòn xưa một cách sinh động qua con mắt của người kể chuyện, Mai, và cha cô đi nửa vòng trái đất, tới một vùng ngoại ô ở Virginia, nơi bốn mươi năm sau, nỗi đau của Mai lại bùng lên. Trong thế giới bị phân cách này, nơi những vết tích chiến tranh, những mối tình và những mất mát cũ tiếp tục kéo dài, The Lotus and the Storm là một minh chứng hùng hồn cho chân lý rằng quá khứ và hiện tại là một, không tách rời, không tránh khỏi được, kéo dài mãi mãi.'*

"Khaled Hosseini, tác giả của The Kite Runner, cho biết: *'The Lotus and the Storm là một phần trong câu chuyện dài của gia đình, một phần là câu chuyện của lứa tuổi mới lớn, một phần là chuyện tình, nhưng trên hết, nó là một bản cáo trạng cho sự tham dự của Hoa Kỳ tại Việt Nam và những mất mát không thể kể hết cho nhiều thế hệ trong quá khứ và tương lai. Một cuốn sách hấp dẫn từ đầu cho đến cuối'.*

"Bridget Thoreson điểm cuốn The Lotus and the Storm trong tạp chí Booklist như sau: *'Tất cả những tác phẩm viết về cuộc chiến Việt Nam, rất ít là từ cái nhìn của người miền Nam Việt Nam, mà cuộc đời của chính họ chịu nhiều tan vỡ trong cuộc chiến. [Lan] Cao tìm cách điều chỉnh sự mất cân bằng này qua câu chuyện phức tạp của người cha và người con gái vượt thoát đến Hoa Kỳ, mãi mãi bị chịu sự ảnh hưởng của cuộc chiến và những hậu quả của nó. Cuốn tiểu thuyết, vốn được dựa vào một phần đời thật của chính tác giả, bao gồm nhiều biến cố lớn trong lịch sử như Tết Mậu Thân và cuộc di tản khỏi Việt Nam sau khi cộng sản chiếm Sài gòn. Nhưng cốt lõi của câu chuyện lại lấy gia đình làm trọng tâm, với cô con gái tên Mai và người cha tên Minh cố gắng bảo vệ lấy gia đình. [...] Vang vọng và bi thương, The Lotus and the Storm là một thành quả tuyệt vời'.*"

Theo ghi nhận của trang mạng Wikipedia- mở thì, "Lan Cao sinh năm 1961 tại Việt Nam. Đến Mỹ năm 13 tuổi, Lan Cao nhận bằng B.A. ngành khoa học chính trị tại trường Mount Holyoke College năm 1983, và bằng Tiến sĩ Luật (Juris Doctor) của trường đại học luật Yale.

Monkey Bridge của Lan Cao, xuất bản năm 1997, là cuốn tiểu thuyết kể về 1 người mẹ và cô con gái rời Việt Nam để đến Mỹ.

Được coi là 'cuốn tiểu thuyết đầu tiên của 1 người Mỹ gốc Việt viết về chiến tranh và hệ lụy của nó.

"Hiện tại, bà là giáo sư dạy luật cho một trường đại học Luật khoa tại miền Nam California".

Điều đáng nói, không chỉ là cánh cửa văn chương dòng chính (Hoa Kỳ) đã rộng mở cho Lan Cao mà, tôi hy vọng, sau Lan Cao, những người cầm bút trẻ, trưởng thành ở xứ người sẽ nối gót Lan Cao, bước tới được quảng trường văn chương mang tính thế giới này.

(Jan. 2015)

Nguyễn Mạnh Cường, thành công với nỗ lực đem nhạc tới với thính giả Hoa Kỳ

Sinh hoạt hải ngoại gần 40 năm qua, ghi nhận những thành tựu rực rỡ của những người làm công tác VHNT ở nhiều lãnh vực như thơ, văn, âm nhạc, điện ảnh, hội họa... Trong số này, chúng ta cũng có khá nhiều những cây bút trẻ nhập được vào dòng chính, với những tác phẩm viết thẳng bằng ngôn ngữ của những quốc gia họ cư ngụ như tiếng Anh hoặc tiếng PhápNhưng ở lãnh vực nhạc thuật, chúng ta không có nhiều lắm, những nhạc sĩ vào được dòng chính.

Một trong những nhạc sĩ sáng tác nhập được vào dòng chính, có Nguyễn Mạnh Cường.

Tiểu sử họ Nguyễn mà chúng tôi sưu tầm được có thể tóm tắt như sau:

Nguyễn Mạnh Cường sinh năm 1959 tại Sài Gòn Theo gia đình ông rời VN 1984, hiện đang định cư tại Mỹ.

Nguyễn Mạnh Cường học vĩ cầm từ năm 13 tuổi. Sau đó, ông tự học guitar, piano và, bắt đầu viết nhạc từ thập niên 90s.

Tác phẩm mà nhạc sĩ Nguyễn Mạnh Cường đã viết, có thể kể những sáng tác tiêu biểu như : Etude number 1; Mùa Thu Kỷ Niệm; Nỗi Nhớ; Our First Dance; Let's not Changed; Seasons; Happy Holidays; A Lonely Night; Seasons; Cry Me A river; Flying In the Wind; Etude Number 2; Etude Number 3 Memory; A day with You; Violin Solo number 1,2, 3, and 4; Blue tango; Moonlight Serenade; Serenade; Journey Of Life; My Little Darling; Wishful Thinking; Holidays With You; Happy Holidays; Our first Dance; Our Love story, vân vân...

Gần đây, Nguyễn Mạnh Cường đã viết một số ca khúc cũng như phổ nhạc một số thơ của các tác giả Việt như Trả thượng đế (thơ Du Tử Lê), Lời Tình Buồn Trong Đêm (thơ Yên Sơn), Một Ngày Với Em (thơ Andy Le), Mùa Thu Kỷ Niệm (nhạc và lời Nguyễn Mạnh Cường), I always love you (nhạc và lời Nguyễn Mạnh Cường)...

Nguyễn Mạnh Cường cũng có một số cá khúc ở dạng video, hiện có trên You Tube như:
"A Lonely Night"[1]
"A lonely Night"[2] ,
"Mùa Thu Kỷ Niệm (nhạc và lời Nguyễn Mạnh Cường)[3]

---

1 http://youtu.be/v4J-Lz4XO8g

2 http://youtu.be/ryhbtPSuYBw

3 http://youtu.be/KUaEPFyX2A8

Ngoài ra, Nguyễn Mạnh Cường cũng là hội viên của các hội sau đây:

Group Classical[4]

Nguyễn Mạnh Cường đã cộng tác với các ca   , nhạc sĩ: Tanya Lynn Singer Songwriter in Kirkwood, Illinois (producer and singer voi 2 tac pham Cry Me a River and A lonely Night); Mary Wilson Vocalist, Song Writer,. in Dunedin, New Zealand 1 tac pham(A blue tango); Dan'l B. Young songwriter in Eland   , Wiscosin với hơn 10 tác phẩm...

Không chỉ là nhạc sĩ sáng tác, Nguyễn Mạnh Cường còn là tác giả của hơn 50 ca khúc do chính ông hòa âm cho violin vocal and guitar và piano nữa.

Nguyễn Mạnh Cường nói, ông sẽ rất vui, nếu có những nhạc sĩ trẻ nào muốn ông đóng góp ý kiến về tác phẩm của mình hoặc , muốn đưa nhạc của mình vào dòng chính thì, xin liên lạc với ông qua địa chỉ qua email: musiccomposernmc@gmail.com

Nhạc sĩ Nguyễn Mạnh Cường hiện làm việc và sinh sống tại miền nam California, USA.

---

4 http://www.broadjam.com/CuongManhNguyen,

Tính nhất- thể- nghệ thuật
nơi tranh Nguyễn Việt Hùng

Như chúng ta đều biết, ở lãnh vực tạo hình, nhất là theo các định chế nghệ thuật tây phương thì, trước khi tranh của một họa sĩ được mời tham dự một cuộc triển lãm chung, hay riêng, đều phải trải qua sự lượng giá của một hay nhiều nhân vật có thẩm quyền. Đó là những Curator, tức Giám tuyển hay, Giám đốc nghệ thuật. Chính vì thế mà không phải họa sĩ Việt Nam nào, cũng có thể dễ dàng nhập vào dòng chính của sinh hoạt hội họa Hoa Kỳ - Dù cho họ được đào tạo chính quy ở những đại học Mỹ.

Một trong những họa sĩ Việt, chẳng những nhập được vào dòng chính của nghệ thuật tạo hình Hoa Kỳ mà, còn vào sâu trong sinh hoạt này, là họa sĩ Nguyễn Việt Hùng.

Cụ thể, trong những ngày cuối cùng, trước khi niên lịch 2014 khép lại, họ Nguyễn đã có một cuộc triển lãm cá nhân, kéo dài nhiều tuần, tại phòng triển lãm thường trực Launch Gallery ở West Los Angeles (nam California) - Nơi được coi là trung tâm của những cuộc triển lãm nghệ thuật tạo hình thế giá.

Trong một bài giới thiệu về thế giới màu sắc và, đường nét của họa sĩ Nguyễn Việt Hùng, người đã trở thành quen thuộc với giới thưởng ngoạn cũng như các nhà sưu tập tranh tại Hoa Kỳ, trên nhật báo Việt Báo, số đề ngày 5 tháng 12 - 2014, nhà thơ và cũng là họa sĩ Phan Tấn Hải viết:

"... Tên tuổi của họa sĩ Nguyễn Việt Hùng được biết đến từ những ngày đầu qua loạt tranh "Coastal Sensation" (Cảm Tính Ven Biển) vào những năm 2006- 2011, với phong cảnh biển trời xanh lơ mà thoạt nhìn vào người xem tranh cảm thấy hiền hòa, êm ả như câu chuyện thần thoại. Trần gian trong loạt tác phẩm ven biển này của ông là những buổi bình minh – nơi đất trời và vạn vật hòa nhịp cùng vũ điệu cuộc sống ven biển tươi sáng. Cũng từ giai đoạn này, ông đã thiết lập tính cánh riêng về màu sắc và chủ đề: khai thác sắc màu thiên nhiên qua lối pha màu sáng chói khác thực, khiến tranh ông từ những ngày đầu đã mang sắc thái dị biệt. Trần gian và tiên giới, đất và nước, động vật và thảo mộc, những bức tranh thiên nhiên huyền thoại của Ông có đầy đủ yếu tố Kim, Thủy, Hỏa, Mộc, Thổ. Họa phẩm Cảm Tính Ven Biển #35 trong loạt tranh này của ông đã được tuyển chọn triển lãm tại phi trường quốc tế LAX vào tháng Tư năm 2012. Bức Cô Dâu/Cảm Tính Ven Biển số 44 của ông cũng được chọn tham gia cuộc triển lãm nghệ thuật tạo hình quốc tế lần thứ 52 do San Diego Art Institute tổ chức năm 2013, và được thắng giải "Tác Phẩm Tuyển Chọn từ Giám Tuyển" (Jurors Choice Award).

"Từ những màu sắc và hình tượng thiên nhiên yên bình của loạt tranh Cảm Tính Ven Biển xuất hiện những chấm phá vũ bão và dữ tợn của câu chuyện đời sống thiên nhiên. Loạt tranh Cruelly Go Round (Vòng Đời Nghiệt Ngã - 2011- 2012) chuyển từ phong cảnh thiên nhiên vô tư sang thực tại, từ tĩnh sang động. Màu sắc và cảnh vật của loạt tranh này tuy vẫn khác thực, nhưng mạnh mẽ đậm đặc hơn. Xa hơn ven biển tươi sáng là toàn cảnh đại dương mênh mang, nơi ngàn vạn sinh vật đang tranh đấu sống còn. Cùng một nơi, một lúc, một cảnh trí, lực lượng vũ dương sức mạnh tồn tại song song với nỗi bất lực. Đời sống thắt chặt với cái chết, và tuy đây là hai hình ảnh tương phản, lại là một sự cân bằng duy trì cần thiết trong thế giới sinh thái và cũng là thế giới của loạt tranh Vòng Đời Nghiệt Ngã. Tác phẩm Vòng Đời Nghiệt Ngã #1B của ông đã được tuyển chọn đưa vào cuộc triển lãm lưu diễn "California Dreaming: An International Portrait of Southern California" cùng với khoảng 50 tác phẩm nghệ thuật khác, qua ba viện bảo tàng nghệ thuật Palazzo della Provincia di Frosinone in Frosinone, Italy, Oceanside Museum of Art, và Riverside Art Museum.

"Cũng trong năm 2012, họa sĩ Nguyễn Việt Hùng bắt đầu bước vào loạt tranh Tâm Cảnh (Mindscape), lột tả tâm tư uẩn khuất của cảnh vật và đời sống. Người xem tranh bỗng vô tình bị lôi theo dòng cuốn của những chuyển động đa chiều cuồn cuộn, rồi chợt nhận ra đằng sau sắc màu tươi sáng, mạnh mẽ của thiên nhiên ẩn hiện những vũ lực huyền bí. Những bức tranh Tâm Cảnh này của ông đã tạo được chú ý trong thế giới nghệ thuật dòng chính. Họa phẩm Tâm Cảnh Số 30 (Mindscape #30, 24 x 30) của ông đã được phòng tranh Brea Art Gallery tuyển chọn trong cuộc triển lãm thường niên kéo dài suốt hai tháng năm 2013. Bộ tranh Tâm Cảnh này cũng được triển lãm ở phòng tranh LA Artcore ở Los Angeles vào tháng Mười Hai năm ngoái..." (Nguồn Wikipedia- mở)

Như đã nói, không dễ để một họa sĩ thiểu số, chẳng những có được một chỗ đứng tại những Trung Tâm Nghệ Thuật hay, khoảng tường quý giá ở những Viện Bảo tàng Hoa Kỳ; vậy mà, chẳng những họ Nguyễn đã được mời tham dự những cuộc triển lãm chung và riêng nổi tiếng mà, ông còn được trao tặng những giải thưởng cao quý, giá trị - Thực chứng cụ thể cho tài năng sáng tạo của mình.[*]

Tôi trộm nghĩ, nếu so sánh với mặt bằng hội họa thế giới thì nền hội họa của người Việt còn rất non trẻ. Bởi thế sắc màu hay hình tượng mà các họa sĩ Việt Nam có được cho họa phẩm của mình, chưa đủ để những Curator đi đến quyết định chung thẩm mà, những Giám thẩm nghệ thuật này, còn lượng giá một họa phẩm trên những tiêu chuẩn thiết yếu khác. Thí dụ nét riêng, độ sâu của sáng tác.

Trả lời câu hỏi của nhà thơ Phan Tấn Hải, báo Việt Báo, vào cuối năm 2014, về vai trò của màu sắc và những chuyển biến lớn trên lộ trình tạo hình của mình, họ Nguyễn cho biết:

"... Sau một thời gian vẽ những màu tươi vui, nay tôi thích thử nghiệm đến những màu sắc trầm lắng bớt ồn ào. Cũng như cuộc đời đâu phải lúc nào cũng vui và hạnh phúc. Tôi nghĩ màu sắc tươi sáng tạo được niềm vui và sự lạc quan, còn màu trầm tối đem lại cái cảm giác day dứt và cũng rất đậm chất lãng mạng. Đối với tôi nội công của một tác phẩm là điều quan trọng nhất, cho dù một tác phẩm có kích thước nhỏ, ít màu sắc, hình thức đơn giản, nhưng tôi luôn mong muốn thể hiện được sức mạnh của tác phẩm; bên dưới bề mặt trầm tĩnh giản đơn này có một điều gì dồn nén ấm ức có thể vỡ tung (...) Và:

---

[*] Theo bài viết của Vũ An, thì: "...Họa Sĩ Nguyễn Việt Hùng sinh tại Việt Nam, theo học ngành Sinh Vật tại Đại Học Khoa Học Sài Gòn. Định cư ở Hoa Kỳ năm 1982, ông chuyển sang ngành họa sĩ minh họa, đồ họa và thiết kế. Ông theo đuổi con đường nghệ thuật một cách độc lập, nghiên cứu nhiều hình thức nghệ thuật truyền thống của cả Đông lẫn Tây. Các tác phẩm của Nguyễn Việt Hùng có ảnh hưởng củanhiều loại hình nghệ thuật truyền thống, như tranh khắc gỗ, nghệ thuật gốm sứ, chạm khảm, tranh kính màu, tranh thủy mạc Á Đông,... cùng với nền nghệ thuật Hiện Đại như trường phái Ấn Tượng, Siêu Thực, Biểu Hiện, Trừu Tượng,...Tất cả kết hợp thành nét vẽ rất riêng biệt và Đương Đại".

"Loạt tranh Cảm Tính Ven Biển (Coastal Sensation) vẽ năm 2005- 2011) là những thử nghiệm về đường nét nổi tạo nên cảnh trí thiên nhiên: đồi núi, sông biển, thác nước, cây cỏ... những cảnh trí của vùng biển California nơi tôi đã định cư và sinh sống trên 30 năm. Sau đó, tôi thực hiện loạt tranh Tâm Cảnh (Mindscape, vẽ năm 2012- 2013) như là một tiếp nối phong cảnh bên California với sự hòa hợp phong cảnh bên vùng Á Châu. Màu sắc của Tâm Cảnh có phần dịu xuống như phấn màu pastel, bố cục phức tạp hơn với những góc cạnh hiểm trở. Sang năm 2014, tôi vẽ một loạt tranh kích thước nhỏ, bố cục rất đơn giản và cách vẽ không mang nhiều tính mô tả nữa, tôi đặt tên là Linh Cảnh (Sacred Landscape). Linh Cảnh là những hình thể thiên nhiên có cách sắp đặt theo hình tượng có tính chất nhục thể. Tôi nghĩ; những giây phút ra ngoài thiên nhiên, thu thập ý tưởng và nguồn cảm hứng, cũng như những đêm khuya miệt mài vẽ trong studio, là khoảng thời gian và không gian linh thiêng, tôi đã thực sự là mình và hoàn toàn tự do."

Sau đấy, họ Nguyễn cũng nói thêm:

"Nhân đây tôi cũng xin trình bày, những loạt tranh tôi đã đang và sẽ vẽ, ít nhiều mang tính chất của một giai đoạn thời gian trong quá trình sáng tác của mình. Nghệ thuật của tôi không dự tính vào sự làm 'sock', đối với tôi đó chỉ là những chuỗi ngày du mục lang thang ngoài thiên nhiên và ngày giờ miệt mài vẽ trong phòng vẽ studio, những thay đổi có phần chậm rãi tinh tế. Người xem tranh nếu có theo dõi các tác phẩm của tôi qua nhiều thời kỳ, cũng sẽ nhận xét được sự liên hệ và thay đổi trong từng đợt tranh. Tôi không là họa sĩ thiên về ý niệm, tôi là họa sĩ sơn dầu, say mê chất liệu, tôi không có ý định làm chủ chất liệu sơn dầu, mà chỉ hy vọng chất liệu và tôi thông hiểu lẫn nhau để có thể sáng tác được những tác phẩm đẹp và độc đáo..." (Nđd)

Khi trả lời câu hỏi vì lý do gì Nguyễn Việt Hùng lại chọn Launch Gallery, cũng như ngược lại - Để triển lãm loạt tranh mới nhất của mình, họ Nguyễn nói:

"Launch LA là 1 tổ chức nghệ thuật vô vụ lợi ở Los Angeles. Hằng năm họ có tổ chức chương trình TARFEST về âm nhạc và nghệ thuật tạo hình để quần chúng thưởng thức miễn phí ngay trong khuôn viên viện bảo tàng nghệ thuật Los Angeles (LACMA) và PAGE Museum (LA BREA TAR PITS). Tôi đã có dịp sinh hoạt nghệ thuật với Launch LA qua nhiều cuộc triển lãm chung nhóm. Và thời điểm đã đến lúc chúng tôi làm việc với nhau qua cuộc triển lãm cá nhân của riêng tôi. Tôi rất vui và cảm kích về cuộc triển lãm này; nó cho tôi niềm tin về những sáng tác nghệ thuật của mình. Phòng tranh Launch Gallery không hào nhoáng đồ sộ, nhưng họ cũng rất kỹ lưỡng trong việc chọn họa sĩ triển lãm Solo.

"Trong năm nay, tôi sáng tác 1 số tranh kích cỡ nhỏ, rất thích hợp cho phòng tranh Launch Gallery, cũng rất khiêm tốn về không gian. Cách vẽ thì cũng không khác gì mấy, ai cũng dễ nhận diện nét vẽ và kỹ thuật của tôi, màu sắc trong tranh có phần trầm tĩnh hơn, có điều tôi đã vận dụng phát triển sáng tạo ra được nhiều dạng và thể cho những bố cục mới. Và với những dạng thể có xu hướng dục cảm, tôi hy vọng người xem tranh sẽ không cho là đây là những kiêng dè cấm ky. Ngược lại tôi hy vọng những tác phẩm này sẽ mang đến sự thăng hoa về chất sáng tạo và sự huyền bí của vũ trụ bao la. Đặc biệt trong tâm trí tôi luôn hướng tới một mục tiêu: bất kỳ một tác phẩm lớn nhỏ ra sao, nhiều hay ít màu sắc, cấu trúc đơn giản hay phức tạp,...tác phẩm đó phải đạt được cá tính riêng biệt và độc lập, phải có được cái hồn và một sức mạnh nào đó, cho dù rất mênh mông trừu tượng". (Nđd)

Nhân viết về cuộc triển lãm hơn 10 họa phẩm của Nguyễn Việt Hùng ở phòng triển lãm LA Artcore Brewery Annex, đầu tháng 11 năm 2013, ký giả Vũ An đã ghi lại những nhận định của ông R.

Seitz một trong những Curator của LA Artcore, về tranh của họ Nguyễn như sau:

"... 'Nguyễn Việt Hùng tạo nên những tác phẩm sống động, xoá mờ đường ranh giữa hiện thực và ảo giác... Bề mặt tranh trải đầy những hoạ tiết và độ sâu, được biến hoá với một năng lượng của sự sáng tạo'.

"Ông Seitz cũng nhắc đến những hình ảnh về biển 'được vẽ như các tế bào sống' rất riêng trong tranh Nguyễn Việt Hùng, các cấu trúc hình học trong tranh đương đại của người hoạ sĩ gốc Nam Hàn, Eunsil Jeoung, và những biểu tượng ẩn- hiện tối- sáng trong tranh hoạ sĩ Rebecca Edwards.

" 'Đó là một sự kỳ thú khi thấy số sắc màu và tính phức tạp được sử dụng trong tranh, như vượt qua hết những hạt cát bụi để mang lại cảm giác thiên nhiên tươi mát', ông Seitz viết trong phần kết luận về tranh Nguyễn Việt Hùng." (Nguồn Wikipedia- mở)

Tôi biết họ Nguyễn đã để lại được trên lộ trình nghệ thuật của mình những dấu mốc quan trọng, với những chủ đề như: "Cảm tính ven biển / Coastal Sensation"; tới "Vòng đời nghiệt ngã / Creully Go Round"; "Tâm cảnh / Mindscape" "Linh cảnh / Sacred Landscape"...

Tuy nhiên, ở vị trí người thưởng ngoạn, tôi cho căn bản, cõi giới tranh Nguyễn Việt Hùng vốn là một cõi giới mang tính biểu cảm mạnh mẽ, dữ dội - Không chỉ qua màu sắc mà, nó còn lung linh nơi những hình tượng, những họa tiết vi tế, tỉ mỉ, công phu... Như những nỗ lực xuyên thấu độ sâu tiềm thức. Ông thường dùng nhiều màu nóng, cho những bức tranh sôi động nhiệt hứng của mình. Nhưng ngay cả khi ông dùng màu lạnh để dẫn dắt người xem chìm vào cõi tĩnh lặng thì, độ "nóng" nơi những game màu này của Nguyễn Việt Hùng, cũng vẫn hất ngược người xem vào những địa giới vô thức, nhục cảm.

Lại nữa, với tôi, dường như tương quan giữa thiên nhiên và nhục cảm trong hội họa Nguyễn Việt Hùng cũng đã trộn lẫn, cũng đã hòa tan, để trở thành nhất- thể.

Nói cách khác, cuối cùng, thiên nhiên hay bất cứ tâm thái nào khác, một khi đã đi vào cõi giới hội họa Nguyễn Việt Hùng, cũng đều trở thành nhất thể. Đó là nhất- thể- nghệ- thuật mang tên Nguyễn Việt Hùng, vậy.

(Garden Grove, Jan. 2015)

Thuận (Paris), nhà văn thận trọng từng dấu phẩy, dấu chấm

Mỗi khi đề cập tới những cây bút trẻ, trưởng thành ở hải ngoại, hay, những nhà văn chỉ thực sự cầm bút sau biến cố tháng 4- 1975, vào được văn chương thế giới dòng chính (thị trường văn chương Mỹ và Pháp), người ta thường liên tưởng tới một Lan Cao, viết thẳng bằng tiếng Mỹ, tại Hoa Kỳ và một Thuận, viết tiếng Việt, sau đó, chuyển qua Pháp ngữ, có nhiều năm sống tại Pháp.

Bạn đọc người Việt ở Hoa Kỳ, có dễ không biết nhiều về nhà văn chọn duy nhất chữ Thuận (tên gọi trong khai sinh của cô), cho những tác phẩm của mình.[1] Nhưng độc giả Việt cũng như Pháp ở Âu châu và, nhất là ở Việt Nam thì đó là cái tên rất quen thuộc.

Trước khi tiểu thuyết tựa đề *"Thang Máy Sài Gòn"* của Thuận được dịch sang Pháp ngữ với tựa đề *"L'ascenseur de Saigon"* bởi chính tác giả nhà văn Janine Gillon, do nhà xuất bản Riveneuve Editions, xuất bản hồi tháng 4 năm 2013, thì hai tiểu thuyết khác của Thuận là các cuốn *"Chinatown"*[2] và *"T. mất tích"*[3] được dịch giả Đoàn Cầm Thi cuyển qua Pháp ngữ, dưới tựa đề *"T. a disparu"* cũng đã được văn giới đặc biệt chú ý.

Tuy nhiên, phải đợi tới lúc *"L'ascenseur de Saigon"* được Trung tâm Quốc gia Pháp chọn trao giải Sáng Tạo Năm 2013 thì, tên tuổi của Thuận mới thực sự rực sáng trong dòng chính của những tác phẩm tiếng Pháp.

Trả lời một số câu hỏi của ký giả Văn Bảy báo Thể Thao & Văn Hóa Cuối Tuần, đề Thứ Năm, ngày 17 tháng 10- 2013,liên quan tới giải "Sáng Tạo Năm 2013", cũng như những khía cạnh khác của sự hoàn tất tiểu thuyết vừa kể... nhà văn chỉ muốn chọn cho mình một chữ Thuận, nói:

"... Lý do trao giải có lẽ chỉ ban giám khảo mới biết. Cá nhân tôi thì không ngây thơ cho rằng cấu trúc của *Thang máy Sài Gòn* là

---

1 Được biết "...Nhà văn Thuận, tên thật là Đoàn Ánh Thuận, sinh năm 1967, tại Hà Nội. Chị tốt nghiệp Khoa Anh ngữ, Đại học Sư phạm Ngoại ngữ Pyatigorsk (Liên bang Nga) năm 1991, làm cao học Văn học Anh cổ điển tại Đại học Paris 7 (1991-1992) và cao học Văn học Nga đương đại tại Đại học Sorbonne (1992-1993), chị hiện sinh sống tại Pháp". (Theo báo QĐND, nguồn Wikipedia-Mở)

2 Dịch giả Đoàn Cầm Thi là người hoàn tất bản Pháp ngữ của cả hai tác phẩm này. Trước đó, bản tiếng Việt của hai tiểu thuyết vừa kể, đã được nhà XB Đà Nẵng, và nhà XB Nhã Nam, liên doanh với Hội Nhà Văn ấn hành. (Nguồn Wikipedia-Mở)

3 Nđd.

một đột phá văn chương. Để mỗi độc giả tự tìm một trật tự mới cho các chương là một ý tưởng đã có trước đây, tôi chỉ áp dụng nó theo cách của tôi. Có lẽ vì vậy mà *Thang máy Sài Gòn* đoạt giải Sáng tạo chứ không phải giải Phát minh". (Theo Wikipedia- Mở)

Trả lời câu hỏi kế tiếp cũng của ký giả Văn Bảy:

"Tiểu thuyết Thang máy Sài Gòn viết từ năm 2009, đã lang thang vai nơi trên lưới trời trước khi xuống trang giấy in, có sự khác biệt nào trong lần xuất bản này không, thưa chị?"

Thì tác giả *"L'ascenseur de Saigon"* cho biết:

"- Ba năm đủ khiến cho tôi mang bản thảo ra chỉnh sửa không ít lần. Lý do là để tác phẩm hoàn thiện hơn chứ không phải cho vừa tầm cắt của chiếc kéo kiểm duyệt. So với bản viết xong cuối năm 2009 thì *Thang máy Sài Gòn* bây giờ nhiều chương hơn, ngắn gọn hơn, có những đoạn được viết lại hay bỏ đi, cũng có những đoạn được thêm vào.

"Việc tôi tự dịch sang tiếng Pháp cũng khiến tôi có một cái nhìn mới về nguyên bản và chỉnh sửa theo hướng này, những đoạn được thêm vào là những đoạn viết thẳng bằng tiếng Pháp rồi lại dịch ra tiếng Việt. Đứng giữa hai nền văn hóa, tôi công bằng. Không là nhân vật của chính mình, nhưng tác phẩm phản ánh tác giả một cách chân thực và sống động nhất. Có lẽ 'văn là người' trong cách đó.

"- Vậy hẳn bản tiếng Pháp là một "dị biệt" khó gặp trong sách dịch?

"- Bản tiếng Pháp, tôi hầu như không dịch mà chỉ sử dụng nội dung chính của nguyên bản để viết lại bằng tiếng Pháp. Do vậy ngoài việc hai bản có nhiều chi tiết không hoàn toàn giống nhau, tôi hy vọng rằng mỗi bản sẽ mang lại cho độc giả những cảm xúc khác biệt. Việt văn và Pháp văn cách nhau rất xa, cho nên có những điều sẽ khiến độc giả của chỉ một ngôn ngữ xúc động hay bật cười. Tôi không có ý định dung hòa, cũng như trung thành với bản gốc. Mà thực ra, nhiều khi muốn trung thành cũng không thể.

"- Tại sao lại là thang máy, mà là thang máy Sài Gòn? Phải chăng với cấu trúc lồng truyện trong truyện, chương trong chương... mà 'thang máy Saigon' độc giả phải đi qua, thậm chí có thể dừng lại ở chương nào nếu muốn?

"- Ngoài việc câu chuyện bắt nguồn từ một tai nạn thang máy ở thành phố Sài Gòn thì thang máy và Sài Gòn là hai hình ảnh năng động, mà theo tôi, tương ứng với cấu trúc của tiểu thuyết này. Tiểu thuyết có 40 chương được sắp xếp không theo một trật tự nào cả, tên của các chương cũng chỉ có 3 từ lặp đi lặp lại: Hà Nội, Sài Gòn, Paris.

"Tôi đã viết với ý đồ là mỗi độc giả có thể tự tìm một trật tự mới cho các chương. Điều này hoàn toàn có thể làm được vì các chi tiết của Thang máy Sài Gòn *liên kết với nhau mật thiết đến độ dù có bị đẩy ra khỏi nhau như thế nào thì chúng vẫn thuộc về nhau, mãi mãi là của nhau. Đây có vẻ là một thử nghiệm ngược lại so với cách viết trước của tôi, ví dụ như* Chinatown *nơi không có chương, đoạn... nên độc giả không có cách nào khác ngoài việc đọc một mạch từ đầu đến cuối".*[4]

Trong một cuộc phỏng vấn, nhân dịp nhà xuất bản Riveneuve cho ra mắt tiểu thuyết *"T. a disparu"* tại Paris, khi trả lời một câu hỏi, *"Nếu tự nói về mình, đâu là những nét tiêu biểu nhất trong phong cách sáng tác của chị, để người đọc tiếp xúc tác phẩm là có thể biết đó là sản phẩm 'made by Thuận'?"* của nhà báo Thi Hương ở Paris, tác giả *"T. mất tích"* đáp:

---

4 Nđd

"- Nếu độc giả thấy những mẫu mực kiểu 'cao trào - xung đột - mâu thuẫn, 'đặt vấn đề - giải quyết vấn đề', 'khảo sát thế giới nội tâm', 'khắc họa và phát triển tính cách nhân vật', 'nêu cao tư tưởng nhân văn', thì đó dứt khoát không phải là tác phẩm của Thuận.

"Nếu độc giả và tác giả cứ ôm nhau thút thít, mùa thu là nôn nao hoa sữa, mùa hè là khắc khoải hoa phượng, tết đến quay cuồng nhớ hoa đào bánh chưng, hết tết lại quay cuồng nhớ bánh chưng hoa đào... thì đó dứt khoát không phải là tác phẩm của Thuận.

"Còn những nét tiêu biểu nhất cho phong cách của Thuận là gì thì có lẽ để các nhà chuyên môn trả lời cho khách quan. Chủ quan mà nói, tôi chú trọng tới nhịp điệu. Theo quan niệm của tôi, mỗi tác phẩm có một nhịp điệu riêng, tác giả có khả năng cuốn độc giả vào tác phẩm hay không chính là nhờ nhịp điệu. Nhịp điệu của tác phẩm phụ thuộc vào cách sử dụng từ, cách đặt câu, cách ngừng lại, cách thêm bớt từng dấu phẩy, dấu chấm. Làm sao để mỗi tác phẩm bộc lộ được một kiểu hòa âm đặc thù. Và làm sao để tiểu thuyết là một tổng thể văn chương trọn vẹn chứ không phải là các truyện ngắn đặt cạnh nhau". (Nđd).

*

Với tôi, có lẽ nhà văn Thuận là người trẻ đầu tiên cho thấy sự quan tâm đặc biệt của cô về nhịp điệu của tác phẩm! Mà nhịp điệu đó, được thể hiện bằng cách nào (?) nếu tác giả không có sự quan tâm, ý thức mạnh mẽ về "... cách thêm bớt từng dấu phẩy, dấu chấm..."

Tôi nghĩ đã tới lúc lớp nhà văn cũ hoặc những người nệ cổ, nên sớm thay đổi tư duy của mình về những dấu ngắt cần thiết cho nhịp đi của câu văn, như những dấu ngắt hay dấu lặng cần thiết, trong âm nhạc vậy.

Sơ lược 40 năm Văn Học Nghệ Thuật Việt (1975-2015)

(Jan. 2015)

Chương sáu:
Thi Ca

Ba tác giả họ Nguyễn: Nguyễn Tuyết Lộc, Nguyễn Đông Nhật, Nguyễn Thanh Văn: một thi phẩm

"Ký Ức Xanh" (KƯX) là tên chung của thi phẩm được làm thành bởi ba tác giả: Nguyễn Tuyết Lộc, Nguyễn Đông Nhật và, Nguyễn Thanh Văn.[*]

Qua thơ của mình, mỗi tác giả gửi tới những người yêu thơ một chân dung tàng ẩn nhiều thao thức riêng. Cùng với đường

---

[*] Nhà xuất bản Hội Nhà Văn, Saigon, 2014.

bay nghệ thuật lấp lánh phía chân trời... họ mang theo những Thông Điệp thời đại. Khẩn thiết.

Tôi thích lắm, những con chữ đời thường, hôm nay, chộn rộn chạy cùng khắp nhiều những trang thơ mang tên Nguyễn Tuyết Lộc. Những con chữ đường phố, ngõ hẻm, mái hiên, chân cầu, quán xá... của cô, tự thân có sức bật sáng - Khúc xạ từng ngõ ngách chàng lâng, thất thổ thời thế. Nó cũng là trận chiến bất tận giữa thực vào ảo:

"Em như chiếc computer cũ kỹ
Bộ nhớ tràn đầy
Không thể "save" thêm tên anh
Không thể "save" hình ảnh anh
Trong thư mục mang tên "Love"

"Đó
Cũng chính là lúc con nhện nhỏ buồn bã
Giăng qua giăng lại
Giăng tới giăng lui sợi tơ
Trên những tháng ngày cô quạnh
Sợi tơ như sợi chỉ diều
Thả vào khung trời vô vọng."
(KƯX, trang 12)

"Tin nhắn – Điện thoại – Internet
Ảo và Thật
Vượt không gian – Vượt thời gian
Từ New York đến Sài Gòn
Mỗi ngày – Mỗi đêm
Đưa con về gần me thêm

"Trong trạng thái nửa tỉnh nửa mê
Trong tận cùng tối tăm vực thẳm

Me thoi thóp từng giây – từng phút
Chờ đợi tin con
Nghe giọng nói con
Thấy hình hài con
Bằng thịt bằng da..."
(KƯX, trang 28)

Và, nữa:

"Em thích nằm đây
Cuộn mình trong bóng tối
Cần hơi ấm từ bờ ngực rộng anh
Cần vòng tay dịu dàng ve vuốt
Cần môi hôn
Cả sợi râu mới nhú làm em nhột nhạt
Cùng tiếng thì thầm rất sex bên tai...
Và tin nhắn - Ôi những tin nhắn
Như giọt sérum chuyền sức sống
Vỗ về em trong suốt giấc mơ
Em cần anh - Cần anh.
Hãy ôm em
Hãy siết chặt em
Đừng để em một mình
Không anh
Em chỉ là đứa trẻ cô đơn
Bị bỏ quên trên sân ga cuộc đời"
(KƯX, trang 26 & 27)

Tôi nghĩ, mỗi chúng ta dù ở hoàn cảnh nào, với thân thế, tuổi tác nào, cũng đều như "*... những đứa trẻ cô đơn / bị bỏ quên trên sân ga cuộc đời*". Tựa đó là quà tặng hay, phần thưởng to lớn nhất mà, thời đại đã rất hào phóng ban phát cho mỗi chúng ta?!?

Nếu Nguyễn Tuyết Lộc chọn cách thế đối mặt với hiện thực xã hội thì, Nguyễn Đông Nhật, ngược lại. Ông đi tìm mình trong thế giới phi vật thể. Từ đó, ông xác lập sự hiện hữu của mình, như một bất hạnh căn gốc. Và, bất hạnh kia, tựa thẻ nhận dạng để nhà thơ bước lên chuyến tầu về thấu hư không:

"Điều kỳ diệu của mộng mơ
Là phát hiện bản thân mình
Trong những cơn mất trí

"Kéo lại vài vệt nắng đôi tiếng cười
Tiếng động bàn tay màu đôi mắt
Quên đi tiếng than van dưới bóng đời
Để biện minh cho ý muốn điên rồ
Cái ý muốn khi trở thành sự thật
Tôi sẽ cất giữ bên ngoài
Nơi che giấu bền vững nhất."
(KƯX, trang 71 & 72)

Và:

"phía sau khoảng trống im lìm
tôi còn thấy tôi như thể
giọt nước mồ côi quay về.

không còn biết khóc than cho ai
không chờ hơi ấm một bàn tay.

và ánh sáng yên lặng nở ra."
(KƯX, trang 86)

Và, nữa:

"Những lời tôi vô vọng
Như nét cọ mù lòa trên tường xám.
Dù đã biết nhiều bức tường chia cách
Nhưng tôi không tin. Vì tôi tin

Đôi mắt đen ấy từng tỏa bóng xuống trời tôi
Để lại phía sau khoảng trời đang rạn vỡ...

"Và chúng tôi bơi ngược chiều nhau
Về phía cái giếng không đáy sáng và tối
Cho đến khi
Ngày tháng thản nhiên bước tới."
(KƯX, trang 81).

"Về phía cái giếng không đáy sáng và tối" - Tôi thích lắm, hình ảnh *"giếng không đáy"*; cặp đối đãi *"sáng và tối"* – Như hạnh phúc và khổ đau. Đoàn tụ và chia lìa... Để cuối cùng, chúng ta sẽ gặp nhau nơi vấn nạn: Sống và chết?!?

Tôi muốn hiểu, cùng lúc: Đó là *"giếng không đáy"* kiếp người. *"Giếng không đáy"* thời gian. Và, cũng là *"giếng không đáy"* quên lãng.

Tâm thức thi sĩ trước hư không!?!

Nếu Thông Điệp trong thơ Nguyễn Tuyết Lộc là, tiếng kêu thống thiết của thời đại điện toán hóa và, Thông Điệp trong thơ Nguyễn Đông Nhật là, sự khẩn thiết đi tìm lại con người thì, với tôi, Thông Điệp trong thơ Nguyễn Thanh Văn lại là những tố- giác- trần- truồng, như những điệu Blue rã, rời tuyệt vọng:

"Một nhà Shakespear - học vừa phát hiện Romeo và Juliet
không chết tức tưởi như trong đoạn kết
Hai người cưới nhau, sinh con và li dị lâu rồi (...)
"Tất cả lá và cành, hoa và quả, kể cả hạt- nhân- tôi nối nhau
rụng sạch
Bạn ơi- nhớ nhé – đừng tìm tôi vì chẳng có tôi."
(KƯX, trang 101)

Và:

"Tấm màn nhung khép lại
Cléopâtre bước xuống sân khấu
Trước mặt đám nữ tì lật đật thoát y
Qua cửa sau
Nữ hoàng tuồn ra phố
Lo vật giá leo thang
Lo không kịp đón con
Lo hoàng tử Út để bụng đói.
"Bậc thang chung cư tối om
Không lính gác
Không cận thần
Căn hộ bằng chuồng chim bồ câu
Không César
Không Anthony
Trong bóng tối màu gỗ lim
Giọng đàn bà khản đặc:
"Bây đâu... Bây đâu!"
Không lời đáp
Khuya hoàng cung lạnh buốt
Không vệ sĩ
hông tì nữ
Tiếng Cléopâtre thất thanh:
"Hỡi thánh thần, mau cứu ta!"

"Đêm đổ đầy hốc mắt ngây thơ
Giọng trong mơ còn ngọng nghịu
"Mẹ... mẹ ơi!
Đừng sợ...
Có con đây!"
(KƯX, trang 107, 108)

Và, nữa:

"Người đàn bà tênh hênh trên chiếc drap trắng
Cặp vú no tròn còn chới với tìm ai...
Phút cuối mồ côi
Phút cuối lặng như tờ
Điếu văn quẳng trên sàn vày vò nửa trang giấy trắng
Những người tình không ai dám đứng tên
Những người tình thích bóng tối vô danh
Đang tất bật gom của tiền và hư danh đâu đó
Hay đang chung giường cùng ai trẻ trung hơn người năm
cũ..."
(KƯX, trang 109)

Và, nhiều nữa. Tựa cách gì thì, những điệu Blue rã, rời tuyệt vọng của Nguyễn Thanh Văn cũng không thể chạy thoát khỏi chiếc bóng (âm vọng) của chính nó?!?

May thay, bên cạnh những tố- giác- trần- truồng như những điệu Blue rã, rời tuyệt vọng kia, Nguyễn Thanh Văn cũng cho chúng ta những câu thơ đẹp. Như:

"Đêm rón rén bò dọc hành lang
Rải đầy dấu chân mơ hồ của gió"
(KƯX, trang 150)

Hay:

"Thân xương rồng lặng câm
Nhấm nháp dòng lệ đắng
Nón lá cúi gầm
Run run lòng đường mưa bụi..."
(KƯX, trang 151)

Phải chăng, đó là lúc ông vút được chiếc kèn đồng của ông, xuống dòng sông đời tối, thẳm?

(Garden Grove, Dec. 29 - 2014)

283

Tôi biết, một người làm thơ
tên Bùi Vĩnh Hưng

Những người không biết, cho rằng Bùi Vĩnh Hưng làm thơ sau biến cố tháng 4- 1975. Sự thực không phải vậy.

Tôi biết, ông làm thơ từ những ngày còn đi học.

Tôi biết, Bùi Vĩnh Hưng làm thơ nhiều hơn và, những bài thơ còn được lưu giữ, chí ít cũng từ ngày trái tim họ Bùi rung động trước nhan sắc và, nết na của một người con gái sau này, trở thành người bạn đời của ông, tới hôm nay.

Tôi cũng biết, tình yêu dành cho thi ca của họ Bùi, không quyết liệt, không sống, chết như tình yêu Bùi Vĩnh Hưng dành cho người bạn đời của mình.

Tình yêu, nếu tôi được phép nói như vậy, Bùi Vĩnh Hưng dành cho thi ca là một tình yêu dịu dàng, êm ả - Như hương thơm của hoa bưởi, hoa cau. Nhẹ nhàng, nhưng bền lâu. Thoảng thôi, nhưng chung thủy.

Tôi yêu biết bao cái tình yêu nhẹ nhàng mà, thủy chung ấy.

Những người không biết, những kẻ "ngoại đạo" cho rằng, cuối đời họ Bùi đi tìm chút hư danh qua thi ca.

Tôi biết rõ, sự thực không phải thế.

Ở tuổi trên dưới sáu mươi, những cựu học sinh Chu Văn An, Trần Lục, Nguyễn Trãi, lứa chúng tôi, không một ai còn ảo tưởng về điều này - Càng không phải là họ Bùi, kẻ hồn nhiên (tới hãnh diện) tự nhận mình là "Chí Phèo", sau bao năm, tháng tù đầy, lênh đênh, nổi, chìm bọt bèo số phận.

Thi phẩm... mà họ Bùi mới cho ấn hành, có được, do tấm lòng đau đáu ăn ở nặng lòng với bằng hữu của Ngọc Hoài Phương.

Tôi nhớ, Ngọc Hoài Phương, trong một họp mặt bạn cũ, lúc nâng cao ly rượu đỏ, đã cao hứng ngỏ ý muốn in thơ Bùi Vĩnh Hưng.

Những bằng hữu khác, có mặt, cũng cao hứng nâng cao ly rượu của họ... thổi bùng ngọn lửa cao hứng của Ngọc Hoài Phương.

Tập thơ có mặt.

Tôi thấy, tốt thôi, sự có mặt của thi phẩm "Nỗi nhớ còn xanh" - Cũng như sự có mặt của một "Chí phèo" Bùi Vĩnh Hưng, giữa chúng tôi.

Tôi vẫn nghĩ, giá trị văn chương (nhất là thi ca, là chuyện của mai sau. Của trăm năm.

Nên, tôi cho, điều đáng nói hôm nay, chính là niềm cao hứng (nên có nhiều hơn) của Ngọc Hoài Phương, cùng những ly rượu đỏ trên tay bằng hữu của Phương, một tối nhẹ tênh, quê người, thất thổ.

Tôi cảm kích khởi xướng kia của Phương, như hằng quý trọng tình yêu dịu dàng mà, Bùi Vĩnh Hưng cuối đời, đã dành cho thi ca, vậy.

(California, 2000)

Dưới đây là dăm bài thơ do chính nhà thơ Bùi Vĩnh Hưng chọn ra từ hàng trăm bài thơ cũ, mới, ông viết dọc lộ trình nhân sinh xấp / ngửa nỗi đau và, lòng biết ơn tình yêu. Cuộc sống.

Và điều đáng nói sau cùng, theo tôi là, họ Bùi đã vượt qua được chính mình.

Thì thầm với hoàng hôn...

Có bao giờ em nghĩ
Nếu mình không gặp nhau
Những nhánh sông chia biệt
Giờ biết trôi về đâu?

Có bao giờ em nhớ
Một quãng đời gian truân
Tình yêu như sợi chỉ
Treo quả chuông đạn bom?

Có bao giờ em tiếc
Những năm tháng tàn phai
Trên lối mòn kỷ niệm
Nghe có tiếng thở dài?

Có bao giờ em muốn
Mãi hạnh phúc chung đôi
Thời gian đừng ngoảnh lại

Cứ êm đềm lặng trôi?...

Tháng tư thầm lặng

L và Vĩnh Long.

Tôi về
Xuân cũng vừa qua
Cơn mưa đầu hạ
Bến phà ngày xưa
Lục bình
Trôi...
Nhớ vu vơ
Người xưa cảnh cũ
Còn chờ tôi không!?
Phà sang
Con nước lạnh lùng
Ngắm sông
Mới hiểu nỗi lòng phù sa
Tôi về...
Thao thức nở hoa
Tháng Tư...
Thầm lặng!
Vỡ òa niềm đau.

Thăm trường Gia Long cũ

Ngôi trường của H... và...

Người về xõa tóc sương mù
Tìm trong hư ảo ngày xưa thuở nào
Sóng thời gian vỗ dạt dào
Cổng trường hé mở lối vào tuổi thơ.
Mái trường rêu phủ hững hờ
Hàng cây phượng vỹ dáng chờ trầm tư.

Người về những thoáng ngẩn ngơ
Gió lay hoài niệm rụng hờ... hư không.
Nắng lên... ngày vẫn lạnh lùng
Âm vang hè phố nỗi lòng người xa.
Ngậm ngùi trường cũ phôi pha
Hoen mầu kỷ niệm nhạt nhòa áo xưa.

Cho một cuộc tình
Mỗi sớm mai thức dậy sẽ không quên
Cảm ơn cuộc tình, cảm ơn em
Và dư vị ngọt ngào êm ái
Sẽ mãi còn lắng đọng mỗi con tim.

Cảm ơn nụ cười, cảm ơn ánh mắt
Cả niềm vui và cả muộn phiền
Để mai đây dù cuối trời phiêu lãng...
Kỷ niệm ru đời lãng đãng tình em.

Cao Đông Khánh,
nhánh sông khác

Trong năm năm đầu tiên của sinh hoạt thi ca Việt hải ngoại, Cao Đông Khánh là một trường hợp hãn hữu.[1]

Hầu hết những nhà thơ của Việt Nam, cũng như những tài năng lẫy lừng thế giới thường trải qua một tiến trình gần như đương nhiên. Đó là tiến trình: Dò đường - Hủy thể và - Định hình.

Như một người thợ mộc trước khi ra nghề phải thực tập trên những súc gỗ của ông ta. Như một bác sĩ, trước khi hành nghề phải thực tập trên những thi thể trong các cơ thể học viện. Nhà thơ cũng thế. Những bản nháp, hay những bài thơ đầu tiên của y là những bài thực tập thứ nhất. Bước dọ dẫm, bước dò đường thường thấp thoáng hay, ắp đầy tính cách, dấu vết của những tài thơ đi trước...

Từ những bài tập kia, thi sĩ trong một tình cờ nào đó của suy nghĩ lao lung, của khát khao tự chứng, y sẽ bước tới giai đoạn khai tử chính y, để tựu thành một kẻ khác. Y mang một dung mạo mới, với những đường nét, cá tính lâu dần làm thành y và, mang tên y.

Đó là lúc tiếng thơ đã định hình. Đó là lúc tài thơ đã có được cho chính nó một linh hồn riêng, một thịt xương riêng.

Trường hợp Cao Đông Khánh, không thế.

Trước bảy lăm, không có Cao Đông Khánh. Sau tám mươi, cũng không thể có một Cao Đông Khánh khác.

Như chính họ Cao cho biết, lớn lên giữa một cơ ngơi đồ sộ, Cao Đông Khánh được chuẩn bị để trở thành một tài phiệt. Cao Đông Khánh tự dọn mình để trở thành một "xì thẩu" hạng bự, tham vọng ngang hàng những tầm cỡ làm ăn quốc tế. Trước bảy lăm, Cao Đông Khánh, là một thứ Hắc Công Tử hay Bạch Công Tử của thời đại mới. Cao Đông Khánh của những canh bạc thâu đêm, của những tiệc rượu suốt sáng. Văn chương và chữ nghĩa, nếu có, chỉ chiếm cứ một diện tích nhỏ bé nào đó, trong tâm trí trùng điệp con số, của Cao Đông Khánh.

Trước bảy lăm, thi ca không là mối ưu tư hàng đầu trong trí lự của một Cao Đông Khánh.

Năm 1966, Cao Đông Khánh du học tại Hoa Kỳ.

Cùng lúc, rất sớm, ông trở thành chủ nhân một cây xăng lớn ở giữa thành phố San Francisco. Một Cao Đông Khánh tay chơi trong Night club giữa một Cựu Kim Sơn ngày đêm tiếng nhạc không phân lìa. Trước một chín bảy lăm, Cao Đông Khánh là kẻ lạ mặt, với thi ca.

Vẫn theo lời kể của ông, ông gần như hoàn toàn lạ mặt với chữ nghĩa. Vậy mà, đột nhiên, thơ Cao Đông Khánh xuất hiện trên các mặt báo Việt tỵ nạn.

Vậy mà, đột nhiên ở những ngày tháng đầu tiên của thập niên 80, thơ Cao Đông Khánh xuất hiện như những cơn mê sảng. Những dòng thơ đổ mồ hôi trộm trong những đêm về sáng. Giựt mình thức giấc giữa đất, trời xa lạ.

Không chỉ thơ, Cao Đông Khánh trong đời sống thường nhật, cũng xuất hiện như một cơn mê sảng. Cơn mê sảng dội bật những hân hoan. Kinh ngạc. Thầm lặng. Và, mỉa mai, chống đối, một cách ồn ào, giận dữ.

Điều gì ném ông theo chuyển xoay 180 độ như vậy? Phải chăng vì 1972, họ Cao trở về Saigòn. Kẹt lại sau tháng 4- 1975. Đi tù. Vượt biển 1979. Và, ông là một trong những nạn nhân thứ nhất của chín tầng địa ngục hải tặc, biển đông?

Đổi thay tận tuỷ, tróc lở tự xương, đem Cao Đong Khánh đến với thi ca.

Thi ca lại đem đến cho họ Cao những chê bai, những phê bình bằng nụ cười ngất ngất và cùng lúc, kinh ngạc, sững sờ. Bầu khí văn chương lưu vong ảm đạm, bỗng ầm ì giao động.

Đó là thời điểm đầu thập niên 1980. Thời điểm sinh hoạt văn học Việt Nam, quê người, gần như gần như khô héo, với Nguyên Sa, mới trở lại Hoa Kỳ, từ Pháp. Thanh Nam ở Seattle. Mai Thảo vừa tới đảo. Vũ Khắc Khoan ở Minnesota. Ngọc Dũng ở Hoa Thịnh Đốn. Mặc Đỗ ở Texas. Võ Phiến vừa dọn về Los Angeles từ Minnesota. Lê Tất Điều chọn ở San Diego...

Tất cả hầu như không còn viết nữa. Hoặc có viết mà, không muốn đưa ra (?)

Lớp người mới, cầm bút sau biến cố 30-4, cũng chưa đông đảo. Đội ngũ thưa thớt này, đa số chọn thi ca, làm đất trời để tung hoành, để thi thố tài năng; như một hốt hoảng trước bơ vơ, nhiều hơn một chọn lựa tử sinh, trí tuệ.

Có dễ vì thế, không một tên tuổi nào, cho thấy triển vọng bứt, thoát khỏi những người đồng hành. Giữa cảnh tình ấy, thơ Cao Đông Khánh, xuất hiện.

Bài thơ đầu tiên của Cao Đông Khánh được in trên tuần báo Quê Hương, xuất bản ở miền nam California.

Cao Đông Khánh hiện ra với những câu thơ bị một số người đọc cho là vô nghĩa. Những câu thơ không hề cho thấy mới bận tâm về văn phạm, chính tả... Nhưng lạ lùng thay, đâu đó, giữa thế giới thi ca ngổn ngang, hà rầm kia, thơ họ Cao lại rất giầu có những danh từ mà những người làm thơ cùng thời hoặc, trước ông, ít dùng hoặc, không hề ngó ngàng.

Ở đây, phải nói tới sự táo tợn, bất ngờ tới kinh ngạc mang tên Cao Đông Khánh.

Nếu trước tháng 4- 75, không ít người sững sờ với thơ của Trần Thy Nhã Ca, khi Nhã Ca nói về những chuyển động tâm lý của mình trong chu kỳ kinh nguyệt; thì, Cao Đông Khánh trong hoàn cảnh đặc biệt của ông - Hoàn cảnh vượt biển ty nạn - Đã đề cập tới những phụ nữ thuyền nhân, dấu của cải, kim cương, hột soàn trong âm hộ...

Trong bài "*Hạt Kim Cương Di Tản*", Cao Đông Khánh viết, từ tư cách một nhân chứng, đúng hơn, một nạn nhân sớm sủa của biển Đông, của hải tặc:

một người ngồi hát trong trại ty nạn
những vết muỗi đỏ trên thân thể nàng
những chỗ rối rắm những chỗ chí rận
dấu trong chỗ kín một hạt kim cương
một hạt kim cương lọt vô tử cung
những cuộc bạo dâm đứt giây trí nhớ
cây lá một ngày trổ trái héo hon
đứa trẻ sơ sinh dính đầy cát bụi.

Cũng là Cao Đông Khánh, khi ví quần áo lót của người nữ, bay phất phới, như cờ xí.

Và, cũng Cao Đông Khánh với ngôn ngữ miền Nam, thứ văn nói, đã chi phối hầu như, cùng khắp cõi thơ họ Cao.

Saigòn Chợ Lớn mưa như chớp
nát cả trùng dương một khắc thôi
chim én bay ngang về Xóm Chiếu
nước ròng ngọt át giọng hàng rong
hỡi ơi con bạn hàng xuôi ngược
trái cây quốc cấm dấu trong lòng
hỏi thăm cho biết đường ra biển
nước lớn khi nào tới cửa sông?

Saigòn Khánh Hội gió trai lơ
khi ấy còn tơ gái núi về
đào kép cải lương say tứ chiếng
ngã tư Quốc Tế đứng xàng xê....

Hoặc:

em hãy kể tôi như trái cây lột vỏ
để quá đêm ngày hôi gió thịt xương tôi
như gái tỉnh lẻ thất thân nơi thị trấn
lỡ một lần lỡ thêm nữa chẳng sao!

Chúng ta khó thể phủ nhận rằng, ngôn ngữ đường phố, địa phương rất ít được sử dụng trong văn chương 20 năm, miền Nam. Bất thành văn, một số người cho rằng, văn nói của miền Nam thiếu chất thơ, nếu không muốn bảo là không có thi tính, nói theo ngữ học. Thậm chí, những thi sĩ sinh trưởng ở miền Nam, điển hình như nhà thơ Tô Thùy Yên, cũng không dùng nhiều ngữ vựng đặc thù của vùng đất này. Nhưng, ở Cao Đông Khánh, ông đã chứng minh, điều ngược lại.

Chỉ trong cõi thơ Cao Đông Khánh, người ta mới bắt gặp văn nói Nam bộ rặc và, những hình ảnh tiêu biểu lục tỉnh, miền Nam máu thịt của chúng ta...

Một cách ngắn, gọn, tôi muốn nói, thơ ông, tựa một nhánh sông khác. Một nhánh sông gần như không có khởi nguồn nhưng, cùng chảy vào biển văn học Việt Nam, nơi đất nước người.

Dăm bài thơ Cao Đông Khánh.

cảnh ngộ

mời em xuống biển nằm cong
lên non nằm sấp vô sông nằm dài

để mai ai hiện hồn về
gió xô nghiêng mặt nước bề bộn mây
để mai em mốt vào đây
cây mưa xuống thấp nước đầy giác quan
bữa kia mai mốt điêu tàn
lưỡi dao lòng súng liên hoan phất cờ
chật trong tư thế em ngồi.

hồng hạnh

hồn em như tranh sơn mài
vào trong ánh sáng mang hài đi ra
hồn anh như đom đóm xa
ra ngoài bóng tối mang hoa đi vào
sao giăng chín ngọt nhánh trời
sông trăng vàng thếp tuyệt vời quê hương.

tháng 13

tặng Trần thị Sa

em đến. Đúng ngọ. Phi trường chưa hết lạnh
dưới dáng cờ hư ảo ngó mênh mông
miếng đất không quen. Gặp người chưa biết
lỡ gặp nhau. Tình cờ. Không hiểu ra sao?

ngồi xuống với nhau. Em. Ngồi chung hình nhật nguyệt
gia vị tình yêu. Chút đỉnh. Gói trong lòng
mấy kẻ có tiền kiếp. Một lần. Tề tựu
một lúc. Một đời. Lấy đó làm vui

đêm thấm thoát trong ngôi nhà cảnh thạnh
chan chứa từ chương sử ký dân gian
khuya khoắt. Lúc đó. Có người tơ tưởng

297

những bài thơ khởi đầu truy lục tình yêu

người đó. Sống. Chết. Thiết tha từng chút
những kiếp ân tình ôm ấp làm tin
sáng trong thị tứ. Chiều ngoài hải đảo
Tối làm con chó sói tru hú cuộc đời ma quỷ ám lương tri

người đó. Nói chuyện với người đó. Nói với người có mặt
đêm sợ tàn đêm ngồi đứng không yên
em cảm giác thật gần. Gần. Như khiếp đảm
cảm tưởng ở xa. Xa. Lạnh lẽo hơi người

em nhỏ nhẹ làm vui từng chi tiết
mỗi sắc rau xanh một tín ngưỡng linh đình
mỗi tiếng nói. Mỗi miếng ăn. Mỗi hơi thở mỏng
có linh hồn con mắt ở bên trong

con mắt có chân trời phía trước
những chân trời con mắt tiếp theo
em tóc ngắn môi đường da mật
có chân trời con mắt kế bên anh

rồng rắn cho vui. Tươi đào. Yếu liễu
tự đó mơ hồ. Dễ vỡ như là thủy tinh
dẫu có thiên cổ có long trời lở đất
bản chức ngồi đây. Em. Hãy bình tâm

em. Sự thật. Gần trong hơi thở
cửa biển mở ra mây nước hư truyền
mặt trời chảy ngọc để cho em hóa bướm
cây cối hồi xuân mưa nắng múa giang hồ

ở cuối giòng sông. Một bình nguyên bát ngát
thành phố dựng lên cho bớt đồng bằng
ra ngoài hạn định. Đầu sóng. Ngọn gió
xuống đáy trần gian uống rượu vô cùng

em. Dạ lý trầm hương. Tóc ngắn
nguyệt ngoài khuya. Dương lịch. Gió phong phanh
mồi lửa mang đi. Gói thuốc để lại
trong cái gạt tàn tro bụi mê man

em hẹn. Một tháng. Có lẽ mùa băng rã
rừng núi căm căm. Nứt. Đổ. Kinh hoàng
một tháng nữa. Một tháng. Trời đất động
hồn vía nào không khỏi kinh tâm

một tháng. Em. Một tháng nữa. Mùa hoa chưa chắc
mùa con gái đàn bà rễ má ra riêng
thế cây cỏ có giữ nguyên hình nhựa chảy
thiên địa hao mòn lý lục có sao không?

một tháng. Quyết liệt. Trời cao hay thấp
trên gò má. Anh hôn. Nắng có nồng nàn
rú nẩy tược. Rừng đâm chồi. Lá cây xẻ nụ
thiên hạ có còn âm lạnh phía chân mây

một tháng nữa em đặt tên tình ái
từng thước cây trên ngàn thước núi non
một tháng trọn vẹn chu kỳ kinh nguyệt
một tháng. Ở ngoài 12 tháng niêm phong.

Từ "Khúc đêm",
đến cõi- giới thơ Đa Mi

Là người dõi theo lộ trình văn chương của Đa Mi / Lê Đình Thắng, từ nhiều chục năm qua. Mỗi lần nhận được thơ (cũng như văn xuôi của họ Lê, trong tôi lại dấy động băn khoăn: Phải chăng, nhu cầu "cách tân" hay làm mới thi ca, ngày càng trở thành một thôi thúc ngấm ngầm nhưng nôn nóng (một cách nghiệt ngã), trong khao khát (đôi khi mù lòa) của những người làm thơ cũ, cũng như mới hôm nay. Có người đi tìm sự ... "cách tân" qua những hình thức, tưởng như... mới mẻ! Sự thực, đã lâu, chúng không còn tồn tại ở những quảng trường thi ca thế giới! Vì chúng không có giá trị thực hữu? Chúng chỉ là một loại phong trào hay thời thượng? Có người đi tìm sự "cách tân" (một số không nhỏ, giới làm thơ trẻ), bằng cách lao mình vào những cuộc tìm kiếm hình ảnh, ý tưởng sần sượng, vượt xa biên độ thi ca - Vì cho rằng, như vậy là làm mới, là... "cách tân"! Mặc dù ở phạm trù thi

301

ca, những từ, những hình ảnh đó, chỉ cho thấy lối bày hàng, những rao bán những con chữ phản cảm, dị dạng...

Tuy nhiên, song song với những hoang tưởng tội nghiệp kia, chúng ta cũng có những người làm thơ trẻ lắng xuống được tới độ sâu tâm cảm; với những tư duy có đường chuyền máu huyết đời thường. Nhưng không vì thế mà thơ họ không mới. Không cách tân.

Một trong những người làm thơ trẻ đó là Đa Mi / Lê Đình Thắng, với bài thơ tiêu biểu, "*Khúc đêm*".

Trong ghi nhận của riêng tôi thì, trên lộ tình thi ca (cũng như văn xuôi), Đa Mi luôn lưu lại nhiều phản ảnh cá tính; nhiều dấu vết đời thường, giữa chập trùng bóng đêm và, cô quạnh bất phân ly. Tựa đó là hai mặt của đồng tiền định mệnh họ Lê, sau mấy chục năm nổi, chìm qua nhiều giai đoạn thăng, trầm đất nước và, khủng hoảng, bế tắc đời thường.

Đa Mi với qua "*Khúc đêm*", một bài thơ mà tôi cho là một khác biệt lớn, không chỉ với những người trẻ làm thơ cùng thời mà, còn là một khác biệt với chính cõi giới thơ của Đa Mi / nữa.

Trước nhất, "*Khúc đêm*" của Đa Mi là một bài thơ kiệm chữ / đa nghĩa. Bài thơ có 11 phân khúc. Tám phân khúc chỉ có tối đa 3 dòng. Số chữ cộng chung, nhiều nhất 15 chữ. Ba phân khúc còn lại, chỉ có 2 dòng và cũng nhiều nhất, 10 chữ, tính chung cho cả 2 dòng đó.

Mười một phân khúc này được họ Lê chia thành 2 đoạn, y cứ trên 2 khoảng thời gian, tiếp cận nhau nhưng, tự thân, chúng lại độc lập và, tách lìa, tựa 2 tâm cảnh (như hai vật) đặt cạnh nhau, cho người đọc một tâm cảnh thứ ba (tâm cảnh khác – Hình ảnh một vật khác)

Mở đầu đoạn thứ nhất của *"Khúc đêm"* là màu đen đặm đặc (solid):

"Đêm rồi
đêm tôi đen"

Ngữ cảnh "đen" đậm đặc dẫn tới phản xạ tự nhiên là nhu cầu xua tan bóng đêm. Nhưng nhu cầu xua tan bóng đêm, với tác giả, không chỉ là chút ánh sáng mà là nhu cầu an ủi, vỗ về:

"thắp một niềm ấm nóng."

Ở lãnh vực kỹ thuật thơ, với tôi, đó là liên tưởng bậc một hay, liên tưởng gần.

Đa Mi đã cố ý (hoặc vô tình?) khai thác kỹ thuật liên tưởng bậc một trong thơ của mình, ở tất cả những khúc thơ còn lại. Như:

"Đêm rồi
đêm tôi im"

Hiểu theo một nghĩa nào khác thì, im lặng, không hề luôn mang ý nghĩa tắt tiếng hoặc bật âm mà, nó có nhu cầu (phản xạ) cần một nơi chốn để gửi "lời" (mặt bên kia của "im".) Do đấy, câu kế tiếp của khúc thứ hai này là:

"lời chui vào hương mỏng"

Họ Lê cho thấy, ông rất nhuần nhuyễn với kỹ thuật liên tưởng bậc một, trong tất cả những phân khúc còn lại. Cũng vậy, khi Đa Mi viết *"Đêm rồi / đêm tôi run"* - Sự run rẩy vì lạnh, dẫn tới liên tưởng gió, bão, nên câu kế tiếp là *"tám phương trời hú lộng"* v.v...

Nếu phải đi tìm nội hàm, tức đúc kết mọi ý tưởng, hình ảnh... của đoạn thơ này thì đó là:

"Đêm này
Đêm tôi trôi..."

303

Bước qua đoạn thứ hai của *"Khúc đêm"*, Đa Mi / Lê Đình Thắng chọn *"Buổi tối"* làm *"thi nhãn"* cho phần thơ còn lại. Tuy là hai khoảnh khắc thời gian tiếp cận nhau, nhưng như đã nói, tự thân, chúng độc lập và, tách lìa, tựa 2 tâm cảnh đặt cạnh nhau, cho người đọc một tâm cảnh thứ ba.

Phân khúc mở đầu tác giả viết:

"Buổi tối tôi ra đường
*Màu âm như triêu mộ**
Xe đi như đòi tang"

Câu thơ thứ ba của phân khúc này theo tôi là một trong những câu thơ rất mới. Đẹp tới nao lòng của Đa Mi trong *"Khúc đêm"*

Trung thành với chủ tâm khai thác liên tưởng bậc nhất, đọc tiếp, ta thấy những liên tưởng rất gần, rất trực tiếp như: *"Em hà hơi tôi gió"* – danh từ *"gió"* dẫn tới liên tưởng hình ảnh *"mưa"* ở câu kế tác giả viết: *"mưa cũng bày trò chơi"*. Hoặc tính từ *"đỏ"* dẫn tới nhiều liên tưởng khác, trong đó có hình ảnh*"máu"*:

"Ngọn đèn treo khé đỏ
tôi âm tưởng máu ai" v.v...

---

* "Triêu mộ" chữ thuần Hán, có nghĩa buổi sáng-buổi tối (nói chung). Hai từ này được Lý Bạch sử dụng trong bài thơ nổi tiếng "Tương tiến tửu" của ông: "Quân bất kiến Hoàng Hà chi thủy thiên thượng lai / Bôn lưu đáo hải bất phục hồi / Hựu bất kiến cao đường minh kính bi bạch phát / Triêu như thanh ti mộ như tuyết..."

Bài thơ được nhiều tên tuổi lớn của chúng ta, dịch tiếng Việt như Trần Trọng Kim, Ngô Tất Tố, Vũ Hoàng Chương, Tchya... Nhưng, thời trung học, học sinh miền Nam, được học bản dịch của một dịch giả Khuyết Danh, dịch theo thể Hát Nói:

"Biết chăng ai: / Sông Hoàng Hà ngọn nước tại lưng trời / tuôn đến bể khôn vời lại được / Biết chăng nữa: / Đài gương mái tóc bạc / sớm như tơ mà tối đã như sương"

(Theo Wikipedia – Tiếng Việt)

Đoạn thứ hai, kết thúc bằng hai câu thơ:

"Buổi tối tôi ra đường
những mặt câm như lá."

"Những mặt câm như lá" trong *"Khúc đêm"* của Đa Mi / Lê Đình Thắng, không chỉ là một câu thơ mang tính ẩn dụ mới mẻ mà, còn là một câu thơ cho thấy họ Lê đã đạt tới mức cao của nỗ lực cách tân thi ca qua ngôn ngữ và hình ảnh.

Nói cách khác, đó chính là một hình thái của sự cách tân đúng nghĩa và, đáng kể của Đa Mi / Lê Đình Thắng. Họ Lê không cần phải lùng xục những hình thức đã lỗi thời hoặc những con chữ dị dạng để bày hàng, PR vậy.

Dưới đây là mảng thơ mới của Đa Mi / Lê Đình Thắng – với 4 *"thời kinh tình yêu"* trong một mạch chảy và, một *"thời kinh...*"Uống rượu với N" nằm ngoài. Cả 5 "thời kinh" của ông, không chỉ có một câu mà, có những đoạn thơ hay. Bất ngờ. Với tôi, đó là 5 nhánh nguyệt quế / poinsettias, được đặt trên bậc thềm thứ nhất, thay lời chào mừng và, cầu chúc "bình an dưới thế" cho Giáng Sinh này (cũng xin hiểu là những Giang Sinh kế tiếp), của chúng ta.

Hát kinh đầu

Vì em đã chết trong mùa đông trước
nên mùa đông này
có vài kẻ đeo băng tang
buổi sáng yên lặng
đỗ vào đâu đó một câu hỏi
cái chết dừng lại bao lâu trong những người đang sống?

Ở mùa đông trước đôi khi tôi nghe
tiếng con chim hót
không
không phải trong bụi mận gai
cắm cái lạnh vào tim mà chờ chết
chỉ là tiếng của loài chim
lạc loài trong cơ thể phố
Khi mẹ và em quấn khăn tang
đưa em đi trong nước mắt lặng lẽ
tôi đã ngồi trên bậc cửa đó
mường tượng cửa thiên đường
mong là thế
triết lý của sự an ủi mà loài người đang tự huyễn

Ở mùa đông sau đó
tôi vẫn còn nguyên cái bậc cửa
vẫn ngồi
và hút thuốc
nhớ ra sự thất lạc tiếng hót của con chim lạ

Cơ thể phố
không máng vào đâu đó cho em
một tay vịn
nên hiển nhiên là ra đi

Thả một ngụm khói vòng tròn
định nghĩa là tâm tưởng
và tôi hát kinh
vì mùa đông này
con chim lạ đã lên trời

Trang sách cuối

Em
bắt đầu từ trang số một
thần tiên những màu sắc
để ở trang cuối cùng
dấu chấm hết
mùa đông năm trước

Những bài kinh cúng
lão bạn già giảng nghĩa
trên chín tầng trời
trân châu và mã não
có phải đông này em ở đó
mã não và trân châu

Tôi vẫn thích cái bậc cửa tôi ngồi
mỗi chiều về đốt thuốc
có thể nắng vàng quạnh quẽ
hay cơn mưa ủ dột
tôi vẫn thích ngồi ở đó
không mã não và trân châu
để thèm
và đói khát
tiếng chim lạc bạn cuối mùa

Mùa đông này
mọi thứ đà xưa cũ
những nếp quen mài dần vỏ não tôi rồi
cái bậc cửa rỉ loang từng mảng vôi
xám ngoét
không còn bài hát loài chim

sơn lại màu

(Màu khói xa vắng cánh đồng
của tôi viết xuống
có đứa nhìn nhầm
mà nói của tha nhân)
ở mùa đông này
buổi chiều bước ra con đường hỏi tôi
như một người lạ

Tôi sẽ quay về
nhận bậc cửa quen quen
đốt thuốc
thả lên những vòng tròn
để nhớ mùa đông trước
trang sách cuối cùng...

Trong mưa có người nhìn tôi

Khi nhìn tôi trong cơn mưa
em có nhận ra sự buồn bã đó
âm âm xam xảm
co ro
trong những con người

Ở xứ sở của những câu chuyện đầy những sương mù
khi em theo cơn mưa mà đi
tôi đã đầy thêm nhiều những chuyến sương khác

Khi ở cơn mưa cuối mùa
em nhìn thấy tôi
bằng đôi mắt đầy ắp những bài hát

tôi biết xứ sở tôi nhiều buồn
những buồn đôi khi không rõ
có thể
chúng tôi ở cuối của những ngọn nguồn
khi đổ về đây
niềm vui đã bị lấy sạch

Em
lại đi khi cơn mưa thôi không
bỏ lại tôi
như thể
từ triệu triệu năm
lại ngồi ở bậc cửa mà đốt thuốc
và buồn.

Tôi ở phía nam ngọn mặt trời

Tôi ở phía nam của ngọn mặt trời
nắng rất nắng và mưa nhiều như nắng
đêm đêm ngồi thổi gió
chao chát lòng
tơ tưởng cái lá rơi

Ở nơi bậc cửa tôi hay ngồi
rất nhiều mùa đi qua đã biến giai nhân thành bà lão
chỉ có em hoài thơ dại
một đêm hun hút bay đi sương khói
vù mãi hoài thơ dại
tuyên ngôn hay hiến chương của sự vĩnh hằng

Tôi vẫn ở phía nam của ngọn mặt trời
dòm phố mà nhớ biển

(biển có cô tiên ngồi khóc
một hôm tôi đi qua đó
sợ giọt nước mắt
nên cũng ngồi và khóc)
rồi nhớ núi
(những ngọn hiền triết thâm u
và lão minh sư
dạy cho ta cách dẫn nàng lên đồi)

Mỗi khi không nắng không mưa không còn một cơn đau phố
nhìn những giai nhân lão hóa
và đại dịch lắm lời
tôi sẽ da diết nhớ
mùa đông có hai người tiễn em đi lặng lẽ
ấm mùi khói nhang

Tôi vẫn ở và mãi ở phía nam của ngọn mặt trời.
11.2013

U ống rượu với N.

Không ai chuốc mình mềm môi đâu em
buồn lưu cữu đêm mang ra ngồi đếm
kể ta nghe đi
luận tội mà tha về

Ừ cụng ly
như những thằng bạn thời hồng hoang đóng vào mình những
cây đinh mà phong thánh
ai tuẫn nạn ngoài căn phòng?
không phải em không phải ta
có lẽ là gió

hoặc mưa
hoặc bão bùng nào đó

Những đứa ly hương
nhận nhau như những món quà biếu
ta biếu ta cho em
mà ngược lại
(đâu còn trẻ nít để đòi quà)
nói ta nghe
luận tội thêm lần nữa
rồi tha về

Ừ cụng ly
rượu trong cái hang không dính dáng với đời
đời ngoài cái hang không chạm tới ly rượu
mình đừng say
đừng ngủ
để biết đêm ngắn hay dài
cứ cụng

Ừ cụng nữa
mai bảnh mắt như cái bánh tròn lăn miết
đêm nay cũng thuộc về quá vãng mà thôi

Ta còn nhiều những lời chưa nói hết
nhưng thì thôi
cũng cứ sẽ tha về!

(Garden Grove, July 2013)

Đặng Hiền,
những ngọn lửa đam mê

Tôi vẫn nghĩ, ở mức khởi điểm lên đường nào cũng mang tính hăm hở và, náo nhiệt.

Ở mức khởi điểm lên đường nào cũng mang tính bình minh và, chân trời nơi những lồng ngực thanh xuân vạm vỡ... Nhất là ở những lên đường văn chương - Những lên đường chữ và, nghĩa.

Nhưng càng xa mức khởi hành, tính hăm hở tươi tốt càng suy giảm. Càng xa mức khởi hành, bình minh và chân trời càng mờ khuất. Tôi muốn nói, những lồng ngực văn chương, những đài trán chữ, nghĩa càng tiêu trầm, thất lạc...

Những lùi khuất kia, những tiêu trầm nọ, càng tàn nhẫn, cay nghiệt hơn, nếu nó lại là những lên đường đi về với nghệ thuật, đi về với thi ca.

Sự đi tới giữa ánh lửa bập bùng rực rỡ của những ngọn đuốc lớn mang tên đam mê, khi đã vượt qua khởi điểm, không còn đòi hỏi nơi những hiệp- khách- hành- chữ- nghĩa khả năng thiên bẩm.

Nó cũng không còn đòi hỏi nơi những hành - giả - văn- chương này, khả năng diễn đạt dễ dàng rung động chiều cao và, độ sâu của một đam mê bền vững. Mà nó bước sang giai đoạn đòi hỏi hành- nhân một nội lực sung mãn. Nội lực sung mãn trong cuộc vạn- lý- hành, về những chân trời văn học, hiểu theo nghĩa những hành- giả phải tự mở lấy được cho mình những luân xa bấy nay bịt kín.

Nội lực sung mãn trong cuộc- vạn- lý- hành, về những khoảng trời văn học, hiểu theo nghĩa những hành- giả nhận đón hít thở và, ăn ở được với những cái mới, những kỳ khu kỹ thuật; những khám phá và, bắt kịp tinh ròng vần điệu.

Không có được những yếu tố cần và đủ này, nắng gió đương trường, khắc nghiệt thời tiết sẽ loại bỏ, sẽ quật ngã họ, như loại bỏ và quật ngã những cụm cây, cỏ mọc ven đường.

Nếu lấy mức khởi điểm là năm thứ mười của cuộc trường chinh chữ nghĩa, thì hơn mười năm sau, nắng gió đương trường, thời gian khắc nghiệt, đã loại bỏ, đã đốn ngã gần hết những hăm hở, những bình mình nơi hàng ngũ những người trẻ tuổi trong những lên đường đi đến với văn chương ta, ở quê người.

Nếu lấy mức khởi điểm là giữa thập niên tám mươi của cuộc vạn - lý vần điệu, thì thời gian đã tiêu trầm khốc liệt biết bao lồng ngực đam mê, biết bao đài tráng kiêu hãnh. May mắn thay, trong những sót lại trong những giòng cuồng lưu tiếp tục quăng mình phóng tới phía trước, ngày hôm nay tôi thấy còn có Đặng Hiền.

Đặng Hiền, một tiếng thơ khởi đi từ giữa thập niên tám mươi kia, bắt kịp được với vận hành chuyển động của những khám phá mới.

Đặng Hiền một tiếng thơ khởi đi từ những bậc thang thứ mười của lưu vong nọ, đã ăn ở, đã hít thở được những rung động những chuyển nhịp gay gắt của thời đại mình.

Sinh phần thơ Đặng Hiền qua thi phẩm thứ hai "*Bài Hai Mươi*" đã hóa thân, đã đoạn lìa hẳn với một Đặng Hiền, ở có mặt thứ nhất: Tuyển tập "*Thơ Hiền*" xuất bản năm 1994. Với thi phẩm "*Bài Hai Mươi*" xuất bản năm 1997 Đặng Hiền đã ra khỏi đường hầm nửa thế kỷ thi ca Việt Nam hiện đại để đi vào những cheo leo, quành gắt những gập ghềnh bất ngờ của con kênh vần điệu lênh đênh, điển hình như:

"*Tháng Giêng còn chưa tới*
Đêm ngước nhìn trăng nghiêng tản mạn
Những ngọn nến tắp lên
Mùa Đông sắp đến
Tuyệt nhiên, em..."

Người làm thơ mang tên Đặng Hiền sinh năm 1958 tại Quảng Nam, đặt bước chân ty nạn đầu tiên tới Hoa Kỳ năm 1979, đã chọn lấy cho mình con đường khai phá, con đường dốc ngược lên đỉnh ngọn thi ca - Đỉnh ngọn chữ, nghĩa.

Tôi muốn nói, nó tựa như những đỉnh ngọn mang tên chinh phục - Và một ngày kia sẽ không ai ngạc nhiên nếu có một đỉnh ngọn mang tên Đặng Hiền thi ca. Dù cho hôm nay, hành lý của Đặng Hiền chẳng có gì khác hơn một trí tuệ ấp đầy học hỏi, tìm kiếm kiên trì và, một đài trán kiêu hãnh, dành cho mọi gập ghềnh bất trắc.

(Trích Du Tử Lê, chương trình Văn Học Nghệ thuật đài VOA, tháng 2- 1988)

Là một trong những nhà thơ trẻ, có nhiều thơ được các nhạc sĩ tên tuổi tìm vào để soạn thành ca khúc như các nhạc sĩ Trúc Hồ, Anh Bằng, Lê Đức Cường, Trúc Sinh... Gần đây, bằng vào sự chỉ dẫn của nhạc sĩ Trúc Hồ, Đặng Hiền cũng đã bước vào lãnh vực soạn nhạc.

Được biết, chỉ trong vòng trên dưới một năm, họ Đặng đã có khoảng trên 20 ca khúc. Một trong những ca khúc do Đặng Hiền sáng tác, được nhiều người biết tới là ca khúc *"Về San Francisco"*, với hòa âm và tiếng hát của ca, nhạc sĩ Quốc Khanh, đã phát hành.

Cùng lúc, họ Đặng cũng phổ nhạc thơ của một số bằng hữu của ông, như thơ của Hà Phương Duy, Lữ Thị Mai v.v..

Dưới đây là một số thi bản của Đặng Hiền, trích từ thi phẩm *"Bài Hai Mươi"*, cùng dăm bài thơ mới nhất và, hai ca khúc do ông sáng tác hoặc, phổ nhạc thơ của người khác.

Trân trọng kính mời quý bạn đọc thưởng lãm.

Bài hai mươi

Tôi ở đây có những ngày gió nóng
Một khoảng trời xanh bỗng nhớ vô cùng
Nhớ tóc mây bay nhớ chiều hanh nhẹ
Nhớ em về phơi áo giữa vườn xưa

Đôi cánh tay em nắng vàng hôn khẽ
Hồn say nghiêng theo khóe môi cười
Nghe lá khô phai trên thềm mùa cũ
Dòng sông đời rồi mấy đoạn chia xa

Ở tuổi hai mươi yêu người vội vã
Tình qua nhanh như buổi xa người
Một nhánh sông trôi một lần ghé lại
Nụ hôn đầu nghe gió nóng vành tai

Tôi ở đây có những ngày buồn bã
Ngồi yên bên ngọn gió hát lưng chiều
Những chuyến xe lên dốc đời bỡ ngỡ
Bài hai mươi tôi viết tặng cho người...

Tiễn đưa

Khi em về chừng như đông sang
Cuối tháng Năm một mình thật lạnh
Ngồi nghe biển hát
Chiều qua nhanh

Đừng cảm ơn tôi
Tôi trả ơn người
Nụ cười thôi cũng đủ
Mai em về
Ta không đưa nhau

Theo mắt nhìn dịu vợi
Hàng thông xanh rì rào
Bàn chân ai qua

Làm người ở lại
Lần nào cũng buồn
Chậu quỳnh hương cuối vườn
Không còn hoa.

Ánh trăng tan

Buồn như áo em
Hôm nào ướt mưa đêm
Sầu như dáng em
Nhẹ gót bước qua thềm

Thôi mình lỡ mất nhau
Nát đi hy vọng ban đầu
Sao nụ cười tươi thắm
Ngày bỏ tôi
Em lấy chồng
...

Tôi về Half Moon Bay
Đếm từng con sóng biển
Lòng buồn như sương mù
Từ độ ánh trăng tan.

Về San Francisco

Nhạc & Lời : Đặng Hiền

Tôi về bên chiều
San Francisco
Chiều lên con phố
Phố nắng mơ hồ

Tôi về bên chiều
Nghe đêm hắt hiu
Tình nghiêng lòng phố
Nghiêng nắng bên chiều

San Francisco
Nghe gió mơ màng
Lời tình cho em
Con phố riêng mình
Bên biển chiều êm đềm
Ngàn lời yêu em
Theo sóng chiều lên

Tôi về bên cầu
San Francisco
Ngày lên theo gió
Gió sớm ơ thờ

Tôi về bên ngày
Nghe mưa hắt hiu
Tình như lòng phố
Sương xuống mơ hồ...
May 01- 2014

Em khóc trên ngực anh

Ý thơ: Lữ Thị Mai
Nhạc: Đặng Hiền

Em khóc trên ngực anh
Nụ hôn sen tháng Sáu
Để mình có được nhau
Làm sao có được nhau

Em khóc trên ngực anh
Lòng em như muối trắng
Mặn tình đến ngàn sau
Bờ môi buốt thật thà

Em khóc trên ngực anh
Tình ta như bão nổi
Cùng trôi trong thinh lặng
Em khóc trên ngực anh

Em khóc trên ngực anh

Nụ hôn hoa rã cánh
Chạm vào vỡ niềm đau
Để ta ngỡ được gần
(Oct 31- 2014)

Đỗ Hồng Ngọc,
như một lời xin lỗi

Nhiều độc giả (kể cả một số người có làm thơ), nói với tôi rằng, biết làm thơ và làm được thơ là một hạnh phúc! Tôi nghĩ khác.

Với tôi, trừ những người đến với thi ca như một thời thượng, làm dáng, hoặc, một cuộc du ngoạn ngắn hạn thì; làm thơ là một lao động (tinh thần,) vất vả. Một thao tác trí tuệ ngặt nghèo. Thường khi bất lực. Đuối sức.

Với tôi, đó là một cuộc chạy đua việt dã không đích đến. Không bạn đồng hành.

Tôi chưa thấy một cá nhân bình thường, không bị một khuyết tật tinh thần nào, ở lại được bền lâu, với thi ca. Tôi cũng chưa thấy một cá nhân thỏa mãn mọi lãnh vực trong đời thường, có thể tạo được một hơn phối tốt đẹp với thi ca. Tại sao?

321

Xin thưa, vì căn bản, thi ca là đỉnh ngọn chênh vênh, nhọn, sắc nhất của định mệnh bất toàn.

Vì căn bản, thi ca là cõi trú đầu tiên và, cuối cùng của những tâm hồn bất an. Những sinh phần liu điu, cần sự cân bằng sinh- thái- tinh- thần.

Hiểu như thế, với tôi, nhà thơ trước nhất, là người thợ đào huyệt chữ nghĩa. Huyệt hình ảnh. Huyệt chân dung những mảnh đời đã mất. Hay, những phần đời (lẽ ra), phải là, như vậy.

Những hầm hố đào được; những mộ huyệt đủ sâu, cuối cùng, nhà thơ chỉ còn đủ sức thả mình, rớt xuống. Y hoàn tất cuộc đua việt- dã- trí- tuệ (một mình.) Y hoàn tất trận đánh sinh, tử (dài lâu), với địch thủ trên cơ: định mệnh. Y san bằng mọi bất toàn. Y cân bằng sinh- thái- thân- tâm. Nhưng, đau đớn thay, đó cũng là lúc, y hiểu, tận cùng vẫn là: Thất bại. (Theo một cách nào khác).

Trên hành trình chữ nghĩa, nơi đôi, ba giao lộ, tôi may mắn được gặp một số bằng hữu. Những thi sĩ. Trong số này, có bạn tôi, Đỗ Hồng Ngọc.

Tôi không chủ quan nghĩ rằng, Đỗ Hồng Ngọc, chia sẻ những quan điểm của tôi về thi ca và, đời sống. Chữ nghĩa và sự bất toàn. Khuyết tật và định mệnh.

Nhưng, là người dõi theo hành trình văn chương của Đỗ Hồng Ngọc, trên dưới năm mươi năm qua - Từ những bài thơ đầu đời, tới những bài thơ mới nhất (những năm đầu thiên niên kỷ 2000), tôi nghĩ, Đỗ Hồng Ngọc, thi sĩ, không chỉ muốn hoàn tất cuộc đua việt- dã- trí- tuệ (một mình). Ông cũng không chỉ muốn hoàn tất trận đánh sinh, tử (dài lâu), với địch thủ trên cơ, định mệnh. Mà, ông còn muốn trả ơn người, ơn đời bằng chính những lao tác tinh thần, song song với những lao động đời thường, của ông nữa.

Ở quá xa, tôi không thể tìm đến ông (như ngày nào), để ngả mũ chào ông: Một thi sĩ. Tôi viết xuống, những dòng chữ này, như một lời xin lỗi, nhà thơ.

Hôm nay, giữa thập niên 2010s của một thiên niên kỷ khác, tôi lại thấy tôi sẽ rất không phải với họ Đỗ, nếu không sớm nói với Đỗ Hồng Ngọc rằng, tôi cũng rất biết ơn ông với những trang văn xuôi đẹp như thơ, ông gửi cho người, cho đời. Thí dụ *"Gió heo may đã về"*. Thí dụ *"Già ơi... Chào bạn"*. Thí dụ *"Nghĩ từ trái tim"*. Thí dụ *"Viết cho các bà mẹ sinh con đầu lòng"*, cùng nhiều nữa... và, mới đây: *"Ghi chép lang thang".*

---

* Thời đó, tên người, chữ lót không viết hoa."

Ghi lại những trang văn trên của họ Đỗ, ngoài mục đích xin được trả lời Đỗ Hồng Ngọc rằng, chẳng những tôi không "ngượng hay mắc cỡ gì" mà, còn rất cảm động. Tôi cảm động về cái tình của những người làm văn nghệ ở thập niên 1960s, bên cạnh những đố kỵ, nhỏ nhen của những kẻ tiểu-tâm (thời nào, ở đâu cũng có), chúng tôi vẫn dành cho nhau những chào đón, vui mừng, trân trọng trước một sáng tác mới (dù không hề quen biết) - - Điều chính yếu tôi muốn nói ở đây là, dù tác giả "Ghi chép lang thang" giải thích thế nào về tác phẩm của mình, thì cũng chỉ là cách nói khiêm tốn tự bản chất ông mà thôi.

Với tôi, "Ghi chép lang thang" của họ Đỗ, vẫn là những trang văn Đẹp của một thi sĩ, một nhà văn có một tâm hồn và đời sống Đẹp.

Cái "Đẹp" mà, trong một thư ngắn, mới cách vài ngày, gởi cho bạn tôi Nguyễn Mạnh Hùng ở DC, tôi viết:

"... Đứng trước tình trạng đối đầu, phân hóa từ chính trị tới tôn giáo như hiện nay, tôi tin, rồi đây chỉ có cái đẹp của văn chương , nhất là thi ca, mới có thể cứu rỗi được nhân loại..."

Và, tôi nghĩ, Đỗ Hồng Ngọc cũng đã đóng góp phần riêng đẹp nhất của ông cho người, cho đời từ hơn nửa thế kỷ qua.

Ở đây, tôi không thấy cần thiết gởi tới ông, lời cảm ơn, vì sự giới hạn của hai từ này!

Tôi tin, bạn-tôi hiểu!.!

Tôi thích lắm tựa đề tác phẩm mới nhất của Đỗ Hồng Ngọc. Ông gọi đó là những ghi chép lang thang, đúng nghĩa... lang thang - Khi ở trang 287, 288, trả lời câu hỏi của ông Lê Uyển Văn, ông viết:

"'Ghi chép lang thang' thực ra là những ghi chép không đầu không đuôi, kiểu 'cà kê dê ngỗng' trong lúc *lang thang* nơi này nơi khác, chợt nghĩ, chợt nghe, chợt nhớ... một điều gì đó có khi chỉ là mùi khoai nướng, có khi chỉ là mùi dĩa bánh căn, mùi cá khô đuối xúc hột vịt..., thậm chí mùi phân trâu bò trên đường làng cũ, nhưng cũng có khi là một câu nói đanh thép của nhà vua trong bảo tàng viện với hàng trăm chiếc... thuyền thúng giăng ngang bãi biển một ngày lộng gió...

"Ghi chép lang thang không là chuyện 'văn chương chi sự' mà chỉ là những ghi chép riêng tư cho đừng quên với người tuổi tác. Thế rồi thế giới bỗng nhiên *phẳng*, người người trong nháy mắt có thể tâm tình trao đổi cùng nhau, bèn cùng mò mẫm mà 'tung' lên cho bạn bè gần xa khắng khít nhau hơn. Ghi chép lang thang như vậy cũng chỉ là những cảm xúc bất chợt, không tính toán, không... hư cấu. Mà thực ra 'ghi chép' cũng chẳng phải là 'ghi chép', mà có khi viết lách lăng nhăng dòm không giống bài thơ mà không biết có phải thơ không, hoặc có khi ngoằn ngoèo như một phác thảo... mà không biết phải họa không."

Trước đó, từ trang 267 tới trang 272, trả lời câu hỏi của Nguyệt Mai, một thân hữu của ông, về tình bạn, những ngày tóc còn mướt xanh, ông kể:

"Tình cờ lục lọi đống sách báo cũ thì gặp được tờ Tin Sách, nguyệt san do Trung tâm Văn bút Việt Nam xuất bản, bộ mới, số 38, tháng 8- 1965 có bài Điểm sách của Đỗ Nghê về tập "Thơ Du Tử Lê", tập thơ đầu tay của anh, do chính tác giả tự xuất bản. Ái dà, vui quá, đọc lại coi hồi đó - gần nửa thế kỷ trước- 'bọn trẻ' mình viết lách ra sao! Cũng không đến đỗi nào!

"Hãy đọc thử vài đoạn trong bài *Điểm sách* này:

Thơ DU TỬ LÊ - Tác giả xuất bản- Saigon 1965

Khổ 15x21 - 70 trang - 48đ

Tôi chưa được biết Du tử Lê, nhưng đọc thơ anh tôi thấy như quen đã từ lâu, rất gần gũi (...) Du tử Lê đến bằng bước chân ca dao, ngọt ngào, tình tứ, bằng một tâm hồn yếu đuối, đam mê và rất nhiều dằn vặt, xót xa về quê hương, về số kiếp...

tôi còn tiếng nói
tôi còn linh hồn
tôi còn dĩ vãng
tôi còn quê hương
tôi còn lịch sử
tôi còn là tôi
(tuyên ngôn)
(...) Thơ Du tử Lê giản dị mà không thiếu truyền cảm vì đã nói lên ý nghĩ thực: không cầu kỳ, không ngạo nghễ, kiêu sa như phần đông những nhà làm thơ thời thượng.
Bắt đầu một ngày
Con người múa may

... ..
Kết thúc một ngày
Con người thua cay...
(Một ngày của con người)

(...) Bên cạnh một Du Tử Lê đầy hoang mang, khắc khoải, thao thức đó, còn có một Du Tử Lê mềm yếu, đam mê, lãng mạn. Ở đây Du Tử Lê cũng trung thành với kỹ thuật của anh. Không có những cầu kỳ, bí hiểm, sáo ngữ mà là những lời ca dao (...)
Và đây nữa là cái lãng mạn của Lê, cái lãng mạn thực dễ thương:

- tình tôi đam mê hồn tôi yếu đuối
ánh mắt nụ cười em đã giết tôi...
- mai em có con tay bế tay bồng
mai em yêu con, mai em thương chồng
tôi chỉ xin em một lần kể lại
chuyện em sang sông: có tôi đau lòng
(Thư cho em)

Và cái nhìn đầy triết lý bi quan:

cầm bằng bãi gió mây qua
đôi chân nhỏ dại lỡ sa vào đời
cầm bằng nước mắt trôi xuôi
tiếng đâu thê thảm ru dài không gian
(Cầm bằng)

(Đỗ Nghê - Tin sách Bộ mới, số 38, tháng 8- 1965 trang 9- 11)

"Không biết Du Tử Lê bây giờ khi đọc lại những dòng này thấy sao, có ngượng, có mắc cỡ gì không, chớ tôi thì tôi cảm động! Lúc đó bọn tôi đều mới ngoài hai mươi!

"Những năm gần đây, khi có dịp gặp lại nhau ở Saigon, Du Tử Lê thường nhắc: Thời đó, một nhà thơ trẻ, có tập thơ đầu tay bao giờ cũng bị... đập, vậy mà Đỗ Nghê đã viết những lời trang trọng. Còn tôi, tôi cũng nói với bạn rằng tôi nghĩ thơ là tấc lòng, "thốn tâm thiên cổ", cái còn lại là cái tình. Chẳng hạn, với tôi, khi nhắc Du Tử Lê tôi chỉ còn nhớ *Thụy ơi, và tình ơi!* 'Như loài chim bói cá. Trên cọc nhọn trăm năm. Tôi tìm đời đánh mất... *Thụy ơi, và tình ơi...* ' (Khúc thụy du, DTL) hay gần đây 'khi tôi chết hãy đem *tôi ra biển* / đời lưu vong không cả một ngôi mồ / vùi đất lạ thịt xương e khó rã / hồn không đi, sao trở lại quê nhà' (DTL). Nhiều câu chữ tôi không nhớ đâu, mà cũng chẳng cần nhớ đúng, nhưng cái tình trong *thụy ơi và tình ơi* hay *hãy đem tôi ra biển* thì tôi không thể nào quên. Tôi nhớ có lần đi xe lửa từ Baltimore về Washington DC sau khi thăm John Hopkins trở về thì cô Susan Barnes người cùng đi đã hỏi tôi về thơ 'đương đại' ở Việt Nam! Tôi nhắc đến nhiều người và đọng lại ở Đỗ Trung Quân. Tôi biết là dù tôi có... dịch được thơ Đỗ qua tiếng Anh đi nữa thì cô cũng chẳng hiểu gì nên chỉ kể cô nghe bài thơ của Đỗ về ông giáo già bán thuốc lá bên vệ đường để kiếm sống, không dám nhận mình là thầy khi cậu học trò bảnh bao đến mua thuốc lá đã 'tôn sư trọng đạo' chào ông! Cô Susan Barnes đã rơm rớm nước mắt! Tôi nhớ thơ Phan Khôi cũng chỉ vì 'tình cờ đất khách gặp nhau hai mái đầu đều bạc... liếc mắt đưa nhau rồi con mắt còn có đuôi'. Mắt có đuôi. Vậy là đủ. Cũng như tôi nhớ '... yểu điệu thục nữ/ quân tử hảo cầu' trong Kinh Thi ngàn năm trước, mà không cần biết hồi đó chữ viết cổ nó ngoằn ngoèo ra sao! Bây giờ thì thơ Du Tử Lê đã có những sắc thái riêng, riêng đến nỗi thành một trường phái - không ít người đang làm giống anh! Tôi không nói những dấu chấm dấu phẩy dấu dọc dấu ngang của thơ anh bây giờ là không cần thiết, vì nhờ đó khiến bài thơ mang nhiều vóc dáng khác, nhiều ý nghĩa khác, và người đọc có thể 'tham gia', thành một thứ thơ 'tương tác', hiện đại và độc đáo.

"Nói về thơ 'tương tác", bỗng nhớ có một bài viết lâu rồi trên Tạp chí Thơ: rằng với hai câu thơ của Vũ Hoàng Chương: 'Em ơi lửa tắt bình khô rượu / Đời vắng em rồi say với ai?' có thể đọc theo lối ngắt dòng, ngắt chữ thành: Em ơi / Bình rượu khô / Lửa tắt. Vắng em / Say với ai / Rồi đời!

"Khi viết bài điểm sách Thơ Du Tử Lê trên Tin Sách, chúng tôi chưa quen biết nhau. Một hôm, năm 73 thì phải, dutule ôm thằng con nhỏ chạy vào bệnh viện Nhi đồng tìm tôi ở phòng Cấp cứu. Thằng nhỏ bị bệnh Bạch hầu (Dipthérie) nặng, màng giả (fausse membrane) đã lan rộng, chặn nghẹt cổ họng làm hết thở! Bé lập tức được đặt ống nội khí quản giúp thở, làm hô hấp nhân tạo và chích huyết thanh, vaccin, cùng kháng sinh các thứ. Từ đó thân nhau. Vậy là 'nghề' và 'nghiệp' có chút gắn bó phải không Nguyệt Mai?

"Rồi một tối nọ, anh gọi tôi khẩn cấp: Đỗ Nghê đến 'cứu' mình với! Thì ra có một nữ độc giả ái mộ thơ Du Tử Lê đang ngồi đợi anh ở quán café H, Đakao. Anh kẹt vì một lý do gì đó không biết, nhờ tôi tới 'cứu bồ'. Tôi xách xe đến gặp cô nàng trò truyện... suốt buổi về thơ Du Tử Lê! Mấy chục năm sau, gặp lại Du Tử Lê và phu nhân của anh về thăm quê hương hóa ra là nàng... Chính là cô gái mê thơ dutule đã gặp năm xưa ở quán café!

"Có người nói anh có số đào hoa! Có người nói anh có cái giọng khiến con kiến... trong hang cũng phải bò ra! Tôi không biết. Với tôi, anh vẫn vậy. Nhỏ nhẹ. Dễ thương. Lãng mạn. Sâu sắc. Một lần anh vén bụng cho tôi xem vết mổ ở ruột già. Tôi hiểu tại sao thơ anh có 'buổi chiều hóa trị', có những 'công án thiền' và hình ảnh bệnh viện âm u... Nhìn sắc diện anh, nhìn vết mổ, tôi bảo chưa sao đâu. Quả thật những tháng ngày qua, Du Tử Lê làm việc với một sức đáng nể. Anh đã làm được nhiều việc, nhiều điều hơn xưa. Có lần anh gởi tặng tôi tập thơ 'Năm chữ và 12 bài thơ mới', ngay ở trang đầu thấy ghi khuyên độc giả không nên đọc quá 3 bài. Tôi thử đọc vài bài và thấy anh có lý. Thơ anh bây giờ, đọc quá ba bài chắc bị... tẩu hỏa nhập ma! Tôi bèn đùa anh bằng cách chép nguyên phần mục lục (tựa cũng toàn 5 chữ) ghép thành một bài thơ trời ơi và gởi lại hỏi biết thơ ai? lúc nào? ở đâu không? Anh nhận ra thơ Du Tử Lê nhưng chịu không thể biết đã viết lúc nào, ở đâu. Những chuyện đùa rất 'giai thoại' này làm chúng tôi quý nhau hơn. Gần đây, thơ anh đã có vẻ khác.

tôi vẫn muốn kể em nghe,
dù ta sẽ đánh rơi ngày sắp tới.
và hàng cây không nhớ nổi con đường!?!
khi em chảy tiếp những giọt lệ,
từ sớm mai tới buổi chiều

không cánh cửa mở vào cao ốc.
nơi em thả rơi không chỉ những sợi tóc...
(Lúc tình yêu hiện ra: như một người khách lạ)

"Hay những câu rất riêng này mà chỉ tôi thân tình mới hiểu: *đời đánh cắp từ tôi chiều- tóc- mẹ / em mùi hương một chỗ- rất- riêng- tư/ ai nửa ngực? bỏ ai về với đất?/ đêm tặng tôi thân- thiết- đóa- thiên- thu.*

"Hình như tôi vừa gặp lại một Du Tử Lê của nửa thế kỷ trước, của Tình ca!

Đỗ Hồng Ngọc (Đỗ Nghê)

(Saigon, 7.2013)

Đỗ Hồng Ngọc, dăm bài thơ.

Thư cho bé sơ sinh

Khi em cất tiếng khóc chào đời
Anh đại diện đón chào em bằng nụ cười
Lớn lên nhớ đừng hỏi tại sao có kẻ cười người khóc
Trong cùng một cảnh ngộ nghe em.

Anh nhỏ vào mắt em thứ thuốc màu nâu
Nói là để ngừa đau mắt
Ngay lúc đó em đã không nhìn đời qua mắt thật
Nhớ đừng hỏi vì sao đời tối đen.

Khi anh cắt rốn cho em
Anh đã xin lỗi chân thành rồi đó nhé
Vì từ nay em đã phải cô đơn
Em đã phải xa Địa Đàng Lòng Mẹ.

329

Em là gái là trai anh chẳng quan tâm
Nhưng khi em biết thẹn thùng
Sẽ biết thế nào là nước mắt trong đêm
Khi tình yêu tìm đến.

Anh đã không quên buộc etiquette vào tay em
Em được dán nhãn hiệu từ giây phút ấy
Nhớ đừng tự hỏi tôi là ai khi em lớn khôn
Cũng đừng ngạc nhiên sao đời nhiều nhãn hiệu.

Khi em mở mắt ngỡ ngàng nhìn anh
Anh cũng ngỡ ngàng nhìn qua khung kính cửa
Một ngày đã thức giấc với vội vàng với hoang mang
Với những danh từ dao to búa lớn
Để bịp lừa để đổ máu đó em...

Thôi trân trọng chào em
Mời em nhập cuộc
Chúng mình cùng chung
Số phận
Con người...
(Từ Dũ, 1965*)*

Quê nhà

Mùa Xuân mừng tuổi thơm tho áo
Nắng cũng vàng phai ngày cũng xa
Anh thương nhớ quá làm sao nói?
Gọi tên em vang động gốc cây già!

Hái đóa hoa màu biển biếc
Chợt thương khung trời xa

Núi mờ trong mây trắng
Em mờ trong dáng hoa.

Gió Bắc mùa thơm ngát
Bâng khuâng một mái nhà
Biển xanh lùa sóng bạc
Cát vàng hoàng hôn xưa...

Tiếc em về chốn cũ
Tình vương đến bao giờ?
Tiếc đời phơ tóc bạc
Thương mãi núi mây xa.
Nụ mai vàng trước ngõ
Góc phố bờ quạnh hiu
Con đường xưa đứng đợi
Ta làm chi đời ta?

Thương em còn thương mãi
Nắng vàng thơm quê nhà!

Gió bấc

Đi giữa Sài Gòn
Phố nhà cao ngất
Hoa nở rực vàng
Mà không thấy Tết!

Một sáng về quê
Chợt nghe gió Bắc
Ơ hay Xuân về
Vỡ òa ngực biếc!

Đỗ Tấn Đạt,
tính chắt lọc ngôn ngữ
tới ngặt nghèo

Đỗ Tấn Đạt, sinh năm 1985 tại huyện Đại Lộc, tỉnh Quảng nam, trước khi tôi đư ợc đọc thơ Đỗ thì Đỗ đã có có thơ trên các tạp chí văn nghệ địa phương như Tạp chí Đất quảng, Văn nghệ Quân đội, Tạp chí sông Hương, Áo trắng, và một số trang mạng như Da màu, Tiền Vệ...

Làm thơ từ năm 2006, chưa tới mười năm, nhưng tiếng thơ họ Đỗ đã sớm cho thấy, từ lục bát tới tự do là những đường bay tách thoát được những ước lệ sáo mòn của những tiếng thơ trước Đỗ

Để quan định cho cõi giới thơ của Đỗ một chân dung tôi cho là không dễ, nếu không muốn nói là rất khó khăn.

Chúng ta biết, nhiều người làm thơ, sau hành trình tháng năm đằng đẵng, có thể được nhiều người biết tới (bằng cách này hay cách khác) - Nhưng tựu trung, những tên tuổi đó, vẫn không có được cho mình một thẻ nhận dạngMột đường bay riêng cho ngôn ngữ, hình ảnh khả dĩ có thể thành diện mạo, chân dung tiếng thơ mình.

Vì thế, tôi rất thích sự chắt lọc tới ngặt nghèo ngôn ngữ mà vẫn khiến cho hình ảnh bật sáng như những tia nắng bình minh rạng rỡ của thơ Đỗ Tấn Đạt.

Đây là thơ Lục- bát- Đỗ- Tấn- Đạt:

"Thôi thì
một phút lặng thinh
Để nghe mình đã
phai mình trăm năm..."

Hoặc:

"Tạ từ
cái cõi thinh thinh
Xin người tiếng mõ
vớt tình đa đoan
Tạ em một chút
khô khan
Tạ tôi chút ướt
để nồng nàn nhau..."

Và, đây là thơ Tự- do- Đỗ- Tấn- Đạt.

"Đêm... / Mang bầu cô đơn / Thơ... / Ốm nghén từng vần thổn thức / Trào ngược dạ dày / Rỗng... /..."

Hoặc:

"... Không có tiếng chiêng mõ nào/ Không có người cứu rỗi mặt trăng/ Không ai xua đuổi được tình yêu / Chỉ có anh và em / Hòa

vào nhau / Rồi xa nhau / Như trái đất / và mặt trăng / Trong đêm nguyệt thực tình yêu / Muôn màu..."

*

Vài trích đoạn ngắn, tôi cho là không đủ để bạn đọc, thân hữu thấy được toàn vẹn dung nhan thơ Đỗ. Nên, ngay sau đây, chúng tôi trân trọng kính mời bạn đọc, thân hữu trút bỏ mọi thói quen, định kiến, để bước vào hay, bay theo những đường bay thi ca mới của một người làm thơ tên Đỗ Tấn Đạt,thiện cư ngụ tại Thành phố Tam Kỳ, Quảng nam, lần đầu tiên, đến với trang mạng này.

(Calif. Apr. 2014)

Thơ Đỗ Tấn Đạt

Không đề

Đêm...!
Mang bầu nỗi cô đơn
Thơ ...!
Ốm nghén từng vần thổn thức
Trào ngược dạ dày
Rỗng...
Không em...
nhập viện...
Sinh đôi nỗi buồn...
(2h30, 8.3.2014)

Nguyệt thực tình yêu

Con thiên cẩu đã nuốt chửng mặt trăng rồi!
Anh hôn em chưa thôi...

335

Mặt trăng đỏ như máu
màu nguyệt thực tình yêu...
Ai cứu rỗi mặt trăng trong đêm nay?
Ai đánh mõ xua con thiên cẩu?
Không!
Không có tiếng chiêng tiếng mõ nào!
Không có người cứu rỗi mặt trăng!
Không ai xua đuổi được tình yêu!
Chỉ có anh và em
Hòa vào nhau
Rồi xa nhau
Như trái đất
và mặt trăng
Trong đêm nguyệt thực tình yêu
muôn màu...

Sự hồi sinh của mặt trăng

Sau giấc ngủ non
Ta thấy cuộc tình vừa già trên những nếp nhăn vô tội...
Những tế bào da sần sùi chết đi trong hỗn loạn tiềm thức
mong ngày tình yêu kéo da non...
Hơi lạnh thế kỷ dàn dụa trong lồng ngực
Mắt chớp đêm ...
rớt lời kinh cầu huyền hảo
Mùa rụng trên tay gầy...
Những chiếc lá cuối cùng cũng đã rơi
cứa ngang vào đêm nguyệt tận...
Sự hồi sinh của loài Vượn
Trào ngược về phía nghẹn đêm tiếng kêu không dứt
Hù hú... .hù hú... hù hú... !
Gương đôi mắt hốc hoác vén cái nhìn sâu thẳm vào vết đen
cõi tạm...

Ta thấy mình như hạt cát chảy ngược trong chiếc đồng hồ cổ
xây mồ thời gian...
Em ơi!
Đừng vội cúi xuống nhặt nhạnh những vụn vơi cuộc tình sau
đêm nguyệt thực
Hãy nhìn lên!
sự hồi sinh của mặt trăng đêm nay
đã cọ mình sau cánh cửa khép hờ...

Bàn tay và, những đời mưa khác trong thơ Đoàn Minh Châu

Tôi mới đọc lại *"Có thể"* thơ Đoàn Minh Châu món quà Sông Hàn, quê nhà, do Nguyễn Lương Vỵ mang về, trao cho.

Không cần nhiều chú ý, người đọc cũng sẽ nhận ra ngay rằng, dù Saigon có hiện ra đôi chỗ trên lộ trình thi ca Đoàn Minh Châu, nhưng thổ ngơi trong cõi giới thơ Đoàn vẫn là Sông Hàn - Quê hương (?) Nơi nắng gió tuổi thiếu nữ của Đoàn (?) đã, đang và sẽ còn như dòng chảy mênh mang của một đời sông, trước khi ra biển.

Ngay tự trang thơ thứ nhất, mở vào *"Có thể"* (CT), Đoàn Minh Châu (ở lứa tuổi 8x) đã viết:

"nước sông Hàn đục như nỗi buồn của mùa xuân trên mái nhà / những con phố bên kia / thơ thẩn tìm một lễ tình nhân rực rỡ hoa đèn và kẹo ngọt.." (CT, tr. 9)

Hay:

"sông Hàn chảy ngang một nỗi buồn vất vưởng" (CT, tr. 20)

Hoặc nữa:

"ngày ráo hoảnh trước cơn bão sắp tới / có lẽ những đổi thay cần báo trước / bằng gió bằng lá bay bằng nước sông Hàn sáng nay chuyển màu đỏ sẫm" (CT, tr. 24)

Cụ thể hơn, chúng ta có:

"Đà Nẵng - thu / anh về mà xem nắng lụa / mỗi ngày sông Hàn chảy ngang qua mắt / mang theo những tấp nập của thành phố / những đèn đỏ đèn xanh quảng cáo..." (CT, tr.43)

Tuy nhiên, hình ảnh chiếm "thị phần" lớn nhất, khuynh đảo, lấn lướt mọi hình tượng khác trong "Có thể" của Đoàn Minh Châu lại là "bàn tay". Với trên 80 bài thơ tự do, nếu làm một tổng kết, ta sẽ thấy "bàn tay" của người thơ trẻ tuổi này có hàng trăm lần được nhắc đến. Tôi chưa thấy cõi thơ của một người nữ nào mà "bàn tay" lại giữ vai trò tâm cảnh và, "chính diện" đến như thế. Từ những "bàn tay" hiện diện một cách minh thị như:

"ở đó / mùa hạ không mang dấu vết / nằm mơ trên bàn tay trống trơn" (CT, tr12)

Hoặc:

"ta ngồi chơi với thứ bảy / nghịch nỗi buồn trên tay / muốn khóc" (CT, tr. 16)

Tới những "bàn tay" không hiển lộ như:

"người đã mang đi rất nhiều cơn mưa / mang cả tiếng vọng của cơn dông ì ầm ngoài biển" (CT, tr. 39)

Hoặc:

"khép lại cánh cửa đẳng xa kia để bước vào một cánh cửa khác ngay trước mắt" (CT, tr. 68)

Và thơ Đoàn, cũng đem đến cho chúng ta, nhiều bài có sự hiện diện của "bàn tay" nhiều hơn một lần trong một bài thơ (dẫu ngắn), như:

"những con đường chạy qua tay tôi / đời xuôi (...) / những con đường ngang dọc kẽ tay / chằng chịt sợi cày vá víu (...) / nhân gian có mấy con đường / mà một bàn tay đã có ngàn lối rẽ" (CT, tr. 55)

Cũng như trong cùng một bài thơ, "*bàn tay*" ẩn và hiện, tựa hai mặt của một mặt gương tương lai / quá khứ:

"... len lỏi giữa khe hở của nỗi nhớ nhung chật chội / một góc nhỏ là những chiều vắng lạnh / cái rùng mình bất an của bàn tay lạnh / thả tuổi mình bay đi / mất hút // trong chiếc va li tôi xách qua mùa thu / thêm đôi mắt đợi những điều biết trước / và anh – một cơn điên nhét xuống đáy / rất cẩn trọng giữ gìn". (CT, tr. 46)

*

Nếu bàn tay của nam giới chỉ có công dụng vuốt / sửa lại mái tóc, như những con gà trống chăm sóc bộ mã, thì, ngược lại, tương quan giữa bàn tay và mái tóc của người phụ nữ, lại là tương quan thiết thân, gắn bó / tố giác mọi trạng thái tâm sinh lý, từ buồn / vui, cô đơn, nhớ nhung, tới đau khổ, vật vã, tuyệt vọng, xốn xang, e thẹn... phản ảnh những nếp gấp đặc tính phái nữ bẩm sinh - Như một người tình chung thủy, chí ít cũng suốt thời thiếu nữ - Dù họ sở hữu một mái tóc dài hay ngắn. Phải nhận ra tương quan máu huyết, thịt xương giữa mái tóc và bàn tay người nữ, chúng ta mới thấy nữ tính là sợi chỉ đỏ duy nhất, xuyên suốt cõi giới thơ Đoàn Minh Châu. Dù cho Đoàn có đem vào trong thơ mình, những liên tưởng mới lạ, với những con chữ huy- hắc- lênh- đênh thì, chúng vẫn chỉ là tấm khăn lụa phủ che bản chất yếu đuối của Đoàn mà thôi:

"... nàng mọc thêm cánh tay quấn lấy nỗi buồn tầm tã chảy / khuôn mặt lẩn vào gương giấu đi vết trầy xước cào nát nụ hôn hời hợt bấu trên môi / lối đi xao xác rụng..." (CT, tr. 69)

Hoặc:

"khi em vớt thân thể mình ra khỏi chậu nước / thấy rớt lại những nụ hôn ngày xưa / xếp hàng dài như con đường trước mắt (...) / buổi tối không anh / buổi tối thừa thãi bàn tay vuốt ve nếp áo / em mang hình dạng của con bù nhìn rơm đặt giữa ngã tư phố đông / khoác mảnh vải rách chắp nối ý muốn người khác..." (CT, tr. 82)

Hay những câu thơ, tôi nghĩ chỉ có thể có được từ người nữ:

"ước trong giấc mơ dịu hiền / anh đến / ước buổi trưa hôm nay / anh ôm em bằng hơi ấm rất mềm (...) / em ném vào mưa vào nắng vào đêm đen những cái nhìn thảng thốt / bước chân gập cong con đường / khuy áo chật căng nỗi buồn tầm gửi đêm sâu / tình yêu rạo rực đổ tàn tro trong những cơn mộng mị dã thú..." (CT, tr. 83)

Hoặc lòng biết ơn (tới tội nghiệp) sự thủy chung bàn tay người- bạn- thiết- một- đời- thiếu- nữ:

"... Ta nhớ quá tay mình / sự trung thành hiếm hoi, chịu sai khiến và không kháng cự / giá như ta có thể chế ngự chính ta, những ý nghĩ ồn ào náo động / mọi thứ, trừ bàn tay, đều vuột ngoài kiểm soát và ầm ĩ, nhạo báng / mọi thứ trong điên khùng của yêu thương và bận rộn của âu lo / đều có giá trị vô nghĩa riêng / ta không biết kết thúc từ đâu / bằng mỗi chiều ngồi dưới gốc bàng và nghe cây hát / về cuộc sống của chiếc lá khô / lăn quăn hoài trên phố" (CT, tr. 21). Vân vân...

Viết lại mấy câu thơ cuối trong bài *"Không biết bắt đầu từ đâu kết thúc từ đâu"* của Đoàn, tuy chúng không có một dấu vết tương liên nào với hai câu thơ của Nhã Ca: *"Tôi vẫn biết tội thân làm con gái / đời không thương tất cả héo khô dần"*... Vậy mà hai câu thơ ấy đã bất ngờ trở lại trong tôi, như mặt khác, cách nói khác, của hai nhà thơ nữ, ở hai thế hệ, hai môi trường sống chói gắt khác biệt.

Phải chăng, mẫu số chung của họ là tính- nữ hiển lộng sự bất lực trước định mệnh giới tính?

*

Nếu "bàn tay" chiếm một thị phần rất lớn trong đời thơ Đoàn Minh Châu thì, mưa trong thơ của Đoàn, theo tôi, lại tựa chiếc bóng của những "bàn tay" ấy! Người đọc sẽ được dầm mình trong những cơn mưa, nổi trôi theo hơi mưa lênh láng nơi từng trang thơ của Đoàn. Nhưng mưa trong thơ người trẻ tuổi này, đến từ một vũ trụ khác. Một không gian, thời tiết khác.

Chúng không còn là: *"Đêm mưa làm nhớ không gian / lòng run thêm lạnh nỗi hàn bao la... / tai nương nước giọt mái nhà / nghe trời nằng nặng, nghe ta buồn..."* của Huy Cận. Chúng cũng không còn là: *"Mưa chi mưa mãi! / lòng nhớ nhung hoài! / nào biết nhớ nhung ai!..."* của Lưu Trọng Lư nữa.

Mưa, chiếc bóng gắn liền với *"bàn tay"* trong thơ của Đoàn Minh Châu, có cho riêng chúng dung nhan của những gam màu nóng (trường phái dã thú) – Là những cảnh đời thường sần sượng, nhân gian thất lạc chính mình giữa đường phố *"trong giai điệu hoang tàn của một chiều ướt nhẹp / sợi sợi mưa lõa thể đẹp như một xác thân đang kì hé nở / ủ những nỗi buồn xanh xòa ra khắp hướng"* (CT, tr. 9)

Hoặc:

"mưa mưa cứ hoài nỗi buồn ngốc dại / lặng lẽ ướt trên tháng giao mùa / em vẫn tiếp tục những mong đợi xa xôi / tưởng tượng và bôi xóa đi / về những điều không thuộc ranh giới đúng / sai / như đã bao lần / em giấu rất nhiều cách nhìn về anh / khi tự dìu mình về một trời mưa khác" (CT, tr. 23)

Hoặc nữa:

"cơn mưa mùa đông cứ cứa vào ước vọng / chẳng còn vẹn nguyên / em giấu đi từng ngày tuổi mình thêm một chút / giấc ngủ về khuya chắp vá" (CT, tr. 26)

Tôi nghĩ, ít nhiều gì, những nhà thơ thuộc các thế hệ, dường chưa ai chạy thoát cơn mưa. Nhưng tiếc thay, chúng ta lại không có nhiều lắm, những "cơn mưa mùa đông cứ cứa vào ước vọng" - Một trong những bức chân- dung- tự- họa- cơn- mưa của Đoàn.

Xin *"cơn mưa"*, không nhất thiết phải *"mùa đông"* hãy tiếp tục *"cứa vào ước vọng"* của tiếng thơ nữ lộng- lẫy- nữ- tính này. Như một xác lập tín chỉ (dẫu buồn bã) giữa thi ca và cách nói.

(Calif, Nov. 29- 2013)

Đoàn Minh Châu, 2 bài thơ cũ.

Mưa tháng Chạp

Em nghĩ về anh khi thành phố rả rích những đợt rét bất thường tháng Chạp
và giọng hát Thuỳ Dương rớt xuống sàn nhà nỗi buồn lung linh sáng
em đóng kín các ngõ ngách căn phòng
thành phố chao nghiêng ngoài kia
từng đợt

từng đợt
sóng sánh những sợi mưa rơi rơi như tóc
Ngày giáp Tết ẩm mốc đống áo quần cũ kĩ không phơi hết
nắng
mường tượng một vòng tay siết chặt lấy ngực
trong giấc ngủ trễ nãi kéo dài vô tận
cơn mưa cứ rơi hoài hoài trong những đêm em tự tử bằng
nỗi buồn không duyên cớ
Và buổi sáng
lại gặp nhau trong gương nỗi nhớ thâm thấm lạnh của ngày
tháng cũ
Mùa xuân rơi nơi nào trong cơn mưa ngoài kia hả anh?
25.1.08

Cảm ơn anh!

Em đã từng nghi ngại vào sự vĩnh hằng của tình yêu
mơ hồ với những dấu hỏi to tướng cuộn tròn vọng tưởng tím
than ủ giấc ngủ con gái
về một tình yêu trọn vẹn
về một người đàn ông dẫu chưa hoàn hảo nhưng sẽ mãi là bờ
vai em tựa.
Cảm ơn anh!
đập nát những nghi ngại trong em
vọng tưởng vỡ bung
tay em đã rất run với khối hoài nghi nhiều tháng nhiều năm
trĩu nặng
tay em càng run rẩy khi rứt nó khỏi thân thể mình
đau.
Cảm ơn anh!
sau anh
em sẽ biết quảng đi nhiều thứ mà không nuối tiếc
sự tàn nhẫn cần thiết

cuộc sống rất vui
anh cứ thế nhé,
cứ khôn khéo sống
cứ lưu manh tình
và cứ vô tư hất đổ những nghi ngại hiền lành

Cảm ơn anh nhiều!
sau cuộc vui ồn ào
sau nỗi buồn ồn ào
em không khóc đâu
những giọt máu chảy từ hốc mắt
sẽ không dành cho bất kì gã đàn ông chết tiệt nào nữa!

Thi ca, mồi lửa cứu rỗi
Hà Duy Phương.
Trước nhất

Trong ghi nhận của tôi, hàng ngũ những nhà thơ nữ, thế hệ 8x, ngày một thêm đông đảo. Mỗi tiếng thơ thường xuất hiện với một đường kiếm, cùng nhiều chiêu thức, riêng.

Nếu có người chọn cho mình lộ trình thơ dung dị mà, cảm tính là hải đăng dẫn đường thì, cũng có người ném mình vào những cảm thức gập ghềnh, phức tạp. Một trong những nhà thơ nữ ở thế hệ 8x, chọn cho mình lối, nẻo thi ca phức tạp đó, với tôi, là nhà thơ nữ Hà Duy Phương.

Thế giới thi ca của Hà là một cánh rừng tâm cảnh rậm rạp. Nhiều cật vấn, hoang mang, đặt ra cho chính mình. Như thể thơ chỉ là cái cớ để Hà tìm gặp hư không. Tìm gặp cái "tôi" bí mật hoặc, một thượng đế, khác? Nhưng, *"cái cớ"* hay, nỗ lực "tìm gặp *cái tôi bí mật hoặc, một thượng đế, khác"* của Hà, luôn được phủ bóng bởi những ẩn dụ (metaphor) và, đôi khi luôn cả những hoán dụ (metonymy) nữa:

> *"Adam đã mở cổng cho đôi ta lẻn vào vườn địa đàng đêm ấy?*
> *Tung tăng, anh dắt em đi tìm trái cấm*
> *Eva giấu nơi nào?*
> *Thầm lặng suối khe...*
>
> *"Cơn mê chớm dậy thì*
> *Chưa chín một mùa đau*
> *Tình yêu trườn dậy như rắn hồng lột xác..."*
> ("Dắt em đi")

Hoặc:

> *"Tôi chôn chân trên bờ như cây Thu đứng gió*
> *Muốn trút một lần cho hết lá trăm năm"*
> (Trích "Giao khúc tháng 7")

Hoặc nữa:

> *"đêm qua giấc mơ tôi bạt gió*
> *lở bồi thương yêu đồng bóng"*
> (Trích "Cỏ dại")

Ẩn dụ hay hoán dụ, không chỉ là mũi nhọn trong cõi-giới thi ca mang tên Hà Duy Phương mà, tính siêu thực, theo tôi, cũng là chiếc bóng song hành của tiếng thơ này.

Qua rất nhiều câu thơ, Hà cho thấy cô không ngần ngại biến mình thành thí điểm. Nơi gặp gỡ, chốn hẹn hò của những siêu hình và hiện thực:

> *"Hoa xương rồng cánh non rũ rượi*
> *Đâm gai vào đêm trắng*
> *Vỡ sáng bóng mèo hoang*

Mang tình tôi vượt ngục
Tình yêu đồng lõa với thời gian
Cầm tù xác chết
(Trích "Đồng lõa trắng")

Hoặc:

"say tôi đi cạn chiều phát gíac
con nắng điên ánh xanh mồ hôi muối
khát lịm da người
tôi ngỡ đêm qua mình mới nuốt vì sao Venus
rong rêu ăn nằm giờ bạc sáng hồn nhiên.

biết làm sao vút cong lên đọt nắng
ai đặt vé khứ hồi cho giấc mơ tôi?"
(Trích "Vòng tay theo nắng")

Tuy nhiên, trong khu rừng thơ Hà Duy Phương, người đọc cũng thấy được khả năng trộn lẫn giữa thực / hư - Như đời thường vốn quá nhiều hư / thực. Tựa đó là chính diện của thời gian, năm, tháng. Mà, Hà là nạn nhân của những thực / hư (vốn ảo ngay tự cội, gốc):

"Buổi sáng tắt đèn
Giật mình đêm trắng
Hồn chưa rót nắng

Thả gói trà túi lọc vào ấm nước sôi
Như thả tiếng chim vào khu vườn vắng
Rót nắng đợi trăng về
Đêm bật đèn
Hong mê"
("Hong mê")

Hoặc:

349

"Phước Tường nơi đây
niềm vui nhẹ trôi theo tiếng còi tàu
tiếng máy bay rì rào ngỡ hạnh phúc lướt gió
ai nổ mìn phá núi đánh rớt nỗi buồn trên cỏ
cánh chim giật mình mổ nắng lơ ngơ..."
(Trích "Gửi cánh chim nâu Phước Tường)

(Tôi nghĩ, có lẽ cũng nên nói thêm rằng, tôi thích lắm động tự "mổ" trong câu: "cánh chim giật mình mổ nắng lơ ngơ" của Hà).

Lại nữa, ngay cả khi "diện mục" thi ca Hà Duy Phương, có là những mảnh gương vỡ của những cảm thức nổi loạn, tự bạo hành mình, để mỗi mảnh gương, hắt lại cho người đọc những chao chát lạc đường, dẫn tới những mảng không gian sượng trân, hay rung động rì rào hương, sắc lạ - Thì, đâu đó, trong cánh rừng thi ca của Hà, cũng vẫn có chỗ cho những tình cảm thiêng liêng. Loại tình cảm huyết thống, những tưởng nhạt, nhòa, mà, thực ra nhức, buốt, chín, đẫm nữ tính:

"Ba mươi tuổi con tìm lại mình trong những chuyến đi xa
Phong phanh nỗi buồn nơi thành phố lạ
Con viết tên Ba trên bờ cát
Đêm nằm nhớ Ba nghe biển nhớ mặt trời..."
(Trích "Thư gửi Ba")

Tôi nghĩ còn quá sớm để có thể đoán biết, rồi đây, Hà Duy Phương sẽ đẩy thơ mình đi thêm nữa, tới những bến bờ nào?!? Nhưng hiển nhiên, thơ của Hà, theo tôi, đã chính là mồi lửa cứu rỗi Hà Duy Phương. Trước nhất.

(Garden Grove, Aug. 2014)

D ăm bài thơ, Hà Duy Phương,

Mầm kinh

Đêm bình yên nắng non
Phơi trên thành quách cổ
Gieo mầm kinh phố độ
Khóc giọng cười Krishna...

Ngày chưa kịp xót xa
Đêm đã cuồng trăn trở
Dìm hôn mê nhịp thở
Cười tiếng khóc Krishna?

Ngón tay đêm

Em đưa tay vuốt mặt trời
Những ngón thon dài vờn trên ngực gió
lao xao bụng cỏ
níu vàng mùa trăng

Những ngón tay dài đêm lăn tăn thần thoại
Bấm gót Achilles
Xoãi bờ thực tại
Trăng bung hoa tình
trên năm ngón
thon bay

Thư gửi ba

Con mùa gió chướng thổi rát đời BA
Những lần trượt ngã tim Ba bầm rách
Con lớn trong nông nổi

Bất lực ngọt ngào
Bất lực đòn roi
Từ đó lòng Ba hóa đá

Ba mươi tuổi con tìm lại mình trong những chuyến đi xa
Phong phanh nỗi buồn nơi thành phố lạ
Con viết tên Ba trên bờ cát
Đêm nằm nhớ Ba nghe biển nhớ mặt trời

Sự chọn lựa nào cũng dễ khiến chông chênh
Cần lắm thăng bằng cho lần quyết định cuối
Con ngủ ôm mặt trời lặn ngược
Nằm rất thăng bằng trong biển nhớ chông chênh

Ba ơi!
Mặt trời của con hay mặt trời của biển?

Tính lưỡng cực
trong thơ Hồ Minh Tâm

Trong ghi nhận của tôi, thời gian qua, sinh hoạt thi ca của chúng ta có những nỗ lực đáng kể về phương diện hình thức. Những nỗ lực đó, dù được gọi với chỉ danh nào thì, sự kiện này cũng đã được văn chương tây phương thử nghiệm từ nhiều chục năm trước... Dẫu vậy, với cá nhân tôi, chúng vẫn là điều đáng cho ta hân hoan, đón nhận. Nhất là khi chúng đã và, đang trở thành phong trào, như một cơ hội cho những người làm thơ muốn được sớm định hình mình.

Những phong trào đổi mới hình thức cho thơ Việt Nam hôm nay, (dù người làm thơ ý thức hay không), theo tôi, chúng có một mẫu số chung. Đó là: Nỗ lực trả lại tính khách quan cho sự vật. Nhưng, vẫn theo tôi, khi khách thể (object) được xiển dương như thế đó là tất cả lý do hình thành và, tồn tại của một bài thơ thì, chủ thể (subject) phải mờ nhạt hoặc, biến mất.

Tôi muốn nói, khi một người làm thơ quá tập chú vào việc trả lại tính khách quan tối đa cho sự vật thì, sự triệt tiêu hoàn toàn chủ thể, sẽ khiến bài thơ thiếu (nếu không muốn nói là không còn) cá tính. Trường hợp này một khi xẩy ra, nhiều phần chúng ta sẽ có nhiều bài thơ, như những tấm hình cùng chụp một phong cảnh, ở những góc độ, thời tiết khác nhau. Dù biên độ của mỗi bức hình có xê xích nhau đôi chút, nhưng khi bài thơ không còn cá tính (sự hiện diện của chủ thể) thì, nếu không ghi tên tác giả ở đầu hay cuối bài thơ, người đọc bình thường sẽ khó phân biệt được tác giả này, với tác giả khác...

Dõi theo lộ trình thi ca của Hồ Minh Tâm từ nhiều năm qua, theo tôi, đó là một tiếng thơ "làm khó chính mình". Họ Hồ luôn đau đáu tìm cho ông lối đi giữa khu rừng ngôn ngữ Việt vốn rậm rạp. Phong phú. Phức tạp. Vì nghiệt ngã với chính mình, nên số lượng thơ Hồ Minh Tâm được ông cho phổ biến, dường không nhiều lắm (?) Ở nơi số lượng thơ không nhiều lắm kia, người đọc lại phải đương đầu với tính chất phức-tạp-tự-thân (chí ít cũng ở phương diện hình thức) của Hồ Minh Tâm.

Ông có nhiều sáng tác cho thấy xu hướng trả lại tính khách quan cho sự vật. Thí dụ, ngay đoạn mở đầu bài "Nếp gấp" ông viết:

"của ngày
của năm
của vườn hoa đang mùa chim/bướm
của màu vàng màu đỏ
của một điếu văn dài
của hai bờ máu và nước
của những con đường cũ rách tên
của mặt tượng
của bạt ngàn lưng áo
của những vòng ôm nát vụn

của họng súng tự dí vào mang tai mình
(của cả cái súng gãy từ tháng trước...)
của những cánh tay chới với
của bàn tay...rồi của đầu mút ngón
chìm dần..."

Ở bài thơ "Half and half" ông viết:

"...qua cầu công lý hắn bắt đầu bài thơ
chị đĩ cho không một cái búng tay & một chúm chím cười
thơm lựng
sài gòn mông má lung linh nhóa mắt
sau lưng là một thành phố khác
nhưng rồi cũng phải quay về
cũng phải quay về
nghĩ thế
hắn trở về
góc ban-công cũ
hai bức tường vôi một ghế bố
ngồi ngắm trời xa thở ra thở vào
& sống..."

Ở đoạn thơ này (như nhiều đoạn thơ khác), Hồ Minh Tâm cũng dùng tới những nhân xưng đại danh tự ngôi thứ ba (hắn), hoặc ngôi thứ nhất (tôi). Nhưng dù nhân vật ở ngôi thứ mấy thì, nhân vật đó, vẫn chỉ như một nhân chứng khách quan, cho sự vật khách quan mà thôi. Nhân chứng làm mỗi công việc rất bản năng (thụ động) là:

"ngồi ngắm trời xa thở ra thở vào
& sống..."

Tuy nhiên, xen kẽ với những thước phim..."lạnh, câm" kể trên, người đọc cũng gặp được những xao-xuyến-chảy-máu trong nhiều đoạn thơ khác của ông. Như:

"...khuya thế này
chúa cũng phải ngủ thôi
trên nóc cao ngập ngừng ngã tư
ngã nào cũng cụt
tôi đi
dài con đường cũ
nơ ron tù tìm cách vượt thoát đường biên
mịt mùng cầu nguyện
đôi bàn tay buông giọt
a men..."
(trích "Chừng thôi vớt vát mai kia")

Khi Hồ Minh Tâm viết "khuya thế này / chúa cũng phải ngủ thôi" thì đó là giả định! Là kết luận chủ thể gán cho khách thể. Cũng như hai câu "đôi bàn tay buông giọt / a men..." tác giả hiện thực hóa hai chữ trừu tượng "a men" bằng hình ảnh "giọt". Giọt kinh? Giọt buồn? Giọt cầu xin? Câu trả lời thuộc về tác giả. Cá nhân, tôi rất thích từ "giọt" trong ngữ cảnh của đoạn thơ. (Người đọc có thể phát hiện thêm nhiều từ ngữ tương tự, mới mẻ như chữ "giọt" trong thơ Hồ Minh Tâm). Cũng vậy, bên cạnh những bài thơ cho thấy rõ xu hướng muốn trả khách quan lại cho sự vật thì, Hồ Minh Tâm cũng có những bài thơ, tự thân có được cho nó, cá tính. Như một thứ ID / Thẻ nhận dạng. Nhận dạng thơ Hồ Minh Tâm:

"...Ngày hôm qua
cuối ngày đông
em trút hết lòng ra tắm gội
băng rồi sẽ tan thành nước
nước rồi sẽ hoà theo khí trời
để rồi hoá thành giọt ban mai – trên một khóm ban mai -
thạch thảo
nỗi buồn đau dẫu có kết thành băng
em đừng vội xem lòng mình đã thôi nồng nàn nắng mới

ngày hôm nay
đầu xuân
nụ mầm em nâng
ngày lại ngày
cần hơi ấm từ bàn tay em, từ lòng em lan toả
bão giông, lốc xoáy
có thể một lần làm em gục ngã
nhưng chẳng thể làm tắt em
lửa lòng
bởi sự sống nụ mầm
cần em - một mái nhà
cần em - bếp - lửa
là Mẹ
sẽ là Mẹ..."
(Trích "Em, một dấu chấm giữa đời")

Hoặc nữa:

"...số phận là gì thế em
khi phía trước chẳng chịt những lối, những đường
chẳng chịt vân tay - đêm em thường vịn vào cho lý do mất
ngủ
nhưng tiếng thở dài không thể thay được gió
để thổi sạch lòng em những chiếc lá nâu
em
hãy đứng lên và bước về đây
để nghe cùng anh khúc mono từ cây guitar gỗ
chẳng biết những âm thanh ấy thốt lên từ đường vân tay
hay từ dây si, dây mí
từ đâu
thì cũng vậy
(trích " Khúc mono cho em")

Hay:

"ngày- như quan tòa độ lượng chất vấn không cần lời đáp
đêm –ngửa mặt thiên đường rỗng
chỉ tiếng thằn lằn và những đôi cánh lờn vờn
bay
trong từng xó xỉnh
từng dấu xếp đặt
từng khoảng trống đã từng là em...
có đường vân tay chết lặng
lối mòn không còn mòn hơn
ngày không còn lưng áo
vỉa hè cười mặn
quay đi
mình về thôi em
anh cần thêm chút nắng cho ngày cháy, và
thêm chút gió thưa cho đêm buốt
sang cầu lạnh
lỗ tai anh hai tay em cầm như mọi bữa
thời chó ngáp này muốn yêu phải bịt kín tai nhau
đường dài xác chết
vờ như vừa buột miệng: mình về đâu em?..."
(Trích "Hương cũ mình về đâu em")

Tuy nhiên, điều tôi vẫn muốn nhấn mạnh ở đây: Thơ Hồ Minh Tâm là một cõi thơ khó...vào. Nhưng, một khi đã vào được, bạn cũng sẽ rất khó...ra! Đó là một tiếng thơ lưỡng cực. Nó dư khả năng xua đuổi người đọc! Mặt khác, nó cũng thừa ma lực trì, níu tâm trí bạn. Nó lạ lùng ở chỗ bạn sẽ không thấy bạn "bình thường" (hằng ngày) trong thơ Hồ Minh Tâm. Nhưng bạn lại thấy bạn "bất thường" (rất đỗi nhiều khi) trong thơ Hồ Minh Tâm. Nếu cần phải nói thêm một điều gì khác về thơ Hồ Minh Tâm, thưa bạn, tôi xin có lời khuyên rằng: "Bạn không nên đọc thơ Hồ Minh Tâm, khi có việc khác để làm. Bạn chỉ nên đọc thơ Hồ Minh Tâm, khi "quỡn" (cực kỳ "quởn.") Tựa ngày và đêm chỉ là một sợi giây thời gian đốn mạt. Lọc lừa. Khốn quẩn.

Tính lưỡng cực trong thơ Hồ Minh Tâm, với tôi, chính là chìa khóa mở vào cõi thơ đặc thù Hồ Minh Tâm vậy.

(Garden Grove June-2013)

Thơ Hồ Minh Tâm

Linh tinh thế là vừa

1.
mắt đã mòn
những xa xôi đã mất
từ khi tôi nhìn đời bằng con mắt khác
em lòi ra vô vàn sự đẹp đảo điên
chẳng phải của mình...

2.
thần kinh đã bùng nhùng những dây xinh chụm trò tơ gió
lá rụng thờ ơ (không phải thơ)
hoa đêm nở trật ngoài cửa sổ
(rồi chết ở hành lang)
chẳng hiểu vì sao mặt trời thức dậy nhiều khi không đúng giờ...

3
những tiếng bát(bass) thò ra bên ngoài
tiếng ngân nhọn hơn vết cắt
từ khi tôi trám đời bằng lỗ tai người khác
chợt hiểu hơn
cái vỏ ốc và gió chưa từng đủ thì giờ rúc rích cùng nhau

4.
tôi có hai lỗ mũi
mũi trái xoa xuýt thơm tho
mũi phải canh chừng - thẩm tra cái thúi
hình như tôi chưa điều hành chỉ huy được nó
(dù nó đích thị thuộc mình)
thúi thơm ẳm bà lẳng lẳn lộn
thế mới đau !

5.
bốn khổ trên kia tôi quên chấm sau con số
mục năm này sực nhớ ra
- chấm chưa phải là hết
- chấm chỉ để nghỉ ngơi
chấm chỉ như cái nốt ruồi duyên nơi cửa miệng
(cái chấm thanh minh)
(thấy chưa, đố ai bịt được miệng nhau suốt đời...cho nên
chấm chỉ để...như trên)

6.
đã nhớ thì rất khó quên
(cho nên sau số sáu này có chấm)
chấm này không phải nốt ruồi
là chấm nghỉ ngơi
ở tạm dừng, không viết nữa!
(sáng nay linh tinh thế là vừa!)

Bay

khi con chuồn chuồn bay đi
nó để lại đằng sau vết rách mềm lụa gió
cái đá lông nheo xé cửa

nắng lọt chiều hôm
tôi không phải con chuồn chuồn
tôi không biết bay
mỗi ngày đôi chân không dài mấy của tôi hết vấp sỏi to lại va
sỏi nhỏ
mà tỉ dụ tôi bay
hành lý mang theo vô cùng giới hạn
[40 kí miễn phí là cùng !]
biết đâu vịn cớ an toàn mà tôi bỏ lại một phần
tôi
tôi không lãng mạn
tôi không anh hùng
nhưng tôi hơn khùng
tôi biết nhiều thứ còn hay ho hơn cả buồn
sẽ làm tôi biến đi nhanh hơn cái chết
[nói dóc vui thôi, tôi chết lâu rồi !]
tôi chết lâu rồi
vì thế, giờ thì tôi biết bay
cánh tôi không trong veo mỏng tang như cánh chuồn chuồn
mắt tôi ngầu hơn không trong veo như mắt chuồn chuồn
đuôi tôi to hơn không tong teo như đuôi chuồn chuồn
trời tôi cao hơn

...

tôi hơn chuồn chuồn nhiều thứ

...

ví như
vừa bay trên trời vừa đi dưới đất vừa niệm vừa la làng
đù móa
đừng tưởng dễ mù bay!

Hoàng Thượng Dung, thơ,
như những trái đời héo, muộn

Giữa thập niên 1980s, khi sinh hoạt văn học, nghệ thuật của người Việt tỵ nạn còn thưa, vắng, tiếng thơ và những bài thơ phổ nhạc của Hoàng Thượng Dung đã được dư luận đón nhận như chút nắng sớm ấm áp.

Đó là thời gian Hoàng Thượng Dung cho xuất bản thi phẩm *"Em đi sầu ở lại"*; rồi album nhạc cùng tên. Tới nay, có thể nhiều người không nhớ, nhưng ở thời điểm đó thì hai sản phẩm nghệ thuật này, tự thân, đã có được cho chúng, nhiều tiếng vang tốt đẹp.

Cũng ở thời điểm ấy, tôi đã viết xuống vài cảm nhận của mình về cõi thơ, tiếng thơ của Hoàng Thượng Dung, y cứ trên thi phẩm *"Em đi sầu ở lại"*, như sau:

"Như cuộc đời, như con người, thi ca mang tên Hoàng Thượng Dung, đến với đất trời, ở với nhân gian bằng những sầu muộn dịu dàng, nhưng dai dẳng. Bằng những chia lìa đớn đau, mà không thù oán.

"Cõi thơ Hoàng Thượng Dung không mở tới những chân trời thử thách mới, với ngôn ngữ. Cõi thơ Hoàng Thượng Dung cũng không đập phá, không phẫn nộ. Không mang ý nghĩa của những đừng bay khỏi bầu khí quyển của âm vận mà, cõi thơ Hoàng Thượng Dung, là những mũi dao bén ngót, len lách vào cõi thâm sâu, dịu ngọt, ân cần trong xấp, ngửa tình người.

"Cõi thơ Hoàng Thượng Dung vì thế, đã trở nên gần gũi, thân thiết với nhân gian nhỏ bé, với đời sống, trăm cửa, nghìn dòng. Tôi muốn nói, cõi thơ Hoàng Thượng Dung về với và, ở cùng giọt lệ.

"Tôi muốn nói, cõi thơ Hoàng Thượng Dung về với và, ở cùng đêm khuya. Ở cùng sớm mai tan nát. Ở cùng buổi chiều lá rụng. Ở cùng nhịp tim đau nặng. Ở cùng trần thế khôn nguôi muộn phiền.

"Vì thế, cõi thơ Hoàng Thượng Dung đã tựa lời thủ thỉ êm đềm. Tựa một trường khúc bi ai, nhưng không ngậm ngùi, ngậm ngùi... Mà đó là những lời chân thiết, đi ra từ những rung động rộn ràng chân thực...

"Tôi vẫn nghĩ, mỗi trời thơ, mỗi đời thơ, mỗi cõi-giới thi ca là một vương quốc mà, thi sĩ chính là ông hoàng của ngôn ngữ, tư tưởng, hình ảnh. Thi sĩ không chỉ ngồi trên ngai vàng của vần điệu mà, ông ta còn là người ban phát những thương đau / hạnh phúc cho quần thần. Cả một vương quốc thuộc về thi sĩ. Vương quốc thi ca, miền đất bất khả xâm phạm duy nhất, của nhân loại. Phải chăng, đó là lý do khiến Platon đòi tống cổ tất cả các thi sĩ ra hoang đảo, sau khi đã choàng cho họ một vòng nguyệt quế?!?

"Tôi vẫn nghĩ, muốn đến với thơ, muốn ở được cùng thơ, muốn ở được trong thơ, thì yếu tính ắt có và đủ là: Một hồn trong. Một tâm suối.

"Đến với thơ Hoàng Thượng Dung còn khó khăn, còn bị đòi hỏi nhiều hơn nữa. Bởi cõi thơ Hoàng Thượng Dung không chỉ đòi hỏi một hồn trong, một tâm suối - Mà, để ở được với thơ của chàng, để trở thành công-dân-danh- dự trong cõi thơ Hoàng Thượng Dung, nó còn đòi hỏi nơi người đọc một trái tim mẫn cảm. Một trái tim ít nhiều, cũng đã từng rơi, rụng trái thương đau.

"Thơ Hoàng Thượng Dung, như thế đó. Mỗi câu thơ, mỗi vần điệu, mỗi ý tưởng, hình ảnh trong thơ của Hoàng, dẫu có là những lời ngợi ca hạnh phúc đằm thắm nhất, thì đằng sau nó, ở trên nó vẫn thấp thoáng, lung linh, một điều gì! Bất toàn?

"Một điều gì?

"Nếu ta phải phải gọi tên, phải chỉ danh, thì nó chính là sự mất mát!!!

"Đời sống thường không làm thành bởi những hân hoan hôm nay. Đời sống cũng không được làm thành bởi những có được mai sau...

"Mà, ý nghĩa sau cùng của đời sống, theo tôi, là nỗi sợ hãi âm thầm, luôn rình rập ta. Luôn đợi chờ ta trước ngưỡng-cửa-tàn-phai.

"Trong thơ Hoàng Thượng Dung, vô tình hay cố ý, lại vốn đầy rẫy những tàn phai kia; đầy rẫy những mất mát nọ. Đó là một trong những điều người đọc dễ dàng nhận được trong thơ của Hoàng.

"Nên tôi xin bạn, đừng tìm trong thơ Hoàng, những gì khác hơn nỗi tuyệt vọng lên nước tàn phai đời, kiếp..."

Lê Nguyên Tịnh, người góp lửa cho quảng trường thi ca Việt

Tiếng thơ Lê Nguyên Tịnh xuất hiện trên văn đàn hải ngoại chỉ vài năm gần đây. Nhưng định mệnh đã mỉm cười với ông, ngay tự những dòng thơ đầu - Cụ thể, thi phẩm *"Thơ Quế Hương"* của họ Lê, xuất bản năm 2010. Nói cách khác, văn giới đã chào đón ông, không chỉ như một làn gió mới mà, còn như một người góp lửa nơi quảng trường thi ca, sau nhiều năm thất lạc.

Những ngày qua, cũng với bìa, phụ bản của hai họa sĩ Đinh Cường và, Nguyễn Đình Thuần, họ Lê đã gửi vào cõi-giới thi ca Việt hải ngoại, thi phẩm thứ hai: *"Dấu chân của gió"*. *"Dấu chân của gió"* như một thực chứng thêm, cho chỗ đứng Lê Nguyên Tịnh: Một tiếng thơ xây dựng trên những khai đường mới mẻ của chữ - Và, những chao chát tầng cao hình ảnh ưu, mị.

Mỗi bài thơ, ở thi phẩm này, hiện ra như một thúc bách, cật lực đi tới; vượt qua những giới hạn bến, bờ tư duy, rung cảm mòn. Nhẵn.

Những con chữ trong thơ Lê Nguyên Tịnh, đã không còn là những con chữ hiểu theo nghĩa chu toàn nghĩa vụ diễn đạt. Mà, chúng còn là những sinh vật có được cho chính chúng, những thao thức riêng. Cũng có thể ví, chúng như những hòn than cháy phỏng thịt-da-cảm-xúc.

Đánh giá cõi-giới thi ca Lê Nguyên Tịnh, ngay nơi những trang đầu trước khi bước vào thế giới *"Dấu chân của gió"*, nhà thơ Hoàng Ngọc Tuấn viết:

"...khi bắt đầu nghiệp viết, đa số nhà thơ mong muốn đạt được sự "định hình phong cách". Đó không phải là một điều dở. Tuy nhiên, điều rất dở là sau khi đã "định hình" một phong cách nào đó, nhà thơ bám chắc lấy nó để ăn mòn suốt cả quãng đời còn lại. Một nhà thơ, như một nghệ sĩ sáng tạo đích thực, thì không phải là một người mãi mãi ăn bám vào một phong cách, dù đó là phong cách mà chính mình đã tạo ra. Nhưng trút bỏ một phong cách đã "định hình" để tiếp tục sáng tạo những phong cách khác lại là điều rất khó khăn. Khó khăn, vì quán tính của lối viết. Khó khăn hơn nữa, vì phải thực hiện một hành trình mới, từ đầu, và chưa biết mình sẽ đi về đâu. Vâng, rất khó khăn, nhưng đó chính là sự thử thách đối với ý chí sáng tạo.

"Nhà thơ Lê Nguyên Tịnh không sợ sự thử thách này. Tập thơ Dấu Chân Của Gió khác hẳn với những tập thơ trước của anh. Với Dấu Chân Của Gió, Lê Nguyên Tịnh dứt khoát bước vào một hành trình mới. Anh để lại sau lưng hàng trăm bài thơ mang dấu ấn "Lê Nguyên Tịnh", trong đó, rất nhiều bài đã được các nhạc sĩ phổ thành ca khúc, được nhiều người hát, nghe, và nhớ.

Với ý chí của một nghệ sĩ sáng tạo, Lê Nguyên Tịnh không chịu an vị. Anh tiếp tục lên đường. Trong hai năm qua, Lê Nguyên Tịnh đã không ngừng cho ra đời những bài thơ với phong cách mới. Hơn 100 bài thơ trải dài từ đầu năm 2011 đến nay, và trở thành tập thơ Dấu Chân Của gió..."

Phần cá nhân mình, trong "Vài lời cảm tạ", Lê Nguyên Tịnh nói: "Tôi bắt chước câu nói của Wayne W. Dyer: Không có con đường nào đến hạnh phúc, vì hạnh phúc chính là con đường. Không có con đường nào đến với thơ, vì thơ chính là con đường vô tận. Tôi là khách lữ trên con đường ấy. Đam mê và cô đơn. Dấu Chân Của Gió ra đời để kỷ niệm một chặng đường. Ngắm bầu trời lung linh những vì sao. Và bí mật của bóng tối."

Tôi vẫn nghĩ, bóng tối chỉ là mặt khác của ánh sáng. Từ đó, tôi cũng tin, bạn đọc sẽ tìm thấy phần ánh sáng đâu đó nơi những *Dấu chân của gió* của Lê Nguyên Tịnh.

Dưới đây là mảng trời thơ Lê Nguyên Tịnh, như những bước đi tới quyết liệt về phía cái mới của thi ca Việt, hôm nay.

Thơ tình

Anh như con sâu
ăn hết lộc non
trên thế gian này
dù những chất độc
mùa xuân có thể
giết chết anh

như con chim
anh hót đến vỡ
lồng ngực
và chiếc gai nhọn

sẽ đâm thủng tim anh

anh đo bước
như con ốc sên
mỗi đêm từ
chỗ ẩn trú cô đơn
của anh
đến bầu trời
rực rỡ của em

là một tù nhân
anh ca hát
và hít hết không khí
của vũ trụ
vào hai phổi
vốn thiếu dưỡng khí
từ lâu

như một tín đồ
anh tôn thờ
tình yêu như
một vị thần

Tình yêu

Tình yêu như con ong mang
bụi phấn từ nhụy hoa
này sang nhụy hoa khác
những buổi trưa
những đêm khuya dài ra
những vì sao sáng hơn
chờ đợi trên bầu trời đêm
bí ẩn phong nhiêu huyền thoại

tình yêu làm cho những
chiếc lá vàng biết đau
ta gọi đó là linh hồn
những kẻ cô đơn
mạch máu rạo rực
như rễ cây trong lòng đất

tình yêu nâng cánh chim
bay lên bầu trời mơ mộng
lửa ấm và thiêng liêng
trong mùa đông
chiếc đàn ghi-ta ngân lên
âm thanh kỳ diệu như trái tim

tình yêu làm cho hạt mầm
chiến thắng sự chết
hai khoảng trống hòa hợp
giây phút hiện tại
trở thành vĩnh cửu

New year's resolutions 2015

Tặng Uyên Nguyên và Chim Hải

Mang yếu tính của lửa
đốt cháy những nỗi bất an
những nỗi buồn, những nỗi tuyệt vọng
như những nghi lễ

mang bản năng của vị thần sáng tạo
để mỗi giây phút trong năm mới
chuyển hóa những nỗi chán chường
thành những buổi liên hoan của sự chết

371

mang yếu tính của rượu
để mỗi giây phút lên men và say bất tận
như sự tự hủy thơ mộng

mang yếu tính của thơ
để tiên tri về sự giải thoát cho thời gian
trong mỗi khoảnh khắc của đời sống

luôn luôn chuẩn bị cái chết một cách khôn ngoan
bằng cách viết chúc thư thường trực cho sự chết.

Lê Phương Châu,
một đời thơ
gập ghềnh nắng, gió

Với cá nhân tôi, dường như Lê Phương Châu không có một chọn lựa nào cho mình khác hơn, chọn lựa ăn ở với thi ca? Như chọn lựa ăn ở thủy chung một đời với tình yêu lớn.

Khởi từ thuở còn cắp sách tới trường, bậc trung học, những năm, tháng ở thành phố biển xanh, cát trắng, sau bao nhiêu thác ghềnh thế sự, đời riêng, tôi thấy dường những con chữ, hình ảnh trong lộ trình sinh mệnh đời-thơ Lê Phương Châu càng lúc càng lấp lánh hơn. Phải chăng đó là những lấp lánh kết tinh tự những vực sâu bất hạnh? Hay những khổ đau như máu thấm sâu lòng đất, để từ đấy, thơ như tiếng kêu thương của con chim lẻ bạn, bơ vơ giữa hư không lồng lộng bi ai, bật lên tiếng hót khác? Những tiếng hót trầm thống / bao dung bay dọc dặm trường lịch sử đất nước lênh đênh?

Tôi không biết! Tôi nghĩ chính tác giả "Một Khắc Trăm Năm" cũng không có được câu trả lời minh bạch, chính xác.[1] Đó là phần bí ẩn, mặt khác của định mệnh. Cũng tựa những bí ẩn, mặt khác của những câu thơ mang tên Lê Phương Châu. Như:

"...người về thấy mặt nhau
"chuông treo khúc nhiệm mầu
"mưa lạc đường cơn dông
"nắng phơi bờ cỏ cháy
"thơ say mùa trúc đông
"hàng ghế đá giá băng
"tôi ngàn năm ở đậu..."

Hoặc thê thiết mà cũng cực kỳ chân thật (cái chân thật thường thấy nơi tâm thái một người nữ nhạy cảm, cô đơn):

"cánh bèo trôi phương nào
"phương tôi dòng sông cạn
"còn một nửa vầng trăng
"bên kia dòng sông cạn..."

Thảm kịch lớn nhất nơi đời sống của mỗi con người, mỗi chúng ta, theo tôi, là tính lá lay của định mệnh. Nhưng, phải chăng, với tác giả "Một Khắc Trăm Năm" thì, bản chất lá lay của định mệnh, vốn như chiếc bóng bất phân ly đời mình? Nên Lê Phương Châu đã dành cho định mệnh lá lay kia, một tâm lượng lớn? Tôi muốn nói tâm lượng của một nhà thơ, hiểu tận cùng mỗi sinh phần, chỉ là một xuất hiện ngắn ngủi, phù du, vô nghĩa trước vô thỉ vô chung đất trời:

---

1 Du Tử Lê, Tựa cho thi phẩm "Một khắc Trăm Năm" thơ Lê Phương Châu. Tr. 7, 8, 9 &10. Tác giả xuất bản, California, tháng 8-2013.

"dấu xưa cuồng rối tóc
"phố khuya buồn thâu đêm
"gửi tình nhân sáng sớm
"gửi ta đường mây hoang
"trái tim hồng độ lượng
(...)

"sân ga đời mỏi trông
"đèn bão mờ sương giăng
"bài du ca vô tận
"trôi - trôi vào mênh mông."
(Trích "Thắp Nến Đông Về")

Tuy nhiên, không phải thi sĩ nào cũng có được cho mình cái tâm thái thi sĩ, như ta thấy trong thơ Lê Phương Châu. Tôi muốn nói, đằng sau những tiếng kêu bi thương lẻ bạn, là khoảng lặng tịch mịch của vô thường. Và, hạnh phúc thay cho tác giả *Một Khắc Trăm Năm"* khi cô cảm nhận được tính vô thường vạn vật. Để từ đó, Lê Phương Châu tự mở lấy cho mình, cánh cửa an nhiên:

"nhịp sống trầm luân - ta cứ bước
"quá khứ quên rồi - cánh nhạn bay
"tương lai đâu biết - vòm mây nhạt
"ung dung hít thở - ngắm chiều nay."
("Bình Thường")

Và nghe được:

"mưa ném đá cho dòng sông vỡ tiếng
"đêm thì thầm – núi tĩnh tịch kề vai
"màu thương cảm – hoa cúc vàng đơm đọt
"nghe đất mềm mở ngực đón sương mai!"
(Trích "Hoài Thu").

Hơn thế, tác giả *"Một Khắc Trăm Năm"* còn gửi đời, gửi người *"Lời Cảm Ơn Thật Thà"* của cô:

"cám ơn đời cho tôi
"đôi mắt nhìn khép mở
"cám ơn lời dịu dàng
"vần thơ tôi hoa nở

"cám ơn người nhìn tôi
"trái vàng hong nhịp thở
"cám ơn em - vườn khuya
"tôi dìu tôi thong thả".

Trên đây, không chỉ là những câu thơ đậm tính tự tại, nhuốm hương thiền mà, chúng còn là những câu thơ đẹp, trong đời-thơ Lê Phương Châu - Một đời thơ... gập ghềnh nắng, gió. Trăm năm."

Từ một góc độ khác, trong phần "Bạt" của thi phẩm *"Một Khắc Trăm Năm"*, nhà thơ Nguyễn Lương Vỵ viết:

"...Thơ Lê Phương Châu không ồn ào dậy sóng mà hiền hòa như những ngọn gió điền dã, giọng thơ như lời độc thoại với chính mình, 'mình tôi khêu bấc đèn dầu / phút giây ẩn hiện sắc màu cao nguyên...' Thơ, với Lê Phương Châu như một ân sủng của trời đất, 'một câu thơ nghiền ngẫm mãi chưa rời/đêm sắp thẳng hàng – thuyền vọng viễn khơi /đất nứt nẻ chôn vùi chữ nghĩa / vẫn chút nắng vàng - vẫn có tôi!' Thơ, với Lê Phương Châu như một niềm tín mộ, 'lắng nghe trong chữ nghĩa/ vô vàn ý thơ rơi/ nhặt ba hồn chín vía/kết sợi thơm dâng đời!' Sợi Thơm ấy, khởi đi từ cội nguồn tinh mật của kiếp người là tiếng nói? Tiếng nói trong trẻo, trong veo nhất của kiếp Người là Thơ? 'đội mưa mùa thu tím tái /lung linh tiền kiếp trổ hoa 'man mác suối mơ xanh lục/ ngập đôi bàn chân đi qua!'

"Thơ Lê Phương Châu hiền hòa nhưng chất ngất hoài niệm, chiêu niệm,'đã qua rồi bão lửa chiến chinh/ mất còn ai như bóng tượng hình/ mắt rủ vọng âm – hồn chiêu niệm/ hồng chung thức tỉnh lưới vô minh...' Nỗi chung và niềm riêng khôn nguôi, 'thần thờ đếm bóng thời gian/ thương giòng nước bạc - nhớ tràn điêu linh/về đây - cát bụi thâm tình/ long đong muôn hướng có mình có ta/ trăm năm hội ngộ cũng là/ chuyến đò dang dở - ánh tà dương soi/ một dòng trôi – một dòng trôi/ chiều nay gió cuốn trên đồi thinh không/ rất xanh một bóng trăng lồng/ rất nhiều chiêu niệm trong vòng tay ôm.' Thơ Lê Phương Châu hiền hòa nhưng không bi lụy. Phải chăng người-thơ đã 'thức tỉnh lưới vô minh?' Có chút gì tưởng tiếc dẫu rằng trong tỉnh thức, 'ánh sáng vô tâm đồi cỏ cháy/ đầy vơi tay níu lại ân tình/ biệt xứ - cũng đành thôi gió tạt/ cũng đành tiếng khóc giữa vô minh'

"Thơ Lê Phương Châu hiền hòa nhưng vẫn ẩn dấu nét đẹp cổ điển, vững vàng, tài hoa về thi pháp:

ta biết tìm em ở hướng nào
tình say ý mộng ngỡ chiêm bao
mưa rơi gác vắng - trăng mờ khuất
nắng rụng thuyền khua - sóng gợn chao
thấp thoáng ai qua choàng lụa tím
mơ hồ kẻ ở ngóng trời cao
Đông Tây Nam Bắc - phương em đó
thế nhé mai sau một tiếng chào!
(Phương Nao)

" 'em', 'phương em' theo người-thơ bộc bạch tâm sự, đây là cuộc truy tìm bản ngã của chính mình trong những đêm tĩnh tọa giữa tịch mịch hư không. Tiếng-chào-tri-ngộ ở cuối chặng đường sinh tử há chẳng phải là niềm hoan lạc đấy sao?! Tiểu ngã trùng phùng đại ngã! Cuộc-trở-về với bản lai diện mục chính là niềm khát khao vô hạn của người-thơ. Còn niềm hỉ lạc nào hơn! 'cám ơn đời cho tôi/ đôi mắt nhìn khép mở/ cám ơn lời dịu dàng/ vần thơ tôi hoa nở/ - cám ơn người nhìn tôi/ trái vàng hong nhịp thở/ cám ơn em – vườn khuya/tôi dìu tôi thong thả.' Đó là Lời Cám Ơn Thật Thà của người-thơ. Thơ đã vượt lên chữ-nghĩa-ý-tứ-thipháp, chỉ còn lại trái vàng hong nhịp thở, nhịp hôn phối kỳ diệu của hiện-tiền-không-thời-gian. Đó cũng chính là sự kỳ diệu của Thơ!..."[2]

Tôi xin mượn dòng chữ cuối cùng kể trên, của nhà thơ Nguyễn Lương Vy để khép lại bài viết ngắn về thơ Lê Phương Châu, một tiếng thơ vượt được chính mình.

Calif., 13 tháng 8-2013

---

[2] Nđd. Tr. 114, 115 & 116.

Những mũi khoan ý thức, đau đớn trong thơ Miên Di

Càng lúc, tôi càng vững niềm tin: Là người Việt Nam, ai cũng làm được thơ lục bát.

Chính tính phổ cập...đại trà này mà, với những nhà thơ có ý thức đã ngưng hẳn, hay thảng hoặc mới trở lại với lục bát, nếu không tìm được điều gì mới, cho lục bát của mình.

Tiếc thay, tôi cũng biết có nhà thơ biến lục bát thành một trò chơi hay, món quà trao đổi khi cần đến... Thậm chí ông (hay bà ta) chỉ cần một ngày thôi, đã có thể viết đầy một tập vở học trò năm chục, một trăm trang, nhiều chục bài lục bát, để trả một ơn nghĩa nào đó!

Khoan nói tới ý tưởng, chỉ ở lãnh vực căn bản là hình ảnh và chữ nghĩa thôi, những "bó" lục bát đó, không hề có một giá trị gì, ngoài tính tùy tiện của những tác giả mượn lục bát đền đáp ơn nghĩa!

379

Sự thực, chính vì tính quá dễ để viết một bài lục bát mà, lục bát lại trở thành một thể thơ khó làm nhất. Nếu muốn đó là một bài lục bát ra hồn...lục bát.

Lịch sử thơ lục bát theo tôi, được định hình và, đẩy thể thơ này tới đỉnh cao nhất là Nguyễn Du, với "Đoạn Trường Tân Thanh" - Dạng chuyện kể. Nối tiếp truyền thống lục bát kể chuyện của Nguyễn Du, là Nguyễn Bính, người học trò tài hoa, gần cận với thời đại chúng ta, sau Nguyễn Du.

Tới thời Huy Cận (cũng nên kể thêm Hồ Dzếnh...) đã làm một cuộc "cánh mạng xanh" cho lục bát. Đó là thứ lục xóa bỏ vai trò kể chuyện, để lục bát có thể bay tới những chân trời cảm thụ tinh khôi. Mới mẻ. Lục bát ở thời kỳ này, được xây dựng trên căn bản hình ảnh nối tiếp hình ảnh hoặc, hình ảnh kêu gọi (liên tưởng) tới những hình ảnh thuận / nghịch khác.

Cả hai hình thái lục bát này, đến nay, vẫn còn như hai vòng kim cô, chi phối một số người làm lục bát.

Vẫn theo ghi nhận của tôi thì, cách này hay cách khác, nhiều nhà thơ trẻ hôm nay, có ý thức, đã thoát khỏi vòng kim cô "Đoạn trường tân thanh"; thậm chí Huy Cận, Hồ Dzếnh, một cách khá tỉnh táo.

Nhưng, cũng tới hôm nay, tôi chưa thấy một nhà thơ trẻ nào, chẳng những đoạn tuyệt với hai vòng kim cô trên mà, còn tổng hợp được hai phạm trù lớn, là cái đẹp của lục bát và, thực trạng bẽ bàng nhân thế, đời thường như lục bát Miên Di:

"con sông hỏi chuyện con đường
"quanh co với những vết thương ổ gà
"- cuối đường có biển không ta?
"- biển của bọn tớ chính là bùng binh."

Hoặc nữa:

"này con kiến nhỏ loay hoay
"đừng tưởng chỉ mỗi mình mày quẩn quanh."

Với tôi, lục bát của Miên Di không còn là những "ngập ngừng mép núi quanh co / lưng đèo quán dựng, mưa lò mái ngang..." (H.C.) Hoặc những "đâu hình tàu chậm quên ga / bâng khuâng gió nhớ về qua lá dày" (HD). Mà mỗi câu thơ của ông, đã như một mũi khoan đau đớn, khai quật những túi-dầu-bày-đàn-vô-thức:

"đười ươi lặng lẽ ngắm chiều
"nỗi buồn tiến hóa thành điều quạnh hiu"
(Miên Di, "Quạnh hiu")

Tôi muốn nói, khởi tự ý thức, đau đớn, các mũi khoan trong thơ Miên Di đã tới được những hố đen, nơi đáy sâu ung thư của sinh vật mang tên con người!

Lục bát của ông luôn là những cảnh báo thống thiết. Những hồi chuông lai tỉnh. Nhức nhối nhiều tra vấn thân phận:

"thử vào bệnh viện ngày đông
"để nhìn vào cuộc chưa xong giật mình
"một vài mầm khóc sơ sinh
"dăm ba tiếng cú tâm linh gọi về.
(Trích "Thử")

Bằng vào những mũi khoan khai quật những túi-dầu-bày-đàn-vô-thức, Miên Di cũng đem tôn giáo ra khỏi cõi hư, huyễn, để đối chiếu với mặt bên kia (thực tại) của niềm tin:

"nẻo người gần quá hóa xa
"quen đi lối khóc ngại qua ngõ cười"
(...)

"Bồng lai tiên cảnh xa xăm
"trời cao chắc cũng âm thầm xanh thôi"

(Trích "Thử")

Tôi thấy không thể không nói ngay rằng, tôi rất thích những câu thơ như những tiếng hú khẩn thiết của con sói cô đơn giữa đất, trời:

"ai còn trong giấc mộng ma
"ta là thân thể hay là vong linh"
(Trích "Thử")

Hoặc:

"ai để lại nỗi buồn câm
"cái im lặng khiến chỗ nằm bão giông.
(Trích "Bao nhiêu buồn một dung nhan")

Trong thư riêng cho chúng tôi, nhà thơ Trịnh Sơn có một ghi nhận ngắn về thơ Miên Di như sau:

"(Thơ Miên Di) có gì đó hao hao Bùi Giáng, nhưng lại không phải Bùi Giáng. Một tâm lý bất an và thương tổn. Thương tổn đến nỗi không còn thấy sự tổn thương. Thiền động."

Tôi cố tìm nhưng không thấy chút gì đó "hao hao Bùi Giáng, nhưng lại không phải Bùi Giáng..."

Tôi chỉ thấy thơ Miên Di trước, sau chói gắt một ý thức nhân quần. Một nỗ lực tách lìa bản thể khỏi hôn trầm cuồng lưu dòng sống. Để từ đó, con người có thể ngẩng mặt, đối diện, độc lập với thần linh.

Ngay cả những thể thơ khác, Miên Di cũng đau đớn dơ cao dương-bản-nhân-sinh, hôn ám thời đại:

"ngổn ngang nhu yếu phẩm tín ngưỡng
"có thể chọn món đức tin quá đát, xài rồi...
"thời hạnh phúc thặng dư hay nỗi buồn khủng hoảng
"từng con dế bị cầm tù trong hộp diêm thế sự
"đấng quyền năng lạ hoắc sáng tạo trần gian bằng những
vuông đất đỏ

"từng vỏ người mang khuôn mặt iphon."
(Trích "Tâm hồn mã vạch")

Hoặc nữa:

"ngầu ngầu nhìn vợ ở đợ thằng chồng đêm tồng ngồng thở dài sườn sượt
"tức rực nhìn nhỏ em hẩm hiu với cái thằng vớ va vớ vẩn
"tiên sư chai rượu
"uống còn
"lại hết
"cởi quần vắt vào quá khứ
"gác cẳng tương lai..."
(Trích "Nấc cụt")

Tuy nhiên, tôi rất hân hoan với hai chữ "thiền động" mà họ Trịnh đã dành cho thơ Miên Di.

Đã đành, căn bản của Thiền là tĩnh lặng. Là đoạn, lìa cái mà thuật ngữ Thiền gọi là "tâm viên, ý mã".

Nhưng, theo tôi, thi ca tự thân cũng là một dạng Thiền. Xa hơn, thơ cũng có thể là một thứ tôn giáo (Saint-John Perse). Vì thế, tôi cho, Trịnh Sơn đã không thể mẫn cảm hơn, khi ghi nhận thơ Miên Di là một thứ "thiền động" - Cảnh giới riêng của Miên Di. Mặc dù, khi viết:

"thử làm một chuyến xe đông
"đi không để đến và không để về"
(Miên Di, trích "Thử")

Tác giả đã cho thấy mức độ thức-ngộ của mình, khi xóa bỏ tính bất nhị: Không phân biệt đi / về. Đúng / sai. Thành / bại. Còn / mất. Gặp gỡ / chia lìa....

Sự không còn "đối đãi" để trở về nhất nguyên, trong thơ Miên Di, nói cách khác, cũng chính là sự trở về Cõi-Một của thi ca. Của tác giả này vậy.

M iên Di, dăm bài thơ

Bạn

nhiều lúc tưởng chẳng còn ai là bạn
loay hoay đành phải gọi chính tên mình

ừ thì sống ai mà chẳng khổ
kẻ khổ tiền
người khổ chuyện công danh

mày có nhớ cái thằng hay ghẹo gái...
lấy cô bé tao yêu
giờ nằm lạnh lẽo trên đồi
thương vợ nó mà tao không dám tới
sợ bạn mình sau cái chết vẫn còn đau

đời vậy đó!
dài bao nhiêu cũng ngắn
có thương nhau đôi lúc phải lạnh lòng
biết bạn khổ mà không đành giúp
vì mẹ tao còn khổ gấp trăm lần

ừ vậy đó !
nhiều khi như người cụt
dù hai tay vẫn quần quật với thường ngày
bạn bè vắng nhau cơn hoạn nạn
vì tối về còn phải bế con
vì phải sống như thằng chết nhát
vì phải hèn để tròn bổn phận làm cha

tao vẫn nhớ cái thằng nhiều khát vọng

mớ ước mơ dễ phủ được thế thời
giờ phụ vợ bưng nỗi buồn trong góc bếp
thương nó cái nhìn vẫn khao khát như xưa

đám bạn mình cũng có đứa làm quan
cũng xông xênh
cũng người đời nể sợ
vậy mà vẫn thấy thương đời nó
bà Sáu, chú Tư ngày nào cũng chửi
đồ đẽo lương tâm để vừa với chỗ ngồi

rồi có đứa anh hùng nộp thuế
bỗng hóa tội đồ khi lỡ chuyến kinh doanh
chết giữa chiến chinh có sử xanh làm bia mộ
chết giữa thương trường tù ngục ghi danh

nhiều lúc tưởng chẳng còn nhau là bạn
tao với mày chỉ là bữa cà phê
vài ly rượu dốc nỗi buồn cho cạn
không sao đâu!
mày hãy làm bạn với chính mày
tao cũng thế
còn chính tao là bạn
hiểu cho nhau điều này
để còn là bạn của nhau.

Thử

một ngày thấu hiểu mây trôi
cao xanh cũng chứa tả tơi trong lòng

thử làm một chuyến xe đông
đi không để đến và không để về

thử làm thú giữa hoang khê
động tình tru thót cơn mê kiếp người

thử bỏ mình lại ven trời
như đôi dép kẻ trầm trôi xuống dòng

thử vào bệnh viện ngày đông
để nhìn vào cuộc chưa xong giật mình
một vài mầm khóc sơ sinh
dăm ba tiếng cú tâm linh gọi về
ngổn ngang thân thể gây tê
còn bao người sống hôn mê ngoài đời

thử nghe một tiếng chuông rơi
ngày như tiếng mõ rã rời chậm mau
ai cười rách cả cơn đau
câu kinh an lạc mà sâu thẳm buồn

thử dừng một nhịp luôn luôn
thử quên cho lạc con đường đã quen
thử làm một kẻ bệnh hen
để bên hơi thở như bên món quà
nẻo người gần quá hóa xa
quen đi lối khóc ngại qua ngõ cười
đôi khi hạnh phúc cũng lười
đôi khi chưa đếm đến mười đã trăm
bồng lai tiên cảnh xa xăm
trời cao chắc cũng âm thầm xanh thôi
bên trong cái sự mười mươi
vài con sâu nhỏ nằm cười héo hon
kén lòng nhấm cải đắng non
có buồn cũng phải buồn ngon mới buồn

thử mang cả chợ bán buôn
vào tu một chốc nghe chuông cõi thiền
thử cảm ân đáng vô biên
ban cho thức ngủ còn liền vào da
còn ai trong giấc mộng ma
ta là thân thể hay là vong linh

Vai trò thi-nhãn
trong thơ Ngô Tịnh Yên

Với bút hiệu Mimosa, Trà My... trong quá khứ, nhà thơ Ngô Tịnh Yên tên thật Ngô Thị Tuyết Trinh tham gia sinh hoạt thi ca rất sớm, tự những năm còn ở Saigòn.

Tuy nhiên, phải đợi tới đầu thập niên 1990s thơ Ngô Tịnh Yên mới được nhiều người biết tới và yêu thích. Nhất là khi một trong những bài thơ của cô được nhạc sĩ Trần Duy Đức soạn thành ca khúc, bài "Nếu có yêu tôi" thì tiếng thơ Ngô Tịnh Yên lại càng vang dội xa, rộng hơn nữa.

Trong một bài viết về Thơ Ngô Tịnh Yên, nhà thơ Luân Hoán (hiện cư ngụ tại thành phố Montreal, Canada) ghi nhận:

"Đọc lục bát Ngô Tịnh Yên, thi sĩ Nguyên Sa tìm thấy người họ Ngô đang lần tay gõ qua các cánh cửa : ngày, đêm, tình yêu, cuộc đời... mọi cánh cửa đều đóng i m. Ngoại trừ, khi nàng 'gõ nhẹ nhàng, cánh cửa Thơ mở tức khắc và lớn rộng .' Dĩ nhiên (cũng theo Nguyên Sa), nàng thơ 'bước vào thế giới thơ qua cánh cửa lớn, rộng mở' này. Thi sĩ Nguyên Sa còn nồng nàn giới thiệu với chúng ta những ngôi nhà thơ mới do Ngô Tịnh Yên xây cất: 'gồm toàn những đại sảnh , những thâm cung và cả những hành lang đầy ắp những cảm xúc sống động tình yêu, tình đời, cảm xúc, suy tư, kiến trúc và trần thiết với những kỹ thuật ở những cao độ của kiến trúc thơ và nhìn xuống từ đó, là sâu thẳm bất ngờ.'

"Còn tôi?

"Sau khi đọc thêm những nhận xét của Nguyễn Dũng Tiến , Thiên Nga, Ngọc Anh viết về lục bát Ngô Tịnh Yên tôi dịu dàng đặt thi tập 'Lãng mạn năm 2000' lên mặt gối, rồi thong dong ra đứng ngoài mái hiên.

"Mùa thu vừa trở về , đang nghiêng vai chào Montréal bằng những vụn gió lành lạnh Hôm nay, buổi sáng trời mưa buổi chiều trời nắng, buổi trưa trời mù. Nên tôi cũng vẫn là tôi, đứng loanh quanh ngõ, rồi lui vô nhà. Đang bước đến gần con Hồng Yến định cho nó tắm, thì trực nhớ đến Ngô Tịnh Yên , tôi trở lại với '*Lãng Mạn Năm 2000*'. Hai bức chân dung làm phụ bản là hai bài thơ tôi đọc trước tiên. Nụ hồng trên cánh ngực trái và nụ nốt ruồi trên cánh môi như đang nói với tôi một điều gì Có lẽ, có thể. Tôi chiêm nghiệm hai bài thơ một cách vô phép rồi gấp sách lại . Rồi mở ra trong cung cách ngày xuân bói Kiều.

"Trang 19, giới thiệu cùng tôi một tâm cảnh sâu nhẹ đầy thích thú, mời các bạn cùng xem với tôi:

Tôi nằm
chết thử nửa giờ

nghe ba mươi phút bỗng ngơ ngẩn dài
Tôi nằm
chết thử một giây
nghe sáu mươi khắc mà thay đổi lòng
Tôi nằm
chết thử một hôm
nghe hăm bốn tiếng không còn một ai
Tôi nằm
chết thử nào hay
chiều tang nghi quán lạnh dài khói hương'

"Thơ là một nguồn ngôn ngữ có mùi hương . Một mùi hương biết thở. Nếu quả đúng là Thơ.

"Năm mươi sáu chữ của Ngô Tịnh Yên đang thở xoáy vào lòng tôi những thao thức, rạo rực, chợt như vui mà ngâm ngấm buồn. Cái hơi thở của Tịnh Yên như một luồng gió cuốn , đủ sức rủ rê những người mê làm thơ bước theo gót thơ của nàng. Trong đầu tôi bồng bềnh hai chữ 'tôi nằm..' Tôi tưởng chừng như sắp viết ra những câu lục bát Rất may, chỉ mới lặp lại 'tôi nằm chết thử...' rồi thôi.

"Nhan sắc lục bát Ngô Tịnh Yên , theo tôi, không quá lộng lẫy, nhưng cái duyên của nó vô cùng Luận về cái duyên, cũng theo tôi, một người con gái có nhan sắc rực rỡ chưa đủ. Nàng phải để huề có những nét mặn mà, đậm đà, gợi, mở được tình cảm của người nhìn ngắm, mới thật đáng yêu, đáng mê. Thơ cũng vậy, nhất là thơ lục bát. Và lục bát của Ngô Tịnh Yên có được uyên nguyên căn bản này..." (Theo Wikipedia Mở)

Đúng như ghi nhận của nhà thơ Luân Hoán, *"Lục bát năm 2000"* của Ngô Tịnh Yên, xuất bản năm 2002, đã đem họ Ngô ra khỏi hàng ngũ những người nữ làm thơ cùng thời. Lục bát Ngô Tịnh Yên qua thi phẩm này, cũng đem lại cho họ Ngô một vị trí riêng. Một chỗ ngồi khác.

Qua trích đoạn trên, chỉ gồm 8 câu, nếu để ý, chúng ta sẽ thấy mở đầu mỗi 2 câu lục bát của mình, Ngô Tịnh Yêu đã lập lại 4 lần hai chữ "tôi nằm"! Với những người có hiểu biết về kỹ thuật làm thơ thì hai chữ "tôi nằm" của Ngô Tịnh Yên là "thi-nhãn", soi rọi đường đi của bài thơ cho tới lúc kết thúc.

Nói cách khác, thi-nhãn đóng vai trò dẫn, dắt bài thơ từ lúc khởi đầu cho đến khi chấm dứt bài thơ ấy, trên sân khấu trước khán giả (người đọc).

Thi-nhãn không nhất thiết chỉ là hai chữ! Nó có thể là một chữ hoặc một cụm từ. Thậm chí, thi-nhãn cũng có thể là nguyên một câu thơ được lập đi lập lại, như sự lập lại nguyên câu thường thấy trong ca từ của ca khúc.

Ở Ngô Tịnh Yên, cho thấy cô thường sử dụng loại thi-nhãn hai chữ hay một chữ; ít khi nhiều hơn, thí dụ:

Bolsa mưa ít, nắng nhiều
Buổi sáng tổ quốc, buổi chiều quê hương
Bolsa cũng rán tròn vuông
Vương thì tội mà đi thương thế nào
Bolsa túi đựng vàng thau
Trắng đen lẫn lộn nói đâu thành lời
Bolsa bùng nổ một thời
Giọng ca Tuấn Vũ, tuyệt vời Linda

Thi nhãn trong bài thơ này của Ngô Tịnh Yên là danh từ hoặc địa danh *"Bolsa"*.

Họ Ngô không phải là người đầu tiên đem tên gọi *"Bolsa"* vào trong thơ. Nhưng, với tôi, cô là người đầu tiên đem được tên hai ca sĩ rất phổ cập thời đó, là Tuấn Vũ và Linda (tức Linda Trang Đài) vào lục bát của mình.

Ở điểm này, tôi cho nhà báo Mặc Lâm, trong một chương trình phát thanh viết cho đài RFA đã khá tinh nhậy khi ghi nhận:

"...Nhà thơ Nguyên Sa có lẽ là người yêu Tuấn Vũ nhất. Ông có những kỷ niệm ngọt ngào đối Tuấn Vũ và không ngại ngần gì khi viết những câu khen tặng hết lời chàng trai này. Ngô Tịnh Yên cũng có duyên với nhà thơ Nguyên Sa khi những ngày đầu tiếp xúc với ông. Lục bát của Ngô Tịnh Yên đã làm Nguyên Sa chú ý và từ đó cô trở thành thân thiết với nhà thơ hơn:

"Nguyên Sa cũng là tình cờ hạnh ngộ của Ngô Tịnh Yên. Không phải là giúp nhưng ông khuyến khích rất nhiều. Không hiểu sao ông đồng cảm với lục bát của Ngô Tịnh Yên như vậy. Thơ lục bát của ông rất là ít, ông chuyên về tự do. Ông không thể giải thích tại sao ông nhìn được dòng thơ lục bát của Ngô Tịnh Yên mà ông đồng cảm. Những câu thơ nào dở ông thẳng tay bảo bỏ đi chứ không bao dung chút xíu nào hết. Ngô Tịnh Yên rất may mắn, tập thơ Lãng mạn năm 2000 của mình được ông khuyến khích, xem và viết lời tựa. Đó là lời tựa cuối cùng trước khi ông qua đời.

"Gió đem sợi tóc chẻ hai
Mưa chẻ những giọt ngắn dài vấn vương
Tình yêu chẻ những vết thương
Biệt ly chẻ những con đường lá bay
Hoa hồng chẻ mấy nhánh gai
Đường ngôi chẻ một, bàn tay chẻ mười
Con sông chẻ sóng bồi hồi
Nỗi buồn chẻ nhỏ, nỗi vui chẻ ngàn
Củi ngo còn dóm bếp than
Lòng tôi ai chẻ những tàn tro bay?

"Có lẽ Nguyên Sa thích thú lục bát Ngô Tịnh Yên qua bài thơ 'Lòng tôi ai chẻ những tàn tro bay' này chăng? Quả thật, không thể không ngạc nhiên khi Ngô Tịnh Yên sử dụng chỉ một từ 'chẻ' bình thường trở thành tiếng xé lụa trong thi ca. Tịnh Yên chẻ những thứ không thể chẻ trong đời sống nhưng có thể chẻ vụn tâm hồn con người. Nỗi buồn chẻ nhỏ thì càng buồn thêm và cõi lòng nếu chẻ ra được thì ai cấm tàn tro không trở thành ám ảnh?" (Nđd.)

Ở đoạn thơ trên, thi-nhãn Ngô Tịnh Yên chọn cho bài thơ của mình, chỉ có một chữ. Đó là từ "chẻ".

Có người hỏi tôi, phải chăng chìa khóa của sự thành công ở thể lục bát, của thơ Ngô Tịnh Yên là chủ tâm chọn lựa những thi-nhãn tương thích?

Tôi nhớ, tôi đã trả lời bạn đọc đó rằng: Không. Thi-nhãn chỉ là "người" dẫn, dắt cho con thuyền thơ trôi thuận chiều, êm đềm trên dòng chảy mượt mà của lục bát mà thôi. Từ trường hay sức quyến rũ của một bài thơ nói chung, lục bát nói riêng, nằm ở giá trị nội tại hay tự thân của bài thơ đó.

Vì thế, tôi rất thích khi tìm thấy một bài của nhà thơ T. Vấn trên trang mạng Wikipedia-Mở, viết về thơ Ngô Tịnh Yên. Bài viết nhan đề *"Mụ phù thủy và đôi môi mềm* hay 'Đọc Lục bát khỏa thân' của Ngô Tịnh Yên"*.

Bài của tác giả này, mở ra như sau:

"1.

"Người đi soi cội tìm nguồn
Nghe trong cơ thể hao mòn khớp xương
(Ngô Tịnh Yên)

"Tập thơ không dày lắm - 20 bài. Như lời tác giả, con số 20 tượng trưng cho tuổi đôi mươi, tuổi của tình yêu. 20 bài *Lục bát khỏa thân*.

---

* Giải thích câu thơ "Mụ phù thủy và đôi môi mềm" được dùng làm nhan đề của bài viết, nhà thơ T. Vấn giải thích: Đó là nhan đề bài thơ đầu đời, ông viết và, đăng trong Đặc san Xuân trường Trung học Pétrus Ký niên khóa 69-70 ở Saigon.

"Tại sao là *Lục bát khỏa thân*?

"Nói đến lục bát, người ta nghĩ ngay đến hai câu thơ nằm kề. Câu sáu là Adam, mở lòng mình ra, mở cả thân xác mình ra để đón câu tám - Eva - bước vào cõi Thiên đường, bước vào lấp cho đầy chỗ cụt của xương sườn. Cái vần của *nguồn* trong câu sáu - *Người đi soi cội tìm nguồn* - phải vận với *mòn* trong câu tám - *Nghe trong cơ thể hao mòn khớp xương* "- Cái mẩu xương bị lấy ra - tình nguyện cho lấy ra - để được bàn tay mầu nhiệm biến thành kỳ quan tuyệt vời nhất trong sự nghiệp sáng tạo của Thượng Đế. Dẫu cho sau đó là cả một nhân loại dại khờ suốt chiều dài lịch sử của mình.

"Khỏa thân là một đất trời trọn vẹn, một đất trời của thuở hồng hoang trong vườn địa đàng. Khỏa thân là thực tại bằng xương bằng thịt của khái niệm Tình yêu, là điều kiện đủ của nhị nguyên triết học, của nhị nguyên trời đất, nhị nguyên âm dương, của nhị nguyên Trăng và Mật, của nhị nguyên Lục Bát và Khỏa Thân. Như những nét minh họa của nữ họa sĩ tiếng tăm Nguyễn Thị Hợp, nằm rải rác suốt tập thơ mỏng manh. Những '*Giai nhân nằm phơi lõa thể. Bên Ni phố vắng...*' (Phạm Duy)' (...)

"3.

"Lần dở những trang thơ. Những trang thơ mong manh như những thân xác Eva trong cơn lốc thời gian âm ỉ. Trang *Thả lá đề thơ* bên cạnh một tác phẩm nhiếp ảnh tuyệt vời của nhiếp ảnh gia Hồng Nga (lại một nữ nghệ sĩ nữa - tôi tự hỏi!). Nhìn giai nhân trong ảnh - *rõ ràng trong ngọc trắng ngà / giữa trời lồ lộ một toà thiên nhiên* (Nguyễn Du) - tôi liên tưởng ngay đến cái Hữu Hạn của con người và cái Vô Hạn của Nghệ Thuật. Rồi đây, một trăm năm sau, một ngàn năm sau, hình hài này, sáng tạo tuyệt vời của Thượng Đế này, sẽ trở thành cát bụi, sẽ là hư không. Nhưng bức ảnh nghệ thuật sẽ bất diệt, sẽ còn lại mãi mãi, sẽ tươi trẻ mãi mãi như *Tuổi Xuân* (tên bức ảnh trong tập thơ), như vào giây phút diệu kỳ trang tuyệt thế giai nhân từ từ trút bỏ xiêm y, từ từ ngồi xuống cho người nghệ sĩ ghi lại hình ảnh sẽ được lưu giữ cho nhiều thế hệ mai sau - miễn là lịch sử không đẻ ra thêm những Tần Thủy Hoàng nào nữa.

"Tôi đọc trang *Thả lá đề thơ* "... *Từ đó... trái khôn ngoan đã biến thành trái dại khờ. Bao kẻ dại khờ đã yêu nhau trên trái đất này từ ấy đến nay? Tôi cũng là một trong những kẻ dại khờ đó, tình nguyện dại khờ... vui vẻ dại khờ...*" (Thả lá đề thơ - Ngô Tịnh Yên)

"Thế ra, tôi đã nghi oan cho cho những nữ nghệ sĩ khả ái của chúng ta. Tôi tưởng các vị đùa cợt chúng tôi - một lũ nhân loại đàn ông dại khờ - Thế ra, tác giả NTY cũng là một trong những kẻ dại khờ đó. *Tình nguyện dại khờ. Vui vẻ dại khờ.*

"Tôi tưởng... chỉ có chúng tôi - lũ đàn ông tội nghiệp - mới là những kẻ dại khờ.

"Thế ra, các dòng sông, mọi lạch nguồn, đều chảy về một chỗ trũng. Thế ra, những tư tưởng... lớn cũng đều gặp nhau ở một chỗ rất bé nhỏ nào đó (ngoài trần gian ngắn ngủi này)..." (Nđd)

Ở một phân đoạn khác, phân đoạn số 5, của bài viết, vẫn tác giả T. Vấn đi sâu vào nội dung hay giá trị tự thân của thơ Ngô Tịnh Yên, qua thi phẩm "Lục bát – khỏa thân", ông ghi nhận:

"5.

"Lục Bát như cô gái vừa đẹp, vừa duyên dáng mặn mà nhưng cũng khá là đỏng đảnh. Lần đầu tiên đến với thơ, người ta tưởng chừng như dễ dàng chinh phục được nàng Lục Bát. Nhưng không phải vậy. Càng lưu luyến với thơ, càng thấy rằng khó mà đến gần được cái hồn của Lục Bát. Cái mà thi sĩ Luân Hoán gọi là "uyên nguyên căn bản". Từ xưa tới nay có bao nhiêu người làm thơ, nhưng chạm tay được vào Lục Bát - theo tôi - không hẳn là có nhiều. Với tôi, Ngô Tịnh Yên chỉ cần kiễng chân lên một chút nữa là có thể với tới được cái hồn Lục Bát mà nhiều người làm thơ thèm khát. Trong tập 20 bài này, có những bài mà duyên nữ tính bộc lộ rất rõ nét, từ vần điệu đến câu chữ. Bằng vào cảm quan của một kẻ thuộc... nòi tình, tôi nhận ra ngay cái nét nữ kia.

"Thí dụ như bài *Hôn*:

Yêu nhau yêu cái răng khôn
Lỡ mai răng lệch biết hôn chỗ nào
Yêu cái răng khểnh thấp cao
Nếu như răng lệch chỗ nào mình hôn
Đã yêu đâu sợ mất còn...
Răng long đầu bạc vẫn hôn như thường
(Hôn - Ngô Tịnh Yên)

"Có những bài lại nhẹ nhàng mộc mạc ý nhị như ca dao:

Chỉ tại con mắt lá dăm
nên tằm mới chịu ăn nằm với dâu
còn tôi có tại gì đâu
cũng đòi bắt chước theo dâu với tằm

...

chỉ tại cái nết không chừa
thế nên trúc cứ lẳng lơ với mành
còn tôi giả bộ vô tình
cũng đòi bắt chước trúc mành lăng nhăng

...

ghét tôi cũng chẳng ăn nhằm
trăm dâu cứ đổ đầu tằm là xong
(Trăm dâu cứ đổ đầu tằm - Ngô Tịnh Yên)

"Làm nhớ đến câu ca dao đọc lên nghe như da thịt có gai: *Kim chích vô thịt thì đau, thịt chích vô thịt nhớ nhau trọn đời.*

"Một tập thơ có 20 bài, mà được đến như thế, tưởng cũng là... hơi nhiều"

(Nđd).

Cùng một quan điểm, lục bát Ngô Tịnh Yên gần với ca dao, về phương diện nội dung, nhà báo Mặc Lâm viết:

"...Nhưng không phải thơ Ngô Tịnh Yên lúc nào cũng đằng đẵng như thế. Dòng lục bát của chị đôi khi trở thành ca dao, một thứ ca dao của người thành phố biết làm thơ và biết nghĩ ngợi về nó. Nét ca dao trong thơ Ngô Tịnh Yên tuy không thoát hẳn ra để đứng riêng như những nhà thơ lớn, nhưng thành thật mà nói, khi đọc lục bát Ngô Tịnh Yên, người nghe không cảm thấy bị xúc phạm vì thần tượng Nguyễn Du của mình bị người khác lem luốc.

"Tôi buồn, buồn sững - buồn câm
Trăng không đốt nến sao trầm hương bay?
Tôi buồn, buồn đắng - buồn cay
Đường không ngăn ngõ nhưng dài lối đi
Tôi buồn, buồn lạ - buồn kỳ
Không ai trăn trối sao đi chẳng đành?
Tôi buồn, buồn quẩn - buồn quanh
Buồn da buồn diết buồn thanh thoát đời
Tôi buồn, buồn đất - buồn trời
Mành se chẳng đặng tiếc thời chiêm bao.

"Buồn đến như thế thì chỉ có ca dao mới diễn tả nổi. Thì ra, nhà thơ của chúng ta rất tinh tế khi mượn ca dao để làm tình làm tội nỗi buồn của mình. Chưa hết, trong một bài thơ khác, Ngô Tịnh Yên đã rất cứng tay không ngần ngại dùng hồn vía ca dao để dẫn người đọc về một vùng quê nào đó nơi đồng bằng sông Cửu để hò hát cùng nhà thơ trong những mùa gặt đầy trăng..." (Nđd).

Tóm lại, sự thành công của Ngô Tịnh Yên, ở thể thơ lục bát theo tôi, là tổng hợp của ba yếu tố: thi-nhãn, bệ phóng ca dao và, nội dung tự thân văn bản.

(Dec. 2014)

Tính chất nhà báo
trong thơ Ngọc Hoài Phương

Tôi không rõ thời gian ở VN trước tháng 4-1975, nhà báo Ngọc Hoài Phương có làm thơ nhiều không? Chỉ biết thời trung học, ông rất xông xáo, nhiệt tình với những sinh hoạt văn nghệ học sinh thời đó. Nhưng giai đoạn này của Ngọc Hoài Phương đã chấm dứt sớm khi ông chính thức bước chân vào làng báo. Khoảng giữa năm 1964, ông nhận lời phụ trách trang văn nghệ, rồi mau chóng trở thành Phụ tá Tổng thư ký nhật báo Thời Luận của giáo sư Nghiêm Xuân Thiện.

Khởi tự bệ phóng nhật báo Thời Luận, tính tới ngày di tản khỏi Saigon, Ngọc Hoài Phương được giới ký giả ghi nhận là, một trong những ký giả thành công nhất, qua nhiều vai trò, chức vụ quan trọng của nhiều nhật báo, tuần báo khác nhau ở Saigon.

Định cư tại miền nam California, ngay những tháng năm đầu tiên của đời ty nạn, Ngọc Hoài Phương cũng đã trở lại với sinh hoạt báo chí, như một cái nghiệp mà, ông không thể bỏ được. Đó là thời gian ông cùng với cố ký giả Nguyễn Hoàng Đoan và một vài thân hữu nữa, dựng bảng Hồn Việt ở San Diego, trước khi di chuyển về vùng Los Angeles.

Khi tạp chí Hồn Việt được sang tên cho ông Đỗ Ngọc Tùng thì, Ngọc Hoài Phương là người được ông Tùng yêu cầu ở lại, tiếp tục trông nom tổng quát tờ báo này. Tới năm 1989, ông chính thức trở thành chủ nhiệm kiêm chủ bút tạp chí Hồn Việt do ông Đỗ Ngọc Tùng trao lại.

Cùng với sự thăng trầm của nền kinh tế Hoa Kỳ và sự phát triển rầm rộ, cạnh tranh gay gắt thuộc lãnh vực báo chí, truyền thanh, truyền hình của cộng đồng Người Việt tại Hoa Kỳ, như nhiều tạp chí khác, báo Hồn Việt phải đối mặt với rất nhiều khó khăn để tồn tại.

Giữa lúc các tạp chí lần lượt phải đình bản thì, Hồn Việt của Ngọc Hoài Phương, với sự tiếp tay tích cực của cố nhạc sĩ Việt Dzũng, vẫn hiện diện đều đặn mỗi tháng...

Chìm trong tâm bão thời thế khó khăn ấy, nhiều người tỏ dấu ngạc nhiên, tự hỏi, lý do gì khiến Ngọc Hoài Phương không buông bỏ gánh nặng Hồn Việt?

Đôi lần, trong những gặp gỡ bằng hữu, nhà báo Ngọc Hoài Phương cho biết, ông cố duy trì Hồn Việt, để lấy chỗ đăng tải sáng tác của những người mới viết hoặc, những cây bút không có được sự quảng giao trong lãnh vực sinh hoạt văn nghệ.

Ông nói:

"Nếu tôi đóng của tờ Hồn Việt thì lấy chỗ đâu cho nhu cầu phổ biến sáng tác của những tác giả đó?"

Dù cố gắng với tâm nguyện đáng quý như vừa kể, cuối cùng, tạp chí Hồn Việt cũng đã phải đình bản. Cách đây gần hai năm. Thời gian này, cũng là thời gian những người theo dõi sinh hoạt của nhà báo Ngọc Hoài Phương thấy ông làm thơ nhiều hơn.

Theo tôi, có thể đó là phản ứng tự nhiên của nhu cầu "cân-bằng-sinh-thái tinh-thần" của người có đời sống sống nghiêng nặng về tinh thần!?.

Nếu theo dõi sít sao sinh hoạt của nhà báo Ngọc Hoài Phương, ta sẽ thấy, kể từ ngày phải sống đời tỵ nạn nơi xứ người, Ngọc Hoài Phương đã dành nhiều thì giờ hơn cho thơ. Bằng cớ chỉ trong vòng ít năm, ông đã cho xuất bản hai thi phẩm. Một tựa đề *"Cõi tạm"*, ấn hành năm 1992. Và thi phẩm thứ hai, tựa đề *"Vẫn còn cõi tạm"*, ấn hành năm 1999. Cả hai thi phẩm như hai đấu ấn thi ca đậm nét, bất ngờ của Ngọc Hoài Phương, để lại trong lòng người đọc.

Trước khi bước vào *"Cõi tạm"*, trong phần Tựa, cố thi sĩ Nguyên Sa viết:

"Được.

"Rất được.

"Tôi có lưỡng lự, nhưng chỉ mất đúng một phần trăm giây, tôi chọn ngay 'rất được'.

"Một mai
Xa dấu chân người
Cõi riêng
Ta vẫn rượu mời riêng ta.

"Rất được.

"Ta còn ở lại chốn này
Để coi thiên hạ biến ngày thành đêm
Cõi trần

Một tỉnh mười điên
Một mai gột hết ưu phiền
Ta đi."

"Rất được...

"Thơ Ngọc Hoài Phương gửi Mai Thảo ở đoạn trên, rất được. Thơ Ngọc Hoài Phương gửi Du Tử Lê đoạn dưới được quá..."

Trong cõi giới thơ Ngọc Hoài Phương thị phần dành cho bằng hữu, luôn là một thị phần không nhỏ, dù ở giai đoạn nào. Tác giả *"Áo lụa Hà Đông"* đã rất chuẩn xác khi ghi nhận:

" Tôi muốn nói thơ bằng hữu của Ngọc Hoài Phương gửi Mai Thảo, gửi Du Tử Lê, gửi Long Ân, gửi Nguyên Vũ, gửi Việt Dzũng, gửi Jeannie Mai, gửi Julie, gửi Đặng Đức Nghiêm đều rất được (...)

"Đêm nằm nghe kỹ, bạn sẽ thấy còn những nhịp điệu khác của trái tim tuyệt vời đó. Nhịp quê hương. Nhịp tháng 4. Nhịp lưu vong. Nhịp *Chén sầu*.

"Anh còn thức giữa đêm thâu
Nghiêng ly
thêm một chén sầu ly hương.

Và:

"Tháng Tư
Vẫn tháng Tư này
Ngồi đây đếm tuổi lưu đày, chất cao.

"Thâm sâu giữa những nhịp tim là tiếng vọng của lặng im. Tiếng vọng của ý thức về thân phận. Ý thức về kiếp người, sự hữu hạn, sự phi lý, về cái chết ở cuối đường như yếu tính của sự sống, yếu tính của hữu thể. Ngọc Hoài Phương quan tâm tới triết lý từ bao giờ? Làm sao Ngọc Hoài Phương tìm được cái nghệ thuật đưa triết học vào thơ mà không làm dáng, thẩm sâu mà không ồn ào, đau đớn mà không khóc than. Triết lý Cõi Tạm. Triết lý cõi đời. Triết lý cõi trời. Triết lý cõi ta.

"Cõi này đã lỡ ghé qua
Thì trăm năm
Cũng chỉ là thế thôi
Cõi xưa
Đã bỏ đi rồi
Cõi sau chưa tới
Cõi trời thì xa.
Cõi người
Thế giới mù lòa
Ngồi nghe toàn chuyện quê nhà tang thương
Cõi riêng
sót lại cuối đường – cõi ta" (...)
(Trích "Cõi Tạm", tr. 5, 6, 7 & 8)

Tính chất, lọc, nhắm thẳng vào tâm điểm của hiện tượng, dù tâm cảnh hay, hiện thực đời thường, là một trong những nét đặc thù của thơ Ngọc Hoài Phương.

Dường như trong tất cả những bài thơ có được, tính tới hôm nay của tác giả "Cõi Tạm" ngày càng trở nên chắt, lọc hơn.

Tôi được đọc nhiều thơ Ngọc Hoài Phương những tháng, năm vừa qua, thấy rõ, càng lúc, thơ ông càng ngắn lại. Có nhiều bài chỉ hai câu. Hoặc, dài lắm, thì cũng chỉ tối đa bốn câu mà thôi.

Nhưng đó là sự lắng xuống, sắc lại rất khó đạt tới trong ngữ-cảnh phức tạp, muộn phiền nơi những năm tháng cuối đời ty nạn của một thi sĩ.

Tôi trộm nghĩ, có thể vì thói quen hay kỹ năng của một nhà báo có trên nửa thế kỷ tác nghiệp, đã trở thành thuộc tính của Ngọc Hoài Phương? Nên khi mục kích, ghi nhận một sự việc, một hiện tượng thì phản xạ tự nhiên, giúp ông nhận ra ngay, đâu là cốt lõi của sự kiện? Đâu là tâm bão của những thước phim chuyển động vút qua rất nhanh của cảm nhận.

Giống như một nhiếp ảnh gia lão luyện, nhìn vào một tấm-ảnh-tâm-trạng- thời- thế, Ngọc Hoài Phương thấy ngay ông phải chiếu ống kính hay ngọn đèn của mình vào những góc nào của dương bản? Ông có khả năng chụp bắt cái giây phút phù du kia bằng những con chữ...cũng sâu, kín như những góc khuất ấy. Và, chỉ một góc khuất ấy.

Nhờ vậy, người đọc thơ ông, tựa như được uống nước cốt của một loại loại rượu chưng cất, riêng. Rất riêng. Rất Ngọc Hoài Phương, vậy.

(Calif. Mar. 2015)

Sau đây, chúng tôi trân trọng kính mời bạn đọc thưởng lãm một số thơ mới / cũ, do chính tác giả Ngọc Hoài Phượng tự chọn.

Còn xa đường về

Ta giờ lưu lạc cuối trời
Saigon, thôi cũng một thời đã qua!
Tháng Tư, vẫn nhớ quê nhà
Bao nhiêu năm lẻ, còn xa đường về...

Vô đề

Nắng xuân không ấm đời luân lạc
Quê cũ mù xa, chặn lối về.

Rừng hoang

Một góc rừng hoang,
Phật ở đây.
Trải bao năm tháng chẳng ai hay
Thế gian
rối rít trò điên đảo
Ai tỉnh?
Ai vờ ngất ngưởng say?

Con cá mắc cạn

Ta như con cá xa nguồn
Bao nhiêu năm
Vẫn chẳng buồn trách ai.
Cuộc đời
Bớt một
Thêm hai
Thế cho nên
Chuyện dông dài
Vậy thôi...

Đời cũng vàng theo cánh hạc bay
Một chút vu vơ gió đuổi mây
Dấu xưa còn đậm nét. Ô hay
Mùa Xuân lại đến, không hò hẹn
Đời cũng vàng theo cánh hạc bay.

Ngưng Thu:
Tính Đãi Cát Tìm Vàng
Trong thơ

Trong ghi nhận của tôi, Ngưng Thu là một trong những tiếng thơ nữ hôm nay, không chủ trương xây dựng cõi-giới thi ca của mình trên nền tảng ngôn ngữ / hình ảnh thân xác. Ngưng Thu không cho thấy, dù chỉ một thoáng, ý hướng lột trần con người, phơi bày thân thể kẻ khác hay chính mình, hầu tạo những tiếng nổ râm ran; như những phong pháo đùng. (Dù với giáo lý Ki Tô thì, thân xác chính là đền thờ Chúa – theo nghĩa tâm linh. Thánh thiện).

Bởi vì, những phong pháo-đùng-ngôn-ngữ có từ các phần thân thể kín đáo của con người, dẫu có tạo được tiếng nổ lớn, ồn ào đến đâu, rồi cũng sẽ tan đi như những giải khói nhạt. Những ngợi ca, những vỗ tay, hò hét bên lề, dù có cao giọng, khản cổ, rồi cũng sẽ chỉ như những con rối, phản ảnh những cảm thức bất cập, hoặc tình trạng tâm sinh lý bị ẩn ức, dồn nén...

Cái còn lại, trước, sau trên mặt đất, dưới chân bước thì, bất cứ phong phào đùng nào, cuối cùng, cũng chỉ là những xác pháo vụn, nát. Chúng như một thứ rác mà, chiếc chổi thời gian sẽ quét đi, với ít nhiều buồn rầu, ái ngại!!!...

Qua khá nhiều những bài thơ Ngưng Thu tôi được đọc, tiếng thơ nữ này cho tôi xác tín: Ngưng Thu ngược lại. Ngưng Thu chọn xây dựng, thiết lập cõi giới thi ca của mình, bằng những thăm dò tiềm thức, đáy sâu. Bằng những con chữ / hình ảnh tự thân mang những vệt sáng len thấu ngõ ngách khuất lấp nhất của tâm hồn, đời sống, thân phận, tình yêu, hạnh phúc và bi kịch kiếp người.

Nỗ lực thi ca Ngưng Thu là nỗ lực bền bỉ, tự tin của người đãi cát, tìm vàng. Vì thế, người đọc thường bắt gặp trong thơ Ngưng Thu những câu thơ sóng-sánh-tân- kỳ. Như:

"bức tường rêu miễn dịch"

Hoặc:

"em trải rộng lòng dường mỏi cánh chim bay"

Hoặc nữa:

"nhìn lại mình chợt bề bộn những đơn côi"...

Cõi giới thơ Ngưng Thu không chỉ cho người đọc những câu thơ sóng-sánh-tân-kỳ mà, Ngưng Thu còn cho người đọc những đoạn thơ lấp-lánh-mới-mẻ như:

"hạnh phúc lang thang chơi trò cút bắt
tình khúc thiên thu chơi trò dấu mặt

cánh chim cứ miệt mài nghiêng nỗi buồn về phía có cơn mưa"

Hoặc:

"ta dốc ngược ta
Sục sạo vào trong chiếc hộp kí ức kiêu kì
Chút tàn phai mụ mị
Chút yêu người lý trí
Chìm ngược vào ta
Chìm ngược vào đêm mớ ngủ
Một giấc xuân tràn ngược dốc thời gian"

Hoặc nữa:

"Này một chút nhu mì xin giữ lại
Nỗi buồn ơi! Mi cứ rụng theo mùa"...

Nếu Ngưng Thu để ý thêm một chút, việc sử dụng các giới tự (pre.) - Thí dụ bỏ bớt giới tự *"vào"* hay *"trong"* ở câu thơ *"Sục sạo vào trong chiếc hộp kí ức kiêu kì"*; để câu thơ trở thành *"Sục sạo trong chiếc hộp kí ức kiêu kì"* - Hay *"Sục sạo vào chiếc hộp kí ức kiêu kì"*, đoạn thơ đó sẽ đẹp hơn nữa, theo tôi.

Tuy nhiên, một mặt nào khác, tôi cũng tự hỏi, phải chăng tôi đã đòi hỏi quá nhiều nơi tài năng hiện như dòng sông còn đang băng mình về phía trước? Phía của những nỗ lực bền bỉ, làm mới thi ca, của tác giả này.

Rồi, tôi cũng chợt nghĩ, ở vị trí độc giả (như tôi), nếu tôi có đòi hỏi đôi điều nơi nhà thơ mà tôi yêu thích thì, Ngưng Thu, chắc cũng không cho là... quá nhiều, có phải?

Trường hợp nào, tôi cũng vẫn thấy, Ngưng Thu là một trong số không nhiều, những tiếng thơ nữ đang tự khẳng định mình, như một cõi giới thi ca mới. Lạ.

(Garden Grove, Oct. 2014)

Ngưng Thu, dăm bài thơ cũ / mới.

Huyền thoại sonate ánh trăng

Anh đưa ngày đi
bằng tia nhìn dõi theo những áng tà huy trôi trên sông
một chút bâng quơ vừa rụng
*ngày đột quỵ bên đóa Giulietta Guicciardi * cánh nhung nhức*
nhối
và anh tiễn một cuộc tình
bằng hồi âm mùa đông lạnh buốt
đêm chùng
những tàn mây ẩm ướt cô đơn

Trong những bước chân buồn giận dỗi hờn
có nỗi nhớ vừa qua thăm
những lặng im có là ngôn ngữ ?
thứ ngôn ngữ mặc trầm
cứ bặt bặt vờn quanh
mùa phản hồi anh bằng những nốt thu xanh

Những phím dương cầm chìm ngập dưới ánh trăng
bản Sonate trong anh chợt bềnh bồng trôi trên dòng sông Đa
Nuýp
trái tim cô gái mù dâng lên niềm hạnh phúc
ngày cũng quay về nỗi nhớ cũng như mây

Có những điều thật vô cùng bình bình dị quanh đây
nỗi đau cũng biết hao gầy
có những ước mơ tưởng chừng như mùa
cứ trôi theo năm tháng
đôi mắt của cô gái mù đã nhìn thấy dòng sông Đa Nuýp thân

410

thương chở đầy ánh trăng
ánh trăng huyền thoại
Beethoven
Beethoven
những thanh âm không là tiếng nói
rộn ràng thổn thức tim yêu.

Đêm dốc ngược

Dốc ngược đêm
Vũ trụ quay mòng qua nhiều vòng tinh tú
Hạt sương rơi vào mắt âm thầm
Cánh hoa tàn đậu xuống vành môi.
Dốc ngược đêm dìu ta vào nỗi nhớ buông trôi
Niềm đau chổng ngược
Dĩ vãng dồn về vỗng lên chóng mặt
Dòng máu nghịch ngợm ngược chảy qua trái tim đập liên hồi bất chấp
Mây trời ngược dốc miên mang.
Dốc ngược đêm vào đời gió lênh loang
Người đàn bà đổ thanh xuân lên thềm trăng run rẩy
Gom tình yêu rót mật
Phía cuối sân vườn hạt cỏ nẩy mầm ngược
Hiên nhà trăng rót ánh vàng rôm
Tóc đêm xỏa xuống
Gọi gió phiêu bồng
Cung đàn khuya rụng giọt
Mưa buồn khua gót mây xa.
Ta dốc ngược ta
Sục sạo vào trong chiếc hộp kí ức kiêu kì
Chút tàn phai mụ mị
Chút yêu người lí trí
Chìm ngược vào ta

Chìm ngược vào đêm mớ ngủ
Một giấc xuân tràn ngược dốc thời gian.

Cho Nỗi Buồn Rụng Theo Mùa.
Ta nhắm mắt bước đời bao lạ lẫm
Nghe tháng ngày đon đả quảy mùa đi
Mưa buồn rót nỗi niềm trên phiến lá
Nắng quên về cho nỗi nhớ lâm ly.
Ta nhắm mắt ngồi nghe chiều rơi xuống
Vòm trời đan thật thấp, với tay xa
Em có lẽ nơi nào quên ngày cũ
Để màu mây vỡ ướt lạnh ta bà.
Ta nhắm mắt nghe gió về than thở
Kí ức còn đau đáu chuyện xa xưa
Này một chút nhu mì xin giữ lại
Nỗi buồn ơi! mi cứ rụng theo mùa.
Ta nhắm mắt mặc những gì được mất
Đời vui buồn chi mấy một cung mơ
Hạt sương rớt xuống đời mong manh lắm
Ta còn nhau trong vạn nỗi mong chờ?

Đâu tình yêu thiên thu?

Chao nghiêng một vành trăng khuyết
con thuyền chòng chành trên ngọn gió hoang mê
Loảng xoảng tiếng đêm khua
chạm vào mảnh sao
rơi vỡ
tinh cầu xa
hoang hoải lối đi về.

Có ai biết dòng nước mắt bắt nguồn từ đâu?
mùa thu ngưng tự xanh ngàn?

nỗi buồn mọc lên ngày rêu
như chiếc nấm
ô xòe che khuất nẻo nhân gian?

Đêm rộn tiếng

bầy côn trùng tấu khúc mùa sang
những con thiêu thân trước đèn xuẩn xuýt
lời đá cuội phiêu phong
bức tường rêu miễn dịch
cơn đau miễn dịch giao mùa?

Mây lơ đãng vào một ngày con tim ai khao khát
cơn gió lơ ngơ tìm vành dương đỏ bừng bỏng rát
chân trời nghiêng phía cô đơn
cơn gió mỏi mê vùi ngủ
áng mây bồng bềnh lặng lẽ tìm quên.

Phải chăng những nỗi buồn thường chẳng tuổi tên
hạnh phúc lang thang chơi trò cút bắt
tình khúc thiên thu chơi trò dấu mặt
cánh chim cứ miệt mài nghiêng nỗi buồn về phía có cơn mưa.

413

Thơ Nguyễn Đăng Khoa,
một hiện diện lộng lẫy

ách đây ít năm, khi được tiếp cận lần đầu với tiếng thơ Nguyên Đăng Khoa, tôi đã có cảm nhận đó là cánh én báo hiệu mùa xuân mới, của cõi-giới thi ca Việt.

Từ một lục bát vẫn tự nguồn ca dao, nhưng lại là một lục bát khác. Một lục bát ngồn ngộn tính siêu thực mà, vẫn gần gũi với nhân gian, đời thường:

"Thượng đế ban một đôi tay
Hôm xưa anh sưởi vai gầy mùa đông
Rồi Ngài gửi đến cơn giông
Đưa đôi ta đến nơi không có mình
Hàng triệu mảnh vỡ lặng thinh
Mai sau ai chắp nối hình bóng ai?
("Mai sau")

Hoặc:

Ngày nợ đêm một câu chào
Ta nợ nhau một phần nào đắm say
Hơi ấm mắc nợ bàn tay
Bờ vai nợ một nét gầy khôi nguyên.
("Nợ")

Tới năm chữ, một thể thơ vốn khe khắt đòi hỏi chắt, lọc chữ nghĩa tới mức tối đa:

"Gió mặc áo mùa đông
Làn da mịn hơi ấm
Nắng gõ nhịp ban mai
Người dài tay phơi mộng
Mặt lá reo hờ hững
Hàng cây đợi quyên sinh
Những qủa tim khô hạn
Không mang nổi máu mình"
("Đông")

(Thì), Nguyễn Đăng Khoa, cũng đã mang lại cho thể thơ này, một trái tim, một hơi thở khác. Nó cho thấy Nguyễn sớm đoạn tuyệt được, với năm chữ của của Lưu Trọng Lư, như:

"Em không nghe mùa thu
Dưới trăng mờ thổn thức
Em không nghe rạo rực
Hình ảnh kẻ chinh phu
Trong lòng người cô phụ?"
(Trích "Tiếng thu")

Hoặc gần hơn:

"Lên xe tiễn em đi
Chưa bao giờ buồn thế
Trời mùa đông Paris

Suốt đời làm chia ly"
(Cung Trầm Tưởng, trích "Chưa bao giờ buồn thế")

Đó là những năm chữ xây dựng trên hình ảnh ngoại giới cụ thể, để tác giả gửi gấm tâm sự. Trong khi năm chữ của Nguyễn Đăng Khoa đã vượt khỏi giới hạn hữu hình; để tới được những chân trời hư huyễn.

Ở cõi hư huyễn này, thơ của Nguyễn đã xóa nhòa được khoảng cách giữa chủ thể và khách thể. Nó trở về nhất nguyên. Là Thơ. Để thơ tự gánh vác sự sống hay lẽ chết của nó.

Gần đây, tôi lại thấy, biên độ siêu thực, một nét đặc thù trong cõi giới thi ca Nguyễn Đăng Khoa, ngày thêm mở rộng.

Như với thơ tám chữ, một thể thơ đã được khai thác rất nhiều từ gần một thế kỷ qua, cũng được Nguyễn trao tặng chúng một bình thịt, xương riêng:

"Có khi buồn về tựa vào hoa cúc
Hỏi nhau mùi hương cũ chiếc hôn đầu
Có khi buồn nằm xuống lòng biển cả
Đợi trùng dương dội ký ức vào nhau..."
(Trích "Có khi buồn tay chỉ muốn bàn tay")

Ngay với thơ tự do, Nguyễn cũng cho thấy tài hoa của mình khi viết:

"Những giọt nước tọa thiền
Đợi khắc hóa mây bay
Mưa ra đi
Cuống quít đánh rơi hơi lạnh trên vai người hành khất
Một vài thị dân soi mình trong những mảnh vụn trên đường
Tìm vuông tròn đã mất
Từ bãi tha ma
Gã mèo hoang
Mang về trên áo

Những thi hài còn ấm của cơn mưa..."
(Trích "Phố mưa")

Trong những đoạn thơ trích dẫn trên của Nguyễn, tác giả luôn có những từ ngữ, như những hòn than cháy bỏng cảm-thức tôi.

Vì thế, qua thi phẩm *"Con đường tự trôi"* hôm nay của Nguyễn, thì thơ của Nguyễn Đăng Khoa, với tôi, không còn là cánh én báo hiệu mùa xuân. Mà mùa xuân thi ca của chúng ta, đã thực sự hiện diện.

Một hiện diện lộng lẫy của những dòng thơ siêu thực, ở tất cả mọi thể loại.

Tôi muốn nói, tài hoa của người làm thơ trẻ này, luôn cho tôi những giây phút hạnh phúc, mỗi khi được đọc thơ Nguyễn.

Từ đó, tôi đã hưởng nhận được từ *"Con đường tự trôi"* của Nguyễn Đăng Khoa, là cả một lẵng hoa tỏa hương tài năng và, trí tuệ.

Lẵng hoa thi ca này, rồi đây, theo tôi, tự thân sẽ có được cho nó, một chỗ đứng đáng kể trong dòng chảy thi ca Việt Nam, những năm đầu thập niên 2010s.

(Calif. Feb. 2015)

D ăm bài thơ trích từ *"Con đường tự trôi"*, và những bài thơ khác.

Trèo lên đỉnh của giọt sương

Ra cổng làng nhặt cơn mưa
Mùa hanh tưới cội tình vừa cháy khô
Đi theo nhịp phách xe thồ
Hỏi han gốc tích nấm mồ thời gian

Lên núi trổ giấc mơ vàng
Kéo chăn huyễn mộng che ngàn vết thương
Trèo lên đỉnh của giọt sương
Đốt trầm hương cũ soi gương mặt mình

Anh kể về đôi mắt

Những người mang gương mặt rỗng
Phố chợ nghiêng ngả theo ngày
Thành phố anh buồn lắm
Kể gì cho em đây?
Thôi mình về lòng đất
Hỏi loài kiến nghĩ gì?
Khi chúng dìu nhau xây tổ
Và dìu cả tình yêu đi
Mình trèo lên lá ổi
Xem tia nắng diễu hành
Những buổi sáng, buổi sáng
Rụng đầy những lóng tay
Mình rơi lên cành củi mục
Rồi lênh đênh trên con sông
Rồi lắng nghe thương đau chảy
Rất bình thường, rất trong
Thành phố anh buồn lắm
Kể gì cho em đây
Thôi, anh kể về đôi mắt
Khi anh nhìn em, lúc này...

Phố mưa

Mưa về
Đỉnh phố bạc thêm mấy mùa khờ dại
Vòng xe thồ lăn chậm chạp quanh giọt mồ hôi

419

Chiếc ô tô hạng sang đứng lại giũ sạch bụi đất trời
Quán cóc gà gật
Điếu thuốc lá sắp sửa tàn
Chỉ một thực khách áo trong veo
Mưa về
Gọi cô quạnh đến gần với đêm
Mang đôi mắt về nằm bên đôi mắt
Bàn tay về ôm lấy những bàn tay
Những giọt nước toạ thiền
Đợi khắc hoá mây bay
Mưa ra đi
Cuống quýt đánh rơi hơi lạnh trên vai người hành khất
Một vài thị dân soi mình trong những mảnh vụn trên đường
Tìm vuông tròn đã mất
Từ bãi tha ma
Gã mèo hoang
Mang về trên áo
Những thi hài còn ấm của cơn mưa
....Anh choàng dậy ở giọt cuối của giấc mơ
Im lặng đèn đường
Im lặng hàng cây
Im lặng bóng vàng trên vách
Chẳng ai trên phố kể với anh về hình dáng của cơn mưa
Ơ mà
Em này!
Em đã về chưa?

Có khi buồn tay chỉ muốn bàn tay

Có khi buồn về tựa vào hoa cúc
Hỏi nhau mùi hương cũ chiếc hôn đầu.
Có khi buồn nằm xuống lòng biển cả
Đợi trùng dương dội ký ức vào nhau.

Có khi ta quên nhau như tên gọi
Cánh chim huyền hôm ấy quên bay.
Từ độ anh nhận ra mình bằng nắng
Mùa thay anh choàng áo vai gầy.

Con đường tự trôi

Bầu trời vô sắc
Treo trên địa cầu
Chúng mình, bữa ấy
Thuyền neo bến nhau

Phố cong mái tóc
Ngõ nào môi ta
Mộng nghiêng nghiêng chảy
Ngày xưa xuống phà.

Người không nhân ảnh
Về đến lòng tôi
Và tôi không bước
Con đường tự trôi.

Bông cúc

Bông cúc trắng chết đêm rồi
Mùi hương còn ngủ trên môi chén trà
Ra vườn xây mộ cho hoa
Giật mình mới biết thì ra dáng mình.

Đoản khúc

I.
Giờ này
Chắp tay lên ngực

421

Mọi giấc mơ đều đã ngủ
Tôi còn thức để hầu quạt cho ai?

II.
Giờ này
Chắc lũ lá xanh đâu còn sợ chết
Bởi nàng đi rồi
Làm gì có cuối thu
Làm gì có người phu quét lá
Mọi con đường chỉ có bóng tôi rơi...

Mắt của mưa

Gió thời gian lại qua đây
Nỗi buồn qua phố mà bay chiếc dù
Anh ngồi tựa cửa mùa thu
Nhìn em bằng ánh mắt mù của mưa

Thơ Nguyễn Hoàng Anh Thư, niềm hy vọng về một cuộc "cách mạng xanh"

Một trong những bài thơ nổi tiếng của nhà thơ Hồ Dzếnh, để lại cho đời, là bài "Đợi Thơ", với hai câu đầu:

"Phút linh cầu mãi không về
Phân vân giấy trắng chưa nề mực đen"[1]

Ở đây, tôi không có ý bước vào khả năng sử dụng chữ tuyệt vời của nhà thơ này, xuyên qua cụm từ "chưa *nề*" mà, tôi chỉ muốn nói: Khi tác giả ca khúc "*Chiều*"[2] chọn cho mình hai chữ "*Đợi thơ*",

---

1 Theo Wikipedia Mở.

2 Tựa đề nguyên thủy của ca khúc "Chiều" thơ Hồ Dzếnh, nhạc Dương Thiệu Tước là "Màu cây trong khói". Bài thơ này in trong tập "Quê ngoại" của Hồ Dzếnh. XB năm 1943. (Nđd.)

ông chủ tâm nhấn mạnh, làm thơ là một công việc có tính cách linh thiêng, như những tín đồ của một tôn giáo.

Tuy nhiên, có đôi người đã ngộ nhận, cho rằng, cứ ngồi yên đó. Đợi đi, thơ sẽ đến. Thơ sẽ...gõ cửa. Người làm thơ sẽ chỉ phải làm một động tác duy nhất là...mở cửa cho thơ bước vào. Và, người được gọi là nhà thơ, sẽ cuống cuồng ghi xuống những gì thơ mang đến cho mình mà, không cần phải làm bất cứ một thao tác lao động (tinh thần) nào hết. Điều đó có nghĩa nhà thơ không cần phải động não! Không cần phải dầm mình trong những cân nhắc nên dùng chữ nào cho đúng (khía cạnh tu từ học). Nên chọn hình ảnh nào cho hay? (Đó là trường hợp của những nhà thơ không có một chút kinh nghiệm về kỹ thuật làm thơ. Họ cũng chẳng có ý niệm gì về niêm luật mà, chỉ làm thơ theo cách thức những người đi trước đã làm và, họ đã nhập tâm - Hiểu theo nghĩa họ viết xuống như một phản xạ của vô thức. Và, khi đọc lại ông / bà đó, thấy xuôi tai, êm chảy, không dằn xóc gì là được rồi!)

Ngược lại, vẫn theo tôi, những người "tìm đến với thơ" một cách trân trọng, là những người ý thức được nỗ lực lao động cật lực của mình, để *hy vọng* (tôi nhấn mạnh hai chữ *hy vọng*) có được những câu thơ hay, hoặc những bài thơ hay.

Chính vì thế mà tiếng Việt thâm thúy đã cho chúng ta cụm từ "làm thơ", chứ không phải... "đợi thơ!" hay..."chờ thơ!"

Khi người xưa dùng động từ "làm" để chỉ những thao tác đưa đến sự hình thành, hoàn tất một bài thơ thì, nó cũng tương tự như khi những nông dân cực nhọc với khu vườn hay, thửa ruộng của họ.

Rõ ràng hơn, nếu nhà nông muốn có một mùa gặt thành công thì, họ phải đầu tư rất nhiều công, sức, chăm bón, săn sóc cho khu vườn hoặc thửa ruộng đó. Ngược lại, họ sẽ chỉ gặt hái được một mùa gặt thất bát, hay trắng tay mà thôi!

Gần đây, tôi cho là tôi may mắn, nhận được thơ của nhiều người...*làm thơ* trẻ. Rất trẻ. Tôi nghĩ họ chỉ ở độ tuổi 8x hay 9x thôi. Nhưng ngay tự những bài thơ thứ nhất tôi được đọc, đã cho thấy, bên cạnh khả năng, hay khuynh hướng bẩm sinh về thi ca, họ còn là những "nông dân" lao tác cật lực trên những cánh-đồng-thi-ca của họ.

Cụ thể, mới nhất, với tôi, là cánh-đồng-thi-ca mang tên Nguyễn Hoàng Anh Thư, hiện dạy môn ngữ văn, ở Huế. Ngay tự bài thơ thứ nhất, tựa đề *"Chẳng có gì ngoài mưa"*, Nguyễn Hoàng gửi cho, tôi đã hân hoan bắt gặp hai câu thơ khá mới mẻ:

"giữa ngày buột rời nhau
như chiếc dây đồng hồ vừa tháo".

Tôi nói hai câu thơ đó khá mới mẻ vì tính liên tưởng bất ngờ của chúng. Từ sự kiện tình cảm là *"giữa ngày buột rời nhau"* Nguyễn Hoàng so sánh hay liên tưởng tới sự kiện gỡ khỏi tay, một vật dụng hàng ngày là *"chiếc dây đồng hồ vừa tháo".*

Ở những bài kế tiếp, về phương diện kỹ thuật thơ, Nguyễn Hoàng bước thêm một vững vàng, quyết liệt nữa, khi sử dụng kỹ thuật nhân cách hóa một trạng thái tình cảm, trừu tượng là *"nỗi nhớ"* và, một thực thể thiên nhiên là *"đám mây"*, để làm thành phong cách riêng cho thơ của mình:

"Lặng rơi vào nỗi nhớ
Nó nhìn em mắc cỡ"
(Trích "Sẽ còn chút nồng nàn")

Và:

"Hôm qua mây vừa bị vấp
Trên cọc nhọn sông Hàn."
(Trích "Hôm qua đám mây bị vấp")

Nếu ở hai câu thơ trên, cho thấy nữ tính hồn nhiên, của tiếng thơ này thì, hai câu dưới, ngược hẳn! Nó lại là một tố cáo bản chất lãng quên, lạnh lùng của thời gian, qua hình ảnh những vật dụng bé mọn, sớm trở thành vô nghĩa thường thấy trên sông, hồ Việt Nam. Nó mang tính biểu tượng của sự phụ rẫy quá khứ! Như thế đó là một thứ định lý bất biến của dòng chảy, ngày càng cuồng, xiết, hôm nay.

Tuy nhiên, trong bài thơ *"Hôm qua đám mây bị vấp"* bạn đọc cũng sẽ tìm được chút ánh sáng của hy vọng (hoặc vẫn là bản chất nữ tính hồn nhiên của tiếng thơ này?) - Với những câu thơ sau đây:

"Mây trở về thăm mùa trăng vãn
nỗi nhớ cắm trên triền cỏ mọc hoang
châu chấu búng hồn nhiên xếp hàng cổ tích
có con sáo lanh lánh mắt khép lại cầu vồng"

Tôi không biết Nguyễn Hoàng Anh Thư khai thác kỹ thuật nhân cách hóa vừa kể, do tình cờ hay chủ tâm? (Tôi nghĩ, nhiều phần chủ tâm). Nhưng, trường hợp nào, với tôi, thì những câu đó, của Nguyễn Hoàng Anh Thư, vẫn là những câu thơ có được từ những lao tác tinh thần cật lực, liên lủy nhiều ngày, tháng...

Nhưng, cõi-giới thi ca mang tên Nguyễn Hoàng Anh Thư không chỉ mở tới mấy chân trời tâm cảnh vừa kể. Mà, tiếng thơ nữ này, còn ném tôi tới những chân trời bất ngờ, đục lờ, chua xót nhân sinh, khác. Như:

"những gương mặt dài thuỗn ướp đủ thứ gia vị nhẳng nhịt
nuốt những bình an trên những ngã tư đường" - (Trích *"Cái chết của một bài thơ"*)

Hoặc:

426

"người đàn bà đem cái cực nhọc vắt giữa trời mà gối!
nhìn con cò đi qua câu ca dao
chẳng trút được nỗi đau nơi máng xối"
(Trích "Giấc mơ của một người đàn bà")

Với những câu thơ lột trần mọi lớp áo đắp điếm cho thân xác hiện thực xã hội kia, tôi không biết các họa sĩ tài ba của chúng ta, sẽ cần tới bao nhiêu bức tranh, bao nhiêu gam mầu để có thể hoán chuyển chữ, nghĩa thơ Nguyễn Hoàng Anh Thư qua đường nét và, màu sắc?

Dù ở mức độ tài hoa nào, tôi cũng không tin, chỉ cần một bức tranh thôi, vị họa sĩ nào đó, có thể thâu tóm hơi thở buồn bã, hắt ra từ trái tim mẫn cảm và, tấm lòng xót xa của Nguyễn Hoàng với những cảnh đời ê chề... là nỗi tuyệt vọng của người vợ, người mẹ, dù đã sẵn sàng chấp nhận, cam đành thân phận *"con cò lặn lội bờ ao..."* - Vậy mà người đàn bà VN (trong thơ Nguyễn Hoàng Anh Thư) vẫn bị hất ra khỏi cái cam đành tận cùng nghiệt ngã ấy!!!

Và, nữa, những vần lục bát đầy phong cách Nguyễn Hoàng Anh Thư:

"cầm tay chút gió mà reo
ơ em một thuở ta teo tong chờ"
(Trích "Bỗng dưng phố muốn hồn nhiên")

Hoặc:

"Hỏi gương xin chút mặt người
Về mà đắp lại mảnh rời khuyết hao"
(Trích "Chiều trời đánh vỡ chiếc gương")

Tới đây, xin bạn đọc cho phép tôi được nói rằng:

- Càng lúc, tiếng thơ của / như Nguyễn Hoàng Anh Thư, cùng những bạn đồng hành thế hệ Nguyễn Hoàng, càng hiển lộ trong tôi, niềm tin:

427

"Rồi đây, cõi thơ của những người trẻ ý thức, hôm nay, sẽ sớm làm thành một cuộc 'cách mạng xanh' cho thơ Việt Nam, một ngày không xa lắm".

(Garden Grove, Nov. 2014)

Dăm bài thơ Nguyễn Hoàng Anh Thư

Chẳng có gì ngoài mưa

có sự im lặng bên bậc cửa
nỗi buồn đang bị tru di ở đó
giấc ngủ thiếu chừng vừa kịp thở
em nghĩ gì xa xôi
có điều gì đó lấp lánh
cuộc sống lặng như sương đêm
và em biết
mưa đang nhạo báng môi mềm
cười khanh khách trong câm lặng
và em bảo
đó là cách mà giọt mưa giông giống nước mắt mà không có
nỗi đau
em chẳng biết giấu đôi mắt vào đâu
giữa ngày buột rời nhau
như chiếc dây đồng hồ vừa tháo
chẳng có gì ngoài mưa
và giấc ngủ thiếu còn điều gì câm lặng
em tuột rơi nỗi nhớ
nghĩ gì mà xa xôi

Sẽ còn chút nồng nàn

lặng rơi vào nỗi nhớ
nó nhìn em mắc cỡ
chẳng biết nói năng chi
đứng lặng giữa bờ mi
nhìn tàn mây quẫy sóng
mưa đâu mà bong bóng
vỡ lạc giọng cười khan
bực điều chi mang máng
ồ em chẳng nhớ ra
phía ngoài kia mây vỡn
trắng quá bên hiên nhà
sẽ còn chút nồng nàn
quàng vội vào chiếc khăn
điều gì vừa chớm lan
hình như là nhơ nhớ
hôm ấy sương lịm giọt
đường về xa giăng giăng
em biết đâu mà lần
chiếc khăn quàng chẳng ấm

Có hề gì đâu em

như câu chuyện anh vừa kể
về mùa thu sau cánh cửa vừa hé
một bụi nắng sớm xoay như gió
lòng vòng cơn mê

ô em
vai ta có còn kể
để yêu nhau hơn ngày mưa
ta cùng dong dong tháng năm mòn tuổi cũ

khi kể về chuyện ngày xưa
có hề gì đâu em
ngoài kia phong reo hạc đói
có gì buồn mà rụng rơi
có gì buồn mà chơi vơi
ta về thôi mà kề mà áp tháng năm lên mái đầu đã bạc
để mà đi

có hề gì đâu em
hình như buổi sáng sương mờ đến lịm giọt
nhớ thương
vấn vương
tìm nhau ở ngã ba đường
không tay mà với
không mắt để mà mòn mỏi nhìn theo
có hề gì đâu em
con đường cheo leo
con dốc nào mà không cheo leo đến vậy
ừ, ta nhìn vào nhau để mà tin cậy
để mà đi

có hề gì đâu em
hôm nay hình như mây mờ hơn nữa
em nhìn chi bên bậu cửa
em buồn chi, có thể mình chẳng nhìn rõ về nhau
có hề gì đâu em
khi ấy mái đầu mình đã bạc phau
và kề bên nhau mà rụng

Hôm qua đám mây bị vấp
Nó nhìn đám mây đang khóc
hôm qua mây vừa bị vấp

trên cọc nhọn giữa sông Hàn
Nó nhìn dòng sông tan

Mây trở về thăm mùa trăng vãn

nỗi nhớ cắm trên triền cỏ mọc hoang
châu chấu búng hồn nhiên xếp hàng cổ tích
có con sáo lanh lánh mắt khép lại cầu vồng

Mây như làn khói trắng trong buổi đốt đồng
lanh canh gốc rạ
cười vàng nước mắt
ngày rời quê nỗi nhớ còn bám đất
nhớ nhau ngồi khỏa trăng chơi

Phía bên kia vẫn mây đang khóc
chờ trôi

Giấc mơ của người đàn bà

đựng trong chiếc thúng
lưng gạo lửng lọt vào tấm mồ hôi
giấc mơ người đàn bà mồ côi
không có chỗ cho những bông hoa tháng mười rực nắng
là cơn mưa vắt đầy trên mảnh áo tơi
người đàn bà đem cái cực nhọc vắt giữa trời mà gối
nhìn con cò đi qua câu ca dao
chẳng trút được nỗi đau nơi máng xối
giấc mơ lợp những lá tro mà bện rối
mà khắng khít thủy chung
người đàn bà đi qua muôn trùng
cuộn trong những bó củi tre đầy gai góc
nhóm bếp

431

lửa đượm giữa đồng không vào mùa trỉa hạt
tấm áo tơi cùn phất phơ gió rát
mong được ủ ấm con thơ
người đàn bà mơ
giấc mơ mây mẩy nở
trong hơi thở con khỏa đầy phận vắng
và hỏi nắng:
bao giờ thì chín vại tương cà?

bỗng dưng phố muốn hồn nhiên

trời hương sắc bỗng mây thiền buồn tênh
thì ra nỗi nhớ tênh hênh
hôm ai bỏ mặc từ mênh mông về
cỏ yên lặng ngó bốn bề
lá lay gió chẳng thơm kề tóc mai
em đi gió lặng dấu hài
lơ ngơ trễ nãi quên gài bụi trâm
ờ thì có kẻ vờ hâm
nhớ nhung nhung nhớ âm thầm ngó theo
cầm tay chút gió mà reo
ơ em một thuở ta teo tong chờ
hóa ra gió cũng lơ ngơ
hỏi ta còn nhớ bao giờ phố xưa

Những Con chữ "Đường Phố"
Trong Lục Bát
Nguyễn Lãm Thắng

Gần đây, tôi được đọc nhiều Lục Bát của một số người làm thơ trẻ. Tiếng thơ, đúng hơn tài năng của họ làm tôi hân hoan. Hạnh phúc. Như thể tôi chính là tác giả của những vần Lục Bát Mới. Lạ đó. Những Sáu Tám của họ, tự thân, như những đường gươm huê dạng, chưa hề thấy trước đây.

Chẳng những họ ra khỏi lối mòn kể chuyện mà, họ còn ra khỏi lục bát Huy Cận, vốn được xây dựng, kiến trúc trên những địa tầng hình ảnh mang tính hoài cổ. Hoặc những phóng ảnh rọi lớn từ nỗi buồn thân thế mơ hồ, chung chung, đã cliché từ căn bản "một chiếc linh hồn nhỏ / mang mang thiên cổ sầu"...

433

Mỗi đi tới, mỗi xác lập để có thể định hình trong tương lai của những tiếng thơ lục-bát-mới này, thường chọn cho họ một phong cách thi ca riêng.

Có người chọn hiển lộng những đổi mới quyết liệt về nhịp chảy của lục bát. Họ không cam chịu thân phận con tin trong nhà tù nhịp chẵn của những 2/2/2 (cho câu sáu) và 2/2/2/2 (cho câu tám) Hoặc nhịp đều 3/3 và 4/4 nữa. Họ phản ảnh thực tại đời sống hôm nay, bằng những nhịp lẻ hoặc nhịp chỏi; như sự tố giác (một cách buồn bã) những chiếc bóng bất trắc thường trực đeo bám sau lưng đời thường mỗi kiếp người.

Có người chọn hiển lộng khả năng hà hơi, phục sinh những con chữ đã chết, để chúng trở thành những con tôm tươi rói, búng thân vượt khỏi biển nước ao tù lục bát. Ngầu đục.

Lại có người chủ tâm, nỗ lực đem ngôn ngữ đường phố - Những con chữ chưa có trong tự điển - Những con chữ có thể yểu mệnh chỉ sau một thời gian sóng vai, cập kè nhịp chảy xô bồ, láo liên, chộp giựt, bất nhẫn đời thường vào Lục Bát của họ - Như tuốt vỏ, lột da chính mình, để tận mắt thấy máu mình tươm ướt mối thương tâm!

Ghi nhận trên của tôi, đi ra từ 7 bài lục bát tôi nhận được khá lâu, của Nguyễn Lãm Thắng.

Vì khá lâu, nên tôi không nhớ tôi đã đọc bao nhiêu lần, 7 bài lục bát đó, của Nguyễn Lãm Thắng.

Điều tôi nhớ rõ, là niềm hân hoan của tôi, không hề tỷ lệ nghịch với số lần đọc lại.

Chỉ với 4 câu lục bát đầu của bài thứ nhất "Đầu Non Cuối Bãi", Nguyễn Lãm Thắng đã cho tôi thấy "bản lĩnh" thơ của Nguyễn: Những mũi dao thọc sâu thân cây ngôn ngữ ngồn ngộn hè phố:

"Co cái cẳng, gác cái tay
Phiêu phiêu, ta thích ngủ ngày với em
Kệ cha cơn gió khua rèm
Lá khô cứ rụng, chẳng phiền chúng ta". *

Nếu là một người làm thơ thiếu bản lĩnh, tôi không nghĩ người đọc sẽ được (phải) chạm mặt với những từ ngữ thuộc loại văn nói không... lịch sự lắm... Như "cái cẳng". Như "kệ cha"...

(Tôi chỉ hơi tiếc về phương diện tu từ học, nếu Nguyễn Lãm Thắng dùng chữ "con gió" thay vì "cơn gió" trước động từ "khua" thì ngữ cảnh của câu thơ sẽ mạnh hơn, thích hợp với cấu trúc ngôn từ).

Cũng vậy, ngay câu thơ mở đầu bài thứ hai, nhan đề "Cuối", Nguyễn viết:

"Thưa em, anh biết...chết liền
Bàn tay năm ngón làm phiền bàn tay"

Đó là những chữ rất hiếm thấy, nếu không muốn nói là cá nhân tôi, chưa từng thấy trong lục bát của chúng ta, xưa, nay.

Còn nhiều nữa. Những danh từ mà nhiều chục năm sau, khi khoa học, kỹ thuật tiến bộ, người ta loại bỏ những tiện nghi hiện tại của chúng ta như:

"May còn tâm sự cùng em
Dẫu cho cháy card, mòn sim cũng là"
(Trích "May còn tâm sự cùng em")

(Ý tôi muốn nói, nếu muốn tìm hiểu một giai đoạn sinh hoạt nào đó, của nhân loại hôm nay, họ sẽ phải căn cứ vào chí ít, cũng 2 câu thơ trên của Nguyễn).

---

* Tôi cố tình gạch dưới các con chữ để bạn đọc nhận biết nhanh hơn tính ... đường phố hay văn nói của tác giả này.

435

Hoặc nữa:

"Trời mang mang, đất mang mang
Một đêm nằm nhớ văn lang quá trời"

Ngôn ngữ nói trong hai câu thơ này của Nguyễn là "quá trời". Nhưng khi nó đi ngay sau hai chữ "văn lang", với tôi là một phối hợp tuyệt vời giữa ngôn ngữ đường phố với hoài niệm lịch sử xốn xang! Nó cũng là một thứ hoài cổ! Nhưng đó là một "hoài cổ" mới.. Hoài cổ của riêng Nguyễn Lãm Thắng. Tôi xin phép được nhấn mạnh. Như thế.

(...)

Tuy nhiên, cũng như khá nhiều người làm thơ trẻ hôm nay, trong lục bát của Nguyễn, có quá nhiều từ Hán-Việt!

Thí dụ:

"Kiếp người mọc một cánh chim
Vờn trong bão tố, lướt miền trầm kha"
(Trích "Cuối")

Hoặc:

"Úa vàng vọt, giấc chiêm bao
Giở trang tục lụy, bước vào nhân gian
"Bể dâu thấm đá hồng hoang
Nỗi đau tiền kiếp mờ loang dấu đời"
(Trích "Máu đỏ bên trời")

(...)

Tôi không biết có phải những nhà thơ trẻ của chúng ta, muốn chứng tỏ sự giàu có, phong phú của họ về phương diện từ ngữ do...đọc nhiều? Hay vì một lý do nào khác?

Nhưng, cách gì, với riêng tôi, chúng không mang một...chứng tỏ nào, khác hơn thứ ngôn ngữ tùy tiện. Dễ dãi. Nó hơi bị...“ba rọi”! Như thịt... ba rọi vậy.

Điều cuối cùng, tôi muốn nói với Nguyễn Lãm Thắng, trong bài viết ngắn này là:

- Tôi mong, mong lắm, ngày được uống với Nguyễn Lãm Thắng. một ly cà phê, ở một nơi nào đó, giữa quê nhà. Thí dụ: Huế? Saigon? Hà Nội?

Vui lòng chăng (?) Người thi sĩ trẻ tuổi có “những con chữ đường phố trong lục bát”, cho tôi niềm hân hoan. Hạnh phúc. Mới.

(Calif. Oct. 20 . 2013)

V à, dưới đây, một mảng trời thơ Nguyễn Lãm Thắng.

Cuối

Thưa em, anh biết... chết liền
Bàn tay năm ngón làm phiền bàn tay
Những đam mê, được phơi bày
Trong đôi mắt, chứa vạn ngày yêu thương
Anh về trích cú tầm chương
Bôn ba cắt nghĩa yêu đương là gì
Một hai ba bốn là si
Bốn ba hai một còn tùy nhân gian
Thưa em gió núi mây ngàn
Lang thang chưa hết đoạn tràng đâu em
Kiếp người mọc một cánh chim
Vờn trong bão tố, lướt miền trầm kha
Một đêm níu bóng trăng tà
Liêu xiêu hát khúc nguyệt ca lặng thầm

Dừng chân cuối bến cát lầm
Nghe lời trăn trối ngàn năm xanh lè.

Biên hòa đêm xa em

Mưa ôm lấy gió cầu Ghềnh
Khuya ôm phố lạnh, chúng mình ôm nhau
Chiếc ô khấp khểnh trên cầu
Không che nổi, nụ hôn nhàu... Tội chưa!

Vòng tay ướt sũng cơn mưa
Tóc em ướt sũng cả mùa yêu anh
Đôi chân hai đứa chòng chành
Nghe sông vỗ hết sóng tình vào đêm

Môi anh thốt một tiếng: EM
Mà nghe da thịt rung lên thiên đường
Tình cờ, bất chợt và thương...
Rồi mai, mỗi đứa mỗi đường... khổ chưa?!

Còn chăng? Chỉ một đêm mưa?
Ướt vào nhau, để cho vừa tình yêu
Từ đây, để nhớ thật nhiều
Nhớ Cù Lao Phố, nhớ chiều Trấn Biên

Làm sao anh có thể quên
Phút ban sơ, nụ cười hiền, trao anh
Nhưng em ơi! Một chữ đành!
Dòng sông trôi, cuộn sóng tình về đâu?

Ngày mai, nặng trĩu chuyến tàu
Đưa anh đi, ánh mắt nhàu nhìn theo
Cầm tay em, giọt mưa gieo

438

Là bao nước mắt, càng đeo đẳng sầu

Còn gì? Gửi hết cho nhau
Mà thương một miếng cau trầu lỗi têm
Buồn! Thì cứ khóc đi em!
Bờ vai anh, đã ướt mềm nỗi riêng

Sợi mưa kéo những muộn phiền
Nụ hôn sao cứ xích xiềng chúng ta
Đêm nay nước mắt thật thà
Anh tan trong gió Biên Hòa và em.
Biên Hòa, tháng 6/2008

Viết trước ngày chị đi làm dâu

Tuổi bốn mươi chị làm dâu
Bàn tay run, mẹ têm trầu đêm qua
Sáng nay khách đến đầy nhà
Người gần hỏi chuyện người xa, tủi mừng

Ngày vui vui quá chừng chừng
Rượu vui mẹ cũng uống cùng mấy ly
- Muộn mằn cũng chút vu quy
Mong sao có nghĩa có nghì với nhau

Mẹ tôi bạc trắng mái đầu
Lấy khăn quệt miệng nước trầu đỏ au
- Con tôi phước được làm dâu
Gia đình họ, cũng tình sâu nghĩa dày

Chị tôi dưới bếp loay hoay
Nỗi lo như khói trấu bay lòng vòng
Mai đây về với nhà chồng

439

Bốn mươi, lòng vẫn phập phồng lo âu

"Một lần run bước qua cầu
Ngoái nhìn tóc mẹ trắng màu thời gian
Mái tranh xiêu đã úa vàng
Tháng năm cũng đã cũ càng tấm chăn

Bên Người những bốn mươi năm
Một lần đi, lại quặn thầm nỗi đau
Ai trông ruộng trước vườn sau
Ai người hái giúp cau trầu mẹ xơi

Em con thì quá xa xôi
Mỗi năm mới phép được đôi ba lần
Mẹ ơi! con ngại con ngần
Đêm hôm trái gió mẹ cần... gọi ai?!"

Chị tôi giọt vắn giọt dài
Ngày mai, chẳng biết ngày mai thế nào?
Chị tôi sống giữa chiêm bao
Niềm vui chẳng biết thế nào là vui

Hòa vui bẽn lẽn nụ cười
Chào bà con, lại bùi ngùi tấm thân
Ngày mai sắp đến thật gần
Con chim đã hót mấy lần vườn sau...

Rồi ngày tháng trôi đi

Rồi ngày tháng trôi đi như cánh bèo trôi
Rồi mây nhớ cánh chim cô đơn lạc lối
Rồi gió lang thang mệt nhoài tiếc nuối
Rồi em như mùa đông giận dỗi

Khóc trên phím đàn giọt lệ ái ân

Rồi bình yên đem yêu đương trả về
Rồi nụ hôn trao nhau hẹn thề
Rồi hương yêu ngập tràn muôn lối
Anh trở về nói tiếng yêu em

Rồi đôi môi xanh lên nụ cười
Rồi con tim yêu thêm cuộc đời
Rồi bàn tay đan vào khao khát
Rồi đàn lên khúc ru hạnh phúc

Bao nhiêu vết thương lòng
Bao nhiêu ưu tư trách hờn
Hãy trả về hư không
Hãy trả về cho nhau
Nụ hôn đắm đuối
Cho ta gặp nhau trong nghĩa loài người.

Cõi nồng nàn, thơ
Nguyễn Phương Thúy

Dõi theo sinh hoạt thi ca của lớp người trẻ thế hệ 8 và 9x, tôi thấy ngày càng có nhiều người không phân biệt được sự cách tân / làm mới, với phong trào đem vào trong thơ (cũng như trong ca từ của âm nhạc) những con chữ, hình ảnh bổ bã, sần sùi, trần trụi...vốn không phải là yếu tính của thi ca. Nếu không muốn nói là họ đã "vô tư", hớn hở bôi bẩn thi ca mà, họ không biết. Họ bằng quên rằng, công việc hay bổn phận của thi sĩ là làm sáng, làm đẹp chữ nghĩa. Chứ không phải làm tối tăm, nhơ nhuốc văn chương!

Nếu phải tìm một định nghĩa ngắn, gọn cho thơ thì theo tôi: Thơ là cách nói khác.

Để có được cái gọi là "cách nói khác", nhà thơ phải biết khai thác vài kỹ thuật căn bản của thi ca, như so sánh hay liên tưởng...

Nhưng số người trẻ kể trên, dường cũng không hiểu căn bản của kỹ thuật so sánh hay liên tưởng trong thơ là tương quan có tính máu, thịt giữa một "chủ ngữ" với những "phụ từ".

May mắn thay, tôi nghĩ, bên cạnh đó, chúng ta cũng có những người trẻ có đủ ý thức và, thông minh khi thể hiện những đường bay thi ca của mình.

Một trong những người thuộc thế hệ 8, 9x kia, là Nguyễn Phương Thúy.

Với thi phẩm *"Ba mươi, Nỗi buồn em cổ điển"* thì, ngay cách đặt tựa của mình, đã cho thấy chủ tâm của Nguyễn Phương Thúy là muốn sớm tìm cho mình một đường bay thi ca khác. Đơn giản hơn, tôi muốn gọi đó là "Con đường thơ Nguyễn Phương Thúy".

Người đọc sẽ thấy rất nhiều trong *"con đường thơ Nguyễn Phương Thúy"* những so sánh, liên tưởng thông minh và, ý thức.

Thí dụ, khi một trong những chủ-ngữ của bài thơ "Khi ta ba mươi" là *"nước biển"*. Nguyễn Phương Thúy viết: *"Chắt từ biển có đôi dòng nước mặn"* (ngụ ý đôi dòng lệ). Rồi *"Nắng gửi cho em sấy thành hạt muối trắng"*.

Chỉ với hai câu thơ này thôi, chúng ta đã thấy "liên tưởng của liên tưởng" đuổi bắt nhau, thành một đoạn phim ba chiều, liên tục. Và, khi muối (hay nước mắt) chất vào quang gánh đi dọc hành trình đời sống thì: *"Đôi quang gánh đong đưa theo chiếc bóng / Lặng thinh mà như kể hết gian truân"*.

Nói cách khác, rõ hơn, Nguyễn Phương Thúy đã không liên tưởng "nước biển" với đất, đá hay bất cứ một hình ảnh không tương thích nào.

Về phương diện kỹ thuật, theo tôi, cao hơn một bậc, là kỹ thuật nhân cách hóa. Trong "Con đường thơ Nguyễn Phương Thúy" hay thi phẩm *Ba mươi, nỗi em buồn cổ điển*", Nguyễn Phương Thúy không chỉ nhân cách hóa những sự vật cụ thể, mà, Nguyễn còn cho thấy khả năng nhân cách hóa cả những sự kiện trừu tượng, vô hình nữa.

Thí dụ:

"Ba mươi năm đủ dài để chăm bẵm giấc mơ"

Hoặc:

Ở phía cuối chân trời hạnh ngộ ốm chanh chao"
(Trích "Nỗi buồn em cổ điển")

Hoặc nữa:

"Về biển nghe sóng bồng bềnh, nắm hoa muống tím cong mình hứng gió"
(Trích "Khi ta ba mươi")

Với các tính từ "chăm bẵm", "ốm" và "cong mình"...đó chính là "cách nói khác" - Là cách tân hay làm mới thi ca của tài hoa Nguyễn Phương Thúy vậy.

Trên lộ trình thơ Nguyễn Phương Thúy, người đọc cũng gặp nhiều nhắc lại, những "điệp-ngữ-cố-tình", như:

"Có mùa hạ nào không nhỉ
Anh ngã vào cùng tóc em
Giây phút rối bời
Từng giờ rối bời
Ngày tháng rối bời
Mùa hạ rối bời vắt ngang trái tim em không sao gỡ được
Chiều nay em đếm ngược
Khoảng cách rụng rơi
Những nóng bỏng theo mùa chảy ướt đôi môi

Vỡ òa thương nhớ"
(Trích "Vỡ òa thương nhớ")

"Điệp-ngữ-cố-tình" trong đoạn thơ trên là tính từ *"rối bời"* (lập lại 4 lần) - Nhưng những rối bời đó, hình thành sau khi người đàn ông đã *"ngã"* vào mái tóc người con gái; khiến những rối bời *"nóng bỏng"* kia *"chảy ướt đôi môi"* - khiến *"Vỡ òa thương nhớ"*.

Đó là một cách "cách nói khác" của Nguyễn Phương Thúy. Cách nói khác đầy tính-nữ.

Lại nữa, cũng là nỗ lực phản ảnh đời thường, hay tập quán mới của xã hội đương đại, khi Nguyễn Phương Thúy đem từ ngữ quen thuộc với đám đông, như từ ngữ *"search"* vào thơ; nhưng nó vẫn cho thấy một phong cách, một nhan sắc khác: Nhan sắc Nguyễn Phương Thúy - Khi Nguyễn viết:

"Đừng search em trong tháng ngày tạp kỷ
Làm sao có phiên bản thứ hai
Cái na ná thì nhiều vô kể
Tình yêu em chỉ có một trên đời
Cũng như lá trong muôn ngàn chiếc lá
Cũng như sao trong hàng triệu ngôi sao
Thời gian thích trêu đùa nhan sắc
Em là em cá tính đã nặn nhào"
(Trích "Phiên bản đêm")

Đoạn thơ 8 câu tôi trích dẫn trên vẫn đi theo lối dẫn, giải cũ. Nhưng lại là những dẫn, giải chưa từng có trước Nguyễn Phương Thúy.

Chính vì thế mà tự thân đoạn thơ này, đã trở thành "cá tính" hay thẻ nhận dạng thơ Nguyễn Phương Thúy.

Và, vẫn theo tôi, không phải nhà thơ nào của chúng ta, cũng có "cá tính" hay, thẻ nhận dạng riêng cho đường bay thi ca của mình. Như Nguyễn. Nguyễn Phương Thúy.

Dăm bài thơ Nguyễn Phương Thúy.

Nỗi buồn em cổ điển

Và cơn bão chiều nay ký gửi gió lên ngọn cây dừa
Ai thu mua mây chất chồng lên bầu trời xám xịt
Lối về bên nhau đã trắng mưa
Chỉ còn con chuồn ớt bay bên nhau quấn quít
Trời ạ!
Bão sắp đến rồi!
Biển cưu mang con thuyền đang xa khơi
Núi cưu mang mấy tầng cây xanh ngút ngát
Còn em?
Đứng bên đời cưu mang giấc mơ, có đôi lần gãy cánh
Nỗi buồn em cổ điển, trước khi bão tràn qua.
Ba mươi năm đủ dài để chăm bẩm giấc mơ.
Dát vàng khung trời hai đứa
Chợt nhận ra người đàn ông không thể chung thủy cả cuộc đời
Để chiều nay, những nốt lặng thoát thai thành cơn bão nổi.
Phố anh chiều nay sương lạnh lên ngôi
Phố em chiều nay bão tràn qua tóc
Em hỏi bao giờ gặp nhau " mùa đông lắc đầu ngơ ngác"
Ở phía cuối chân trời hạnh ngộ ốm chênh chao.

Khi ta ba mươi

Chưa phải chiều
Nắng đã bỏ rong chơi
Ngủ quên trên cánh đồng lúa non ngậm sữa
Chưa phải chiều
Ta đã ngồi nhen lửa
Hâm lại hồn nhiên trông đến buồn cười.

Nỗi buồn nào gặm nhắm tuổi ba mươi
Đi giữa phố đông gặp mình trầm mặc
Sợ tan chiều hoàng hôn xuống thấp
Con trăng buồn ngồi tụng kinh yêu.
Đôi khi đánh rơi lòng mình vào nửa nốt phiêu
Về biển nghe sóng bồng bềnh, ngắm hoa muống tím cong
mình hứng gió
Xoè bàn tay con còng nho nhỏ
Chạy loanh quanh
Loanh quanh
Ối a buồn.
Nhốt đôi chân để khỏi ngược đường
Quay bốn phía nghe tình đầu vỡ nợ
Tháng chín công viên muôn chiều lá đổ
Những hẹn hò không viết tên nhau.
Ba mươi ta đi về đâu
Con đường chợt dài
Con đường chợt ngắn
Sáng nay thôi ta vừa tham sống
Đâu biết mai chiều ta ngồi khóc lêu bêu....

Nỗi nhớ anh kẹt giữa ngã tư đường

Anh để lại dấu vết mùa đông trong hang đá nhà thờ
Se sẽ lạnh cho ngày em chợt đến
Đàn bồ câu nhặt hồng ân ngoài sân vuông lơ đễnh
Sót một ngày định mệnh để bên nhau.
Anh để lại dấu vết lời nguyện cầu
Nơi dấu thánh cộng em và anh không nên duyên chồng vợ
Chậm một lần để một đời phải nợ
Còn có kiếp nào để trả cho nhau?!
Sài Gòn ơi! ngày tháng cũ ở đâu
Em ngược tìm buổi sáng trời ngưng gió

Những vòng xe đua nhau tốc độ
Chỉ nỗi nhớ anh kẹt ở ngã tư đường.
Qua Nguyễn Du lá me bay ngơ ngác mà thương
Em chậm ở phía sau sửa lại một ánh nhìn đã cũ
Sài Gòn bao nhiêu năm rồi trong lòng ta vẫn vô cùng quyến rũ
Thật gần ngay cả lúc dửng dưng...

Hương đàn bà

Chúng nó cười
khanh khách buổi đầu hôm
Ngoài ngã ba, mấy đứa nhoi nhoi với vài cô quá lứa
Nơi phố nhỏ nghèo, đàn bà nách mang ba bốn đứa
Làm đếch gì mà có mùi hương.
Lo củi lo than lo gạo lo cơm
Lo từ lúc mặt trời chưa lên đến khi ngày rách toạc
Những việc không tên cứ leo lên mười ngón tay nhảy nhót
Tung hô việc của đàn bà trong suy nghĩ đàn ông.
Chị ba cặm cụi nhen bếp hồng cho ấm cả mùa đông
Ngày chạy chợ gánh gồng mua mớ tôm mớ cá
Chị bảy luống cuống làm cơn mưa bóng mây mùa hạ
Lau bữa gió lào và cái nắng đành hanh.
Sợi tóc chẻ xơ vàng thay cho mái tóc mượt xanh
Đôi bàn tay sần sùi đã rủ bỏ nuột nà từ lúc nào không nhớ
Người đàn bà đánh đổi tuổi xuân cho duyên nợ
Thành người giúp việc 24/24 giờ, cả đời không nhận nổi đồng lương.
Những người đàn bà vác giỏ lên cổ chạy để mưu sinh
Chỉ có mùi sữa, mùi chua, mùi mồ hôi hăng hắc
Phần nhiều những người đàn bà khác không mùi không hương như nước lọc
Bởi lẽ hương đã bay theo tiếng trẻ thơ cười.
Không ít những lời càm ràm và tiếng la chan chát trên môi

449

Quần xén ống thấp, ống cao, áo dài xộc xệch
Cái duyên mặn mà ẩn sâu trong từng đường chỉ khâu, nếp
nhà, hốc bếp
Hương đàn bà ẩn vào từng bước đi và sự thành đạt của
người đàn ông.

Vỡ òa thương nhớ

Khi mùa đông, người ta hay nghĩ đến nhau
Cái lạnh xui người ta mơ về một vòng tay ấm
Khi mùa xuân hoa cỏ khoe sắc thắm
Người ta vui nên muốn đón nhau về.
Cớ gì em bâng quơ
Nghĩ đến anh khi mùa hạ chu môi thổi bùng ông mặt trời màu
đỏ
Nắng bỏng từng ngón tay của gió
Và ve sôi ồn ào.
Đi dưới cái nắng trưa lòng em cũng cồn cào
Nghĩ về anh như cây phượng đầu mùa nghĩ về cơn mưa tháng
sáu
Giọt mồ hôi rơi đau đáu
Bàn tay anh mười ngón xương xương.
Dừng chân nghỉ lại bên đường
Ngó lên thấy tán bằng lăng đã nở hoa màu tím
Mới hay nắng không đốt được buổi buồn
Và tình yêu không thể quyên sinh vào phút giây ta thinh lặng.
Con đường dài, đi hoài rồi sẽ ngắn
Rồi mai mốt ta sẽ gặp nhau
Kể cho nhau nghe những nỗi nhớ cứ lặp đi lặp lại một màu
Đồng vọng trong từng suy nghĩ...
Có mùa hạ nào không nhỉ
Anh ngã vào vùng tóc em
Giây phút rối bời

Từng giờ rối bời
Ngày tháng rối bời
Mùa hạ rối bời vắt ngang qua trái tim không sao gỡ được.
Chiều nay, em ngồi đếm ngược
Khoảng cách rụng rơi
Những nóng bỏng theo mùa chảy ướt đôi môi
Vỡ oà thương nhớ!

Khi văn chương Nguyễn Thị Khánh Minh hắt bóng trên dặm trường nhân thế

Cách đây chưa lâu, một người bạn không thuộc giới làm thơ hay viết văn, nhưng là người nặng lòng với văn chương Việt, ông hỏi tôi, đại ý: Theo tôi thì trong hàng ngũ những người nữ, viết văn, làm thơ sau biến cố tháng 4-1975, ai là người có được cho mình, sự thành tựu ở cả hai phương diện thi ca và văn xuôi? Chừng sợ tôi không nắm được câu hỏi, ông mượn một hình ảnh rất "ấn tượng" trong kho chuyện chưởng của Kim Dung: Hình ảnh "song kiếm hợp bích".

Tôi hỏi lại trí nhớ mình. Trí nhớ tôi, sau đấy, đã cho người hỏi câu trả lời, đại ý:

"Theo cảm nhận riêng của tôi thì một trong những nữ đạt tới mức độ "song kiếm hợp bích" đó là Nguyễn Thị Khánh Minh".

Người bạn tôi lại hỏi:

"Vậy tôi có bao giờ viết về người nữ trẻ có được hai đường kiếm "hợp bích đó?"

Tôi đáp có và, hứa với ông, sẽ lục tìm; gửi lại ông, đôi bài viết về Nguyễn Thị Khánh Minh, ngay khi tìm được.

Dưới đây là một bài viết, đúng hơn một đoạn văn, tôi viết từ tháng 4 năm 2010, sau khi đọc mấy bài thơ mới của Khánh Minh (thời điểm đó):

"Tôi không biết Nguyễn Thị Khánh Minh đã chọn thi ca như con chim cô quạnh, chọn rừng sâu để phủ dụ những vết thương thời thế ngược ngạo sớm tìm đến cô? Hay, thi ca đã tìm đến cô, như tìm đến một người tình? (Một người tình có đủ những yếu tính mà nó hằng mòn mỏi?)

Tôi không biết.

Có thể chính Nguyễn thị Khánh Minh cũng không biết.

"Nhưng điều tôi biết được, cho đến ngày hôm nay thì, Thi Ca và Nguyễn Thị Khánh Minh chính là một hôn phối lý tưởng. Mỗi phía đã tìm được nửa phần trái tim thất lạc của mình.

Tôi gọi đó là một hôn phối lý tưởng vì, khởi tự cuộc phối ngẫu này, những con chữ đằm đằm chân, thiết ra đời.

Những con chữ được sinh thành từ tình yêu Thi Ca / Nguyễn thị Khánh Minh, khoác nơi tay nó những hình tượng mới mẻ, hắt bóng trên dặm trường nhân thế, những chiếc bóng lấp lánh thương yêu và, những nhịp chuyển, dịch mới, tách, thoát hôm qua.

Dù cho đôi lúc, nghỉ chân nơi dọc đường gập ghềnh trí tuệ cam go, Nguyễn Thị Khánh Minh chợt thấy: "Thương niềm đau từng mặt chữ long lanh…"

Tôi cũng gửi người bạn nặng lòng với văn chương 2 bài thơ, của tài hoa thi ca Nguyễn Thị Khánh Minh:

Chân kiến

Nỗi đường trường ứa lệ
Bước chân tôi, con kiến bé u buồn
Đêm vực sâu, ngày dồn sóng bể
Bước chân mù, con kiến bé, tăm phương…

Tìm

Thắp bao nhiêu lần ngọn lửaĐốt bao nhiêu lời
Vẫn không tận mặt được Thơ
Dễ biết mấy để nói dối
Con đường lời quanh co
Thương trái tim trần thân bão tố
Mỗi khoảnh khắc là mỗi quay lưng
Thói quen của đi tới là quên
Thương nỗi nhớ còn ràng chân quá khứ
Mỗi nụ cười là mỗi xóa
Hạt lệ cũ
Thương niềm đau từng mặt chữ long lanh…

Dõi theo bước chân thi ca của Nguyễn Thị Khánh Minh, trên dặm trường chữ, nghĩa, ba năm sau, tôi viết:

"Những ngày gần đây, với tôi, Nguyễn thị Khánh Minh là nhà thơ nữ có được cho mình một mùa thơ bội thu. Chẳng những họ Nguyễn không trở lại con đường mình đã đi - Gặt, mót những vụ mùa đã cũ - Hoặc lai-tạo hoa, trái từ những đời cây đã được chỉ danh... Mà, Nguyễn Thị Khánh Minh còn đẩy thơ mình, tới những tìm kiếm lao lung. Để sau đấy, cô có thể "Thản nhiên bóc ra từ tôi những giọt lệ" Vì nơi đó, "Là tấm gương soi cảm xúc tôi từng lúc" - Nhưng "Chẳng phải bằng con ruồi giả - như người ta câu cá."

(Những cụm từ trong ngoặc kép, là những câu thơ tôi trích từ bài "Thơ ơi" của Nguyễn Thị Khánh Minh.)

"Cũng thế, "Phút mong manh của những từ" của Nguyễn Thị Khánh Minh, bài thứ hai, trong giới thiệu lần này, với bạn đọc, thân hữu, tôi nghĩ chúng sẽ "...mãi còn dư âm cái trườn mình của dòng chảy"...

Một dòng chảy thơm ngát tài năng và trí tuệ. Một dòng chảy mênh mang trên mọi bế tắc, loay hoay phổ cập những giả hình, tôi nghĩ".

Sau đấy, tôi cũng mời người bạn của tôi, đọc thêm 2 bài thơ khác của Nguyễn Thị Khánh Minh. Bài "Thơ ơi" và "Phút mong manh giữa những từ".

1.

"Thơ,
Có khi Nó cõng tôi qua một cơn phiền muộn
Có khi Nó cho tôi một giấc mơ bình yên
Với những lãng quên cần thiết
Đôi khi Nó khiến tôi thành con bé
Nhìn mọi điều với con mắt mơ mộng cả tin
Có khi lại bằng góc độ già nua khắc nghiệt với những điều
làm tổn thương lòng tin cậy
Nó trao tôi trong nỗi buồn chứa chan lời hy vọngNó sẻ chia
niềm cô độc trên mỗi bước tôi đi
Tình cờ thôi, trong một chớp giao cảm đặt vào lời tôi ánh

sáng một đôi cánh
Nghĩa là Nó làm tất cả để cho tôi sống
Cho tôi bay cao
Chỉ riêng nỗi đau từ chính Nó gây ra
Nó lại không làm gì cả
Chỉ thản nhiên bóc ra từ tôi những hạt lệ...
Cứ tưởng viết xong một bài thơ là đã vơi được nước mắt
Nhưng chấm hết
Vẫn thấy còn khắc khoải
Cứ thế, trang giấy mở mãi theo những giòng lệ ...
Lời tôi viết
Là tấm gương soi cảm xúc tôi từng lúc,
Tôi viết nên bài thơ
Chẳng phải bằng con ruồi giả - như người ta câu cá-

2.

Khó mà thoát khỏi sự cám dỗ
Tôi mải miết
Điều gì được khi tôi đặt dấu chấm hết một bài thơ?
Sau một vụ mùa
Tôi chỉ đem về nhà được đôi ba hạt lúa chín
Chút màu vàng của nó lấp lánh trên tay
Làm tôi đã vô cùng sung sướng
Giống như tôi đã tắm, đã hưởng
Tất cả những ngọt ngào mát mẻ của con sông
Và dẫu tôi không mang về một hạt nước nào của nó
Nhưng làn da tôi thì mãi còn dư âm cái trườn mình của dòng chảy
Bài thơ hoàn tất, dù là một điểm hẹn quyến rũ,
Nhưng phút mong manh giữa những từ
Lại là lúc những đoá hoa đang nở. Đang tỏa hương.
Tôi có gì đâu phải vội".

Gần hơn nữa, phải nói là mới đây thôi, sau khi đọc bản thảo tản văn "Bóng bay gió ơi", tôi đã viết xuống vài cảm nghĩ của mình. Lần này, có phần dài hơn, vì những trang văn-xuôi-như-thơ của cô:

"Không nhớ bao lâu, tôi chưa có dịp gặp lại Nguyễn Thị Khánh Minh - Sau khi người thơ nữ từng có được cho mình những "mùa thơ bội thu", phải nhập viện, giải phẫu cột sống!

Tôi cũng không biết, những chùm hoa "tử uyên ương" trong thơ của Nguyễn còn đỏ tươi một góc vườn? Hay đã thẫm. Chiều. Những tách trà son, nhạt. Bơ vơ hành lang yên, ắng. Đìu hiu?

Tôi cũng không biết, Nguyễn còn di chuyển bằng chiếc walker mà, từ những bước chân gập ghềnh kia, từ ghế ngồi nọ, thơ có được cho nó, những hôn phối mới? Những hôn phối giữa chữ, nghĩa đằm thắm, tỏ tình kín đáo cùng tâm thức, nhậy cảm.

Nhưng tôi biết, gần đây, Nguyễn đã có được cho mình, một cõi-giới văn xuôi - Không chỉ là những chấm-phá-thi-ca. Với tôi, cõi giới ấy còn như những luống-hoa-thi-ca, thấy được, rực rỡ từ cánh rừng tâm hồn Nguyễn - Nắng, gió mưng, mưng.

Tôi không rõ Nguyễn gọi những trang văn xuôi vun đầy những luống-hoa-thi- ca của mình kia, là "tùy bút" hay, nhiều phần là "tản văn" (theo cách gọi hôm nay ở VN)?

Tuy nhiên, dù với chỉ danh nào thì, tôi vẫn muốn nói, tôi thích lắm, những trang thơ-văn-xuôi ấy.

Nơi bất cứ một trang văn xuôi nào của Nguyễn, tôi cũng được thở ngạt ngào hương thơm của những động tự hay, tĩnh tự bay lên từ hồi ức Nha Trang, những ngày mới lớn. Saigòn, những ngày Duy Tân. Quê người, những ngày đi tìm cái tôi, thất thổ, lênh đênh: Những Nguyễn!"

Rõ hơn, tôi cảm được cái "nồng của nắng", cái "ngát rộng của gió khơi" hay, "...nhánh sông đang hối hả chạy ra biển..." của Nguyễn:

"...Con đường phố biển. Nồng của nắng, ngát rộng của gió khơi, hợp tấu cùng muôn ánh tươi rói của sắc màu mùa hè làm con đường lênh đênh như một nhánh sông đang hối hả chạy ra biển. Xanh ngắt trời nối xanh thẳm nước biển đổ tràn mắt tôi. Các cô gái mặc áo tắm đi hai bên đường, nổi làn da đỏ nắng, mắt họ biếc xanh, tiếng cười họ xôn xao những tán lá. Tôi đi như cái bóng giữa dòng nắng thanh xuân của họ. Bóng phất phơ giữa những đường ranh của thời gian..."

Hoặc hình ảnh người con gái "ngậm tuổi mười sáu..." của mình, nơi mùa hè. Quê cũ:

"Và tôi ngậm tuổi mười sáu hát ca suốt mùa hè như con ve sầu trong một phim hoạt hình trẻ con, không màng gì đến thu sang đông tới, để rồi, trong đêm mưa ve vác cây đàn sầu ủ dột trên lưng, đi xin ăn, tới nhà kiến, bị xua đuổi, có lẽ kiến bảo, sao suốt mùa hè chỉ lo đàn ca..." (Trích "Đường Main, một ngày cuối hạ")

Tôi cũng không biết, những chùm hoa "tử uyên ương" trong thơ của Nguyễn còn đỏ tươm một góc vườn? Hay đã thẫm. Chiều. Những tách trà son, nhạt. Bơ vơ hành lang yên, ắng. Đìu hiu?

Nhưng, nơi bất cứ một trang văn xuôi nào, tôi cũng được thở ngạt ngào hương thơm của những động tự hay, tĩnh tự bay lên từ hồi ức Nguyễn, những ngày thiếu nữ. Rõ hơn, tôi cảm được cái "núm nắng gió" trong đoạn văn:

"...Tôi không là họa sĩ, chỉ mong ký ức dẫn lời để có thể phác hoạ được cùng người một cách diễm lệ hình ảnh 16 mùa nắng Nha Trang, Nha Trang nhi đồng, Nha Trang dậy thì, và, Nha Trang lớn lên xa vợi, giật lùi sau chuyến xe lửa đang chở tia nhìn nuối buồn đau ngày tôi bị gỡ đi cái núm gió nắng mặn mòi ấy..."

Rõ hơn, dù Nguyễn nói, Nguyễn không là họa sĩ, nhưng bằng vào tản - văn dưới đây, tôi trộm nghĩ, ngay những họa sĩ tài hoa nhất, từng phải lòng với văn chương, cũng sẽ ngẩn ngơ, nếu không muốn nói là sẽ ganh tức với bức tranh niên thiếu có đủ ba chiều không gian, vẽ bằng chữ trên tấm canvas-thiếu-thời của Nguyễn:

"... Thật sự lúc này tôi thấy mình đã sẩy đi ít nhiều ký ức về Nha Trang, Người đã cùng tôi một thời bé dại. Tôi đâu biết rằng, mỗi bước nhảy cò cò của tôi là từng bước một ánh nắng buổi mai đi về sau lưng, mỗi mảnh ngói nhỏ ném xuống đánh dấu ô 'cái nhà' của mình chỉ là một không gian hư ảo, tan đi khi những đường phấn kẻ ô chơi bị xóa vội vàng dưới cơn mưa ... Tôi cũng không hay mỗi trái banh thảy lên từng thẻ đũa bị tóm, tờ tợ như từng mảnh thời gian bị lấy đi, để khi tàn một ván chơi thẻ thì thời gian không còn dấu gì trên vuông gạch (...)

"...Đó là thời gian của chồi nắng. Chồi 3, chồi 5 tuổi. Nắng ăn nắng ngủ và nắng khóc nhè..."

Và, vì thế:

"...dường như em đã lớn lên trong cái kén của riêng mình, như thế". (Trích "Những mùa nắng Nha Trang").

Tôi cũng không biết, những chùm hoa "tử uyên ương" trong thơ của Nguyễn, còn đỏ tươm một góc vườn? Hay đã thẫm. Chiều. Những tách trà son. Nhạt. Bơ vơ hành lang yên, ắng. Đìu hiu?

"Nhưng, tự nơi những trang văn xuôi của Nguyễn, tôi còn được thở ngạt ngào hương thơm của những động tự hay, tĩnh tự của Nguyễn, bay lên từ những bình nguyên đời thường. Từ những ngọn-đồi-thao-thiết-thi-ca..."

Ở kênh, mạch nào của cõi-giới tản-văn Nguyễn Thị Khánh Minh, với tôi, cũng vẫn là những con chữ, đẹp. Những con chữ như những bông hoa, làm thành những lẵng hoa mang tên tuổi thơ. Mang tên kỷ niệm. Mang tên bằng hữu. Mang tên tình yêu...Treo dọc thủy trình dòng-sông-tùy-bút của Nguyễn.

"Dòng-sông-tản-văn này, đã đem lại cho tôi những lượng đất bồi đáng kể trước những sạt lở chữ, nghĩa trong văn xuôi của chúng ta, hôm nay".

Nhưng dù ở kênh, mạch nào, tôi vẫn cho rằng, thi sĩ là người có cái may-mắn-bất-hạnh, được Thượng Đế ký thác cho y / thị một giác quan riêng. Tôi không hề có ý nhắc tới cái chúng ta quen gọi là "giác quan thứ sáu." Loại giác quan giúp một số người tiên đoán, hoặc, thấy trước những điều sẽ xảy ra.

Tôi cũng không hề có ý muốn nhắc tới cái chúng ta quen gọi là "trực giác." Một năng lực đặc biệt, không cần kinh nghiệm, học hỏi, vẫn có thể trực cảm những sự kiện mơ hồ. Tôi muốn nói tới loại giác quan không có số: "Giác-quan-thi-sĩ". Đúng vậy. Đấy là chữ, tôi muốn dùng. Tên, tôi muốn gọi.

Không có giác quan này, thi sĩ không thể tương thông với trời, đất. Không có giác quan này, thi sĩ không thể "nghe" được tiếng nói của im lặng. Không có giác quan này, thi sĩ không thể "thấy" được hình ảnh của hư vô. Không có giác quan này, thi sĩ không thể "chạm, đụng" được lẽ bất tận không gian, thời gian. Không có giác quan này, thi sĩ không thể "ngửi" được mùi hương kỷ niệm.

Không có giác quan này, thi sĩ không thể "nếm" được vị chát, cháy đỏ thần kinh của chia ly; vị ngọt điếng tê cảm xúc của hạnh ngộ...

Tôi không biết may mắn (hay bất hạnh) cho người bạn nhỏ của tôi, Nguyễn Thị Khánh Minh, là người đã được Thượng Đế ký thác cho cô, giác quan đặc biệt ấy.

Dưới đây là một đoạn văn đi ra từ giác-quan-thi-sĩ của Nguyễn Thị Khánh Minh:

"... Nhắm mắt lại. Phút này đây.

"... Nghe được hương trâm trâm bên vệ đường rầy xe lửa về quê nội, ai biết được mầu lấm tấm ngũ sắc kia đã cấy trong tôi mùi quyến luyến quê nhà đến vậy. Hễ chìm vào là nghe tiếng xe lửa xập xình, ánh nhìn cô gái nhỏ chạy lùi theo những hình ảnh vụt qua, bụi cây, ngọn núi, chiếc cầu nhỏ, những ô lúa xanh và con mương ốm chạy ngoằn ngoèo theo bờ ruộng. Lại nghe được cả mùi thơm của đất bùn, đất ải quyện lẫn mùi phân trâu bò, mùi rơm rạ trong nắng trưa. Nếu không có một tuổi thơ gắn bó với mùi hương ấy thì chắc tôi không thể nào cảm được trọn vẹn cái êm ả, bình yên, mộc mạc của một làng quê, không chia được với ai nỗi nhớ nhà, không xẻ được với ai niềm hạnh phúc có một "nhà quê" để gặm nhấm lúc chia xa.

"... Tôi cho những mùi ấy là "duyên nợ" của tôi, vì hợp với nhịp đập tim tôi, rung động với tôi ở một tần số cao nhất của tâm linh, cho nên, nói như ai kia, là chẳng lẽ mình mong quê nhà cứ lạc hậu mãi sao, thì thật là một kết luận hơi oan ức, đối với tôi.

"Lý tưởng là, có đủ khôn ngoan, tinh tế để vừa phát triển vừa giữ được tiết tấu riêng của Nhà Quê. Nhưng nếu, để đổi lấy văn minh mà mất hết trơn cái nhịp, cái mùi gần gũi ruột thịt như thế, tôi chọn, thà đi về trên con đê bên đường rầy xe lửa ngắt nụ trâm trâm mà hút mật ngọt, thà trở lại quê nhà, tắm trong đêm dưới ánh trăng bên cái giếng gạch đóng đầy rêu, cười khúc khích với người chị đang tuổi dậy thì, chị Bích ơi, em biết sẽ có ngày chị em mình lại về nhà nội và tắm khuya bên bờ giếng ấy, phải là đêm có trăng để em thấy được những mảnh sáng bắn tung tóe từ người chị, hẹn thế nhé, nhưng đừng dọa em, dưới giếng có con rắn thật to nghe, mà cho dù thế cũng không cưỡng được em cái thích tắm dưới trăng khuya bên giếng gạch cũ của bà nội đâu, chị Bích à (...)

"... Vâng, những hương ấy đã bỏ bùa tâm hồn tôi. Là mấu chốt cho cảm xúc thăng hoa, là sợi dây cho tôi lần về kỷ niệm, là đôi cánh giúp tôi còn có thể bay lên, là cái kén cho tôi náu mình, là liều thuốc mê cho tôi đôi lúc cần, để quên đi những nỗi sợ, những nỗi đau cùng những bất an trong cuộc sống..."

Tôi nghĩ, một ngày nào, tình cờ gặp Khánh Minh, tôi sẽ lập lại:

"Cảm ơn Khánh Minh. Cảm ơn những lượng phù sa mà, Nguyễn đã bù đắp cho những sạt, lở chữ, nghĩa nơi dòng sông tản văn của chúng ta, hôm nay. Từ đó, tôi thấy tôi đã cùng bóng, gió...bay lên. Bay lên rồi đấy: "Bóng bay gió ơi".

(Calif. Jan. 2015)

Nguyễn Vĩnh Tiến,
tài hoa và lục bát

Tôi thực sự không biết ba chữ "Nguyễn Vĩnh Tiến" có gợi lên trong tâm cảm bạn đọc , thân hữu trang nhà dutule .com một ấn tượng rõ nét nào chăng? Riêng tôi, khi nhận được sự giới thiệu từ hai người bạn trẻ của chúng tôi là Hà Quang Minh và Nguyễn Đăng Khoa cùng với bài viết và , thơ của Nguyễn Vĩnh Tiến, do Hà và Nguyễn gửi cho , cá nhân tôi , thực sự hân hoan , hạnh phúc.

Cái hân hoan, hạnh phúc của một người được đọc những vần thơ lục bát, của một nhà thơ tương đối còn trẻ tuổi, ở cuối thế kỷ thứ XX, đầu thế kỷ thứ 21 mà, lại mang mang hồn tính dân tộc đất nước nghìn năm trước.

Nó không phải là cái khí hậu "mang mang thiên cổ sầu" của Huy Cận. Bởi vì tính chất "mang mang thiên cổ sầu" trong lục bát

Huy Cận vẫn đẫm, đẫm cái không khí đường thi và không gian bất định, không cá tính.

Nhưng lục bát của Nguyễn Vĩnh Tiến (sinh 1974), sau Huy Cận gần 60 (HC sinh 1919) lại là những vần thơ có được cái không gian, quá khứ Việt gần như đã mất hẳn trong thi ca, âm nhạc của chúng ta, sau nhiều thế kỷ...

Thí dụ, họ Nguyễn có những câu lục-bát-đẹp-xưa như sau:

"Quê tôi cả thẹn, hay lo
Dòng sông vắng khách con đò trầm ngâm
Bụi tre thích đứng cười thầm
Giàn bầu, giàn bí thích cầm tay nhau"

Hoặc nữa:

"Tháng tám giờ sắp cạn rồi
Ngoài song tháng chín đã ngồi trong sương
Anh mơ, hẻo lánh con đường
Cánh đồng hoa dại nằm vương đôi mình"

V.v...

Chưa kể, trong cõi-giới lục bát Nguyễn Vĩnh Tiến, bằng vào tài hoa đặc biệt của mình, tính hài hước cũng được họ Nguyễn đem vào, thể hiện rất Việt Nam. Ý tôi muốn nói, nếu đặc tính của hài hước Tây phương là một thứ nhan sắc lồ lộ, thấy ngay thì, tinh thần hài hước của Việt Nam nói riêng phương đông nói chung là tính ý nhị, vi tế. Nó đòi hỏi người thưởng ngoạn ít giây phút lắng đọng, suy nghĩ...Sau đó, mới là sự gật gù cùng nụ cười thâm trầm Nó như một thứ duyên ngầm của người phụ nữ Việt.

Thí dụ:

"Tuổi tôi sục sạo khắp nhà
Tìm sao cho đủ tiếng gà ban trưa."

Hoặc:

"Mặt trời vừa giống hòn bi
Lại vừa giống điểm bài thi hôm nào..."

Hoặc nữa:

"Chồn ơi chồn đứng ở đâu
Ban ngày đang ngủ trên đầu ban đêm
Chồn đi đá cứng chân mềm
Về làng mà hát, mà xuyên qua làng"

V.V...

*

Cụ thể hơn, chúng tôi xin trích dẫn phát biểu nhà thơ Nguyễn Đăng Khoa, một người trẻ (rất trẻ), theo tôi, cũng là một trong vài tiếng thơ lục bát hay nhất hiện nay ở quê nhà nói về thơ Nguyễn Vĩnh Tiến:

"Nguyễn Vĩnh Tiến Đến với thơ từ năm 8 tuổi, và hoạt động trên nhiều lĩnh vực : kiến trúc - văn chương - âm nhạc, với một sức viết mạnh mẽ rất mực, tài hoa rất mực.

"Đó là một người của những chuyến viễn du, nhưng mà lại không bao giờ quên mang theo những chiếc va ly nặng chứa đầy đủ cả bóng quê nhà, cả mùi xứ sở.

"Đọc Nguyễn Vĩnh Tiến, nghe Nguyễn Vĩnh Tiến, ta dễ dàng trông thấy hồn thơ ngập tràn thành lũ, thành sông. Thấy chữ xếp thành đường làng. Thấy hồn thơ vững vàng đứng lẫn vào bóng núi, bóng trung du. Đó là một nhân vật đặc biệt, có thể khiến người ta nhớ về Nguyễn Bính, nhưng không hề lẫn vào Nguyễn Bính. Đó là một trong những người giữ lửa đại tài mà vùng quê hương Bắc Bộ sản sinh ra, dành cho những giá trị thuần Việt nhất!"

(Nguyễn Đăng Khoa Sài Gòn, 9.4.2014).

Và, bài viết trong loạt bài "Những Người Nổi Tiếng" của tác giả Hà Quang Minh, viết từ Saigon, tháng 10 năm 2013:

"NHỮNG ĐỒNG CHIỀU, CUỐNG RẠ, BỎ SAU LƯNG.

"Có bao nhiêu gió cho vay cánh đồng

(Thơ Nguyễn Vĩnh Tiến)

"Một trưa Sài gòn, tháng Năm, tôi bước ra khỏi nhà, trong cái nắng đỉnh Hạ, đi về phía hẹn với Trí. Ở đó, tôi biết, có một người cùng Trí đợi tôi, một người tôi đã nghe tên nhiều mà chưa từng gặp mặt. Tôi tò mò muốn biết con người ấy có đúng như mình vẫn luôn hình dung hay không, một chút tò mò được ẩn dấu dưới vẻ bất cần bề ngoài của tôi, vẻ bất cần mà nhiều người cho rằng đó là hiện thân của kiêu ngạo. Ừ, dù sao thì cũng chỉ là một con người thôi mà. Ai hay ho thế nào, tôi vẫn còn phải dò xét đã. Những ngợi khen ngoài kia, với tôi, nhiều khi đều chỉ là lầm lẫn cả.

"Và cứ thế, tôi đi, đi về phía Nguyễn Vĩnh Tiến...

"Chúng tôi uống rượu trưa, điều mà tôi rất ghét. Buổi trưa là khi tôi bắt đầu một ngày, uống vào, chỉ làm cho buổi chiều trở nên nặng trĩu, một buổi chiều vô công rỗi nghề. Những xã giao ban đầu xoay quanh chai vang đầu tiên cũng chỉ đủ cho một cuộc trò chuyện thông thường, không để lại ấn tượng gì đậm nét. Nhưng rồi chai thứ hai, chai thứ ba đi qua. Trí đã ngưng không uống nữa. Tính Trí là vậy, uống chỉ ở mức độ vừa đủ để thưởng thức. Còn tôi, khi đã mềm môi, mưu sự tại nhân, hành sự tại men cả. Tôi để men cuốn tôi đi tiếp, đi miết, đi cho đến tận cùng của cuộc chơi. Và những giọt rượu huyết dụ đã đẩy tôi đến ngã rẽ bất ngờ của cuộc hạnh ngộ, ngã rẽ khi mà Tiến chìa ra cho tôi tấm ảnh cũ, ố màu, được chụp lại và lưu lại trong điện thoại của anh. "Minh có nhận ra ai không?", Tiến cười, nhỏn. nhoẻn. Tôi kinh ngạc, ngỡ ngàng, bừng. tỉnh. Tôi nhận ra tôi, đau đáu tuổi thơ xưa, năm tôi

14 tuổi. Trong tấm ảnh cũ ấy, tôi đứng nghiêm cẩn như 'ông cụ' bên cạnh một nụ cười mới đây thôi, nhỏn. nhoẻn. Lạ kỳ thật. Làm sao Tiến lại có bức ảnh này? Và tại sao Tiến lại đứng đó, bên cạnh tôi, ở trong không gian cũ ấy?

"Vậy là tôi đã lầm. Tôi và Tiến đã gặp nhau từ xưa, rất xưa, từ khi tôi mới là một thằng bé con không hơn không kém. "Năm ấy thi thơ, em được giải nhất hay giải nhì gì đó, còn anh được giải ba. Minh còn nhớ không? Anh vẫn còn giữ một tập thơ em gửi tặng anh, sau bữa đó mình còn đi café với nhau một lần nữa đấy."

"Ký ức cũ bỗng cuồn cuộn quay về. Thằng bé tôi, 14 tuổi, bỏ dở kỳ nghỉ hè với ngoại ở Đà nẵng để bắt tàu nhanh quay về Hà nội nhận giải thưởng thơ. Những năm ấy đã quá xa rồi, những năm đầu thập niên (19)90s. Tôi nhớ, ba vẫn thường lén lén lấy những bài thơ tôi viết, đánh máy lại sạch sẽ, gửi đăng báo, gửi tham dự các cuộc thi dùm tôi. Thằng bé con ngày xưa bỗng nhiên quay về. Nó đấy, trong đôi mắt đuôi dài đã có dấu chân chim nhưng vẫn trong lay láy của Tiến đấy. Tiến cho tôi thấy lại mình, ngồi trên chuyến tàu một mình, nhìn ra ngoài cửa sổ, nhìn những đồng chiều cuống rạ trôi đi, trôi đi qua mắt mình. Nhìn những đứa trẻ chăn trâu ngồi trên con-vật-gia-tài lặng ngắm đoàn tàu qua ước mình một lần viễn du trên cánh tàu như thế và hình dung ra, đã có một tiền kiếp nào, tôi chính là đứa trẻ trâu trên lưng con-vật-gia-tài ấy. Tôi bỗng nhiên chìm đi, nhòa đi, mê. man...

"Rồi sau lần hội ngộ đó, tôi và Tiến bỗng nhiên gần nhau hơn. Tôi bắt đầu nhìn anh bằng đôi mắt hiền lành hơn, đôi mắt đã không còn những màu kiêu ngạo. Và tôi nhìn thấy ở đó là cả một trời lý thú. Chúng tôi không gặp lại nhau nhiều nhưng gần như luôn luôn giữ một nối kết thường nhật trên mạng, bằng những đối đáp với nhau về thơ phú. Vả tôi chợt nhận ra, những cảm nhận ban đầu của tôi, những cảm nhận chủ quan của những ngày chưa gặp Tiến buổi trưa tháng Năm ấy không sai lệch là mấy. Tôi đã từng hình dung Tiến hồn nhiên lắm lắm, hồn nhiên đến không ngờ. Nhưng thực sự, Tiến còn hồn nhiên hơn cả tôi đã từng hình dung nhiều lần.

"Bởi ngoài sự hồn nhiên vốn dĩ, Tiến còn giữ nguyên được cả sự ngạc nhiên, sự ngạc nhiên với tất cả những gì xung quanh anh, sự ngạc nhiên giữ chân anh làm nghệ sỹ.

"Có chuyện kể rằng, trong một chuyến đi Nhật, Tiến đã 'đi lạc' khiến chủ nhà phải hốt hoảng tìm kiếm vì sợ anh sẽ muộn giờ tàu. Người ta cho 2 tiếng đồng hồ thảnh thơi để mỗi thành viên trong đoàn được tự mình thăm thú trước khi về tập trung lại tại bến tàu. Mọi người đều đúng hẹn, chỉ mình Tiến mất tích. Và đến khi anh được tìm ra, anh vẫn đang ngẩn ngơ chụp lại những kiến trúc đẹp tuyệt vời của thành phố ấy. Thế là có chuyện "Tiến hồn nhiên đi lạc" từ đó. Nhưng tôi không nghĩ là Tiến đi lạc. Người ta chỉ lạc khi mình định ra cho chính mình một cái đích cụ thể mà thôi. Còn Tiến thì không. Đời Tiến luôn là những chuyến đi, đi để mà đi, để hưởng trọn cái cảm giác lang thang sướng khoái, đi không hề cần biết đích đến.

"Mà đã chẳng có đích đến, sao có thể gọi là đi lạc đây???
"Rồi tôi bắt đầu đọc thơ Tiến nhiều hơn, nghe ca khúc của Tiến nhiều hơn. Tôi nhận ra, anh không phải là một nhà thơ, không phải là một nhạc sỹ đơn thuần mà anh là một nghệ sỹ tạo hình âm thanh và câu chữ. Cái chất kiến trúc trong Tiến bộc lộ rất rõ, với những lớp lang, hình khối mơ hồ trong thơ và nhạc. Trong thế giới ấy của anh, người ta có thể hình dung ra rất rõ những bậc thềm, chiếu nghỉ, tam quan, hàng hiên, mái ngói...Thật lạ. Nhìn những bản thiết kế mà Tiến vẽ hiện đại thế nào thì thơ và nhạc của Tiến lại 'kiến trúc' nên những thứ cổ kính đến đối nghịch. Dường như, Tiến không thể thoát ra được khỏi những làng quê bé nhỏ bắc bộ thì phải. Anh như đứa trẻ con, ngơ ngác giữa chốn thị

thành, đôi mắt lay láy vẫn còn vương lại những đồng chiều, cuống rạ, bỏ sau lưng...

"Ngay cả trong những sáng tác mới mà Tiến đưa tôi nghe cũng vậy. Chất liệu âm nhạc thì hiện đại lắm nhưng cái thần của nó vẫn chẳng thoát ra khỏi bờ đê đầu làng. Nó cứ mang mang buồn, cái buồn của một chiều mùa đông, khói rạ lên hoang hoải ở những cánh đồng gặt xong còn trơ lại những xác xơ tiêu điều. Cái buồn ấy, nhiều khi ta bỏ quên vì những ồn ào phố thị. Nhưng nó còn hằn sâu mãi ở trong anh, dù là anh ở Hà nội, Sài gòn hay Paris, Toulouse. Và nhiều khi, ngồi với Tiến, mình để cái buồn của Tiến chạm vào, tự nhiên thấy hai mắt mình nhòa lệ, rưng.rưng...

"Cách đây vài tuần, tôi nhắn tin cho Tiến "bao giờ anh qua Pháp vậy Tiến ơi?" và anh đã trả lời "Tháng Mười em ạ. Đang buồn vì sắp phải xa Việt nam". Chúng tôi đã cùng im lặng sau câu trả lời ấy. Để rồi chỉ một tuần sau đó, Tiến hồ hởi gọi tôi "Anh vừa đặt chân xuống sân bay Tân Sơn Nhất" và hai anh em đã có một đêm ngồi uống thật sâu, giữa cơn mưa cuồn cuộn của Sài gòn trong một mé quán nhỏ. Trong cuộc nhậu ấy, chúng tôi đã nói rất nhiều về thi ca, về âm nhạc và về cả những khát vọng quá lớn của mình. Và khi tôi chợt nhắc về khái niệm "Vũ trụ song song" mà chúng tôi vừa trao đổi với nhau cách đó mấy ngày, Tiến hồn nhiên tới mức thốt lên "tại sao anh em mình không làm chung một album với chủ đề là Vũ trụ song song nhỉ?". Tôi mỉm cười "Ai hát anh ơi?" nhưng thực ra trong lòng, tôi cũng háo hức lắm. Một vũ trụ song song với vũ trụ này; những vũ trụ song song với vũ trụ này; những vũ trụ chạm vào nhau và lại tạo ra những vũ trụ mới, tất cả, mềm mại, như những con người, giao phối với nhau và sinh ra những con người mới. Và ở vũ trụ này, tôi và Tiến đang uống ngất ngư với nhau nhưng có thể ở một vũ trụ khác, tôi và anh đang so kè nhau trên võ đài không chừng. Chẳng thể nào biết được một tôi ở nơi nào đó và một Tiến ở nơi nào đó giờ này đang song song làm gì? Tất cả chỉ là một cú gieo xúc sắc mà thôi, một cú gieo quyết định phương án của cả một đời. Ý niệm ấy đâu cứng nhắc như bản thân khoa học là sự khô khan vốn dĩ. Nó đủ mềm mại để viết mà, song song...

" 'Đầy người hát mà em. Lo gì?' Tiến nói xong, anh vội vã lao ra ngoài hiên mưa.

"Chắc anh có điện thoại và tôi ngồi lặng một mình nghĩ về cú gieo xúc sắc. Cú gieo nào đã cho chúng tôi trở thành bằng hữu của nhau? Chắc Thượng đế là một nhà thơ nên người mới đưa ra đáp án tuyệt vời như thế, hứng khởi như thế. Và dòng suy nghĩ của tôi bỗng sững lại khi Tiến ập về vội vã nói 'Anh mới tặng em bài thơ, trên facebook em đó'. Tôi mở điện thoại đọc ngay, ngấu.nghiến. 'Em tôi ham chơi/ Ngồi buộc mưa rơi/ Thành từng nút thắt..../ Mai mưa vắng mặt/ Ngồi gỡ anh đan/ Hồn anh gió tràn'. Và cũng chỉ vài phút sau, tôi đã gửi lại anh, một bài họa khác, gói gọn cũng chỉ trong mười sáu chữ ấy của Tiến. 'Tôi, em, chơi, ham/ Ngồi thành nút thắt/ Buộc từng mưa rơi.../ Mai anh vắng mặt/ Anh ngồi gió tràn/ Hồn gỡ mưa đan'. Đó là một cuộc chơi vui, có thể nói là đôi phần nghịch ngợm tếu táo.

"Nhưng nó chợt làm cho tôi hiểu, giữa cuộc đời dài này, kiếm tìm một người để có thể ngồi lại với nhau bằng những thứ tưởng như vô bổ như thế đâu dễ.

"Vài hôm nữa, Tiến sẽ đi rồi, chàng Candide hồn nhiên, ngạc nhiên sẽ đi rồi. Dịp gặp lại anh, ngồi uống cùng anh chắc cũng còn lâu lắm. Và tôi cứ hình dung ra, ở một phương trời rất xa, trong cái lạnh của mùa đông châu Âu, giữa những bông tuyết rơi xứ lạ, vẫn có một đôi mắt đau đáu nhìn của một trẻ thơ ngỡ ngàng với tất cả những gì xung quanh mình, ngỡ ngàng vì biết mình phải ra đi nhưng vĩnh viễn không thể trả lời được tại sao mình lại bỏ lại phía sau lưng những đồng chiều, cuống rạ. Trong hơi thở ấy vẫn sẽ có mùi khói rơm mang mang cuối ngõ. Trong cái nhìn ấy vẫn có một bờ cát dài ven sông, những bãi ngô non phất cờ cuối bãi.

"Con người ấy không bao giờ thoát được khỏi quầng ký ức ấy quanh mình, cho dù, song song đấy, anh đang lơ vơ ở một vũ trụ nào, xa lắm..."

Thơ Nguyễn Vĩnh Tiến:

Đáy xuân,

Tôi về lất phất mưa đêm
Cười đùa đã thoả thuê thềm rêu xưa
Chỉ còn lành lạnh giọt mưa
Hoà cùng giọt nước mắt vừa ấm môi
Có gì nặng trĩu đường trôi
Một mùa Xuân rót một lời đáy Xuân
Có quang gánh nổi đồng lần
Hồn kêu kẽo kẹt trên thân thể buồn...
Tuổi tôi,
Quê tôi cả thẹn, hay lo
Dòng sông vắng khách, con đò trầm ngâm
Bụi tre thích đứng cười thầm
Giàn bầu, giàn bí thích cầm tay nhau
Con chim sẻ nhớ bẹ cau
Con chào mào lại nhớ màu ổi ương...
Làng tôi lắm ngách nhiều đường
Trẻ con theo phía trống trường mà đi
Mặt trời vừa giống hòn bi
Lại vừa giống điểm bài thi hôm nào...
Tuổi tôi câu cá bờ ao
Chợt mong chẳng có con nào cắn câu

473

Tuổi tôi bám chặt lưng trâu
Vượt sông mà ngắm nhịp cầu bắt ngang
Tuổi tôi ra đứng đầu làng
Để xem màu nắng có vàng như hoa?
Tuổi tôi sục sạo khắp nhà
Tìm sao cho đủ tiếng gà ban trưa
Tuổi tôi chạy giữa cơn mưa
Thương con kiến cánh bay chưa kịp về
Tuổi tôi cắt cỏ ven đê
Những khi đầy gánh lại khe khẽ buồn
Tuổi tôi lúc ngắm hoàng hôn
Lo cho diều giấy vẫn còn trên cao
Tuổi tôi có lối rẽ vào
Suốt đời bước thấp, bước cao - Tôi tìm
Chồn hoang,
Những con chồn hoang
Đêm đêm mò về làng
Mắt như sao rơi xuống đất
Mỗi chiếc lông rụng mang theo một hạt bụi của núi đồi
Chúng nối chân nhau đi theo đường dích dắc
Vắt qua khe hở bất trắc
Vòng theo những thớ đất lồi
Và nói với nhau những chuyện lôi thôi
Chồn hoang chồn hoang
Có câu hát rằng:
Hễ có mặt trăng
Là thêm cái bóng
Theo ta về làng
Hễ có mặt trăng
Là thêm cái ánh
Theo ta màu vàng
Hễ có mặt trăng

Là thêm cái tối
Theo ta lang thang
Bầy chồn về bắt vạ chuyện làng
Bầy chồn đi như tìm đói khát
Chồn ơi chồn đứng ở đâu
Ban ngày đang ngủ trên đầu ban đêm
Chồn đi đá cứng chân mềm
Về làng mà hát, mà xuyên qua làng.

Trung thu

Sông Thao réo ùng ục màu hồng xám,
lặn ngụp giữa dòng củi mục
xác tuổi thơ trôi
Cây gạo đứng giữa bãi bồi, không lá
Tôi đáng lẽ ngồi chờ chuyến đò định mệnh
Nhưng đã bật dậy chạy theo cánh cung triền đê vàng
Để rồi lạc tiếp giữa những cánh cung sườn đồi căng nắng
Thoát theo một đường nhỏ, cây cọ xòe tay đã nhuộm rát từ
mặt trời
Tôi đi chậm lại bỗng muốn khóc xối xả
Muốn cõng về cho em một quả núi
Rồi nằm thật dài như đường ray

Tôi đáng lẽ đã thấy chuyến đò định mệnh
Nếu không lạc vào những tiếng chuông trên mặt nước
Rồi đuổi theo em áo vàng trong cánh đồng ngô
Bắp tròn hạt mẩy
Sao tôi chần chừ để mất lần cắn ngập
Để sau này mò mẫm mãi trong phố xẩm mưa phùn

475

Con chim bông lau cánh xác xơ về kêu
Buổi chiều sắc xám xơ vạt đồi cao ối đỏ
Ông nội tôi uống rượu say là tại con đường
Tôi lao như mũi tên mê theo quả bàng chín ẩn hiện trong lá
tim
Tuổi tôi bao giờ cắn ngập những làn hương?
Phố xá im lặng chồn chân
Cánh cửa màu trắng phía ngày xa rộng toác
Vẫn ít người trở về
Tôi quen trò trốn tìm sắc ngày nhạt
Khi chán lại tìm trùng điệp những ngọn đồi chơi trò cánh
cung mây

Tôi chạy xa rồi cái bến đợi chuyến đò định mệnh
Nhưng Sông Thao lẽo đẽo chảy trong người
Trung du thở những cánh cung căng cứng.
Toulouse, 5-9-2003

Phạm Chu Sa/thơ/
gần 40 năm sau

Tiếng thơ Phạm Chu Sa ở những năm tháng sau 1975, tuy căn để, đa số vẫn là những thao thiết về tình yêu. Nhưng đó là một thứ tình yêu đã ra khỏi hố, hầm ẩn náu của những xung động tình cảm đôi lứa thuần túy. Mà, tình yêu, trong cõi giới thi ca Phạm Chu Sa hôm nay, là những vấn nạn được cất lên từ những tâm bão nhân sinh. Những cật vấn tử / sinh. Đời / kiếp.

Đó là nhận định của tôi về tiếng thơ, hiện trường thi ca mang tên Phạm Chu Sa, khi nhà xuất bản Thanh Niên, Saigon ấn hành thi phẩm *"Một nửa"*.

Nơi bìa 4 thi phẩm "Một nửa", tôi có được một ngạc nhiên thích thú, vì nhà xuất bản cho in lại một ghi nhận của tôi từ năm 1973, về hành trình chữ, nghĩa của người bạn thơ này.

Khi được hỏi về ngạc nhiên thích thú kia, tôi nói: Tôi rất vui, không chỉ vì đọc lại, thấy mình đã có những cảm nhận nồng nhiệt về một trong những tiếng thơ miền Nam, một thời được giới trẻ yêu thích; mà, còn vì hôm nay, sau nhiều năm, Phạm Chu Sa đã vượt qua cột mốc thi ca của chính ông.

Dõi theo cuộc trường chinh chữ, nghĩa của một tác giả, tôi không hề y cứ trên thời gian tác giả đó, đã bương trải trên lộ trình văn chương mà, mối quan tâm của tôi, trước, sau vẫn là hành-giả-thi-ca kia, có cảm được những dấu mốc đáng kể trong hành trình nắng, gió, phản ảnh được tài năng và trí tuệ của mình hay không, mà thôi.

Vì thế, khi phải trả lời một câu hỏi khác của văn giới, về cảm nhận của tôi gần 40 năm sau, trước sự ra đời thi phẩm "Một nửa" / Phạm Chu Sa, tôi nhớ, tôi nói đại ý:

"...Ngoài niềm vui được sống lại những thân tình cũ với bằng hữu văn nghệ một thời quê nhà, tôi còn có được một niềm vui khác. Đó là sự: "Tự ném mình tới những chân trời mới của tác giả 'Một nửa.' Một nỗ lực không phải nhà thơ nào cũng có thể làm được!"

Khi được yêu cầu giải thích thêm cho nhận định của mình, tôi nói, thông thường, các tác giả (nhất là những người cầm bút Việt Nam) khi qua thời tuổi trẻ, luôn bị thời gian đẩy lui về điểm khởi hành. Nó là hiện tượng nghịch chiều. Giống như hiện tượng nghịch chiều rất tự nhiên của tuổi già và, sức khỏe. Khi tuổi già gia tăng thì, đó cũng là lúc sức khỏe đang bị đẩy lui về góc tường, hay ngõ cụt! Định luật nghịch chiều này, chúng ta cũng thường thấy trong lãnh vực văn học và, nghệ thuật.

Sau đấy, tôi cũng nói thêm (điều có thể khiến thiểu số người làm thơ không hài lòng), đó là:

"Có đôi ba tác giả còn bị rơi vào tình trạng đáng buồn hơn! Đó là khả năng sáng tạo bị đẩy lùi sau cả lằn mức khởi hành nữa!"

Phạm Chu Sa, với những bài thơ mới, nơi nửa sau của thi phẩm *"Một nửa"* đã cho thấy ông vượt qua được ngưỡng cửa ngáng trở tàn khốc của thời gian.

Bước sâu hơn vào thi phẩm *"Một nửa"* của họ Phạm, tôi thực sự mừng rỡ, khi họ Phạm có được những câu thơ như chắt ra từ những chiêm nghiệm đời sống đã sắc xuống. Để tự thân, thơ có được chiều sâu và, độ rộng...

Trong '*Một nửa*' của Phạm Chu Sa, tôi rất thích những câu thơ như:

Tự đào huyệt chôn mình
như một tên tử tội
a ha ta hóa trang
làm anh hề múa rối.
Hoặc:
Dã quỳ thắp nắng
chìm dần trong sương
nhặt bóng tà dương
ném vào vô tận.

Hoặc nữa:

Một chân thò lỗ huyệt
một chân nhảy lò cò
đi tìm phương bất diệt

V.v...

Tóm lại, theo tôi, với thi phẩm *"Một nửa,"* (2011) của Phạm Chu Sa, tôi tin: Người đọc đã bắt gặp một cái gì đó, một cái gì đó rất Phạm Chu Sa. Một cái gì không thể mang một tên gọi khác...

Tôi muốn ví thơ ông như một giòng sông xanh, nhưng dưới đáy lại ẩn sẵn khá nhiều sóng ngầm.

Hôm nay, tình cờ được đọc một bài viết công phu, sâu-lắng-cảm-thức của nhà văn Nguyễn Lệ Uyên ghi nhận về cõi giới thơ Phạm Chu Sa, tôi trộm nghĩ, giữa tôi và họ Nguyễn, chí ít cũng đã có sự đồng cảm khi nhìn lại cuộc trường chinh thi ca của họ Phạm. Nguyễn Lệ Uyên viết:

"... Cuộc đời ông (Phạm Chu Sa) chưa bao giờ yên ả. Và thơ ông cũng vậy, ẩn bên dưới sự phẳng lặng là những giòng chảy ngầm cuồng phẫn, chờ chực bùng lên những đợt sóng gầm gào. "Thoạt lướt qua, tưởng chừng như những câu thơ kia dung dị, đôi khi mang hơi thở chung của những chàng thi sĩ trước năm 1975, là những buồn chán, cột đèn vàng, giọt cà phê đen... tâm trạng của một thời tan tác. Nhưng ẩn bên dưới ngữ nghĩa tầng sâu lại là những cuồng khích, bung vỡ sôi sục, đôi khi nhuốm màu sắc phản kháng của tuổi trẻ:

Bằng màu đen của bóng tối cạm bẫy
Trốn chạy nỗi căm hận khô đắng
Trốn chạy niềm cô đơn
Cuồng loạn những điệu kèn da đen buổi dạ hội hoá trang
Sự bất lực của âm thanh
Và bóng tối đồng lõa
("Một nửa", trg 63)

"Thời nhiễu nhương, tuổi trẻ phản kháng, tuổi trẻ gào rống, tuổi trẻ xuống đường, buồn nôn, phẫn nộ, chán chường... không phải là điều mới lạ. Thời nào và ở đâu tuổi trẻ cũng nhạy cảm trước các vấn đề xã hội, thời cuộc... Xã hội và thời cuộc nhớp nhếch như là mệnh đề tiên thiên xô ngã con người vào "vũng trống", và họ bất lực gào lên:

Đêm thành phố thật buồn
Mười giờ tối còi giới nghiêm reo vội vã
Đêm chợt im vắng trong niềm sôi sục
Sẽ vỡ tung một sớm mai nào
("Những nụ tình xanh", trg 72)

"Có lẽ, sẽ rất thừa thãi khi các nhà đạo đức, trong bối cảnh xã hội suy đồi, phong hoá, lên tiếng chỉ trích sự mất cân bằng trong suy nghĩ và hành động của giới trẻ. Thời kỳ đó, Phạm Chu Sa thuộc lớp tuổi hai mươi, nhưng không tĩnh yên để lắng nghe, để nhìn, đọc những lời rao giảng nhưThiền sư Nhất Hạnh đã từng viết: "Tôi rưng rưng nước mắt, vì tôi được nghe chính tiếng nói của lòng tôi, tiếng tự thú của lòng tôi...Nếu các em biết thương yêu và tha thứ thì hồn nước cũng sẽ giật mình, đời chúng ta sẽ lên sức sống, tủi hờn sẽ lắng xuống và niềm kiêu hãnh sẽ vươn lên. Nếu các em biết thương yêu và tha thứ thì súng đạn cũng sẽ phải thở dài, tàu bay cũng sẽ phải khóc, lựu đạn sẽ phải im tiếng, và quê hương ta sẽ không còn là một bãi chiến trường"
(Nói với tuổi hai mươi).

"Nhưng khốn nỗi, đó chỉ là cách nhìn của thầy Nhất Hạnh. Tuổi trẻ không còn đủ tỉnh táo để bước đi trên những con đường gập ghềnh, hỗn độn. Đó cũng là nét chung với đa phần. Phạm Chu Sa không tự tách mình ra khỏi đống bùng nhùng kia, ông viết:

Khép kín trái tim.
Hai tay vo tròn quá khứ
Hồn chết lịm từng phiến băng tan
Ta cúi đầu bỏ trốn
Ngôi mộ đời cỏ úa xương người
("Những nụ tình xanh", trg 30)

Lúc này, trong tay tôi chỉ còn hai tập: *Những nụ tình xanh* và *Một nửa* (Trên đồi sương phủ, ngay chính tác giả cũng không giữ nổi), nhưng khi soi rọi lại, có vẻ như Một nửa là sự nối dài từ tập thơ đầu tay. Vẫn giọng điệu ấy, vẫn tâm tình ấy. Hơi thở từ thơ ông tưởng chừng như mong manh khói sương, nhưng đằng sau lại là những ẩn ức, những bất lực, trắc trở... cả đời ông cất công tìm kiếm, ráp nối cho trọn vẹn. Khốn thay, thảy đều không theo đúng ý ông:

Lang thang trong rừng vắng
Hái một cụm hoa sầu
Ồ khắp trời mây trắng
Biết lối về nơi đâu?
(NNTX, trg 59)

Trời cao trăng nở rộ
Lữ khách trên đường khuya
Bóng nhoà trong sương lạnh
Nhớ nhà, đâu lối về?
(NNTX, trg 74)

40 năm trước ông không tìm ra "*lối về*" cho riêng mình, thì đến 40 năm sau ông vẫn loay hoay tự tra vấn:

Như đời ta vốn đã quá ngu ngơ
Đi tìm mãi những điều không có thật!
Cám ơn đời từ niềm tin thứ nhất
Thứ hai, ba, tư...cho đến cuối cùng
("Một nửa", trg 103)

"Cuối cùng thì đâu là "*lối về*" của ông?..."

Khi nhà văn Nguyễn Lệ Uyên ném câu hỏi nặng chĩu ý thức văn chương và đời người vào không-thời- gian, tôi tin, đó không phải là câu hỏi dành cho Phạm Chu Sa mà, chính là cho nhân gian mai sau, vậy.

"Con đường mây trắng"
/Phan Tấn Hải?

1.

Với đôi hia bảy dặm, kỹ nghệ tin học đã đem đến cho nhân loại những tiện nghi mà, chỉ hơn vài năm trước đây, hầu như không ai dám mơ tưởng. Từ sự dự định hình của hệ thống Internet, những trang mạng ra đời. Những trang mạng ra đời là một biến cố lớn, cho lãnh vực văn học, nghệ thuật. Chỉ cần một cái nhấp con chuột, sáng tác của họ, sẽ lập tức được chuyển tải khắp nơi trên thế giới. Và, cũng lập tức, sản phẩm trí tuệ của họ, được hàng ngàn người biết tới.

Tuy nhiên, như tôi biết, ở hải ngoại cũng như trong nước, vẫn có những văn nghệ sĩ không hưởng dụng phương tiện hiện đại kể trên - Mặc dù tài năng của họ được thực chứng không chỉ một mà tới hai, hoặc ba lãnh vực VHNT khác nhau. Họ luôn giữ một khoảng cách nào đó, với đám đông. Đời sống hay sự sống thực sự của những người này, không bao giờ là cái hư danh, là cái ngã không thật. Mà, là sự quy chiếu, quay về với tâm thức (cõi riêng), mình họ.

Ở trường hợp này, theo tôi, một trong những người có thể kể tới là, nhà thơ Phan Tấn Hải.

Tôi nghĩ, những người biết ông, có thể dùng bất cứ một chỉ danh nào khác hơn hai chữ "nhà thơ", tùy vị trí và sự đánh giá riêng của mỗi người.

Tôi biết, nhiều người sẽ không ngập ngừng, khi gọi ông là ký giả. Nhà báo. Chỉ danh này, rất đúng, rất chính xác với họ Phan. Bởi hàng chục năm qua, ông đã là chủ bút nhật báo Việt Báo - Một trong những tờ nhật báo lớn ở miền nam California.

Tôi biết, có người sẽ gọi ông là dịch giả. Chỉ danh này không sai. Cũng rất đúng với họ Phan. Tiểu sử của ông đã cho thấy, ông là dịch giả của nhiều kinh sách và, luôn cả thơ Thiền của những thiền sư nổi tiếng trong lịch sử Việt Nam, như thiền thi của đại sư Tuệ Trương Thượng ở thế kỷ thứ 13, Trần Nhân Tông ở thế kỷ thứ 14 v.v...Không chỉ thế, ngay với thơ của một số tác giả hiện đại, như thơ của Nguyễn Lương Vy, Nguyễn Thị Khánh Minh, Inrasara v.v...cũng được chọn lựa, chuyển dịch sang Anh ngữ tốt đẹp, tới mức một số người cùng giới, phải cất lời ca ngợi.

Tôi cũng biết, những người từng có dịp tham dự cuộc triển lãm hàng trăm bức chân dung Đức Đạt Lai Lạt Ma, hồi tháng 7 năm 2010, tại phòng hội Việt Báo, chủ đề "Mừng sinh nhật thứ 75 của Đức Đạt Lai Lạt Ma" - Do họ Phan ghi lại không chỉ bằng đường cọ, nét bút mà, còn bằng tâm thức của một người từng nhận được hạt giống từ-bi khi còn rất trẻ - Nên, không ít người thưởng ngoạn đã ngỡ ngàng, khâm phục...

Tóm lại, dùng chỉ danh nào cho Phan Tấn Hải, cũng đều rất đúng. Không sai. Riêng tôi vẫn muốn dùng hai chữ "nhà thơ", ngắn, gọn để chỉ danh ông. Vì, dù ở cương vị nào, dịch giả hay họa sĩ, thì tính chất thi ca nơi họ Phan vẫn tỏa, thấm trên từng luống chữ nghĩa hoặc đường nét. Với tôi, nó là căn để, là nguyên gốc của một con người đa năng, đa tài này.

2.

Tôi nhớ, tôi được tiếp xúc nhiều lần với nhà thơ Phan Tấn Hải vào những năm giữa thập niên 1980s. Khi đó, họ Phan còn ở trên lầu một căn chung cư, đường Bixby, thành phố Garden Grove.

Đó là những ngày cố nhà văn Mai Thảo nhờ họ Phan chở đi lấy tạp chí Văn, ở Kim Ấn Quán, thuộc thành phố Culver City, thời họa sĩ Lâm Triết làm chủ. Chúng tôi đến để trông giùm cháu bé của họ Phan, trong những giờ ông vắng mặt.

Căn phòng cho thấy cuộc sống của họ Phan rất thanh bạch. Sự giàu có duy nhất của ông, chỉ là những khối kinh, sách, báo chí chất quanh các vách tường. Nhưng sự thanh bạch và những chồng kinh, sách của ông, khiến tôi nhớ lại, một người bạn thân của Phan Tấn Hải từ những ngày còn ở Việt Nam cho biết, họ Phan đã tìm tới thiền môn rất sớm. Tâm nguyện của ông là tận hiến đời mình cho đạo pháp. Nhưng biến động thời cuộc, xao trộn thời thế đã ném ông ra khỏi mái chùa - Trả ông lại đường thường. Khiến từ đó, ông buộc trở thành người lính. Rồi người lính mang tên Phan Tấn Hải, như hàng triệu đồng đội khác được lệnh buông súng, khi lịch sử oan nghiệt của miền Nam, đổi chủ. Sang trang.

Trong hoàn cảnh bi đát của những năm tháng mịt mù không chút ánh sáng, người lính bị buộc phải buông súng họ Phan, vẫn làm thơ. Như thể thi ca là trú sở cuối cùng, duy nhất của ông, sau những bôi xóa tận tuyệt:

"Thuở đi học ta đùa bên khung cửa
Nghe cuộc đời hé mở nỗi hân hoan
Cùng nắm tay những Nàng Thơ nhảy múa
Gót phiêu bồng bay khắp nẻo thời gian

Rồi nghiêm chỉnh nghiêng đầu nghe giấy mục
Hồn ngạc nhiên thao thức trận khóc cười
Tìm trang sử có tên là Hạnh Phúc
Đến bây giờ ngơ ngác tuổi ba mươi..."

Ở tuổi ba mươi, một lần nữa, thế sự lại ném họ Phan vào bão bùng biển lớn. Ông chấp nhận (một cách chếnh choáng) chọn sự ra đi. Như tiền thân bao nhiêu đời kiếp trước, ông đã từng chấp chới giữa đôi bờ sinh / tử - Nhưng chẳng vì thế mà tình yêu dành cho một đất nước, một tổ quốc sớm hanh hao. Ông viết:

"Ta đi rừng núi xanh vầng trán
Thành phố phương nào mây vẫn bay
Dưới trăng cười hỏi ừ rồi máu
Có thơm mùi rượu của đêm nay
Nghiêng ly đổ rượu tràn tay
Say ngàn sóng dữ trả ngày trẻ thơ
Cười vang hỏi bạn say chưa
Ta say nghìn kiếp giữa bờ tử sinh..."

Từ vị trí của kẻ đứng bên lề, họ Phan ngắm nhìn dòng chảy của những kiếp đời mông muội, u minh với tấm lòng bi mẫn:

"...Tôi đứng bên lề nhìn
theo, giữa những trận mưa đá ném sang,
những trận mưa lời chúc dữ bay khắp
trời, khắp phố phường, khắp rừng núi, khắp
đường mòn, khắp thung lũng chập chùng, không
lối ra. Không lối ra..."

Giữa đại họa "không lối ra", năm 1984, Phan Tấn Hải chọn định cư tại miền Nam California; như chọn một trú sở mà ông biết, đó là mảnh đất tốt nhất cho những hạt giống Phật pháp đã sớm ẩn tàng trong tâm thức ông.

Ở quê hương tạm dung, hay quê hương thứ hai này, họ Phan lại cầm bút: Viết truyện. Làm thơ. Dịch thơ. Đôi khi vẽ tranh... Ở lãnh vực nào, họ Phan cũng đều cho thấy nhiệt tình và cái tâm vô ngại, vô sở cầu của ông.

Tôi có cảm tưởng, khi làm thơ, dịch thơ, vẽ tranh hay bất cứ một công việc nào khác, liên quan tới văn học, nghệ thuật, ông đều muốn tận hiến sở năng, sở kiến của mình, như một cách đền đáp ơn đời, ơn người, trong tinh thần thí-pháp-ba-la-mật.

Cũng khởi từ tinh thần thí pháp vừa kể, họ Phan tuồng không muốn nhiều người biết đến mình. Cụ thể, tôi từng được đọc nhiều bài viết của ông về hội họa, mà ông không ký tên mình. Ông cũng chẳng cho những bài viết đó của ông một bút hiệu, dù ông cũng có bút hiệu. Thí dụ Nguyên Giác hay thản hoặc Nguyễn Thường Tâm, khi viết về Phật học...

Đặc tính này, khiến tôi liên tưởng tới hình ảnh của những "hành giả cô đơn". Chỉ với duy nhất, chiếc bóng của mình, họ đi tiếp những dặm trường nhân thế. Đó là những *"Con đường mây trắng"* (?) Và, Phan Tấn Hải, ở giai đoạn này là, một thứ "con đường *mây trắng*"?*

---

* "Con đường mây trắng" nguyên tác của Thiền sư Anagarika Govinda, do nhà văn Nguyễn Tường Bách chuyển ngữ. Dịch giả Nguyễn Tường Bách cho biết: "Trong thế kỷ XX, phương Tây có hai người tìm hiểu đất nước Tây Tạng rất sâu sắc, đó là bà Alexandra David Néel và ông Anagarika Govinda. Cả hai vị này đã từng sống nhiều năm tại Tây Tạng, từng tu tập thiền định và đi khắp nơi trong xứ sở huyền bí này hơn bất cứ người nước ngoài nào khác. Có thể nói họ hiểu Tây Tạng với bất tất cả những khía cạnh tâm linh, tâm lý, địa lý nhiều hơn cả phần đông người Tây Tạng. Hai vị này đều đã qua đời nhưng họ đã để lại cho

3.

Tôi thích lắm, trang thơ Phan Tấn Hải, ở quê người. Những trang thơ, những con đường mây trắng. Con đường thi ca họ Phan, tự thân tựa những hạt nước trong một sát na, chứa cả biển khơi. Chứa cả thế giới:

"...im vắng, có đầy thế giới trong mắt
trong tim trên tóc trên môi, giữa lòng
phơi phới gió bay dịu dàng, dịu dàng...
Đó là chuyện mới chút xíu hồi sáng..."

Hay tinh thần liên đới nhân loại trước thảm họa (?) Như yếu chỉ Phật giáo từng chỉ ra rằng, mỗi sinh linh, không chỉ mang biệt nghiệp mà, còn gánh nghiệp chung với hàng vạn sinh linh khác:

"... về biển, bập bềnh bập bềnh xác trôi
có anh, có chị, có em, có cháu
có kẻ xa lạ, có kẻ thân quen
có anh thiện lành, có xác tôi nằm,

có xác cá tôm, có xác tôi trôi
giữa vô số xác, bập bềnh bập bềnh..."

Và, tiếng kinh cầu là chìa khóa nỗ lực duy nhất trong toàn
cảnh vô thường, có thể dẫn tới giải thoát:

---

thế giới vô số sách vở về kinh nghiệm suy niệm của họ tại Tây Tạng ngày nay vẫn còn được đánh giá cao nhất và hậu thế có lẽ cũng sẽ khó có ai vượt qua được tầm nhìn và kinh nghiệm nội tâm của họ. Điều này thật ra không phải đáng ngạc nhiên, nếu ta biết rằng hai vị này không phải là khách hành hương bình thường, mà họ đã thực sự độc cư tu tập trên các vùng núi non hẻo lánh của Himalaya. Vì lẽ đó mà những gì họ viết ra không phải chỉ là những nhận xét bằng con mắt thường tình của một lữ khách, mà là những khám phá và sáng tạo tâm linh ở xứ gió tuyết này. (Wikipedia-mở)

"...trôi bập bềnh...có tiếng tụng kinh giữa
rừng, tụng kinh trên, tụng kinh trong
chợ, tụng kinh lớn tiếng, nước mắt ràn
rụa, tiễn đưa người chết..."

Quan niệm thi ca như khí trời, như nhân gian của Phan Tấn Hải, phản ánh tình thân không phân biệt, không đối đãi, như mây trắng, an nhiên, bình đẳng giữa các sinh linh:

"...Nơi thơ là cuộc cách mạng rất là
nhân bản, khi đã biến mọi thứ thành
nhà thơ. Và cũng là nơi thế giới
sẽ lìa xa cái ác. Hãy ném chữ lên giấy, và
gọi đó là thơ, vì thơ là tất
cả những gì em nhặt lên và cần
tới, là tất cả những gì em chợt
nghe và nhìn tới, và là tất cả
những gì em làm...và hãy làm thật
nhanh, thật mau để ngày mai chữ sẽ
có đời riêng..."

"Ngày mai chữ sẽ có đời riêng..." hay một ngày nào tất cả các sinh vật đều có được cho mình một tâm đạo, một nghĩa sống? Tôi không biết và cũng không dám phỏng đoán điều gì nơi cõi thơ ẩn mật nhiều công án của Phan Tấn Hải. Tôi chỉ biết, chỉ hiểu *"...Con đường thi ca họ Phan, tự thân tựa những hạt nước trong một sát na, chứa cả biển khơi. Chứa cả thế giới..."*

Thế giới chan chứa tinh thần từ bi của một thiền giả. Một trái tim dung dị, an nhiên, như mây trắng.

(Calif. Tháng 2-2015)

489

Phương Uy, mùa gặt nhỏ bội thu lớn

Tôi không có cơ hội đọc nhiều thơ Hoàng Phương Uy. Nhưng trong ghi nhận riêng của tôi, mỗi lần giáp mặt với tiếng thơ của Hoàng, tôi lại bắt gặp một Phương Uy, khác. Tựa như đó là những con tằm vừa thoát khỏi chiếc kén ngôn ngữ. Tuy trước, vẫn chỉ là một Hoàng Phương Uy. Như những con tằm (những dòng thơ) tự thân, cho tôi những lấp lánh mới.

Cách khác, theo tôi, Hoàng đã làm mới thơ mình, từ cấu trúc, đến hình ảnh, con chữ... Tất cả tuồng như những con tôm mới được vớt lên từ biển, soi sói búng mình giữa thổ-ngơi thi ca - Một thổ-ngơi ngặt nghèo, dè xẻn tới cay nghiệt, sự dễ dãi dành cho khả năng tồn tại của của chữ, nghĩa.

Tôi không biết ngày mai của thơ Hoàng Phương Uy sẽ ở điểm đứng nào? Nhưng hôm nay, với ba bài thơ của Hoàng Phương Uy, tôi có trong tay thì, đã sớm cho thấy phong-cách thơ của một người nữ mà, tôi nghĩ còn rất trẻ.

Thí dụ:

"Em nõn nuột đứng bên bờ tháng mới

Hồi sinh tôi một nỗi nhớ linh đình" (trích "Như gió liêu xiêu")

(Tôi rất thích cụm từ "*nỗi nhớ linh đình*". Nếu là người làm thơ dễ dãi, tầm tầm, để diễn tả nỗi nhớ ở khía cạnh con số, thì sau hai chữ "*nỗi nhớ*" rất có thể là "*nỗi nhớ...nhung nhiều*" hoặc, "*nỗi nhớ...bao la*" v.v...

Cũng vậy, ở bài "Khúc môi rời", vẫn là thơ tám chữ, có nguyên một khổ thơ Hoàng viết:

"*Nằm khép mắt cơn thôi miên bồ hóng*
Xước thanh xuân âm vọng tiếng em cười
Mặt đàn câm, nốt nhạc hầm hập nóng
Khúc môi rời của kí ước vừa rơi"

Tôi nghĩ, người đọc không cần phải hiểu "cơn thôi miên bồ hóng", , "nốt nhạc hầm hập nóng", hoặc "Khúc môi rời của kí ước vừa rơi"... là gì?!! Vì sự khác biệt lớn lao nhất giữa thi ca và văn xuôi, ở chỗ, thi ca để cảm, chứ không nhất thiết phải hiểu. Do đấy, hội họa gần với thi ca hơn bất cứ một bộ môn nghệ thuật nào khác - Nếu không muốn nói giữa màu sắc của nghệ thuật tạo hình và thơ, vốn là một tương quan hữu cơ, tương quan máu, thịt.

Bước thêm một bước nhỏ vào kỹ thuật thơ thì , khả năng nhân cách hóa một ý niệm trừu tượng nơi Hoàng Phương Uy, là khả năng tạo được nhiều ấn tượng mạnh mẽ.

Khi viết xuống "*xước thanh xuân...*", vô tình hay cố ý, Hoàng đã nhân cách hóa "thanh xuân" bằng tính từ "xước", chỉ một vết rách trên da.

Nỗ lực vừa kể của Hoàng Phương Uy, người đọc sẽ gặp lại ở những câu thơ khác. Điển hình, cũng trong bài *"Khúc môi rời"*, Hoàng đã ví quá khứ như những "phôi thai" qua câu:

"Ngợp đầy trời những phôi thai quá khứ
Dệt muộn phiền hun hút vực âm xanh"

Nhưng sự giàu có trong cõi giới thơ Hoàng Phương Uy là chủ tâm sử dụng những động từ hay tính từ cụ thể, đi với những danh từ trừu tượng (và ngược lại), để cụ thể hóa, linh động hóa, tựa Hoàng thắp lửa cho những danh từ trừu tượng (và cũng ngược lại) kia. Với tôi, đó là một sở-đắc nhiều hứa hẹn ngoạn mục của thơ Hoàng. Thí dụ:

"Tôi già cỗi chiếc lá gầy bạch tạng
Giặt giũ mình trong cơn nắng nguyên trinh.

(...)

Mây có vỡ trong ngày luênh loang gió
Chút thật thà theo đó cũng mau tan" (Bđd.)

Hoặc:

"Tình không là mây trắng. Chỉ tóc thời gian thôi
Giữa một chiều bạc nắng. Tình theo gió lên trời.

(...)

Giữa bình minh lừa mị. Em vẽ chân dung mình.
Trong mốc meo quá khứ. Lời buồn không âm thanh" (Trích *"Những sợi buồn")*

Hoặc nữa:

"Tiết tấu gió bấu ngược chiều đổ vỡ
Nỗi buồn thơm từ huyệt tận hiện hình" (Bđd.)

Nếu bỏ qua một vài cụm từ cầu kỳ như "sợi tầm na hồi ức", hoặc "huyền hạ xanh um" thì, ở bất cứ phân đoạn nào trong 3 bài thơ Phương Uy mà, chúng tôi đăng tải dưới đây, hầu như bạn đọc đều có thể tìm thấy ít, nhiều câu, chữ đẹp (tùy cảm nghiệm mỗi cá nhân).

Tôi muốn gọi ba bài thơ tôi đang có trong tay, là một "mùa gặt nhỏ - (mà,) bội thu lớn" của Hoàng Phương Uy vậy.

Để bạn đọc có được những thẩm định riêng, chúng tôi trân trọng kính mời quý vị thưởng lãm nguyên bản ba bài thơ, có những câu thơ đã được trích dẫn.

(Garden Grove, tháng 11-2014)

Thơ Phương Uy

Những sợi buồn.

Em sẽ không khóc nữa. Tình đã thành thiên thu.
Lối xưa không người đợi. Buồn như giữa sương mù.
Tình không là mây trắng. Chỉ tóc thời gian trôi.
Giữa một chiều bạc nắng. Tình theo gió lên trời.

Em sẽ không khóc nữa. Lá cuối mùa đang rơi.
Từng sợi dài phân hủy. Những âm thanh không lời.
Từng sợi dài câm lặng. Những bặt âm đêm thâu
Hóa mộng du tội lỗi. Như kí ức hoen màu.

Em sẽ không khóc nữa. Ướt một bình minh xanh.
Sợi tầm ma hồi ức. Cũng không còn vẹn lành.
Giữa bình minh lừa mị. Em vẽ chân dung mình.
Trong mốc meo quá khứ. Lời buồn không âm thanh.

Khúc môi rời.

Mùa đổ móng lên địa tầng kỉ niệm
Anh nghêu ngao khúc thu chậm trùng trùng
Hạt mưa rớt tím bầm miền quá vãng
Treo buổi chiều trên huyền hạ xanh um.

Khép môi lại mà hát bằng tiếng gió
Thuở còn em bổi hổi lửa xuân thì
Từng con chữ trốn vào bờ đơn điệu
Ngày không em ngôn ngữ cũng thiên di

Nằm khép mắt cơn thôi miên bồ hóng
Xước thanh âm vang vọng tiếng em cười
Mặt đàn câm, nốt nhạc hầm hập nóng
Khúc môi rời của kí ức vừa rơi.

Ngợp đầy trời những phôi thai quá khứ
Dệt muộn phiền hun hút vực âm xanh
Tiết tấu gió bấu ngược chiều đổ vỡ
Nỗi buồn thơm từ huyệt tận hiện hình

Như gió liêu xiêu.

Em nõn nuột đứng bên bờ tháng mới
Hồi sinh tôi một nỗi nhớ linh đình
Tôi già cỗi chiếc lá gầy bạch tạng
Giặt giũ mình trong cơn nắng nguyên trinh.

Có giọt đắng vừa chạm vào đáy cốc
Có giọt tôi vừa chạm đáy hiên đời
Em trong vắt nắng đầu ngày xanh mướt
Dệt cho mình trong nguyên khởi một tôi .

495

Ngày nắng vội hay lòng tôi quá vội
Trắng thời gian trong tiếng gọi thiên đàng
Mây có vỡ trong ngày luênh loang gió?
Chút thật thà theo đó cũng mau tan.

Vớt trong cõi nhân gian đầy huyễn hoặc
Một cái tình trong vô hạn đìu hiu
Em đứng đó hiển nhiên là rất thật
Hiển nhiên làm tôi như gió liêu xiêu.

Thơ Trần Kiêm Thêm,
giải lụa thi ca, hay...

Tôi không biết thi-ca có phải là điểm dừng như chọn lựa sau cùng của nhà thơ Trần Kiêm Thêm - Người một đời trôi, lăn theo sinh hoạt nhiều mặt của lãnh vực VHNT? Chỉ biết trong tay tôi, hiện có ba thi phẩm được Trần cho ấn hành chỉ trong vòng 2 năm (từ 2010 tới 2011). Đó là các thi phẩm có tựa đề *"Ngôi nhà trên đồi Monterey Hills"*, *"Thơ gửi lại"* và,*"Bái biệt Huế"*.

Tự những ngày rất sớm ở miền Nam, những người quen biết Trần, hẳn chưa quên ông là người luôn có mặt trong nhiều lãnh vực: Từ thi ca tới báo chí, biên khảo, tiểu luận, chuyên ngành…Ở địa hạt nào, ông cũng cho mọi người thấy, ông rất nhanh nhậy với những biến chuyển có tính cách thời cuộc. Có người đã gọi ông là kẻ có khả năng "bắt mạch thời cuộc" nhậm lẹ hơn bất cứ một người nào khác.

Nằm trong số những người Việt di tản đầu tiên, tới Hoa Kỳ, chọn định cư tại quận hạt Los Angeles County, từ giữa thập niên 1975s tới hôm nay, Trần cũng là người đầu tiên viết những tập sách mỏng, như những "cẩm nang" cần thiết cho người tỵ nạn nắm vững mọi vấn đề xã hội, quyền lợi, bổn phận v.v...

Khi ngân sách liên bang cũng như tiểu bang dành những ngân khoản lớn cho việc huấn nghệ người tỵ nạn, Trần cũng là người có ngay, cung cấp rất sớm những "cẩm nang" hướng dẫn người tỵ nạn trong việc chọn lựa một nghề chuyên môn, hầu thích ứng với cuộc đổi đời. Hơn thế, ông còn "đứng lớp" giảng dạy một số nghề chuyên môn cho các học viên tỵ nạn Việt nữa.

Những năm tháng này, thi ca là tảng băng trôi lần vào góc khuất. Thảng hoặc, Trần có đôi bài thơ mới thì, chúng cũng chỉ như một thứ điểm trang thoảng, nhẹ cho căn gốc nhà thơ của ông mà thôi.

Nhưng, dù ở giai đoạn thi ca có thể tạm thời "biến mất" trong sinh hoạt đời thường của Trần, thì tình yêu dành cho Huế nơi ông, vẫn là ngọn lửa chưa một lần ngúm tắt.

Với tôi, Huế là tình yêu đầu đời và, cũng là tận kiếp của Trần Kiêm Thêm. Huế cho Trần một tình yêu bất hoại. Và, Huế đã cho Trần những rung động thuần khiết, bền chặt nhất, trước mọi biến động gập ghềnh, gió bão nhân gian. Ngay cả những khoảng lặng dài lâu là thời gian Trần không đoái hoài tới thi ca thì, Huế vẫn là ngọn lửa tinh ròng, cháy trong huyết quản ông. Tựa Huế không chỉ là một tình yêu mà, Huế còn chính là hơi thở, nhịp đập của trái tim đứa con xứ Thần Kinh này.

Trong một bài viết đã lâu của cố thi sĩ Nguyên Sa, được Trần Kiêm Thêm chọn đăng lại ở phần "Bạt" thi phẩm "Bái biệt Huế", tác giả "Paris có gì lạ không em" viết:

"...Người đọc sẽ tự hỏi cái phong thái nghiễm nhiên, thái độ rộng lượng bao la, cái nhìn soi thấu đời như có như không, như hữu thể mà cũng vẫn hư vô, không mà có ở trước mặt, là nhân sinh quan của thi sĩ, là triết học Phật giáo, là triết lý của Huế hay của thơ? Cái tâm hồn đầy ắp nỗi niềm dân tộc, cơn đam mê nồng nàn đầy thể xác mà rất đỗi tinh thần đó là thơ, là Huế, là Kiêm Thêm hay là Việt Nam? Kiêm Thêm là 'gã lưu dân' hay là 'Tôi phượng hoàng bay' là 'hạt bụi của trời' hay là 'những nhánh sông chia biệt' là 'vô thường', là 'ấn kiếm xin trả lại cho đời' hay chính là những cơn mơ của 'thời hạnh phúc', là đôi mắt buồn đứng 'dưới mái tam quan'.

"Thơ Kiêm Thêm là tất cả những thứ đó. Bởi vì chính Kiêm Thêm là tất cả những thứ đó. Là trí tưởng phượng hoàng bay. Là Huế trong những tế bào ký ức thẳm sâu đó. Thơ Kiêm Thêm có triết lý Huế, rung động Huế, tình yêu Huế. Đam mê Huế. Thơ đó có cả cuộc đời lẫn vô thường, tình yêu và tuyệt vọng, hân hoan và thống khổ. Có Việt Nam. Có kiếp người? Huế nào không Việt Nam? Người nào không tình tự? Đam mê nào không đớn đau? Hữu thể nào không vô thường? Và hư vô nào không là khởi nguồn của một sinh động mới?" ("Bái biệt Huế", trang 128)

Câu hỏi tự nhiều chục năm trước của cố thi sĩ Nguyên Sa: "...hư vô nào không là khởi nguồn của một sinh động mới?" - Hôm nay lại dội, đập trong tôi những cảm thức ngậm ngùi, mới mẻ -- Xuyên qua ba thi phẩm của Trần, như đã nói.

Tôi không nghĩ, đó là ba thi phẩm cuối cùng của một đời thơ Trần Kiêm Thêm! Nhưng, với tôi, cả ba thi phẩm này tuồng có chung một tâm cảnh! Cái tâm cảnh của con chim cuối đời hót, tiếng thảm!

Với tôi, cả ba thi phẩm đã kể, tựa nhật ký đời thường (hay di-chúc-buồn?) Trần muốn để lại cho Đoàn Thị Thanh Vân, người bạn đời tấm cám, chia sẻ với ông những hân hoan và bất hạnh.

Người cùng ông leo tới đỉnh ngọn thương yêu hoặc bước xuống lầm tham vực thẳm.

Cả ba thi phẩm đã kể, vẫn với tôi, tựa nhật ký đời thường (hay di-chúc-buồn?) gửi lại cho Trần Kiêm Uyên Thanh, cho con trai Kiên, Thuận Kiêm Trần. Và, luôn cả hai cháu Tyler và Dylan...

Tôi không biết có phải "con chim cuối đời (thường) hót, tiếng thảm"? Nhưng xin được nói ngay rằng, tôi đã xúc động khi đọc:

"Khi trở lại nhớ hái giùm anh cành sen ở Echo Park
Nỗi ám ảnh của thời ấy
Và những ngày đầu ở Los Angeles
Thương nhớ biết bao mùa hạ cũ
Anh đến bao miền trên những tầng mây
Chứng tỏ hiệu năng của chàng trai Huế
Còn em thì dựa vào vai anh và ngủ ngon cùng với giấc mơ
Anh giắt em về Huế của anh
(...)

"Sao em chưa về một lần thăm Huế
Bây giờ thì muộn màng rồi

"Vậy mà tôi đã bỏ Huế gần năm mươi năm
Hương sen vẫn ngọt trong cổ họng
Em hái trộm giùm tôi chút lá sen
Che nắng cùng mưa mỗi khi đi trên trái đất"
(Trích tập "Ngôi nhà trên đồi Monterey Hills", trang 7 & 8.)

Hoặc:
"Anh giành một phần đời
Truy niệm tuổi mình, nghĩ tới nghĩa tào khang
Em và con đã cho anh hạnh phúc
Với những đứa cháu

"Anh hỏi em có ai hạnh phúc như anh không
Mong được sống một đời bình thường
Anh đã được em vun trồng

"Mong được sống một ngày bình yên
Mãi mãi"
(Trích tập "Ngôi nhà trên đồi Monterey Hills", trang 11.)

Hoặc:

"mùa lụt này tôi không về nữa
đã cuốn trôi với giòng nước xanh
và cơn lũ của đời
tôi ở bên này biển
đợi ai
cánh đồng, nay vẫn còn trong trí nhớ"
(Trích tập "thơ gửi lại", trang 38)

Hoặc:

"mặt đất bao la
sao tôi buồn quá thế
trên ngọn đồi đất đá cằn khô
tôi già hơn địa cầu
buồn như mặt trăng
lòng thổn thức
khi tôi đi qua đó
mùa này em ở đâu
có nhớ tôi không
lết bò về phía mặt trời
kịp thấy một tia sáng
(dẫu muộn màng)
tôi mang về tặng em
quà chia biệt"
(Trích tập "thơ gửi lại", trang 42 & 43)

Tôi vẫn nghĩ, dù có hơn nửa thế kỷ chinh-chiến-dạn-dầy-với-thi-ca, nhưng thơ Trần Kiêm Thêm trước, sau vẫn chỉ như những lời nói thường ngày. Ông không chủ trương làm văn chương. Dường ông cũng không mấy quan tâm tới niêm luật, vần điệu, ngay cả những bài thơ năm, bảy, tám chữ hay, lục bát. Vậy mà chúng vẫn thừa lực làm nao lòng người đọc.

Tôi cho chính tính chân thiết, mộc, tới chao chát của người làm thơ, như viết nhật ký đời thường (hay di-chúc-buồn?) của Trần Kiêm Thêm là điểm son đáng kể nhất của cuộc trường chinh chữ, nghĩa Trần Kiêm Thêm.

Trong thơ của Trần, hợp / tan, mất / còn, tử / sinh... vốn chỉ là một. Duy nhất. Nó như giải lụa hay, con đường xuyên suốt, băng qua cùng lúc, thiên đàng và địa ngục?

Vì thế, tôi hy vọng, thơ Trần Kiêm Thêm không chỉ gửi lại cho Huế, cho Đoàn Thị Thanh Vân, cho con, cháu mà, thơ của Trần có thể có khả năng thẩm thấu những đời sau, những người sẽ nối tiếp Trần, đi trên lộ trình nhân gian ngắn ngủi này.

(25 tháng 11-2014)

Trần Mộng Tú, thơ và, niềm hãnh diện thi ca Việt

Với tôi, Trần Mộng Tú là nhà thơ đầu tiên, nổi tiếng ngay với những bài thơ đầu tiên của chị ghi lại những cảm thức chàng lâng, lạc lõng từ những bước chân tỵ nạn thứ nhất ở xứ người.

Mặc dù những năm giữa và cuối thập niên 1970s, phương tiện phổ biến báo chí gần như không có! Nó chỉ được chép tay hoặc truyền tay giữa những người tỵ nạn - Tựa những chiếc lá đột ngột lìa cành, bị rải đi khắp nơi trên nước Mỹ bát ngát bao la, theo chủ trương của chính phủ Hoa Kỳ ở thời điểm đó - Những bài thơ, những vần thơ của Trần Mộng Tú, xuất hiện trên một tạp chí, có số lượng ấn bản đến tay người đọc không quá ba trăm người. (Hoàn toàn nhờ trung gian những tiệm thực phẩm Á châu mà, chủ nhân đa số là người Tàu).

Nhưng những bài thơ, những vần thơ của chị đã được nhân rộng bằng phương tiện chép lại, truyền tay, gửi qua bưu điện. Tính nhân rộng kia, không chỉ bởi những người yêu thơ mà, gồm cả những người vốn không quan tâm lắm tới thi ca.

Theo tôi, chúng ta chỉ có thể lý giải hiện tượng bất ngờ hiếm hoi này, vì, thơ Trần Mộng Tú hiện ra, như một sợi giây tinh thần, nối kết những trái tim Việt Nam tan tác, tận cùng đáy thẳm lạc lõng.

Thơ Trần Mộng Tú hiện ra, như chiếc cầu tâm linh hoặc những viên thuốc bổ, cho mọi người còn thấy mình gần gũi với quê cha, đất tổ, qua sợi dây thiêng liêng tiếng Việt.

Ở bậc thềm ty nạn thứ nhất, những năm giữa thập niên 1970s, nhiều người Việt ty nạn còn tập làm quen với với phương tiện liên lạc bằng điện thoại, nói chi tới phương tiện chuyển dịch bằng xe hơi. Phương tiện phổ thông nhất của lớp người này là thư từ. Là nhắn tin.

Trong bối cảnh đó, những rung động của Trần Mộng Tú, qua thơ của chị, là những rung động chân thành, những cảm thức đi ra từ trái tim, không thể gần gũi hơn, với người Việt trong hoàn cảnh thất thổ, bị cắt lìa hoàn toàn với quê hương!

Tuy nhiên, tôi nghĩ, ở thời điểm đó - Thời điểm người ty nạn bên này biển Đông, không nhận được một tiếng vọng, không bắt được một tín hiệu nào gửi đi từ phần đất mà, gần 1 triệu người đã hốt hoảng bỏ chạy thì, dù cho thơ Trần Mộng Tú có là những tiếng nói không hạnh phúc - Chí ít nó cũng là tiếng nói Việt Nam. Tiếng nói của con chim tìm đàn. Tiếng nói của một người Việt ty nạn, trong một chừng mực nào đó, vẫn cho thấy hồn tính Việt Nam dù giữa cảnh đời cô lập.

Một trong những bài thơ viết trên bậc thềm tỵ nạn thứ nhất của Trần Mộng Tú, được đám đông đón nhận và, mau chóng truyền tụng là bài thơ nhan đề *"Lòng nào như suối cạn"*:

Ngày xưa trong quán nhỏ
Đời không có mùa đông
Trên môi cà phê ngọt
Trong mắt giọt tình nồng

Hôm nay trong quán lạ
Hai đứa ngồi nhìn nhau
Trên môi cà phê đắng
Trong mắt giọt tình sầu

Một năm trời lận đận
Đời ngọt những vết thương
Một năm trời bôi bác
Đời vui những tấn tuồng

Anh bây giờ đã khác
Trán đã thêm nếp nhăn
Em bây giờ đã khác
Má đã phai sắc hồng

Mắt nào không lệ chảy
Môi nào thơm hương hoa
Lòng nào như suối cạn
Tình nào đã chia xa?

Một năm trời xứ lạ
Không còn gì cho nhau
Giọt tình cuồng trong mắt
Cũng tan theo nỗi sầu..

(Theo "Thơ chọn lọc Việt Nam" - Nguồn Wikipedia-Mở)

Bài thơ in ra, chỉ một tuần sau, đã được nhạc sĩ Nam Lộc tìm vào, phổ nhạc, với tựa đề mới *"Giọt Tình Sầu"*. (Nếu tôi không lầm thì đấy là ca khúc đầu tay của Nam Lộc?)

Và, không lâu sau, người thứ hai, ở tiểu bang khác, cũng chọn bài thơ trên của Trần Mộng Tú để soạn thành ca khúc, là nhạc sĩ Hoàng Quốc Bảo, với tựa đề *"Quán lạ"*.

Thơ Trần Mộng Tú ở một góc độ nào đó là một thứ tự sự kể. Chị không chủ trương làm văn chương hay thi ca hóa một sự kiện, một kỷ niệm mà, chị rất trung thực, rất thiết tha chân tình khi ghi lại những cảm nhận thốn tâm, như:

"Anh bây giờ đã khác
Trán đã thêm nếp nhăn
Em bây giờ đã khác
Má đã phai sắc hồng".

Hay:
"Một năm trời xứ lạ
Không còn gì cho nhau
Giọt tình cuồng trong mắt

Cũng tan theo nỗi sầu"

Đó là hiện thực, một hiện thực không thể đau xót hơn, của những cảnh đời tỵ nạn đầu tiên, nơi xứ người.

Hoặc nữa:

Hãy tưởng tượng ra em
ở một căn nhà lạ
mình em một ngôn ngữ
mình em một màu da
mình em một màu mắt
mình em một lệ nhòa

Hãy tưởng tượng ra em
ở nơi không định tới
em tủi như chim khuyên
khóc trong lồng son mới

Hãy tưởng tượng ra em
ở một thành phố khác
em buồn như nước sông
khóc chia dòng tan tác.
(Nguồn Wikipedia-Mở)

Với những câu thơ như những tiếng kêu tuyệt vọng, từ "ghét-
tô", như:

Hãy tưởng tượng ra em
ở một căn nhà lạ
mình em một ngôn ngữ
mình em một màu da
mình em một màu mắt
mình em một lệ nhòa"

Hay:

Hãy tưởng tượng ra em
ở một thành phố khác
em buồn như nước sông
khóc chia dòng tan tác.

Tôi tin, sẽ không một ai ngạc nhiên để phải tự hỏi, tại sao thơ
Trần Mộng Tú ngay tự những ngày đầu tỵ nạn đã là tiếng thơ đầu
tiên, trở thành tiếng nói chung của tất cả mọi người.

Sự nổi tiếng lập tức của tiếng thơ họ Trần, cũng khiến chị trở
thành nhà thơ tỵ nạn đầu tiên ở Hoa Kỳ, có thơ được chuyển
thành ca khúc.

Dõi theo hành trình thi ca rực rỡ chân-cảm của Trần Mộng Tú, tôi không chút ngạc nhiên khi thấy, về sau, càng lúc, càng có thêm nhiều nhạc sĩ đã tìm đến với thơ của chị - Như tìm tới một Việt-Nam-thi-ca tiêu biểu. Khiến chị trở thành một trong số ít nhà thơ nữ, có nhiều thơ phổ nhạc nhất ở xứ người.

Tuy nhiên, vẫn theo tôi thì, thành tựu thi ca mang tên Trần Mộng Tú không dừng ở đó. Tự thân tiếng thơ của chị, bằng cách riêng của nó, đã đi vào và, trở thành đề tài học tập, nghiên cứu của học sinh Hoa Kỳ.

Tôi nghĩ, nếu có nói tiếng thơ Trần Mộng Tú đã vượt khỏi bầu-khí-quyển-ngôn-ngữ-Việt, thì cũng không phải là lời nói quá - Nếu chúng ta biết, một bài thơ của chị đã được chọn in trong một cuốn sách giáo khoa dậy văn chương *"Glencoe Literature"* do nhà McGraw Hill ấn hành.

Ghi nhận về sự kiện đáng hãnh diện này, trong một bài viết nhan đề *"Trần Mộng Tú, Thi sĩ Việt Nam đầu tiên vào sách giáo khoa trung học Mỹ"*, trang mạng Caothoaichau.blogs có những đoạn nguyên văn như sau:

"Nếu quý vị mở cuốn sách giáo khoa dậy văn chương "Glencoe Literature" do nhà xuất bản McGraw Hill ấn hành, quý vị sẽ thấy một bài thơ của một thi sĩ Việt Nam dịch sang tiếng Anh đi song song với bài diễn văn nổi tiếng của Tổng thống Abraham Lincoln trong thời Nội chiến Mỹ, tại bãi chiến trường Gettysburg. Đó là bài thơ của Trần Mộng Tú, The Gift in Wartime, nhan đề tiếng Việt là 'Quà Tặng Trong Chiến Tranh.'

"Hai tác phẩm trên được đem ra để dậy học sinh môn văn chương Hoa Kỳ. Trong phần thứ ba của cuốn sách giáo khoa, viết về văn chương thời kỳ nội chiến Nam Bắc ở Mỹ và sau cuộc nội chiến, các nhà soạn sách giáo khoa của công ty Glencoe – McGraw Hill, rất thông dụng trong các trường trung học ở Mỹ đã có sáng kiến đem bài thơ Trần Mộng Tú, qua bản dịch Anh ngữ cho học sinh nghiên cứu song song với bài diễn văn trầm hùng của Abraham Lincoln, so sánh cách dùng chữ, cách chọn hình ảnh, những ý tưởng trong mỗi bài của hai tác giả. Đây là một kinh nghiệm văn chương quý báu mà các học sinh Mỹ được hưởng khi tiếp xúc với một thi sĩ ngoại quốc để thấy hậu quả của chiến tranh trên tâm hồn một phụ nữ Việt Nam cũng mang những tính chất nhân bản và sâu sắc không khác gì vị tổng thống mà tất cả mọi người Mỹ đều quen thuộc. Có lẽ sau này học sinh Việt Nam khi học về văn chương thời nội chiến Nam Bắc ở thế kỷ 20 cũng sẽ có cơ hội nghiên cứu bài thơ của Trần Mộng Tú (...)

"...Bài thơ 'Quà Tặng Trong Chiến Tranh' được viết ở Việt Nam, khi thi sĩ còn rất trẻ, từ những xúc động trước cái chết của một chiến sĩ quân lực Việt Nam Cộng Hòa, người yêu đầu của cô, sau đó đã được đăng trên các tạp chí khắp nơi ở hải ngoại.

"Lần đầu tiên hai bài thơ về chiến tranh của Trần Mộng Tú xuất hiện trong thế giới văn chương quốc tế vào năm 1990, đăng trong 'Vision of War, Dream of Peace,' (Viễn ảnh chiến tranh: Giấc mơ Hòa bình.) Đó là 'The Gift in Wartime'(Quà Tặng Trong Chiến Tranh) và ' Dream of Peace' (Giấc Mơ Hòa Bình) cả hai được dịch sang Anh Ngữ do Vann Phan, một ký giả cũng cộng tác với Nhật báo Người Việt.

"'Vision of War, Dream of Peace' là một tuyển tập Thơ của các Nữ Quân nhân và Y Tá phục vụ trong quân đội Mỹ vào thời kỳ chiến tranh Nam-Bắc Việt Nam. Cuốn sách ra mắt tại Washington DC vào ngày Cựu Chiến Binh, Veteran's 11 tháng 11 năm 1990

"Bản dịch bài thơ The Gift in Wartime được in vào American Literature textbook do nhà xuất bản sách giáo khoa lớn nhất ở Mỹ, Glencoe / Mc.Graw-Hill phát hành năm 1999, trong các chương về văn học Mỹ trong thời Nội Chiến Nam Bắc Mỹ. Thơ Trần Mộng Tú được giới thiệu cho các học sinh so sánh với bài diễn văn nổi tiếng The Gettysburg Address của Tổng Thống Abraham Lincoln.

"Bài diễn văn do Tổng thống Lincoln đọc ngày 19 tháng 11 năm 1863 trong dịp khánh thành một nghĩa trang cho các tử sĩ tại chiến trường Gettysburg, tiểu bang Pennsylvania. Trước ông, một chính trị gia và nhà hùng biện nổi tiếng đã nói suốt 2 giờ; đến lượt Lincoln ông chỉ nói trong vòng 2 phút. Sau buổi lễ, các nhà báo tường thuật không ai nhắc đến những lời Lincoln nói, nhưng dần dần dân tộc Mỹ đã nhận ra đó là một tác phẩm văn chương bất hủ, xuất phát từ tấm lòng của một nhà lãnh đạo vốn rất ghét chiến tranh nhưng phải dẫn đầu nước Mỹ trong một cuộc chiến bất đắc dĩ và đã thành công trong việc bảo vệ một quốc gia thống nhất với những lý tưởng tự do, bình đẳng. Câu nói được cả thế giới ngày nay nhắc lại nhiều lần kết thúc bài diễn văn ca ngợi các chiến sĩ đã hy sinh để một 'chính phủ của dân, do dân, và vì dân sẽ không bị hủy diệt trên trái đất.'

"Cuốn sách giáo khoa tiếp theo đã giới thiệu thi sĩ Trần Mộng Tú, sinh ở tỉnh Hà Đông, Việt Nam, người phụ nữ có kinh nghiệm chính mình sống với những hậu quả của cuộc chiến tranh trong đó hai triệu người Việt Nam thiệt mạng cũng như 57,000 người Mỹ. Sau khi đọc bài thơ Trần Mộng Tú, học sinh được hướng dẫn với những câu hỏi để khám phá những cảm xúc mà tác giả gợi cho người đọc cũng như tìm hiểu nội dung bài thơ. Cuốn sách giáo khoa cũng gợi ý cho học sinh tìm hiểu về kỹ thuật, học sinh tự hỏi tại sao thi sĩ đã dùng các điệp ngữ và nhắc lại các hình ảnh để gây ấn tượng nơi người đọc. Sau đó, các học sinh được mời so sánh hai áng văn chương cùng viết trong thời nội chiến ở hai quốc gia, hai thế kỷ khác nhau. Abraham Lincoln đọc bài diễn văn của ông trước một đám đông, và ông nhắm vào công chúng. Còn Trần Mộng Tú viết một mình, cho mình. Nhưng học sinh có thể tìm thấy những mục đích và cảm xúc giống nhau trong hai tác phẩm ngắn này. Học sinh cũng được dịp tìm hiểu khai phá sự khác biệt giữa hai nền văn hóa của hai tác giả, và thử hỏi một người Mỹ thời nay nếu viết về chiến tranh thì sẽ viết giống tác phẩm nào..."[1]

Dưới đây, chúng tôi xin đăng lại nguyên văn bài thơ nổi tiếng thế giới *"Quà Tặng Trong Chiến Tranh"* của nhà thơ Trần Mộng Tú:

Em tặng anh hoa hồng
Chôn trong lòng huyệt mới
Em tặng anh áo cưới
Phủ trên nấm mồ xanh

Anh tặng em bội tinh
Kèm với ngôi sao bạc
Chiếc hoa mai mầu vàng
Chưa đeo còn sáng bóng

Em tặng anh tuổi ngọc
Của những ngày yêu nhau
Đã chết ngay từ lúc
Em nhận được tin sầu

Anh tặng em mùi máu
Trên áo trận sa trường
Máu anh và máu địch
Xin em cùng xót thương

Em tặng anh mây vương
Mắt em ngày tháng hạ
Em tặng anh đông giá
Giữa tuổi xuân cuộc đời

Anh tặng môi không cười
Anh tặng tay không nắm

---

1 Nđd

Anh tặng mắt không nhìn
Một hình hài bất động
Anh muôn vàn tạ lỗi
Xin hẹn em kiếp sau
Mảnh đạn này em giữ
Làm di vật tìm nhau.

Tháng 7/ 1969[2]

Qua ngày tháng ghi dưới bài thơ, nhiều độc giả mới biết một cách chính xác rằng, họ Trần đã làm thơ từ khi chị còn rất trẻ. Và, theo Wikipedia thì tiểu sử của Trần Mộng Tú cũng được ghi nhận như sau:

"Trần Mộng Tú sinh năm 1943 tại tỉnh Hà Đông, miền Bắc Việt Nam. Di cư vào Nam năm 1954. Sang Mỹ tháng tư năm 1975 (thư ký cho hãng Thông Tấn The Associated Press ở Sài Gòn (1968-1975). Thường xuyên cộng tác với các tạp chí văn học ở Mỹ và các nước khác. Viết truyện nhi đồng cho báo Los Angeles Times từ năm 2000. Có thơ Anh Ngữ trong sách giáo khoa Mỹ cho chương trình trung học (American Literature – Glencoe-1999. Đoạt giải về bình luận (Commentary) của The New California Media (NCM) "Ethnic Pulitzers" năm 2003.

Trần Mộng Tú đã xuất bản trên dưới 10 tác phẩm đủ thể loại..."[3]

Trần Mộng Tú, nhìn từ góc độ nào, theo tôi cũng vẫn là niềm hãnh diện Việt vậy.

---

2 Nđd.

3 Nđd.

Trần Thi Ca, niềm-tin-mặc-khải nơi nhân thế

Tự nhận mình chỉ là người "*mới chập chững làm một người yêu thơ*" nhưng với tôi, cõi-giới thơ Trần Thi Ca[1] đã sớm khai, trổ những con đường dẫn tới những bình minh cảm xúc và hình tượng khác:

"*em ngực tròn hạt mưa
anh chao mình ánh sét*"

---

[1] Tác giả cho biết ông sinh năm 1983 tại Đập Đá, An Nhơn, Bình Định. (Đúng ngày Lễ Phật Đản). Cư ngụ Saigon từ năm 2000, Trần Thi Ca đang theo học ban Cao học ngành Văn học tại Đại học Khoa học Xã hội Nhân văn, thành phố Saigon.

Hoặc:

*"dìu nhau bước, chân trời đỡ mỏi
dặm nào xa mây trắng như cười"*

Hoặc nữa:

*"tay trắng mềm sao tim em vuông!
ảo ảnh rubic phập phồng buồng gian ngoại thất cầu vồng
anh nở nụ cười vữa xám"*

Là những câu thơ tôi trích từ bài *"Tim Gió"*, *"Của Riêng"* và *"Không Đường Cong"* của Trần Thi Ca.[2] Đó là một số (trong nhiều) câu thơ cho thấy họ Trần đã nỗ lực khai triển liên tưởng, làm mới so sánh trong những bước đi tới của thơ mình.

Những câu thơ mà, trong thế giới thi ca của nhiều tác giả thành danh, chúng ta cũng hiếm thấy!

Nhưng, nếu thơ họ Trần chỉ có những nỗ lực tìm cho ngôn ngữ thơ mình một chân dung hay, một diện mạo khác (giống như một số những người làm thơ trẻ gần đây) thì, dòng thơ ấy, cõi-giới thi ca đó, vẫn chỉ là sự bày hàng trên mặt phẳng hình thức. Chúng thiếu độ sâu. Chúng vắng tư tưởng.

Tôi quan niệm, thơ không chỉ thuần túy là những con chữ... (Dù con chữ là những viên gạch căn bản tạo thành căn nhà, chốn dung thân, cõi an trú của người làm thơ). Trước, sau, tự thân, thơ vẫn đòi cho nó một máu, thịt, một hồn vía nào đấy. Để nó có thể xuất hiện, tồn tại như một sinh vật. Một cá thể độc lập giữa nhân quần thế giới.

Và, tuy tự nhận mình chỉ là người *"mới chập chững làm một người yêu thơ"* nhưng thấp thoáng đâu đó, giữa những con chữ

---

2 Tất cả thơ trích dẫn trong bài viết này, đều trích từ những bài thơ đã được đăng tải trên trang nhà dutule.com

của Trần Thi Ca, tôi vẫn cảm nhận được những day dứt, tựa nỗi nhớ, thương như những đường bay lỗi hẹn với chân trời (?) của họ Trần.

Nói cách khác, phải chăng Trần Thi Ca thấy thất lạc chính mình(?) khi giữa đất trời sinh tồn, ông lại nhớ, thương một đất trời khác:

"đôi khi tôi nhớ thương trời
bâng khuâng mây trắng lả chân rong về"
(...)

"đôi khi trái đất không tròn
chân đi gầy mỏi chẳng còn gặp nhau"
(Trích "Lẻ" – Thơ Trần Thi ca).

Nói như thế, không có nghĩa Trần Thi Ca chối bỏ thân phận làm người. Trái lại, tác giả còn xác quyết, tựa thâm tâm hay vô thức, họ Trần vốn có một niềm-tin-mặc-khải nơi nhân thế:

"nếu tận thế xẩy ra
trước khi tàn tro bụi
vẫn tin ở một điều
con người luôn SỐNG SÓT
nơi nào trên địa cầu!"
(Trích "Nếu tận thế xẩy ra"- thơ Trần Thi Ca).

Và, nếu Trần Thi Ca có "niềm-tin-mặc-khải nơi nhân thế" thì cá nhân, tôi tin thơ Trần Thi Ca, tương lai, sẽ ở được bền lâu với địa cầu vậy.

(Garden Grove 14 tháng 6-2013)

Trần Thi Ca, dăm bài thơ cũ / mới.

Bài thơ viết về quán 27
Nguyễn Thị Diệu

quán 27
thứ bảy buồn không ra hai bảy
quán chưa xưa như thứ bảy Sài Gòn
em cắn vào hạt thóc cỏn con
xòe đôi cánh chuông trần tượng chúa

thứ bảy trời mây chưa trở kín
ghế anh ngồi người khác đã ngồi luôn
ly đen đá nhấp môi đầy đắng
ai ngẫn người khói thuốc xa xuông.

chồng báo mới chuyền tay chuyện cũ
phút vui quy cám cảnh từ li
văn nghệ sĩ dặm trùng trở lại
cũng miên man ân thưởng đời thường

thứ bảy buồn quên ra hai bảy
quán chưa quen hóa phố Sài thành
chỗ từng cũ đón men trà mới
tách chén non sóng sánh làn hương

được biết điều chưa qua gôm tẩy
sẽ nhận ra sau gôm tẩy còn gì...
nhủ cho lòng trang giấy trắng thơm
vui Hai Bảy chứa chan bằng hữu.

516

Mưa đầu mùa
mưa đầu mùa đến sớm
nhớ thương chi ông trời
ướt ngàn mi mắt lá
chéo áo dài hôm qua

mưa đầu mùa cuối hạ
nắng trốn tìm thơ ngây
xếp trăm cánh phượng đầy
vào ngăn bàn quên lãng

mưa đầu mùa của thu
lá rơi vàng rực cháy
chiều tan trường bỡ ngỡ
chiếc ô xòe ngang tay

mưa đầu mùa dấu em
lay rèm nhung kí ức
đôi tay hiên tình đầu
hứng trong ngần thổn thức

mưa mùa nào mưa anh
nụ hôn đầu ấm ẩm
nhạt xiên nhòe ô kính
quán chợt mình không tên.

Ngồi trong hạt mưa

(gởi em mùa Giáng Sinh)

chiếc ghế thấu sáng
ô cửa pha lê

bức tường gạch kính
đôi mắt người không trong suốt được

phía dưới đồng xanh bao la
ta hoa tay từ nước vô danh, làm sao thấy
cỏ mềm hoa dại, suối - sông - biển trùng trùng óng bạc
ta hoa tay từ nước vô thanh, khật khù dênh dạt
phía dưới người - xe - phố thị
ta hoa tay tù nước cong vênh, em hứng bận bịu: rừng

đường ranh
   rơi
   đường ranh

hạt xám
nhú qua khoảng trời ảm đạm
nhú qua đốm sét
nhú qua cuộc tình đầy nhong

hạt xanh
thấm tà áo trắng
một ngày rất xanh
xa

hạt tím
dòng gởi
anh và sau anh
xa
...
ga
người mẹ Hercules?
tráo đổi anh vào những bầu trời khác.

518

Xuyên Trà,
người vượt được
chính mình

Một trong những ra đi, bước tới, làm thành mặt khác, mặt tinh ròng mới mẻ của 40 năm thi ca Việt tỵ nạn, là tiếng thơ của một cựu tù nhân chính trị: Tiếng thơ Xuyên Trà.

Trong ghi nhận của riêng tôi thì, đời kiếp thi ca của một nhà thơ thường rất ngắn! Ông / bà ấy có thể làm thơ cuối đời... Nhưng đa số thường lập lại chính mình! Tôi cho đó là một trong những bất hạnh, hoặc thảm kịch lớn nhất của một thi sĩ. Nó như mặt khác của ân sủng thiêng liêng bất thường (mà) trước đó, Thượng đế đã hào phóng dành riêng cho thi sĩ...

Nói như thế không có nghĩa tất cả những người làm thơ, đều có chung một số phận. Bằng cớ hôm nay, Xuyên Trà đã có cho chính ông trước nhất, sau đấy, là những người đọc ông: Thi phẩm *mới*.

Tôi chủ tâm viết nghiêng (Italic) chữ *"mới"*, vì tính từ *"mới"* tôi dùng ở đây, không mang ý nghĩa quen thuộc là một thi phẩm thêm, của tác giả vừa mới được ấn hành.

Tính từ *"mới"* tôi dùng ở đây, dành cho thi phẩm tựa đề *"Thêm, một đóa hồ nghi"* của Xuyên Trà, nó mang ý nghĩa tác giả đã có được cho đời kiếp thi ca của ông, phần máu, thịt khác.

Nhận định về tiếng thơ Xuyên Trà, cách đây vài năm, qua thi phẩm *"Tâm khúc"*, tôi cũng đã từng nhấn mạnh rằng: Ông là một trong số ít người làm thơ (so với chính thơ của ông trước đấy), đã vượt được mình trên dặm trường thi ca lênh đênh chữ và nghĩa.

Ở thi phẩm này, tôi nhìn thấy 5 khía cạnh đậm nét nhất là: Tình yêu quê hương; tình yêu gia đình, bằng hữu; cảm nhận lẽ vô thường; tính trào lộng hay phúng thích; và, một dòng chảy lục bát khác...

Tôi muốn nói Xuyên Trà qua thi phẩm *"Tâm khúc"*, đã cho người đọc một lục bát thoát khỏi nẻo mòn đắng cay thân phận, nặng nề triết lý... Mà, là một dòng lục bát thênh thang phóng dật, thấp thoáng nhiều tự trào...

"Thời gian cho thấy,trong cuộc trường chinh chữ, nghĩa của Xuyên Trà, qua những thi phẩm kế tiếp nhau ra đời, đã mỗi ngày một lấp lánh hơn, bằng vào những đi tới mới mẻ và, giầu có hơn, thi ảnh...

"Tôi muốn nói, '*Tâm khúc*', tuyển tập thơ Xuyên Trà, xuất bản năm 2000, là một minh chứng gần nhất và, cũng rực rỡ nhất trong hành trình thi ca Xuyên Trà, mấy chục năm lao tác..."

Và, hôm nay với thi phẩm *"Thêm, một đóa hồ nghi"*, tiếng thơ Xuyên Trà (so với chính thơ của ông trước đấy), một lần nữa, thực chứng khả năng vượt được mình trên dặm trường lênh đênh thi ca chữ và nghĩa.

Hôm nay, ở những ngày đầu năm 2014, tôi lại nhận được 8 bài thơ mới của tác giả *"Thêm, một đóa hồ nghi"*, viết sau khi ông trải qua một mất mát lớn: Sự ra đi vĩnh viễn của một người con gái mà ông rất yêu thương - Cho thấy thơ ông đã thấu lẽ vô thường của vạn vật. Sự hợp / tan, thành / bại của một kiếp nhân sinh. Điều còn lại đáng kể hơn cả, theo tôi, vẫn là cái *Tâm* (tôi viết hoa chữ *Tâm*) của tác giả này vậy.*

Trong tinh thần chào mừng sự vượt qua và, vượt trên lẽ mất / còn; buồn / vui; tử / sinh / với tâm thái thi sĩ, như Xuyên Trà, chúng tôi trân trọng kính mời quý bạn đọc thưởng lãm dăm bài thơ mới nhất của ông - Như đón nhận những bông hoa tâm tưởng, viên thành của một nhà thơ (cũng là một cựu tù nhân chính trị), đã bước qua tuổi thất thập mà, sức sáng tạo vẫn sung mãn: Vắng bóng thù hận. Chứa chan nhân bản....

X uyên Trà, những bài thơ mới nhất.

Nguyên nhân.

Thân còn cát bụi, tâm mưa nắng
Sinh tử vô thường chẳng trước sau

---

* Nhà thơ Xuyên Trà tên thật Nguyễn Ninh, sinh năm 1942 tại làng Xuyên Trà, quận Duy Xuyên, tỉnh Quảng Nam. Ông tốt nghiệp khóa 20 trường SQTB/Thủ Đức. Cựu thiếu tá QL/VNCH. Bị tù cải tạo 11 năm, trong đó có 5 năm biệt giam, ông cùng gia đình định cư tại thành phố Atlanta, Georgia năm 1991. Thơ của ông xuất hiện trên hầu hết những tạp chí văn chương tại Hoa Kỳ.

Biết em nói dối ta không trách
Bởi thế gian còn những đớn đau...

2. Hành trình.

Tâm em chánh giới như tâm Phật
Ngã mạn ta ngồi trụ gốc si
Đời sau bình bát đi Tây trúc
Chắc cũng em theo bước thọ trì...

3. Hẹn trả ân vô lượng.

Sáng nghe chim hót như vừa đủ
Ngọt chút ân tình ấm thế gian
Mai sau hẹn trả ân vô lượng
Thơm thảo mười phương gió bạt ngàn...

4. Nghiệp.

Hỏi ta hình tướng bao nhiêu kiếp
Có kịp theo về lúc vãng sanh
Nếu không máu thịt từ nguyên thủy
Sao trả thân, tâm lại ngũ hành...???

5. Tình tôi.

Dẫu người còn nhớ tình tôi
Nhánh sông bên lở bên bồi ngàn dâu
Đỉnh trời trăng khuyết đã lâu
Thương ai sóng cũng bạc đầu để tang

6. Tay trắng mộng đầy.

Ngày xưa tay trắng mộng đầy
Mấy mươi năm, vẫn làm mây phương trời
Mắt người giọt lệ còn rơi
Thì muôn năm, chắc biển đời chưa khô...

7. Vô vô.

Thơm lây mấy dải mây trời
Sắc hương thắm đượm một thời hồng nhan
Câu thơ bát ngát trên ngàn
Lớp lớp vô tự hàng hàng vô ngôn...

8. Hỏi bóng.

Đêm về, trăng cũng có khi
Hỏi ta bóng thuở xuân thì còn không
Thưa rằng sắc sắc không không
Cứ như mây trắng bềnh bồng ngàn năm...

.

Chương bảy:
Văn Xuôi

Cao Xuân Huy, tính lương thiện của một nhà văn

Tác giả "Tháng ba gẫy súng" để cho những người đọc ông phải chờ đợi mỏi mòn ¼ thế kỷ rồi mới gửi tới họ tập truyện "Vài mẩu chuyện."[1]

Nếu có những người dành cả một đời để viết văn, xuất bản hàng chục tác phẩm chỉ với mục đích mong muốn được đời nhìn nhận là nhà văn mà, thực chất không đạt được thì, Cao Xuân Huy, ngược lại. Ông được văn giới nhìn như một nhà văn đúng nghĩa với tác phẩm "Tháng ba gẫy súng", ấn hành lần thứ nhất năm 1985.

---

1 "Vài mẩu chuyện," tạp chí Văn Học California, xuất bản, 2010.

Ông cũng là người luôn từ chối hai chữ "nhà văn" một cách thẳng thắn, với đôi chút khinh bạc của một Thủy Quân Lục Chiến, binh chủng ông từng vào sinh, ra tử, suốt tuổi thanh xuân, cộng thêm 4 năm tù "cải tạo!"

Tôi không biết có phải ngay từ bước chân đầu tiên, rời khỏi trường lớp, bước vào dòng đời, chọn cho mình chiếc nón Mũ Xanh, tình yêu đồng đội đã là niềm hãnh diện thứ nhất và, cũng là tình yêu sau cùng của ông hay không?

Tôi cảm tưởng, với Cao Xuân Huy, tất cả những vòng nguyệt quế sau này, dành cho ông (dù không quá muộn màng), cũng chỉ như những bèo bọt, hư huyễn "tào lao" trước máu xương, đầy ải mà, ông cùng đồng đội đã từng đổ xuống, kinh qua?

Tôi cũng không biết có phải định mệnh đã chọn Cao Xuân Huy làm một (trong vài) nhân chứng chiến tranh ở phía khác của chiến tranh? Phía của những sự thật trần truồng và, những vinh quang tự thân không cần thêm son phấn?

Tôi muốn nói, trong ghi nhận của tôi, Cao Xuân Huy không lên gân. Không cường điệu bằng cách cho nhân vật của mình (là Cao Xuân Huy và, những phân thân của Huy, với nhiều tên gọi khác), xuất hiện trong những trang viết của ông, như những "Rambo" mình đồng da thép! Những người hùng không tình cảm. Không đói. Không khát. Không bản năng "tham sinh, úy tử!"

Cao Xuân Huy cũng không mượn những nhân vật (sau khi an toàn ở xứ tự do,) để phát biểu linh tinh, chỉ vẽ, phán đoán như... "thần" về chiến thuật chiến lược!

Cao Xuân Huy cũng không cho các nhân vật của mình đóng vai "thiên lý nhĩ, thiên lý nhãn" - Hiểu theo nghĩa cái gì cũng nghe, biết một cách tường tận! Cứ như thể họ chính là người đi những quân cờ mang tính định đoạt số phận nhân loại trên bàn cờ Tự Do- Cộng sản. Khiêm tốn hơn một chút thì, cũng sẽ ở ngang mức độ: Nếu đất nước may mắn, biết dùng họ, nghe lời họ thì tổ quốc chúng ta hôm nay đã không như thế này!

Từ *"Tháng ba gẫy súng"*, tới *"Vài mẩu chuyện"*, (khoảng cách thời gian 25 năm,) trước sau tôi vẫn thấy Cao Xuân Huy là một người lính viết lại một phần đời mình. Phần thời gian tác giả tham dự trong cuộc chiến tự vệ, chống lại chủ trương thôn tính miền nam của đảng CS miền Bắc.

Trước nhất, chúng ta đừng quên "mẩu" là danh từ xác định một vật, một sự việc nhỏ, bé, ngắn, cụt... Hoặc một thứ đầu thừa, đuôi thẹo không đáng kể. Không giá trị. Nhưng khi Cao Xuân Huy dùng chữ "mẩu" trong tác phẩm "Vài mẩu chuyện" của mình, với tôi, ở đôi ba truyện, nó lại tựa những con ốc nhỏ khiến ta liên tưởng tới đại dương; một vài chiếc lá có khả năng giúp ta liên tưởng tới những mùa gió, bão...

Trong lãnh vực học thuật, việc nhốt biển cả trong một giọt nước hay, gom cả vũ trụ vào trong một hạt bụi, với thi ca, đã là một khó khăn! Huống chi với văn xuôi!

Nhưng Cao Xuân Huy đã (chủ tâm hay vô tình) cho thấy, ông làm được.

Tôi không nghĩ Cao Xuân Huy có mối bận tâm lao lung nào về nỗ lực vận hành chữ, nghĩa như vừa kể.

Tôi nghĩ, điều quan thiết duy nhất của ông chỉ là sự viết ra, với tất cả tự hào, ngay thẳng của một con người. Một con người sớm nhận biết mình là Con Người và muốn, mãi mãi được là Con Người.

Do đó, viết với Cao Xuân Huy, cũng giống như bổn phận trả lại cho cuộc đời, những sự thật (dù ngậm ngùi, nhơ nhuốc) của một thân phận trong chiến tranh. Nhất là khi thân phận đó lại bị định mệnh xếp vào thành phần... bại trận!

Nhưng không vì thế mà Cao Xuân Huy viết như một trả thù... nguội.

Ông cũng không viết như một ảo thuật gia chuyển hóa từ mặc cảm hèn yếu trong quá khứ, trở thành hùm, beo gầm thét trước... hư không!

Tôi nghĩ, Cao Xuân Huy đã viết với tất cả liêm sỉ có được của một sĩ quan trẻ trong QL/VNCH cũ.

Cao Xuân Huy không viết để "vinh danh", "đánh bóng" hoặc, góp thêm một vài cánh hoa ngợi ca cho mầu cờ sắc áo của binh chủng TQLC của mình.

Phải chăng, ông thấy không cần thiết? Hoàn toàn không cần đến những chữ, nghĩa rổn rảng, nổ đì đùng như pháo cối!

Tôi trộm nghĩ, có thể ông không thấy phải mắm, muối thêm thắt gì, khi tự thân những gục, ngã giữa chiến trường của bằng hữu, đồng đội ông, đã là những hy sinh lồng lộng ý nghĩa giữa tổ quốc.

Tôi trộm nghĩ, có thể ông cho rằng, sự vẽ râu, bôi phấn cho những hy sinh cực kỳ trong sáng của đồng đội ông, có khi lại là một xúc phạm lớn tới chính những hy sinh thiêng liêng đó?

Tôi muốn chỉ danh những hy sinh đó, là những hy sinh trong sáng, hồn nhiên bởi tự tấm bé, trước khi những thanh niên sinh trong thời loạn kia lên đường nhập ngũ, họ đã không hề bị học đường giáo dục, trang bị cho họ bất cứ một quan điểm, lập trường căm thù nào.

Chưa kể, có những thanh niên tự nguyện đi vào chiến tranh, với tất cả lãng mạn, hào khí phương cương của tuổi trẻ, như một thứ Kinh Kha khinh bạc bước qua dòng Dịch Thủy:

"Một buổi chiều xuân.

"Nắng quái hắt dài bóng những ngôi mộ trên mặt đất.

"Toàn tác chiến tay cầm chai rượu, tay chống nặng khập khễng đi sâu vào nghĩa trang, vừa lần mò tìm ngôi mộ vừa lẩm nhẩm đọc thầm:

"Lòng đắng xá gì muôn hớp rượu

"Mà không uống cạn mà không say

...

"Quê nhà xa lắc xa lơ đó

"Ngoảnh lại tha hồ mây trắng bay

...

"Ngươi ơi! hề ngươi ơi!

"Ngươi sang bên ấy sao mà lạnh

"Ngõ trúc ta về lạnh mấy mươi!

"Mộ mới đắp, mới tinh như bộ quần áo trận chưa kịp sửa, rộng thùng thình Toàn đang mặc... ."

(Cao Xuân Huy, "Vài mẩu chuyện: hành phương nam," trang 68, 69.)

Cũng thế, thuật lại phản ứng, cảm nhận của mình và đồng đội trong trận đánh cuối cùng, trước 8 giờ sáng ngày 28 tháng 1 năm 1973 (giờ ngưng bắn theo hiệp định Paris,) Cao Xuân Huy cũng để sự thật cất lên tiếng nói của nó. Tiếng nói của bản năng. Tiếng nói yêu đuối của bất cứ sinh vật nào có cùng một mẫu số "tham sống sợ chết!" Tôi nghĩ, phải có những giây phút "hồi dương" như vậy, họ mới là người. Nếu không, họ sẽ là những hình nộm. Những người máy trong tay của một số... "nhà văn!" Và, ta sẽ chẳng thấy một khác biệt nào trong lãnh vực văn- xuôi- chiến- tranh giữa hai miền nam, bắc!

Với trích đoạn sau đây, từ "Vài mẩu chuyện,", của Cao Xuân Huy, có thể khiến một số người kết án tác giả là "phỉ báng quân lực VNCH!!!" Hoặc "khí thế" hơn nữa thì sẽ là một cái mũ... "cộng sản" cho ông:

*

"Toàn gọi máy qua cánh quân bên phải:

"05- 520."

"520- 05."

"'Phía ông ngưng chưa?"

"'Chưa."

"Ông 'thọc' mạnh lên lên. Sườn tôi hở, lạnh thấy mẹ."

"Tiếng súng rộ lên phía bên phải. Toàn và Kháng nhào lên chốt địch phía trước. Tâm, tên cao bồi của Toàn, chồm người tung quả lựu đạn. Lựu đạn vừa rời khỏi tay Tâm, Toàn nghe tiếng thét:

"Chết tui."

"Toàn quay lại nhìn. Tâm nằm ngửa bất động trên cát, máu trong bụng nhỉ ra.

Cùng lúc, Toàn và Kháng tung lựu đạn vào trong hầm rồi vọt vào theo, làm chủ cái chốt. Toàn nhào ngược về đằng sau, nắm chân Tâm kéo thụt xuống sau mô cát.

Tâm nhìn Toàn:

"Đù má ông thầy. Ngưng bắn rồi mà sao tui chết hả ông thầy? Ông rán sống nghe ông thầy!"

"Nói dứt câu, người Tâm giựt mạnh rồi mềm xuống."

"Toàn vuốt mắt Tâm rồi nhào lên với Kháng"

"La lên nữa đi!"

"Kháng:

"Đù má, tới giờ ngưng bắn rồi nghe."

"Tám giờ mười lăm, tiếng súng thưa dần.

"Tiếng súng thưa dần rồi im hẳn. Toàn nhìn đồng hồ, tám giờ hai mươi lăm."

(...)

"Toàn ghếch đầu nhìn về phía trước. Dãy đồi cát hình cánh cung trước mặt Toàn đầy người. Tất cả đều đứng dưới giao thông hào, chỉ lộ từ ngực trở lên.

"Toàn đứng hẳn dậy. Lính tráng chỉ chờ có thế, cũng đứng hẳn lên. Tháo dây đạn, bỏ súng, bỏ mũ sắt xuống.

"Binh nhất Phước đen, một tên cao bồi khác của Toàn vụt băng mình lao về phía trước. Toàn hốt hoảng ra lệnh cho lính ứng chiến ngay lập tức, sợ có gì nguy hiểm cho Phước đen. Nhưng không, những người bộ đội phía bên kia nhào lên khỏi giao thông hào, ôm chầm lấy Phước đen. Phước đen móc trong túi ra gói thuốc mời, mời, mời hết người này đến người khác.

"Lính hai bên ùa lên phía trước hò hét:

"Hết đánh nhau rồi! Hết chiến tranh rồi!"

"Những bộ quân phục rằn ri miền Nam trộn lẫn những bộ quân phục cứt ngựa miền Bắc. Cố không khóc nhưng nước mắt Toàn cứ ứa ra, không kềm chế được. Nhưng việc gì phải kềm chứ! Toàn mặc cho nước mắt trào ra."

(Cao Xuân Huy, "Vài Mẩu chuyện: Chờ tôi với..." từ trang 73 tới trang 75).

*

Trên đây chỉ là một trong nhiều đoản văn mang tính tự sự kể về những trận đánh Cao Xuân Huy tham dự. Và, những cái chết của của đồng đội diễn ra ngay trước mắt tác giả.

Những ghi lại không phấn son. Không lươn lẹo. Không đồng cốt. Nhưng cũng vì thế, Cao Xuân Huy đã cho thấy ông đích thực là nhà văn dù, ông từ chối.

Tuy nhiên, Cao Xuân Huy có thực sự khinh bạc? Cao Xuân Huy có thực sự là một nhà văn "bất cận nhân tình?"

Cảm nghĩ của tôi: "Nhiều phần không!"

Tôi vẫn nghĩ, trước khi nài ép văn chương phải đeo trên vai, phải ôm trước ngực những nhiệm vụ to lớn như cải tạo xã hội, giáo hóa loài người, thần thánh một khuôn mẫu người hùng... Thì văn chương trước nhất phải là cái chân thật. Chân thật tự nó toát ra cái đẹp. Chân thật là trái tim của văn chương. Chân thật là bước đến cuối cùng của chữ, nghĩa.

Ngay những chân thật trần trụi, gần với bản năng con người, cũng là mảnh đất mầu mỡ nhất để tự đó, những mầm cây, những nụ hoa nhân bản mọc lên và, trổ bông. (Tất nhiên mọi mô tả đều không thể tách lìa khỏi căn cốt của chữ nghĩa mang tính văn chương. Ngược lại, nó sẽ chỉ như một thứ truyện được ghi chú từ một tới ba, bốn "x" mà thôi.)

Với mẩu chuyện *"Trả lại tiền"* của Cao Xuân Huy, tôi gặp mầm cây và nụ hoa nhân bản lấp lánh giữa những dòng chữ.

Đó là mẩu chuyện nói về một người tù cải tạo trẻ tuổi, độc thân, sau nhiều năm tù đầy, được thả, có nhu cầu sinh lý. Anh đi giữa một Saigòn từng được mệnh danh là *"Hòn ngọc Viễn Đông."* Nhưng vào những năm cuối thập niên (19)70, đầu thập niên (19)80 Saigòn bị lột xác. Saigòn trở thành sân khấu lộ thiên, tố giác thảm cảnh xã hội nghèo đói, đọa lạc. Một thành phố chết với đám người vất vưởng sống. Vất vưởng đi lại như những hình ma, bóng quế.

Sự vất vưởng kéo lê một cuộc sống đáy cùng đói khát không chỉ phơi ra từ phía những người phụ nữ phải làm nghề đứng đường mà, vất vưởng còn phóng những lát dao "hồ hởi" bất nhân lên thân, tâm của cả khách "tìm hoa" nữa!

Tới hôm nay, người ta vẫn chưa xác định được nghề buôn hương, bán phấn có tự bao giờ. Nhưng ở bất cứ xã hội nào, dù văn minh hay chậm tiến, nghề này cũng đã có mặt như một thực tế mặc nhiên của xã hội. Khác nhau chăng là cách thể hiện hữu của khía cạnh xã hội ấy.

Trước tháng 4- 1975, sinh hoạt mua bán tình dục ở Saigòn cũng được ghi nhận là khá rầm rộ. Nó tập trung vào một số khu vực, một số nơi chốn xa trung tâm thành phố. Thường ở vùng ngoại ô, hoặc những nơi gần với các trại lính...

Nhưng qua mô tả của Cao Xuân Huy trong mẩu chuyện *"Trả lại tiền"* thì sinh hoạt này không những đã trở thành "đại trà" công khai mà nó còn diễn giữa ngay giữa lòng Saigòn! Một trong những nơi đó: *"Trước cổng dinh Độc Lập!"* Ngay gốc cây!

Vẫn theo mô tả của tác giả, ngoài nhu cầu bản năng, thân xác, dù mang tiếng là "khách tìm hoa" thật đấy, nhưng hoàn cảnh của vị khách kia, cũng chẳng hơn hoàn cảnh của người bán hoa, chí ít cũng về phương diện kinh tế.

Phải chăng đó cảnh "đò nát gặp nhau" của một xã hội xuống cấp ở tất cả mọi lãnh vực?

Cái vật vờ đặc, cứng tới mức độ chẳng những người đọc không thấy một mô tả cảnh vật nào mà, ngay phần đối thoại trong cuộc đổi trác thân xác cũng kiệm lời tối đa. Những mẩu đối thoại mua bán tình dục không sượng sần, vào thẳng cuộc mặc cả. Những nhân xưng đại danh tự thường phải có trong bất cứ cuộc đối thoại nào, cũng được cắt bỏ!

Khi "thương thảo" với nhau, hai đối tác trao đổi quan điểm của mình, như hai người máy!

Thí dụ:

"Gã đảo một vòng quanh công viên trước cổng Dinh Độc Lập. Tối. Mỗi gốc cây đều thấp thoáng bóng người. Vài tay cũng đạp xe rảo rảo giống gã. '*Được rồi*.'

"Gã tấp vào một gốc cây.

"Một ả ló ra kéo tay gã:

"'Dzô sát trong đây.'

"'Nhiêu?'

"'Hai chục.'

"'Không có đủ.'

"'Dzậy có nhiêu?'

"'*Thối* không thì nhiêu?'

"'Mười.'

"'Vẫn không đủ.'

"'Dzậy chớ muốn nhiêu?'

"'Có năm thôi.'

" 'Hổng được. Đụ má... Chưa mở hàng.' "

(CXH, Sđd. Trang 89 &90.)

Qua trích đoạn trên, người đọc cũng có thể hình dung đó là một cuộc đối thoại giữa hai con thú, được tác giả diễn giải lại, bằng ngôn ngữ con người!

Nhưng sau ngã giá, cuộc mua bán thân xác chưa kịp hoàn tất đã bị phát hiện bởi một *"tên dân phòng."*

Nhân vật mang chỉ danh *"dân phòng"* theo lời kể của tác giả, cũng có một người anh đi tù cải tạo như nhân vật (tác giả?) trong chuyện. Vì thế, hắn bắt người phụ nữ đứng đường phải trả lại cho khách tìm hoa, số tiền ít ỏi tới mức chính hắn cũng phải ngỡ ngàng! Nhưng:

"Gã đàn ông lên xe đạp đi. Đợi tên dân phòng đi khuất, gã vòng xe lại, đến gần ả:

"'Này. Tôi trả lại năm đồng.'

"Ả quay lại. Cái nhìn đậu trên mặt gã vài giây, rồi nói:

"'Thôi, giữ lấy xài đi.'"

(Sđd. Trang 91).

Lúc này, lần đầu tiên, nhân xưng đại danh tự *"tôi"* hiện ra với tất cả dịu dàng, nhân ái.

Phải chăng vì cùng cảnh ngộ, cùng thân phận của những con người thình lình bị trận cuồng phong chính trị vứt ra bên lề xã hội (như sự ném, vứt những mụn giẻ rách) nên khi gặp nhau, họ lại có được cái tinh thần xót thương nhau một cách bất ngờ, chứa chan tình đồng loại?

Đó cũng là những cơ hội hãn hữu, cho họ được sống lại, được hành xử với nhau, như những con người?

Ở trường hợp này, tôi cho, ngôn ngữ giao tế trong đời thường càng vắng mặt bao nhiêu, ý nghĩa sâu kín của nhân tính càng hiển lộng bấy nhiêu! Sự hiển lộng nằm nơi nội dung của từ ngữ trao đổi và, nhất là ở những tán thán tự hay những hư tự như *"thôi"* và *"đi"* trong mẫu đối đáp chỉ vỏn vẹn năm chữ, trước khi mẫu chuyện được khép lại.

Nói cách khác, sự kỳ diệu của văn chương, nghệ thuật, không chỉ có nơi ngôn ngữ, động tác mà, ngay gỗ, đá cũng có thể có cho riêng nó một trái tim, một hơi thở. Nếu chúng có được vị trí mà những người làm văn học, nghệ thuật gọi là "đắc địa."

Trở lại với *"Vài mẩu chuyện"* của Cao Xuân Huy, tôi nghĩ, có dễ một trong những điểm khởi đầu tiên của bản năng con người là tính đùm bọc. Thương yêu. Vì thế, bất cứ một những tác phẩm văn xuôi nào, thuộc khuynh hướng hiện thực xã hội, nếu dẫn dắt được người thưởng ngoạn về thấu điểm khởi nguồn này, đều dễ gây được sự mủi lòng, thậm chí lấy được nước mắt độc giả... Dù cho những tác phẩm kia có thừa mứa những cường điệu, giả trá nhằm phục vụ những toan tính ngoài văn chương!

Lại nữa, khi kể lại những ngày bị thú vật hóa trong nhà tù cộng sản, Cao Xuân Huy đã làm được công việc của một nhà văn có bản lĩnh là, đem được mình khỏi chính mình, để ngắm nhìn mình, như con thú tự lột da, hầu nhìn được toàn bộ thân thể nó, rớm máu...

Tôi không nghĩ tôi đã có một so sánh quá đáng sau khi đọc *"Miếng ăn"* của Cao Xuân Huy trong tập *"Vài mẩu chuyện."*

Đó là một trong những mặt "tiêu cực" của cảnh đời những người lính miền Nam bị chính phủ Cộng sản Hà Nội cầm tù sau biến cố tháng 4- 1975.

Câu chuyện kể thời gian bị giam cầm, tác giả không được thăm nuôi. Ông cũng không chịu nhập bọn với số bạn tù chủ trương *"bay đêm,"* tức rình mò để ăn cắp thực phẩm của những bạn tù được thân nhân tiếp tế dồi dào. Tác giả dứt khoát quan niệm:

"Miếng ăn là miếng nhục, dù có thiếu thốn đến đâu đi chăng nữa, dù có thèm thuồng đến đâu đi chăng nữa, miếng ăn vẫn không thể làm nhục con người mình được..."

Vì thế, ông cũng từ chối "nhập đảng" với những bạn tù "*tư bản*." Những người được thân nhân tiếp tế thực phẩm phủ phê. Nhưng, quyết tâm của tác giả, không phải không bị bản năng đôi lúc "thách thức" một cách ngặt nghèo!

Trong "*Miếng ăn*" tác giả kể lại chuyện một đêm sát Tết, hai bạn tù nằm cùng chiếu với ông, nấu một nồi chè, rôm rả mời ép nhau ăn... Coi tác giả như không có! Ông đã phải trùm chăn, nằm co chân cho họ đủ chỗ ngồi. Cho tới khi:

"Tiệc tan, mọi người giải tán, hai tay tư bản cạnh tôi vừa dọn dẹp vừa nói với nhau.

" 'Còn một tô mày ăn nốt đi.'

" 'No thấy mẹ rồi còn ăn gì nổi nữa. Mày ăn đi'.

" 'Tao cũng ăn hết nổi rồi, mà đổ đi thì uổng. Hay mình chia đôi'.

" 'Đổ đi. Chỉ cần húp thêm một miếng nữa là tao ọc ra hết'.

"Người tôi run lên bần bật, tôi mím môi, bạnh hàm, nghiến chặt răng, nuốt liên tục mà sao nước dãi cứ ứa ra, đầy mồm rồi trào ra mép. Với một sự cố gắng vượt bực, tôi vẫn không thể kềm giữ nổi nước dãi, nước mắt tôi tự động ứa ra, Không hiểu tại sao? Đưa tay quẹt mồm và dịu mắt liên tục vẫn không ăn thua gì. Trời ơi, tôi bất lực rồi, tôi không còn kiểm soát được tôi nữa rồi. Tôi thua cuộc rồi. Tôi lẩm nhẩm cầu xin trong đầu: 'Mời tao đi, mời tao một tiếng, một tiếng thôi. Hãy mời tao một tiếng để tao từ chối. Có được mời và tiếng từ chối được phát ra thành tiếng, nước dãi tao mới hết chảy. Mời tao đi, mời đi, một tiếng thôi'. "Nhưng chẳng ai mời tôi tiếng nào. Hai người cứ mời qua mời lại, rồi cuối cùng đem đổ.

"Tai tôi nóng bừng lên, đầu tôi như vỡ tung ra hàng trăm nghìn mảnh. Tôi hét to lên một tiếng, và tôi không còn biết mình là ai, tôi không còn biết mình đã làm những gì nữa.

"Cho đến tận bây giờ, mọi người có mặt trong lán, kể cả hai nạn nhân vẫn không biết lý do tại sao lại bị một trận đòn thù đến nỗi phải đi nằm trạm xá, và tôi, bị cùm để được ăn một cái Tết trong xà lim."

(CXH, Sđd. Trang 18.)

Mẩu chuyện "Miếng ăn" là cơn bão tâm cảm sau chót, khiến tôi thấy phải viết về Cao Xuân Huy. Như một Con Người. Một Nhà Văn. (Tôi viết hoa cả hai danh từ này). Ông có thể từ chối vinh-dự- lầm- than đó! Mặc dù mọi từ chối không nhất thiết luôn là chiều kích của khinh bạc mà, theo tôi, đôi khi cũng chỉ là mặt khác của sự yếu đuối vậy!

(Calif. tháng 10 - 4th. 2010)

"Nỗi buồn tháng bảy" cột mốc chữ, nghĩa mới của Đặng Phú Phong?

Đặng Phú Phong là tên tuổi quen thuộc trong sinh hoạt VHNT hải ngoại, từ nhiều chục năm qua. Người đọc chú ý nhiều tới những bài viết về hội họa, phỏng vấn văn, nghệ sĩ, của ông.

Nhưng, hai ngọn núi mà họ Đặng không ngừng đau đáu thao thiết chinh phục, lại là thi ca và, văn xuôi.

Đặng Phú Phong chọn "*Nỗi buồn Tháng Bảy*", 2014, để dựng thêm một cột mốc mới, cho cuộc trường chinh chữ, nghĩa của mình. Cột mốc đánh dấu lộ trình lao tác tinh thần của họ Đặng, lần này là thi ca và truyện cực ngắn.

Tôi không muốn che giấu rằng, cánh rừng thi ca Đặng Phú Phong, tựa đề *"Nỗi buồn Tháng Bảy"*, đã mang lại cho tôi, nhiều câu thơ lạ. Những câu thơ, tự thân có nhiều âm vọng riêng; trước đây hiếm thấy ở nơi ông:

"góc phố bỗng dưng như góc núi
chút mây rẽ xuống tóc ai xinh"

Hay, những âm vọng như tiếng hắt, dội những lỡ làng nhân thế:

"tránh dấu hỏi lại rơi vào dấu ngã
con chữ buồn. lạnh cả một vầng trăng"

Hoặc, chói, gắt những cảm nghiệm tử sinh, chấp chới âm, dương giữa đôi bờ hư/thực:

"tro người tốt đất, xanh rừng
bỏ đi quanh quẩn dở chừng chiêm bao."

Tôi không muốn che giấu rằng, cánh rừng thi ca Đặng Phú Phong, tựa đề *"Nỗi buồn tháng Bảy"*, đã mang lại cho tôi, nhiều bất ngờ, lớn. Khi họ Đặng sử dụng dấu chấm như những nhát dao "chém" giữa những danh từ, động từ hay, tĩnh từ kép. Như:

"đêm với ngày mờ nhạt dấu chia. phân"

Dấu chấm họ Đặng "chém" giữa động từ kép "chia phân" là một trong nỗ lực đổi mới, không chỉ ngắt nhịp đi của thơ, hầu làm sáng lên mối tương quan của những từ khép - Vốn là một trong vài nét đặc thù - Thực chứng tính phong phú của ngôn ngữ Việt... (Mà) "nhát chém" này, còn đẩy cảm- thức biệt, lìa của khí hậu câu thơ, lên tầng đau đớn, khác.

Chỉ cần một chút chú ý nhỏ, người đọc sẽ nhận được những dấu chấm (cố tình), rất nhiều, trong thơ hôm nay, của Đặng Phú Phong.

Thí dụ:

- *"quên hay nhớ. Sài Gòn. em vẫn thế"*

- *"mưa ở. mưa về. tâm bất định"*

- *"em. đi. về. vàng hắt giọt sương khuya"*

- *"đêm. nhìn. ngắm. mảnh đời lỗ chỗ"..*

Trái ngược với văn xuôi, chỉ trong một câu thơ Đặng Phú Phong, người đọc có thể thấy nhiều hơn một mệnh đề độc lập.

- Tại sao?

Vì căn bản thi ca vốn có văn phạm, riêng. Nên, người đọc tưởng chừng như những mệnh đề độc lập này, đứt lìa hay chênh vênh giữa ngữ- cảnh câu thơ. Nhưng, hiểu một cách nào đó, (thì), những mệnh đề độc lập ấy, vẫn nằm trong một trạng- huống- thi- ca - Do tính liên lập, tương thông của dòng chảy.

(Tựa chúng ta không thể tách bạch những bộ phận, cơ quan thuộc cơ thể chúng ta như tay, chân...thành những ốc đảo phân ly. Bởi, cách gì, chúng vẫn có chung một cội, gốc).

Tôi cho đây là một lên đường can đảm của họ Đặng.

Tôi cũng không muốn che giấu rằng, cánh rừng thi ca Đặng Phú Phong, tựa đề "*Nỗi buồn Tháng Bảy*", đã đem lại cho tôi, nhiều câu thơ lạ. Những câu thơ mà, không phải người làm thơ nào cũng dễ có được:

"không gian đọng thời gian
phật mênh mông nụ cười
em lung linh điệu múa"

Hoặc:

"đôi bàn tay. vỗ lệch bàn tay"

Hoặc nữa:

"đường cười với dấu chân"...

543

Nếu lộ trình thi ca Đặng Phú Phong là những nỗ lực hay tham vọng vượt qua, xóa bỏ chính mình, để hình thành cho cõi- giới thi ca Đặng Phú Phong một chân dung khác - (Thì) "độ cồn" ẩn dụ trong "Truyện cực ngắn" của Đặng Phú Phong lại khiến người đọc, chỉ "nhấp môi" thôi, cũng đủ thấy cháy bỏng ruột, gan niềm xót xa xấp, ngửa, chao chát đời thường. Điển hình là những mẩu truyện như "Con chim của Bác Sĩ Tom," "Đầu cọp, đuôi heo," "Quên" hay "Đất":

"Hắn sinh trưởng trong một gia đình nông dân từ bao nhiêu đời. Cha hắn là một người nông dân lam lũ, chất phác, thường nói với hắn: 'Sống là nhờ đất.' Hắn không cãi nhưng luôn luôn tâm niệm rằng phải gắng học hành, đỗ đạt để làm việc gì đấy mà không phải nhờ đến đất. Hắn toại nguyện. Trở thành thầy dạy học, hắn thong dong nơi tỉnh thành, tưởng yên một đời công chức.

"Không ngờ đến năm 1975, miền Bắc chiếm miền Nam, hắn di tản sang Mỹ. Không thể học hành trở lại vì nặng gánh gia đình, hắn xin làm các hãng xưởng. Công việc quá bấp bênh vì thường bị lay off nên hắn rất chán nản. Đang cố tìm một công việc lâu dài cho mình thì có người rủ hợp tác mua đất làm nông trại. "Mừng, bắt tay thực hành ngay."

"Hôm xới mảnh đất đầu tiên để trồng rau muống, hắn chợt sững sờ, nhớ lại câu nói của cha hắn: 'Sống là nhờ đất.'"

Trong đôi truyện cực ngắn khác, họ Đặng cũng ném người đọc vào không khí "liêu trai" rất gần với Bồ Tùng Linh. Tựa câu hỏi muôn thuở:

"Thực và mộng, cảnh đời nào đáng sống? Hay đối tượng của kiếp người là gì?" Là những câu hỏi kèm câu trả lời qua cái nhìn đôi khi táo tợn, ráo hoảnh của Đặng Phú Phong - Qua những mẩu truyện như "Trả thù" hay "Nguyễn và Kiều."

Ở dạng văn xuôi rất gần với thi ca này, Đặng Phú Phong cũng cho người đọc những nhân cách hóa sâu sắc, thấy được với các truyện *"Một buổi chiều bình thường"* hoặc, *"Hai quả núi".*

Lại nữa, trong cõi- giới truyện cực ngắn của họ Đặng, còn có những tiểu truyện cùng lúc mở ra nhiều cánh cửa. Mỗi cánh cửa dẫn vào một ngôi nhà, tùy theo cảm- thức từng cá nhân mà, người đọc sẽ gặp được điều mình tiên cảm. Như hai tiểu truyện *"Ba người", "Trần Thi sĩ":*

"Đêm trăng yên ắng vô cùng. Con sâu Hoàng Khuyển của Vương An Thạch trở mình hút mật. Và chờ đợi ngày trở lại của Tô Đông Pha. Thi Sĩ T.V. L. đến bên bụi hoa khóc ngất. Những cái bướu trong cánh tay của Lệ lục cục xẻ da, lăn đùng đến gốc hoa rồi tự vỡ vụn, bón phân cho bụi hoa. Các bông hoa vụt trở nên tươi tốt lạ thường. Mật ngọt tuôn trào lai láng. Những con Hoàng Khuyển trong phút chốc lớn như thổi, to bằng con khủng long, chụp lấy Trần thi sĩ ăn tươi nuốt sống.

"Người thời sau vừa khóc cũng vừa mừng."

Tới đây, tôi nghĩ đã quá đủ, để tôi phải nói lời chúc mừng nhà thơ/nhà văn Đặng Phú Phong. Ông không chỉ cắm một dấu mốc mới, trong cuộc trường chinh chữ, nghĩa của riêng mình. (Mà), bên cạnh đó, ông còn để lại nhiều bóng cây...

Những bóng cây chữ, nghĩa kia, tôi hy vọng, có thể ở được với mai sau.

Ẩn mật nào có trong cõi giới văn xuôi Đặng Thơ Thơ?

Một trong những nhà văn nữ trẻ, tiếp tục cầm bút sau biến cố tháng 4-1975, ở hải ngoại, được coi là thành công nhất, là Đặng Thơ Thơ.

Tác phẩm đầu tay, tựa đề *"Phòng triển lãm mùa đông"*, của tác giả này, xuất bản năm 2002 ngay khi vừa phát hành đã nhận được nhiều tiếng vang tốt đẹp từ độc giả cũng như những người đi trước, thuộc văn giới.

Trong một bài viết công phu, như một tiểu luận văn chương của Ban Mai, trên tạp chí Hợp Lưu về hiện tượng Đặng Thơ Thơ, còn lưu trên trang mạng Wikipedia-mở, tác giả Ban Mai đã ghi nhận như sau:

"... Đặng Thơ Thơ bắt đầu viết năm 20 tuổi khi còn ở Việt Nam, theo tác giả những truyện này chịu ảnh hưởng Văn học Miền Nam, qua các tạp chí Văn, Bách Khoa, Tự Lực Văn Đoàn... Năm 1992, gia đình cô được bảo lãnh sang Mỹ. Tác phẩm đầu tiên cô gửi đăng là truyện ngắn "Mùa xuân xám" in trên tạp chí Văn học do nhà văn Nguyễn Mộng Giác giới thiệu năm 1995. Truyện ngắn này, Đặng Thơ Thơ đổi lại thành 'Mùa xuân trắng' khi in trong tập 'Phòng triển lãm mùa Đông'. Từ đó đến nay, Đặng Thơ Thơ đã đi vào nhiều thể loại, từ truyện ngắn, tiểu thuyết đến phê bình, dịch thuật, nhiếp ảnh, phỏng vấn...

"Tác phẩm của cô xuất bản không nhiều, nhưng được chọn lọc kỹ càng, thường xuất hiện trên tạp chí Văn, Văn Học, Hợp Lưu, Thế Kỷ 21, Gió Văn, Chủ Đề.

"Các tác phẩm đã in: Phòng Triển Lãm Mùa Đông, tuyển tập truyện ngắn (Văn Mới 2002). Tác phẩm mở: Khi Phong Linh Vỡ – truyện dài.

"Đặng Thơ Thơ là một tác giả nữ đặc biệt trong dòng Văn học Việt Nam di dân, với một tâm hồn nhạy cảm luôn dằn xé trước thực tại và bản thân, tác giả thường trực khủng hoảng nội tâm, mâu thuẫn với chính bản thân mình, thích sống khép mình lui vào sự cô đơn, đọc tác phẩm của cô người đọc luôn tìm thấy sự tự tra vấn này.

"Một trong những ám ảnh thường trực trong tác phẩm Đặng Thơ Thơ là sự 'sống' và cái 'chết'. Tác giả thường cho nhân vật tự hỏi: 'Người ta có thể "sống nhiều cuộc đời không? Người ta có thể chết nhiều lần không? ... Mình có thể ngất đi, rồi tỉnh dậy hóa ra người khác, đúng không? Nếu mỗi lần sống lại, mình biến ra một con người khác, thì chuyện chết đi sống lại là tất nhiên. Đúng không? Nói chung, con người vẫn từng chết đi sống lại mà không hay biết'. (Nđd)

"Và linh cảm về một cái chết trước mắt. 'Mân hay ngồi đó viết thư cho một người nào đó, báo tin thì đúng hơn, về cái chết của chính cô. Mình sẽ tự tử vào một ngày mùa thu', cô viết cho một người bạn có tên bắt đầu bằng chữ S, 'Mình không bình tĩnh chút nào, mình rất hồi hộp, như sửa soạn đi chơi xa, mà có lẽ sẽ không về nữa'.

"Có thời gian nhà văn bị trầm cảm và hội chứng OCD (tâm thần thôi thúc ám ảnh), viết văn là một cách giúp tác giả thoát ra khỏi sự cô đơn và khủng hoảng đó. Giống như Thanh Tâm Tuyền viết Tôi Không Còn Cô Độc nhưng đến chết hẳn tác giả vẫn còn cô độc. Nhà thơ phải bám vào nỗi cô độc để thơ ông được tiếp tục viết và tiếp tục sống, hoặc để vượt thoát chính ông. Đặng Thơ Thơ cũng vậy (...)

"Thời gian này, ngòi bút của cô trở nên sắc bén với một cảm quan thẩm mỹ mới. Đặng Thơ Thơ là một tác giả nữ luôn tìm cách làm mới mình qua nội dung và hình thức thể hiện. Hầu như mỗi tác phẩm là một thử nghiệm bút pháp trong một tư tưởng mới lạ. Những đề tài cô quan tâm thường là những vấn đề nhạy cảm mang tính thời sự xã hội, có ý thức dấn thân rõ nét. Hành trình cô tìm kiếm là một hành trình mở chưa có hồi kết.

"Đúng vậy, với Đặng Thơ Thơ quá trình sáng tạo là một hành trình tìm kiếm, luôn luôn bất ngờ, luôn luôn thay đổi. Từ Mùa xuân Trắng đến Đi tìm bản kinh thánh cuối là một cuộc lột xác ngoạn mục.

"Giai đoạn đầu nội dung trong tác phẩm của Đặng Thơ Thơ thiên về những chủ đề nhẹ nhàng như tình bạn, gia đình, tình yêu đôi lứa, cái đẹp trong nghệ thuật, văn mượt mà trong sáng, cảm xúc tuôn chảy như thơ. Trái lại, giai đoạn sau những đề tài tác giả phản ánh lại mang tính gai góc như văn chương nữ quyền, ẩn ức của những người đồng tính, lưỡng tính...hay các vấn đề nhạy cảm mà người viết trong nước thường tránh né như đối diện quá khứ, lật lại lịch sử. Giai đoạn này, văn phong thiên về tính chính luận, lý trí nhiều hơn, tác giả chú trọng nhiều đến kỹ thuật sáng tác. Một trong những tác phẩm tiêu biểu thời kỳ này là truyện ngắn Đi tìm bản kinh thánh cuối.

"Lấy tư liệu từ Kinh Thánh làm chất xúc tác, Đặng Thơ Thơ đưa ra những luận đề: Vị trí và giá trị của người phụ nữ trong một xã hội giáo điều, mối tương quan giữa Niềm tin - Tri thức, Giáo điều - Tình yêu, và sự khả tín chính trị.

"Nhân vật Tôi – một giáo sĩ chép kinh – thuộc phái Tín giáo, tượng trưng cho Tín điều. Nhân vật Mary Mađơlen – giáo chủ Tri giáo - tượng trưng cho lương tri, nàng cũng là người đàn bà duy nhất trong truyện – tượng trưng cho tình yêu.

"Nội dung truyện xoay quanh nhân vật Tôi là một thầy tu dòng Tín giáo, có nhiệm vụ chép kinh thánh để lưu giữ, truyền cho hậu thế. Nhà văn Đặng Thơ Thơ dẫn người đọc vào một không gian hư cấu huyền ảo, không hiện thực huyền ảo mà thuần túy biến ảo của những truyền thuyết trong Tân Ước. Không gian và thời gian trong tác phẩm mở rộng vô giới hạn làm người đọc có cảm tưởng đang bay lượn ngoài vũ trụ nhìn về trái đất xem quá trình phát triển của nhân loại đang luân chuyển phía dưới. Tất cả mập mờ cùng lúc minh bạch, tất cả thâm u vừa chập chờn phân vân trong những gào la dằn xé của lý trí buộc im lặng..."

Vào sâu hơn thông điệp mà Đặng Thơ Thơ nhắm gửi trong truyện ngắn *"Đi tìm bản kinh thánh cuối"*, tác giả Ban Mai đã chỉ rõ cho người đọc thấy những phạm trù lớn trong khu rừng văn chương rậm rạp và phức tạp của Đặng Thơ Thơ, như phạm trù "Phụ nữ".

"...Trong tôn giáo xưa Đàn bà là hiện thân của tội lỗi, tôn giáo phụ hệ xem thường người đàn bà, chỉ nhìn thấy nhục thể trên thân xác họ, không xem phụ nữ có khả năng sở hữu trí tuệ. Đây chính là điều mà Đặng Thơ Thơ đả phá, vì vậy trong 'Đi tìm bản kinh thánh cuối' tác giả cho Mary có một chiếc đầu, biết suy nghĩ, biết chống đối và biết giữ sự độc lập cho thân xác mình. Mary không chỉ có nhục thể mà còn có cái đầu, có trí tuệ là thông điệp của nhà văn.

" 'Mary Mađơlen là người đàn bà có mình mà không đầu, hoặc có đầu mà không mình, và người đời sau chỉ biết một trong hai thứ. Thoạt tiên tôi chỉ biết cái đầu Mary. Cái đầu này chứa những khải thị huyền nhiệm và cả bản đồ chỉ dẫn đường đi của linh hồn. Cái đầu này thông minh xuất chúng và người ta bảo nó đã thu hết mọi lời Giêsu nói. Vì sợ nó gây thêm tổn thương cho niềm tin của chúng tôi, Giáo Chủ đã dùng thanh gươm vô hình lia ngang cổ, chặt phăng cái đầu đi. Từ đó truyền thuyết Mary người đàn bà không đầu đã biến Tri giáo thành một giáo phái huyền bí và ma quái. Nhưng thanh gươm của Giáo Chủ chỉ có thể cắt lìa mà không thể hủy hoại, cũng không thể khiến những thứ bị cắt lìa biến mất vào hư vô. Những thứ này vẫn tồn tại, nhưng trong một thể khác, trôi chảy lung linh hơn và dịch chuyển quỷ mị hơn. Nguyên tắc chung của những bí mật là tính hữu hạn của chúng: theo một lời nguyền của dòng Tri Giáo, thời gian lâu nhất để giữ một bí mật không thể quá hai ngàn năm. Sau thời hạn đó những bí mật bị chôn dấu sẽ trồi lên và làm thế giới ngỡ ngàng. Cái đầu của Mary chẳng hạn, nó vẫn lơ lửng giữa những cuộn kinh dài như tờ sớ'.

"Nhà văn Đặng Thơ Thơ đã cho Mary làm giáo chủ giáo phái Tri giáo dùng linh giác và lương tri để cứu rỗi, không ép buộc đức tin như bên giáo phái Tín giáo. 'Sự đối nghịch giữa hai bên như mặt trăng với mặt trời về con đường dẫn đến cứu rỗi. Giáo chủ nói bên Tri Giáo đặt nặng kiến thức và coi nhẹ niềm tin. Ngài lên án Tri Giáo là ngạo mạn khi quan niệm con người có thể tự thông công với Chúa không cần thông qua giáo hội'.

"Ở đây, hệ thống giáo hội đại diện cho các thiết chế xã hội, tôn giáo được tạo nên bởi quyền lực của người đàn ông. Qua hàng ngàn năm "quyền lực của người đàn ông" được thừa nhận như một niềm tin có giá trị truyền thống lưu truyền từ thế hệ này sang thế hệ khác, điều đó mặc nhiên cầm tù người phụ nữ trong hệ thống niềm tin ấy. Suốt chiều dài lịch sử nhân loại, trong các lĩnh vực xã hội, chính trị, kinh tế, văn hóa, nữ giới luôn bị nam giới lấn át và tước đoạt quyền hạn. (Trong quá khứ phụ nữ ít khi được phép đến trường, ngày nay hãy còn tồn tại nhiều làng Hồi giáo tại các quốc gia như Yemen ngăn cấm phụ nữ đi học, ra đường phải che mặt và không được bước chân vào đền thờ mà phải đứng ngoài. Bên Công giáo, phụ nữ không được thụ phong linh mục và bên Phật giáo không làm Thượng tọa). Thời Cổ đại và Trung đại người nữ còn là vật dùng để tế thần như một cống vật. Người nữ không bao giờ được đối xử ngang bằng với đàn ông.

"Văn chương tranh đấu cho nữ quyền là một trong những đề tài quan trọng đã được Đặng Thơ Thơ đề cập đến nhiều trong quá trình sáng tác của cô. Trong 'Người vợ Khổng Tử và cô giáo nữ quyền' tác giả viết: 'Đằng sau mỗi vĩ nhân là một người đàn bà vĩ đại. Tôi rất thích viết về đàn bà vĩ đại. Nhưng vợ Khổng Tử có thật vĩ đại không? Chẳng ai biết gì về người vợ của ông. Nàng tên gì? Dung nhan nàng ra sao? Tài năng nàng thế nào? Nàng đã thành đạt gì trong cuộc sống, ngoại trừ việc cho ông mấy người con, trong đó có con trai nối dòng họ Khổng? Nàng có biết nói, biết khóc, biết cười không? Nàng có biết đọc, biết viết, biết làm thơ không? Chẳng sách vở nào nói đến nàng. Chẳng ai vẽ chân dung nàng. Làm sao vẽ chân dung một người không có chân dung? Tìm trong tiểu sử của Khổng Tử cũng không có tên nàng. Nàng là người đàn bà vĩ đại không tiểu sử'."

Vẫn từ truyện ngắn "Đi tìm bản kinh thánh cuối", tác giả Ban Mai cho thấy thêm:

"... Giáo điều trong kinh thánh cấm các giáo sĩ gần đàn bà vì cho đó là tội lỗi. Bản thân Giáo chủ ngoài mặt thì rao giảng thông điệp 'Mary Mađơlen là người đàn bà xõa tóc lẳng lơ, đã lấy dầu sáp thơm thoa mình, đã để xác thịt phạm điều cấm kỵ' nhưng bản thân ông và các tăng lữ vẫn không thể thoát khỏi bản ngã nhục thể của chính mình, vì: 'Bên dưới lớp áo dòng những dương vật chợt cương cứng nhức nhối. Bài giảng ấy là một thử thách và một rủa xả, nó bắt chúng tôi sinh lòng thèm khát. Ngay giữa giáo đường chúng tôi chứng kiến một cảnh thoát y quái gở khi Mary thay áo đổi vai từ một tông đồ sang một gái giang hồ. Tối hôm đó nàng tìm đến giường chúng tôi, khỏa thân và tràn trề xác thịt. Chúng tôi đầu hàng và tận hưởng nhục cảm nàng đem đến. Những nhục cảm không phải trả bằng tiền. Những nhục cảm trả bằng một thứ gì khác hơn, pha trộn sự biết ơn thống hối và cả nỗi buồn đắm đuối. Mỗi người trả bằng cái giá mà họ có. Ai có linh hồn thì sẽ trả linh hồn. Ai có quyền lực thì trả bằng quyền lực", họ hiểu rằng đối với người đàn ông một trong những bản án chung thân, là lời thề đến chết không được gần phụ nữ. 'Ban ngày tôi đọc và biên tập kinh, ban đêm linh hồn tôi lẻn xuống quảng trường gặp Mary... Vườn đá nằm khuất giữa những triền ô-liu bao quanh thung lũng... Mary nằm xoải, ánh trăng chiếu qua tàng cây cằn cỗi rọi hình những chiếc lá nhọn hoắt lên thân thể nàng như những vết khâu. Tôi ngậm mút những trái ô-liu chín thẫm trên bầu vú nàng. Rồi chúng tôi làm tình trên tảng đá lộ thiên trơn nhẵn. Nơi đây tôi không gặp cơn ác mộng bị cắt phăng dương vật; nhưng sẽ luôn có một tai họa khác rình rập để trừng phạt tôi về tội tà dâm... Tôi ôm riết Mary, tôi khao khát truyền sự sống vào nàng'

"Kết luận của tác giả ở cuối truyện: Hành trình đi tìm chân lý của mỗi dân tộc là phải đi ngược lại lịch sử của dân tộc đó cho đến ngọn nguồn, bằng cách tự xoay lưng đi ngược. Không chân lý nếu không xét lại và không thể trốn tránh nếu muốn tìm ra sự thật.

"Thông điệp truyện cho chúng ta một chiều kích rộng, con đường phải đi của mỗi dân tộc là phải biết xoay lưng với lịch sử chính thống ngụy biện để tìm ra lịch sử thật của dân tộc mình. Đây là một trong những thông điệp chính của truyện. Một tác phẩm xuất sắc phải mang trong mình một nội dung tầm cỡ, Đi tìm bản kinh thánh cuối là một trong ít những tác phẩm đó.

"Trong một lần trao đổi, tôi hỏi Đặng Thơ Thơ: 'Quan niệm nghệ thuật của Thơ Thơ là gì?', cô trả lời không do dự: 'Nghệ thuật có thể không mục đích từ cương vị người nghệ sĩ, nhưng tác động của nghệ thuật đúng nghĩa sẽ làm thay đổi hoặc nâng cao thẩm mỹ, cách nhìn, chiều kích, và tính nhân bản trong mỗi chúng ta'.

"Đọc "*Đi tìm bản kinh thánh cuối*" ta bắt gặp thời gian luôn biến chuyển co giãn với một biên độ rộng: quá khứ - hiện tại – tương lai song hành cùng nhau. Các khái niệm, ý tưởng, hình tượng ẩn dụ hòa trộn nhuần nhuyễn tạo nên một cấu trúc đa tầng, làm phái sinh nhiều nghĩa qua cái nhìn đa chiều của người đọc. Cách viết này, làm cho không khí truyện luôn xáo trộn, biến ảo kéo theo cảm xúc của bạn đọc cũng luôn biến chuyển. "Đi tìm bản kinh thánh cuối" là một truyện kén bạn đọc, quá trình đọc cũng là quá trình khám phá, từng người đọc sẽ tự tạo cho mình một văn bản mới, bạn đọc cùng tham dự quá trình sáng tạo với nhà văn." (Nđd)

Để kết luận bài viết, như một tiểu luận về thế giới truyện Đặng Thơ Thơ, tác giả Ban Mai nhấn mạnh:

"Hành trình đi tìm cái mới trong sáng tạo cũng là hành trình tìm kiếm bản kinh thánh cuối của tác giả, nhưng làm sao ta biết bản kinh thánh nào là bản kinh cuối, cũng như sáng tạo cái đẹp không bao giờ dừng, nó luôn biến chuyển, luôn thay đổi, đó chính là lời kêu gọi của Đặng Thơ Thơ." (Nđd)

*

Nếu "*Đi tìm bản kinh thánh cuối*" được Ban Mai chọn như một truyện ngắn tiêu biểu của Đặng Thơ Thơ, viết cách đây hơn 10 năm thì, "*Khả Thể*", tác phẩm mới nhất của họ Đặng, đã được nhà phê bình văn học Bùi Vĩnh Phúc, đánh giá như một đỉnh điểm mới của tác giả này, trong lộ trình văn chương của cô.

Phát biểu trong buổi ra mắt *"Khả Thể"* ở phòng sinh hoạt Việt Báo mới đây, họ Bùi cho rằng:

"...Tác phẩm Khả Thể đã pha trộn giấc mơ và hiện thực. Theo Bùi Vĩnh Phúc, Đặng Thơ Thơ chọn cách viết khác hơn cách 'hiệu ứng gián cách' của các nhà văn học, đó là cách không phải biểu tượng bằng chữ viết mà bằng mực viết màu trắng như dòng sữa chảy ra từ vú của người phụ nữ. Theo Bùi Vĩnh Phúc, Đặng Thơ Thơ đã chọn đứng về phía nữ quyền. Theo Bùi Vĩnh Phúc, Khả Thể là cái có thể xảy ra. Về ngôn ngữ của Đặng Thơ Thơ, nhà phê bình Bùi Vĩnh Phúc cho biết tất cả những bài viết của Đặng Thơ Thơ là cái gì lôi cuốn người đọc. Trong ngôn ngữ của Đặng Thơ Thơ, theo Bùi Vĩnh Phúc, chứa nhiều biểu tượng mang tính ẩn dụ. Nhận xét và nét hậu hiện đại trong Khả Thể, Bùi Vĩnh Phúc nói đến 3 điểm chính: Tính tự quy chiếu, nét giải trung tâm hóa, và tính diễu nhại, nhưng khác với các nhà văn hậu hiện đại khác, Đặng Thơ Thơ diễu nhại một cách nghiêm túc, không diễu cợt..." (Việt Báo, số đề ngày Thứ Tư 18 tháng 2-2015).

Tôi trộm nghĩ, với tài năng, trí tuệ của Đặng Thơ Thơ, tương lai, chắc chắn cô sẽ còn đem lại cho sinh hoạt văn chương của người Việt tỵ nạn, thêm nhiều tác phẩm giá trị khác nữa.

(Feb. 2015)

Đào Hiếu, khoảng cách giữa văn chương và, đời thường

LNĐ: *Tháng 8 năm 2014, sau khi đọc bản thảo "Khói trắng thiên đường" của nhà văn Đào Hiếu, tôi viết một bài cảm nhận về truyện dài này. Bài viết ngắn sau đó, được nhà xuất bản Người Việt Books hỏi xin làm "Tựa" cho "Khói trắng thiên đường", xuất bản lần thứ nhất tại Hoa Kỳ, 2014.*

Nay xin đăng lại nguyên văn.

Trân trọng.

❝Với vốn sống phong phú, nếu không muốn nói là 'ngoại khổ', óc nhận xét tinh tế, kinh nghiệm 'trận- địa- chiến' tiểu thuyết của Đào Hiếu, tôi nghĩ ông là một trong rất ít nhà văn hàng đầu ở lãnh vực hiện- thực- xã- hội. Hư cấu nếu có trong truyện của ông, chỉ tựa "làm duyên" cùng, chữ nghĩa chỉn chu mà thôi.

"Mấy yếu tố căn bản vừa kể, vốn là điểm mạnh của họ Đào trong thể loại truyện dài, một lần nữa, lại xuất hiện 'hoành tráng' trong tác phẩm '*Khói trắng thiên đàng*', dầy gần 300 trang.

"Khác hơn truyện dài '*Bù Khú Tiên Sinh*' xây dựng trên những mảng sương mù ký ức nhà sàn và, sự chập trờn lửa rừng thực / ảo, ở tác phẩm mới này, Đào Hiếu ném người đọc vào giữa tâm bão của những mặt xã hội kín, khuất. Đó là câu chuyện của một người con gái 16 tuổi, từ vai trò tiếp viên café, trở thành "cao thủ" của một đường giây phân phối ma túy, loại mới nhất Methamphétamine - Sau khi vô tình rơi vào cõi "thiên la địa võng". Những xúc- tu của loài bạch tuộc đen, đã đưa một cô gái quê, nổi trôi từ tầng địa ngục này, qua tầng địa ngục khác. Cái may mắn duy nhất của cô gái- ma- túy này là, cô gặp, nhận được chân tình của một người đàn ông lớn tuổi...

"Truyện dài '*Khói trắng thiên đàng*' của Đào Hiếu, với tôi, không chỉ là sản phẩm lao động trí tuệ, với những thông điệp báo động, cháy bỏng khẩn thiết của một nhà văn, trước những vấn nạn vây khốn xã hội - (Mà), nó còn như một thứ tự sự kể, một hồi ký (hành trình sống) khốc liệt của cô gái quê, và, của những người đồng cảnh ngộ.

"Vì truyện dài '*Khói trắng thiên đàng*' (KTTĐ) là một hồi ký, một tự sự kể, cho nên, vẫn theo tôi, tự thân đã là cả một khối thuốc nổ hiện thực cực mạnh, khiến nó không cần phải có những cao trào, những nút thắt, nút mở hay, những cố gắng đào xới tâm lý hoặc, khai thác bản năng tình dục của con người để lôi cuốn người đọc. Bởi tính cao trào, sức công phá đã tiềm ẩn trong từng con chữ...

"Hơn thế, để giảm bớt tính 'sát thương' của khối chất nổ, đôi chỗ, tác giả đã dùng tới sở trường trào phúng, (riễu cợt ngay cả chính mình), cũng như bản chất thi sĩ của ông, hầu giúp người đọc có được đôi chút thư giãn cần thiết. Thí dụ:

"Em bước vào làm bóng tối hỗn loạn
Xô đẩy tan tác
Đêm rách nát sau tiếng nổ của gót hài
Những ánh đèn tự chọc vào mắt mình
Đứt bóng.
Trăng rớt xuống sân vỡ như gương soi
Máu nguyệt động chảy đen trần gian..."
(Trích chương 4, KTTĐ)

"Cũng vì tính ngồn ngộn dữ kiện sống tiếp thu được từ 'hiện trường', nên những chương đoạn trong KTTĐ là một bộ phim chuyển động mau. Những cắt lát dứt khoát, quyết liệt, khiến người đọc khó rời khỏi trang sách.

"Tôi muốn nói, ngoài trải nghiệm hiện thực, tài năng Đào Hiếu, còn san bằng, xóa sạch khoảng cách giữa tiểu thuyết và đời thường.

"Bên cạnh đó, qua từng con chữ, người đọc cũng gặp được không ít những liên- ảnh bất ngờ, mới mẻ (tới đắng lòng), đôi chỗ lại đậm đặc chất thi ca. Ở phương diện kỹ thuật này, tôi nghĩ, Đào Hiếu đã là một thi sĩ, nhiều hơn một nhà văn.

"Thí dụ, ngay từ khởi truyện, Đào Hiếu đã so sánh nhân vật nữ của ông với một con khỉ nhỏ. Một con khỉ nhỏ lí lắt, tinh ranh, với bản năng đôi khi ngây ngô, khờ khạo, như nhân vật nữ (như chính ông?) cũng lý lắt, tinh ranh (và đôi khi cũng ngây ngô, khờ khạo do bản chất).

"Tôi thích lắm, những ý tưởng, hình ảnh rất thơ, khá nhiều trong KTTĐ của họ Đào. Như:

" '... *Ông cầm cuốn sách lên tay, mở ra. Cơn gió từ những trang sách thổi vào mặt. Những dòng chữ ùa ra, bay quanh ông như đàn chim. Đó là tập thơ đầu tay của ông: mới mẻ, trong trắng, nhưng vẫn còn bí ẩn như một thế giới chưa được biết đến...* ' " (Trích chương 3, KTTĐ)

"Hoặc:

" '... *Bụi và lá bần khô cùng bốc lên. Rừng bần rào rạt như sóng. Gió lướt trên những tán lá xanh um, hoa bần bay lả tả và những trái bần đong đưa rập rềnh, trôi dạt. Gió chạy trên ngọn cây như sóng lướt trên mặt biển xôn xao, nắng chiều đọng trên vòm lá...* ' " (Trích chương 11, KTTĐ)

"Hoặc:

" '... *Trong căn phòng im lặng giữa một xóm lao động nghèo nàn, tiếng khóc của ông như tiếng giun dế luẩn quẩn giữa bốn bức vách ẩm mốc. Ông nghe rất rõ và ngạc nhiên thấy như đó là tiếng khóc của một người nào khác vô tình, vừa đến chia sẻ cùng ông...* '" (Trích chương 14, KTTĐ)

"Hoặc nữa:

" '... *Lúc ấy trái bần chín trĩu cả những vạt rừng. Mùi thơm của nó làm ngây ngất những cơn gió. Con sóc nhỏ không còn hái trái cho người cha mà hái tặng ông. Nó chuyền cành lanh lẹ, dẫn dụ ông đi lạc vào một cõi trời đất nồng nàn thứ mùi ngai ngái của vỏ cây lên men...* '" (Trích chương 21, KTTĐ)

"Trong rất nhiều trang văn của mình, Đào Hiếu cũng đem lại cho người đọc những xúc động tự nhiên, khi ông viết về những cái chết của một số sinh vật, có nghiệp duyên với ông từ thời niên thiếu và, cái chết của chúng... đã sống lại, vì cái chết của con chó nhỏ, người bạn trung thành của cô- gái- ma- túy...

560

"Cái chết, 'khung cửa hẹp' của bất cứ một sinh vật hữu tình nào, dù là con người hay con vật; bên cạnh những tình bạn giữa hai người tù nữ, cùng cảnh ngộ.

"Tôi muốn gọi đó là những dòng chữ chói lọi tình yêu và, tinh ròng tình bạn, của những kẻ bị gạt ra bên lề xã hội. Tựa đó là những sinh vật ngoài hành tinh. Nhưng tình người nơi họ, lại là một thứ gì giống như xa xỉ và, xa lạ với những sinh vật vô cảm, được gọi là con người nhởn nhơ giữa xã hội.

"Tuy (hay nhờ) sống cạn kiệt thân, tâm với những 'cái chết trắng', với những kẻ trộm chó, với những 'diệu thủ' trộm cắp, tiêu thụ đồ, xe ăn cắp, thậm chí sát nhân,... họ Đào cũng không quên cho thấy, ở cái thế giới bạo lực hoang dã kia, thấp thoáng đâu đó, vẫn là những bảo bọc, chia sẻ của những kẻ đạo tặc. Phải chăng, tác giả muốn nhấn mạnh, giữa khi đạo lý nhân quần ngày một phá sản, thì đám người sống bên lề xã hội, trong chừng mực nào đó, vẫn có cho riêng họ một thứ đạo lý: "Đạo lý giang hồ"?!?

"Trên tất cả mọi trải nghiệm, sống trong và, sống giữa tâm-bão- đen hiện thực xã hội, tôi thấy cái Tâm- Nhân- Bản (tôi viết hoa ba chữ 'Tâm- Nhân- Bản') của ông.

"Theo tôi, chính ngọn lửa nhân bản rực rỡ nơi họ Đào, đã làm thành nhân cách nhà văn, qua từng trang sách của ông.

"Từ đấy, tôi không nghĩ, có dễ chúng ta còn thấy phải đòi hỏi thêm điều gì, nơi nhà văn đã sống, như một đường gươm này!"

Tưởng cũng nên nói thêm "Khói trắng thiên đường" là tác phẩm thứ 27 của tác giả "Nổi Loạn" và "Lạc đường" từng gây xôn xao dư luận một thời ở VN.

Nhà văn Đào Hiếu hiện cư ngụ tại Saigon.

Đỗ Vẫn Trọn,
vực sâu và, đỉnh cao

Tôi may mắn được quen biết và, thân thiết với nhiều bạn trẻ. Một trong những người trẻ tôi quen biết và, trở nên thân thiết rất sớm, là Đỗ Vẫn Trọn, em một người bạn của tôi.

Đó là năm, tháng Pleiku, cuối thập niên 1960s, khi Đỗ Vẫn Trọn còn là một học sinh trung học. Ngay từ niên thiếu, trong ghi nhận của tôi, Đỗ Vẫn Trọn đã sớm cho thấy cá tính hiển lộ với phong cách, tư thái của một trái cây chín sớm. Phong cách, tư thái của một thanh niên trên những đèo dốc Pleiku, sương mù. Bên những lũng, đồi hoa quỳ vàng tươm nắng, gió. Những đêm khuynh diệp thả hương lên những dàn thiên lý hàm tiếu nhan sắc và, bụi đỏ. Những đêm mưa chập chùng khua rộn núi rừng cao nguyên mà, tiếng vọng hoang dã, đã như một quyến rũ, bí mật mời gọi.

Từ đại ngàn hay quảng trường thiên nhiên bát ngát này, Đỗ Vẫn Trọn đã hăm hở xấn tới bằng những bước chân tự tin, khám phá đầu nguồn, mạch sống.

Từ đà phóng hăm hở, sung mãn niềm tin với đôi cánh tuổi trẻ và, lực đẩy gia đình, tôi nghĩ, tương lai Đỗ Vẫn Trọn sẽ là tương lai của một thành tựu trên nền tảng chuyên môn, khoa bảng.

Từ đà phóng khôi ngô, sáng láng, với đôi cánh tuổi trẻ chấp chới phiêu lưu, tôi nghĩ, tương lai Đỗ Vẫn Trọn, nếu chệch hướng thì, sẽ là tương lai của một "tay chơi" trên lộ trình thời thượng...

Rồi biến cố tháng 75 xẩy tới. Trận hồng thủy tai ương bất ngờ ném lịch sử miền Nam vào đen tối. Lịch sử nghiệt ngã, nham nhở tự vẽ cho nó những chương lầm than xã hội, khác. Bão tố thời thế hất mấy chục triệu đồng bào miền Nam lên những đỉnh triều tan tác. Trong đó, có tôi. Có Đỗ Vẫn Trọn...

Định mệnh thớ lợ tiếng cười nhạo báng trên những thân phận dạt trôi, trăm ngả; kế bên những co, rút, che dấu mọi bóng, hình. Chúng tôi thất lạc nhau. Như những chiếc lá lìa cành. Và, không một chiếc lá nào dù, còn xanh non hay, đã úa vàng, đoán được đường bay của chính nó!

Giữa lúc tôi cam đành cảnh đời của một kẻ thất thổ, thiếu quê hương thì, trại đảo Đông Nam Á đem lại cho tôi một lá thư. Lá thư, nghiêng ngả những con chữ viết vội, như thể chúng vẫn còn ngầy ngật cơn say, bởi những ngọn sóng cấp năm, cấp sáu giữa đại dương. Lá thư siêu, đổ những con chữ, tựa như chúng vừa bước chân khỏi con thuyền rách nát, đang đợi chìm sâu, rã mục một góc khuất lánh cảng Songkhla, Thái Lan.

Tên người ở mặt trước lá thư, góc trái trên cao, cho tôi một ngỡ ngàng lớn: Đỗ Vẫn Trọn. Một trong người trẻ tôi quen biết và, thân thiết, rất sớm. Quê nhà. Nếu trí nhớ chưa lìa bỏ ký ức tôi, thì thư đó, được Đỗ viết khoảng tháng 3 năm 1981.

Nội dung thư ngắn của Đỗ, còn cho tôi một ngỡ ngàng, kinh ngạc hơn nữa, khi Đỗ cho biết, đem theo được 2 em trai, tới trại đảo: Khung cửa tương lai, sẽ mở vào một cảnh đời khác. Và, những hạt hy vọng nên người đã nẩy mầm tốt tươi, chắc, gọn trong lòng tay.

Tôi nói, việc Đỗ báo tin đem được hai người em tới bến bờ tự do là một ngỡ ngàng, kinh ngạc vì, tuyệt nhiên, tôi không hề nghĩ có ngày, người trẻ tuổi kia, đang từ một "thiếu gia" bỗng chốc, trở thành người giang rộng đôi tay (như đôi cánh xòe rộng của gà mẹ bảo vệ đàn con!) lo cho các em.

Tôi vui lắm. Tôi mừng lắm! Dù lo lắng không biết cách nào, Đỗ có thể bảo bọc, chăm sóc hai em, như một người cha đơn thân, khi cái tiểu gia đình kia, vào được đất liền.

Tôi nhớ, đó là cuối tháng 6- 1981. Thời gian này, miền nam Cali được mưa, bão bất ngờ thăm viếng sớm. Gió đêm thường bẻ gẫy những cành me dại, để lại trên Drive way ngôi nhà của chúng tôi ở đường Ranchero Way. Đó cũng là thời gian Đỗ chọn định cư tại Orange County, cho hai em đi học. Và, chúng tôi bắt đầu những ngày cùng nhau tái tạo đời, mới.

Trái với lo lắng ban đầu của tôi, Đỗ đã rất mau chóng thích ứng với đời sống và, trách nhiệm. Trách nhiệm của một "người cha đơn thân" lo cho các em.

Ngay tự những ngày đầu tiên, xứ người, Đỗ đã cho thấy Đỗ là một người khác. Từ gốc "thiếu gia" Đỗ nhậm lẹ trở thành một thanh niên không nề hà bất cứ một công việc lao động, thấp kém nào! Cùng một lúc, Đỗ làm rất nhiều việc. Từ hăng say giúp tôi trong việc phát hành hai tờ báo của tôi thời đó (Tạp chí NC và Tuần báo TP), tới việc lái xe đưa đón bệnh nhân đến các phòng mạch bác sĩ. Từ việc đi chợ mua thức ăn, nấu nướng cho hai em, tới việc giặt giũ quần áo, dọn dẹp nhà cửa... Một mình Đỗ đóng cả hai vai, cha và, mẹ!

Gần đây, khi tình cờ được đọc một tùy bút cảm động, Đỗ viết về cái chết của thân phụ, tôi mới biết rõ hơn, "thân thế" của người bạn trẻ thân thiết này. Đỗ kể:

"... Tôi là đứa con thứ mười một, trong số hai mươi người con mà Ba tạo thành. Tôi được Ba thương nhất, có thể vì tôi giống Ba và tôi cũng được may mắn sống bên Ba nhiều năm tháng. Mỗi chuyến đi xa tôi đều đưa Ba Mẹ đi cùng (...)

"Sau năm 1975, gia đình tôi bị đánh tư sản. Hãng nước đá, lò bánh mì, khách sạn, hàng chục ngôi nhà bị tịch thu. Ba tôi nhìn thấy viễn ảnh bị đày đi vùng kinh tế mới là chuyện sẽ xảy ra, nên tìm một miếng đất làm rẫy. Hàng ngày, tôi cùng Ba đi bộ hơn mười cây số đến nơi khai hoang để cuốc đất, trồng lúa, trồng rau. Những buổi trưa giữa triền đồi sỏi nắng, hai cha con ngồi ăn những bát cơm đượm tình. Ba tâm sự: 'Trong nhà chỉ có con là làm rẫy được với Ba, nhưng ba biết con sẽ vượt biên. Ba sợ con bị bắt, Ba sợ con chết trên biển cả. Thôi con lập gia đình đi, rồi sống cho qua ngày tháng như Ba đang chịu đựng. Hãy quên tất cả đi con. Chọn nương rẫy làm bạn, để tránh con mắt soi mói của người đời'...

"Ba hiểu chế độ cộng sản nên giả điên, giả khùng. Mỗi lần nhà ăn cơm mà có một ông nón cối vào, là như có bóng hung thần. Ba sợ hãi giấu nồi cơm trắng. Ba bắt mọi người phải ăn cơm độn với khoai lang. Trước nhà, Ba để một đống phân bò thật lớn, mỗi sáng anh em chúng tôi phải tiểu vào. Mùi hôi nồng nặc làm tôi không chịu nổi. Sau này, tôi mới hiểu, Ba cố tình như vậy để tránh những con mắt cú vọ của phường xóm, của những cây 'ăng ten lá lúa'. Ba muốn che đậy cái bóng tư sản vẫn là con mồi để bọn họ rình rập, bới móc.

"Ba đã hơn một lần định tự thiêu ngay trước khách sạn của nhà tôi. Mẹ khóc ngất can ngăn. Ba tôi uất ức vì tài sản bị cưỡng đoạt. 39 năm qua, Ba tôi đã liên tục khiếu nại, nhưng vô ích. Họ biến tài sản được xây dựng bằng mồ hôi nước mắt của Ba Mẹ tôi thành của công, rồi phân chia làm của riêng với mỹ từ là 'cổ phần hóa'. Trước vong linh của Ba, tôi thề sẽ tiếp tục đòi lại viên gạch cuối cùng của nhà tôi. Ba đã đau khổ 39 năm qua. Tôi nghĩ, tôi còn có 39 năm nữa để đòi lại cho bằng được. Và những kẻ cướp đoạt, nếu còn sống sẽ phải tới mộ phần Ba tôi khấn đầu tạ tội..."

Tùy bút *"Lậy Ba con đi"* của Đỗ làm tôi nhớ, đầu năm năm 1982, tạp chí Nhân Chứng đăng bài viết đầu tiên của Đỗ Vẫn Trọn, tựa đề "Lá thư gửi mẹ", đã được chương trình Việt ngữ đài BBC Luân Đôn, chọn đọc trong đêm giao thừa, Nguyên đán năm đó. Một tùy bút cảm động, diễn tả tấm lòng của đứa con xa mẹ, những ngày cuối năm lạc lõng, nơi quê người.

Dõi theo đường bay văn chương của Đỗ Vẫn Trọn, tôi mới thấy, Đỗ không chỉ có khả năng làm chảy những hạt lệ muộn, nơi tâm hồn những người mẫn cảm khi đề cập tới tình sâu của đấng sinh thành mà, Đỗ còn có khả năng phân thân, nhập vai người nữ, nhuần nhuyễn với những đoạn văn mang tính độc thoại, nền tảng truyện ngắn *"Vết tràm"* - Một truyện ngắn nằm trong tuyển tập truyện cùng tên, từng tạo được sự chú ý của giới cầm bút:

"... Mồ hôi tôi đã rịn xuống trán, xuống lưng và thấm qua làn vải. Đau quá đi thôi. Làm sao có thể la lên, khóc lên được. Ai cho tôi con dao, ai cho tôi cái kéo? Tôi quờ quạng đôi tay tìm kiếm, không có gì hết. Không có gì chận được cơn đau. Tôi cắn chặt môi, xua đi những âm thanh quái đản, xua tan hết những đau đớn vô vàn này. Ai san sẻ với tôi lúc này? Tại sao đã chết còn khổ sở như vậy? Gọi tên ai bây giờ, tên cha mẹ, tên anh em, họ hàng hay gọi tên người yêu? Tại sao đến bây giờ tôi mới nghĩ đến chàng. Giờ tận cùng cuộc đời mới gọi tên nhau. Những linh hồn quanh tôi đã lũ lượt đi gần

hết. Còn tôi ở đây giằng co giữa người sống và kẻ chết. Thôi em đi đây, Minh ơi, vĩnh biệt. Tôi ú ớ tên chàng để rồi hét lên hãi hùng. Không kềm hãm. Tiếng kêu thất thanh làm nhiều người thức giấc. Trời vẫn còn đen sẫm, tiếng tụng kinh và tiếng gõ mõ bên chùa vẫn đều đều. Như thế tôi đâu có mơ, sự thật vẫn quanh tôi, để chứng tỏ tôi đã thức, một đêm quá dài, quá kinh khủng..."

Văn chương của Đỗ không chỉ tâm thành trong lãnh vực ân, nghĩa với đấng sinh thành, với tình yêu mà, chữ nghĩa của Đỗ còn đằm thắm độ sâu với bằng hữu. Gần đây nhất, trước cuộc chia tay vĩnh viễn với cố nhà văn Nguyễn Xuân Hoàng, Đỗ nhớ lại:

"... Giữa năm 1985, anh Mai Thảo gọi tôi. Em đến đón anh đi ăn cơm với anh Nguyễn Xuân Hoàng vừa từ Việt Nam sang. Anh em gặp nhau mừng rỡ. Anh kể cho tôi nghe những ngày ở Báo Văn, những ngày ngụp lặn ở khu Mã Lạng. Ở Nguyễn Trãi, ở Phạm Ngũ Lão với những nỗi buồn của người ở lại, nhớ những anh em ở bên kia đại dương. Và, thân phận của một nhà văn, nhà giáo dưới một chế độ mới đầy rẫy công an. Ai cũng có thể bắt mình. Ngay người phu ở trường cũng có thể lập một bản án giam thầy giáo. Từ những sợ hãi đó, anh không dám dạy học nữa.

"Buổi gặp gỡ đầu tiên của anh em chúng tôi tại Quận Cam thật đáng nhớ. Tôi ngồi yên lặng để nghe anh kể chuyện. Chuyện thầy giáo dưới chế độ xã hội chủ nghĩa. Chuyện học sinh bây giờ đâu còn: "Tiên học lễ, hậu học văn" hay "Nhất tự vi sư, bán tự vi sư". Học sinh có thể phê bình và đấu tố thầy giáo. Nghĩ tới điều này, tôi thấy mất mát một điều gì đó rất tôn quý ở Việt Nam. Thời chúng tôi đi học, gặp thầy cô vòng tay chào và kính mến như cha mẹ của mình.

"Lời anh Mai Thảo, tôi luôn khắc ghi: 'Bọn nhà văn chúng ta, có một thứ tiền tệ riêng mà không ai xài được.' Với trưởng thượng Mai Thảo, khi đã xem người nào là bạn, là em thì tất cả như một

mắt xích dính liền, phải là anh em chí tình, chí nghĩa với nhau..."
(Trích "Gió cuối đời khẽ gọi")

Đỗ nhắc tới cố nhà văn Mai Thảo, là nhắc tới một trong những ăn ở thủy chung của Đỗ với anh em. Trong số những người trẻ tôi được quen biết, thân thiết, có dễ chúng ta không có nhiều lắm, những người trẻ tận tình, tận nghĩa trước mặt như sau lưng, với bằng hữu như thế! Nhất là trong xã hội thực dụng, như xã hội hôm nay!

Tình yêu (tôi xin được dùng hai chữ này) Đỗ dành cho cố nhà văn Mai Thảo, Nguyễn Xuân Hoàng... nhiều lần khiến tôi ngậm ngùi, cảm động.

Tôi vẫn nghĩ, một người trẻ, hiếu để với cha mẹ, quên mình, lo cho các em, ăn ở chân tình tới mức làm mủi lòng người khác, không thể là người xấu, nếu không muốn nói, đó là một tâm- thái đáng quý, nơi một người trẻ tuổi.

Vì thế, tôi không hề ngạc nhiên, khi dõi theo những bước chân thành tựu của Đỗ, trên lộ trình nhân thế eo óc, chênh vênh.

Vì thế, tôi không ngạc nhiên khi biết, ngay sau khi lo cho hai em (một tốt nghiệp luật sư, một trở thành bác sĩ), Đỗ lao mình vào công việc, để có phương tiện trợ giúp những người ngặt nghèo, thất thế.

Vì thế, tôi cũng không chút ngạc nhiên, khi biết, Đỗ là một trong những người đầu tiên ở miền bắc Cali, nâng cấp lãnh vực truyền thông, giai đoạn chập chững, trở thành chuyên nghiệp. Tôi đã không một chút bất ngờ, khi Đỗ được tuần báo Time số đề ngày 25 tháng 7 năm 1988, phỏng vấn, viết bài,vinh danh Đỗ như một thứ "Guru" trong lãnh vực vừa kể.

Vì thế, tôi cũng không chút ngạc nhiên, khi biết, Đỗ chưa một lần thất bại trong những vận động, tụ tập hàng chục ngàn người ở những quảng trường bát ngát, gây quỹ giúp đồng bào ty nạn Đông nam Á, giúp nạn nhân bão lụt, quê nhà. Mổ mắt, đem lại ánh sáng cho hơn 20,000 đồng bào vốn khó khăn vật chất, lại gặp nguy cơ mù mắt vì đục thủy tinh thể...

Tôi biết, tôi không thể liệt kê hết dù chỉ những việc làm, đóng góp chính của Đỗ tính tới hôm nay, sau vài chục năm ở xứ người. Nhưng tôi biết, ở lãnh vực nào, với mục đích gì thì, Đỗ cũng khởi sự với tất cả nhiệt tâm, hăng say, từ nhiều sáng kiến, táo bạo.

Vì thế, tôi cũng không chút ngạc nhiên một năm sau khi cố nhà báo Đỗ Ngọc Yến được trao giải Truyền Thông Hoa Kỳ dành cho các sắc dân thiểu số thì, ngày 17 tháng 10 năm 2004, tổ chức NCM đã trao giải Tùy bút cho Đỗ Vẫn Trọn, tư cách nhà văn.

Tôi vẫn cho rằng, một nhà văn, khi nắm được yếu tính của ngôn ngữ và kỹ thuật liên tưởng hình ảnh thì, lúc chuyển qua thi ca, cơ hội thành công của họ rất cao. Với Đỗ Vẫn Trọn, tôi không biết Đỗ làm thơ bao lâu? Tôi nghĩ không lâu lắm. Và cũng không nhiều lắm. Vì thế, tôi ngạc nhiên, thực sự ngạc nhiên khi được nghe hai ca khúc phổ từ thơ của Đỗ, bởi hai nhạc sĩ Vũ Thành An và Nguyên Nhu, qua các tiếng hát như Ý Lan, Diễm Liên, Lều Phương Anh. Đó là các bài "Hạt giống tình" và, "Em đi qua".

Ở bài "Hạt giống tình", tôi chú ý tới mấy câu: "Ai có hỏi xin đời hãy nói / mối tình đầu là hạt giống trăm năm / hạt giống tình rơi trên đất tốt / sẽ nở tươi thành đóa thi ca"...

Ở bài "Em đi qua", với tôi là: "Em đi qua, dòng sông buồn muốn khóc / thốt cùng ai, ai hiểu nỗi lòng ai / Đêm thánh lễ có một người tự hỏi / Tan lễ rồi Chúa hỡi có buồn không?"

Vẫn chỉ là những câu thơ tình nhẹ nhàng, thủ thỉ. Nhưng khi Đỗ cụ thể hóa tình đầu như một thứ "hạt giống trăm năm" và, nhân cách hóa dòng sông như người tình thì, với tôi, là hai liên tưởng khá mới mẻ. Tôi đã không ngạc nhiên khi cả hai ca khúc đi ra từ thơ Đỗ đã được nhiều khán, thính giả đón nhận.

Nhưng, tôi có ngạc nhiên (rất ngạc nhiên), khi mức độ thành tựu của Đỗ ở nhiều mặt, từ văn chương, xã hội, tới tâm thái tha thiết muốn chia sẻ phần nào với những mảnh đời bất hạnh... lại tỷ lệ thuận với những chủ tâm bôi bẩn, ném đá của một số người!?!

Sau này, tôi nghiệm ra, phải chăng bản chất con người là đố kỵ, ganh ghét ? Nên mới đây, trong một gặp gỡ tình cờ với Đỗ Dzũng, Mai Phi Long (hai người bạn trẻ khác của tôi), tôi có nói với họ đại ý:

Dường như không một thành tựu nào của bất cứ ai, trong tập thể chúng ta mà, không bị ném đá!!! Hình thái cũng như số lượng những vụ ném đá sẽ gia tăng theo những gặt hái mà người đó đạt được!!!

Đỗ Vẫn Trọn, không ngoại lệ. Như mặt khác, mặt bên kia của đồng tiền định mệnh, khắc nghiệt.

Tuy nhiên, cách gì, tôi vẫn tin linh hồn cố nhà văn Mai Thảo, Nguyễn Xuân Hoàng... ở đâu đó nơi cõi khác, sẽ rất vui với bài viết này. Và hôm nay, quê người, một Đỗ Vẫn Trọn, trưởng thành, đã chọn con đường, thiết tha sống cho kẻ khác...

(California, Nov. 2014)

Hà Quang Minh, chân dung của những chân dung

Với tôi, Hà Quang Minh là một hảo thủ trẻ tuổi, hiếm hoi mà chúng ta có được, trong sân chơi văn học, nghệ thuật Việt hôm nay.

Sau nhiều năm quan sát, theo dõi nghệ thuật dẫn banh bay bướm của họ Hà, (dù ở bất cứ vị trí nào trên sân cỏ), tôi thấy tôi không thể không ghi nhận:

- Hà Quang Minh luôn tạo những tình thế bất ngờ; đưa tới những kết quả làm bàn, tung lưới ngoạn mục!

Tôi muốn nói, từ thi ca tới âm nhạc, từ tùy bút tới truyện ngắn, từ bình luận bóng đá trên màn ảnh nhỏ, tới những tản mạn văn học, xã hội... ở lãnh vực nào, Hà Quang Minh cũng xuất hiện như một chân dung ứng hợp, tương thích nhất.

Vì thế, tôi không ngạc nhiên, nếu không muốn nói là hân hoan, khi được biết tác phẩm "Chân Dung" của Hà Quang Minh, viết về 30 tên tuổi, 30 tài năng của nền văn học, nghệ thuật Việt, trên dưới nửa thế kỷ qua.

Tôi vẫn nghĩ, khi tạo ra con người, Thượng Đế đã cho mỗi sinh linh, một chỉ dấu nhận dạng. Để người này không thể hoàn toàn giống người kia. Từ phương diện thể chất đó, mỗi chúng ta có cho riêng mình một ID. Một thẻ nhận dạng!

Nhưng tới hôm nay và, muôn đời sau, dù khoa học tiến bộ tới đâu, nhân loại cũng sẽ không thể có một tiêu chí tổng quát để phân loại, lập bảng và, cấp thẻ nhận dạng / ID cho những tài năng văn học, nghệ thuật. Đó là một cõi- giới khác.

Cõi- giới của tâm hồn. Rung động. Trăn trở. Lao lung. Cõi- giới của những tài hoa biệt lập. Những núi cao và, vực sâu. Cõi- giới của sáng tạo. Bí nhiệm

Nên, không phải bất cứ ai cũng có thể phác họa chân dung những tâm hồn, những tài hoa biệt lập. Hay, những núi cao, vực sâu đó.

Để nhập được cõi- giới của những sáng tạo bí nhiệm, hầu tự đó, lập bảng phân tích, chỉ dấu nhận dạng mỗi tài hoa, theo tôi, người viết phải có khả năng phân thân và, mức độ cảm thụ tương thích với đặc tính mỗi thổ- ngơi văn học, nghệ thuật (vốn khác biệt gay gắt, quyết liệt) ấy.

Một một buồng phổi bình thường, sẽ ngạt thở, trước hơi sương của trời, độ ẩm của đất, khi liều lĩnh dấn mình trong thổ- ngơi sáng tạo kia.

Một trái tim nhậy cảm, rung động ở mức độ bình thường, sẽ trụy tim, ngay tự những bước thứ nhất, thăm dò nguồn, mạch sáng tạo.

Bởi đấy là những những khơi mạch, những đào xới thân phận, những cật vấn tử / sinh, những đối đầu truy tìm bản thể giữa thượng đế và, con người...

Vì thế, theo tôi, chúng ta không có nhiều chân- dung- nhận- diện những- chân- dung.

Vì thế, (tôi lập lại), tôi không ngạc nhiên, nếu không muốn nói là hân hoan, khi được biết tác phẩm "Chân Dung" của Hà Quang Minh (một tác phẩm mang tính thử thách lớn), viết về 30 tên tuổi, 30 tài năng của nền văn học, nghệ thuật Việt, trên dưới nửa thế kỷ qua.

Và, cũng vì thế, tôi xin bạn đọc đừng quên họ Hà, là *"chân dung"* thứ 31 của tác phẩm này

Nói cách khác, Hà Quang Minh chính là *"chân dung"* của những *"chân dung"* vậy.

(Calif. May 2013)

Những trang văn xuôi Hà Quang Minh

Cỏ đã ngủ rồi. Còn lại chỉ xanh rêu...

Sài gòn, ngày cuối năm, trời hôm nay không nắng. Mấy hôm trước Sài gòn se se, cái se se không lạ lẫm gì với những người thành phố. Tôi ngồi nhìn ngoài hiên, trời chuyển gió như thể sắp có mưa về. Vang lên trong tôi một giai điệu rất quen của "tiếng mưa bay bên hiên thật buồn*", để rồi, từ trong cõi lặng im nhất của lòng mình, tôi nhớ về Sài gòn của 12 năm trước; nhớ về những gương mặt nào cũng của ngày tháng ấy, những ngày tháng mà chính những bài tình ca đã dắt chân tôi vào thành phố này. Và trong những bài tình ca ấy, phảng phất hình dáng một người, một nụ cười hiền, một vóc dáng cũng hiền lành mang tên Tuấn Khanh.12 năm trước, giữa Sài gòn mới mẻ, tôi còn chưa có nhiều bạn bè. Những ngày tháng trôi rất đồng dạng nhau thời đó nhiều khi chỉ là những nỗi ưu tư một mình, những cơn say vội vội khi bất chợt có vài người bạn cũ từ Hà nội vào Sài gòn chơi. Trong một đêm như thế, giữa quán café khuất vắng trên con đường Trần Quốc Thảo, tôi lần đầu nhìn thấy anh Khanh, chầm chậm bước vào quán, đứng bên quầy bar và nhoẻn miệng cười chào một người bạn cùng nhóm của tôi. Người bạn ấy, theo phép lịch sự, đã giới thiệu "đây là nhạc sỹ Tuấn Khanh" và tôi, từ vô thức, lại không nhớ đến những ca khúc của anh tôi vẫn thường nghe, mà nhớ đến chuyên mục "Nghe nói là" anh đang đứng mục viết cho một tờ báo thể thao. "Nghe nói là", với chân dung Tuấn Khanh có cái tai rất to vẽ theo kiểu biếm họa, đã là chuyên mục tôi rất thích đọc khi ấy. Nó ngắn gọn, súc tích, chỉ chừng trăm chữ hơn, nhưng lại sâu sắc và khiến người ta phải suy nghĩ nhiều. Có thể nói tôi đã mua tờ báo đó vì chuyên mục của anh Khanh là chính bởi báo chí thể thao tôi chỉ yêu thích đúng một tờ duy nhất, một ấn phẩm hoàn toàn khác. Tuấn Khanh đã lướt ngang qua tôi lần đầu tiên như thế, rất nhanh nhưng không mờ; rất vội nhưng để lại ấn tượng sâu hơn từ nụ cười của anh; rất khẽ nhưng khiến tôi thực sự muốn gặp lại một ngày nào khác...

Tôi chẳng nhớ rõ cơ duyên nào để tôi tìm gặp lại anh nhưng hoàn cảnh thì tôi lại nhớ rất rõ. Đó là căn nhà của anh, căn nhà trên đường Trần Bình Trọng, một buổi tối bình thường mà tôi đến anh ngay sau khi vừa dứt việc làm ở sở. Tôi cầm trong tay ca khúc mới viết của mình để đưa anh xem. Bữa đó tôi còn nhớ như in cái cách anh Khanh đọc bản chép tay nguệch ngoạc của mình rồi cuối buổi anh đưa tôi chiếc máy tính xách tay của anh và nói "Anh không dùng nó nữa, anh cho Minh mượn, em cầm về sau này ghi lại những bài em sáng tác cả trên máy tính nữa. Khi nào có máy tính rồi thì trả anh cũng được". Và anh dạy tôi xài phần mềm Encore để chép nhạc. Từ chiếc máy tính của anh Khanh, tôi đã viết rất nhiều và cho dù sau này tôi không còn dùng encore như ngày xưa thì tôi vẫn luôn nhớ đến nó, nhớ đến cái cách anh Khanh ân cần trao nó cho tôi, chiếc máy mà giờ này không biết đã lưu lạc về đâu nhưng nếu gặp lại ở đâu đó, tôi sẽ mua lại để làm kỷ niệm, kỷ niệm của một thời khốn khó, của ngày đầu tiên tôi cảm nhận được cái tình của một người anh giữa mảnh đất Sài gòn xa lạ...

Sau này, tôi và anh Khanh có nhiều dịp để gần gũi và tâm sự với nhau nhiều hơn dù hôm nay anh đã không còn như 12 năm trước nữa. Anh đã ít xuất hiện hơn, thậm chí nhiều lúc anh bỏ luôn điện thoại và gần như không ai có thể gọi anh được. Nhưng đôi khi anh bất thần xuất hiện, bất thần điện thoại hỏi thăm. Những lúc ấy, nhận được điện thoại của anh tôi mừng lắm. Cảm giác như đón một người quen đi xa mới trở về; như thấy lại được một gương mặt cố nhân nào từ ngàn trùng bỗng một đêm ghé ngang sẻ chia ly rượu. Tôi không bao giờ hỏi vì sao anh bỗng thoắt ẩn thoắt hiện như thế vì tôi tự cho là mình hiểu nguyên do. Chỉ cần gặp anh thôi, nghe tiếng cười của anh thôi, ngó cái cách anh ngước mắt lên nhìn, hơi nheo nheo mắt qua cặp kính cận dày cộp là vui rồi. Khi ấy, tôi vẫn thấy anh Khanh của ngày xưa, của một thời "áo còn xanh như đời*"; một thời của tình ca; một thời của ước vọng và một thời chưa lấm hồ nghi làm người...

Có nhiều lúc, chúng tôi ngồi lại với nhau, giữa những chiều rượu vắng anh Khanh, chợt ai đó nhắc đến anh, tôi lại cồn cào nhớ những ca khúc của anh ngày đó. Và với bản tính vội vã, hồ đồ, cảm tính đầy rẫy của mình, tôi phải mở ngay những ca khúc ấy lên để

---

* Chữ và ý mượn từ những ca từ của nhạc sỹ Tuấn Khanh

nghe lại những thang âm ngày cũ. Rồi giữa đám chúng tôi, sẽ có người nói đến bài này, bài kia, người này, người kia đã từng hát. Nhưng tôi luôn giữ lại cảm nhận riêng nhất của mình, cảm nhận đã đeo bám tôi biết bao nhiêu năm nay rồi. Tôi thích nhiều bài của anh Khanh viết nhưng tôi vẫn luôn yêu nhất bài "Những giấc mơ dịu dàng" mà anh viết từ những ngày 17 tuổi. Đó là một bài hát luôn làm tôi rợn người vì sự tương phản nằm trong nó. Những câu hát như "bãi cỏ xanh êm đềm ta đã vui bao lần*" vừa mới khiến tôi hình dung ra những hình ảnh đẹp như một cuốn phim lãng mạn của tuổi mới lớn; khiến tôi trôi trong một không gian hồn nhiên, trong sáng đến tận cùng... đã bỗng nhiên trở nên xót xa kinh khủng khi dẫn dụ tôi đến những lời mà tôi tin là tâm sự rất thật của anh Khanh, dù năm viết nên chúng anh chưa đầy 20. Có ai nghĩ là bãi cỏ xanh dài như giấc mơ về một cuộc đời đẹp tuyệt kia bỗng nhiên trở thành "cho ta mơ trốn cuộc đời trần biết bao bàng hoàng". Có gì hoang tàn trong lòng chàng trai Tuấn Khanh mới lớn kia mà khiến anh viết ra những câu "dã man" đến thế? Và trước đó, người ấy đã xin được mơ "dẫu chẳng trọn lần, hết xót xa". Tôi sực nhớ đến ngày 24 tuổi, tôi đã viết một bài thơ mà mãi sau này, khi 32 tuổi tôi mới dám đặt tên là "Thơ viết cho tuổi 30". Trong bài thơ đó tôi hình dung ra một ngày 30 tuổi, tôi đi mai táng chính tuổi xuân của mình. Tôi đã viết những dòng ấy trong trạng thái suy tư đến tận cùng ở Hà Nội nhưng so với giấc mơ kia của anh Khanh, những suy tư của tôi còn nhỏ bé quá. Tuổi của tôi khi viết bài thơ kia ít ra cũng đã có những chiêm nghiệm chín chắn nhất định. Còn tuổi của anh, 17 tuổi, người ta còn ngây thơ thế, còn hồn nhiên thế, còn nhiều khát khao thế, sao lại mơ trốn cuộc đời trần biết bao bàng hoàng??? Tôi chưa bao giờ dám hỏi anh Khanh câu hỏi đó; chưa một lần nhắc đến nó bởi lẽ một phần tôi tôn trọng suy tư riêng của anh và một phần lớn khác là tôi sợ hãi trong chính cái mê mệt những câu chữ ấy.

Anh Khanh bây giờ không viết tình ca nữa thì phải. Tôi lại lần nữa tự cho là mình biết nguyên do và thậm chí, tôi cho rằng tôi hiểu nguyên do. Nhưng tôi biết anh vẫn viết, thậm chí viết rất nhiều, với rất nhiều day dứt khác của một con người. Tôi đã nhìn thấy con người day dứt ấy của anh từ những năm trước, khi anh còn ngồi trên ghế giám khảo Sao Mai Điểm Hẹn, thời điểm mà anh viết bài "Nhắm mắt", bài hát cũng làm tôi rợn người với những câu như "Nhắm mắt nghe ngoài kia đồng xanh ngát... Hấp hối như trần gian không còn tương lai"... dù cảm giác không mạnh mẽ như bài "Những giấc mơ dịu dàng" kia. Tôi nghĩ, anh phải thất vọng với đời sống đến tận cùng mới viết những câu như thế. Mà chính bài Nhắm mắt ấy anh đã nói rất rõ khi nhắc đến trái tim đã khô chai của mình. Tôi hiểu, anh gặp quá nhiều, anh đối diện quá nhiều, anh không thể nói được quá nhiều nên anh đành hát lên những lời nhắm mắt như thế. Như một lần anh nói với tôi về một gương mặt mà anh đã từng mất lòng tin vào nó, dù chính anh là người dắt nó đi những bước rất ban đầu. Gương mặt ấy không đối xử tệ với anh nhưng anh nhận ra cái sự thiếu chân thật của nó khi bước vào một cuộc sống khác. Làm sao không thể thất vọng được khi anh đã phải gặp biết bao gương mặt như thế, biết bao giả trá như thế. Anh như một người đi nhặt nhạnh lại sự tử tế còn sót lại đâu đó giữa cõi đời này để rồi lắm khi nhận ra ngay cả sự tử tế hiếm hoi mình nhặt được đó đôi khi chỉ là hàng giả.

Trời Sài gòn lúc này về chiều và bỗng ngoài hiên kia có nắng hửng lên. Không phải là tiếng mưa rơi bên hiên thật buồn như tôi mới hình dung đây. Thành phố này là thế, giống như đời sống này, chuyện đổi thay bất ngờ nào ai đoán trước được. Tôi chợt muốn gọi cho anh Khanh ngay lúc này, muốn gặp anh ngay tại đây, giữa căn phòng này, trong tiếng nhạc của chính anh. Không phải cuộc gặp đó vì điều tôi chưa bao giờ làm với anh là sẽ hỏi về những ưu tư bao nhiêu năm anh mỏi mòn đeo mang mà vì một lẽ khác. Tôi chỉ muốn nói với anh một điều duy nhất, trả lời câu hỏi duy nhất của anh mà anh đã cất lên năm 17 tuổi, câu hỏi "bãi cỏ xanh đâu rồi?*". Với anh, với tôi, với nhiều người cùng một tâm thức, bãi cỏ xanh của hồn nhiên, của mộng mơ, của ngây thơ đã không còn nữa. Cỏ đã ngủ rồi, đã miên viễn vô cùng rồi không tái sinh lại nữa. Chỉ còn lại là xanh rêu thôi anh Khanh ơi, như cảm thức của anh ngày nào, cảm thức mà cũng gần 15 năm trước anh đã hát lên thành lời, cảm thức của một lần cúi xuống để thấy mình đã rêu phong từ bấy lâu nay, đã rêu phong vì cứ cố tin rằng cỏ ngoài kia còn xanh mượt mà, trải dài, như ảo tưởng... .

Sài Gòn Nov 2012.

Lũ rêu, quên, nào phủ lối gạch son

(Một sẻ chia cùng anh Hoài Sa; Đức Trí; em Sơn Thạch; Nguyễn Hữu và riêng dành cho chú Bảo Chấn)

Tôi uể oải trở mình trong căn phòng nhỏ. Tiếng máy lạnh rì rì không làm dịu đi được cơn khó ngủ mà chỉ khiến đêm càng đêm hơn. Đã 4 giờ sáng. Trận bóng đá ở mãi trời Âu, qua màn hình TV nhức mắt đã làm tôi khó ngủ ư? Cũng có thể. Hay là còn vì điều gì khác nữa khiến tôi không thể nhắm mắt lại lúc này? Thường thì những ám ảnh của ngày vẫn khiến người ta chậm lại bước chân vào giấc mộng mà đôi khi, vì lẽ chi chi đó, người ta vụt quên đi nỗi ám ảnh của ngày ấy... Và tôi chợt nhớ, còn một bức thư sớm nay nhận tôi chưa trả lời. Một bức thư dài, của Thạch. Chưa bao giờ Thạch gửi tôi bức thư nào dài như thế, sâu như thế. Tôi còn nợ Thạch một câu trả lời... Và tôi vùng dậy, chạy ngay đến bàn, để viết. Viết cho Thạch. Thạch không cần ở tôi một bức thư trả lời. Thạch cần điều khác từ tôi; bởi tôi như từ tâm; bởi tâm của Thạch và nhiều anh em khác nữa. "Anh đã viết về em; về anh Trí; anh Sa; về Đỗ Bảo mà em thấy tại sao anh lại chưa viết về chú Chấn. Chú ấy là thần tượng của tất cả; còn có thể nói là sư phụ của bọn em từ khi mới vào nghề. Thấy thương chú Chấn quá; thấy chú bị bất công và không được may mắn như nhiều thằng khốn trong cái nghề nhạc này", Thạch đã viết những dòng như thế, buổi sáng. Tôi biết đó là khi nó tỉnh táo, nó không viết từ trong cơn say rượu mà ra. Và tôi nhớ, cũng một ngày chưa xa, trên trang cá nhân của Trí, anh đã từng đặt ra câu hỏi rằng "Ai là nhạc sỹ thần tượng của bạn? (câu hỏi chỉ dành riêng cho các nhạc sỹ và chỉ những thần tượng là nhạc sỹ trong nước thôi nhé)". Trí thần tượng Phạm Duy và anh Quốc Dũng còn Hoài Sa thì thần tượng chú Chấn. Nhưng sâu thẳm trong lòng, Trí lúc nào cũng nhìn về chú Chấn như một tài hoa, nhiều kiến thức và cơ bản nhất, là một người tử tế... Thời buổi này, khi sự tử tế mỗi ngày mỗi hiếm, sự trá ngụy đạo đức mỗi ngày mỗi nhiều, tôi chợt hiểu, vì sao; nỗi nào; trong cơn dằn vặt rất sâu, Thạch lại muốn tôi phải viết về chú Chấn, một ước muốn mãnh liệt đến thế...

Thật ra, tôi gặp chú Chấn không nhiều nhưng mỗi lần gặp lại là một dịp được ngồi bên chú rất lâu. Tôi thích cái hồn hậu, dí dỏm, có nhiều phần nghịch ngợm đúng cái chất "nghịch ngầm" của "học trò quỷ" trong chú. Nhưng chú đã không còn sự linh hoạt đó như ngày xưa nữa. Hay nói đúng hơn, chú đã giấu nó lại cho riêng, chỉ khi gặp những anh em, bạn bè thật thân, chú mới trở lại với con người của chú. Đôi mắt chú bây giờ buồn nhiều hơn; như co lại đến mức run rẩy vì sợ hãi. Tôi biết chú sợ điều gì ngoài kia và tôi sực nhớ đến những dòng mà Henry Miller đã viết trong cuốn The Time of the Assassins (Thời của những kẻ sát nhân) rằng "chúng ta, ngày mỗi ngày, dường như càng tiến sâu hơn vào lãnh địa của cái ác". Dường như những dòng đó bây giờ là dành cho chú, cho một lớp bè bạn như chú, những người đã từng tận hiến; phụng sự những nốt nhạc đến hết mình để rồi lại bị ám toán bởi chính bằng những nốt nhạc ấy bởi chính những kẻ sát nhân trá ngụy đạo đức làm người. Buồn cho chú một phần thì buồn cho cả dòng chảy ngoài cuộc đời kia tới ngàn lần. Dòng chảy ấy đang thiếu những tiếng nói "chuyên gia" đúng nghĩa, những tiếng nói của những con người có đủ tầm; đủ sức thuyết phục công luận trên những vấn đề chuyên môn của mình chỉ bằng đúng một câu nhận định. Thế nên, trong sự hỗn độn của rất rất nhiều giả hình, dòng chảy ấy đã hoảng loạn và tiếp sức thêm cho những ám khí mang hình nốt nhạc. Để chú bây giờ ngồi lặng lẽ đó, không trách than gì, chỉ nói một câu "thời của mình qua rồi" trong sự xót lòng đến nhói từng phút giây của anh em chúng tôi mỗi khi nhắc đến chú. Nào có ai hiểu, chú vẫn viết đó thôi, những bản tình tuyệt đẹp, giữ riêng cho mình, như một chứng tích, như một khắc ghi lại có một thời; một đời người trong nhạc mà chú đã đi qua...

Tôi đã nhiều lần ngồi nghe chú kể chuyện đời mình, những câu chuyện vụn, ở nhiều thời điểm vụn nhưng khi ghép lại nó lại thành hình một đường chạy dài như một lối đi rõ rệt đấy mà mờ ảo nhiều lúc; bàng bạc đó mà mồn một đôi khi. Đó có thể là những tháng ngày Mậu Thân 1968, khi chú còn học ở trường Quốc Gia âm nhạc Huế, câu chuyện về chú, về một cô bạn học cùng khoa piano với chú và cái chết ở tuổi 17, câu chuyện về nỗi thất vọng; đau đớn đến tột cùng của ông giáo sư âm nhạc người Đức khi chứng kiến cô học trò yêu của mình ra đi và ngay lập tức ông lên máy bay trở vô Sài gòn để quay về Đức, vĩnh viễn không trở lại Việt nam, nơi ám ảnh xương da vẫn còn nguyên đó. Tôi đã rùng mình khi nghe chú kể lại chuyện buồn của thời đi học ấy, và bật nghĩ trong đầu rằng một ngày nào đó tôi sẽ viết nó thành một kịch bản phim, lấy tựa đề "Bản giao hưởng chết sớm", đúng như cái bản giao hưởng về Việt nam mà ông thầy người Đức của chú đã viết, nhưng chưa một lần trình diễn và sẽ không bao giờ được trình diễn.Phải chăng, cuộc đời con người ta, như cuộc đời chú Chấn, nhiều khi bị ám sát đầy uẩn ức, không thể thổn thức, không một tiếng nấc trong khi thực tế mình vẫn còn tồn tại đó, vô hình, vô hồn. Quên. Lãng... Nhưng tôi và anh em xung quanh nào có thể nào quên như thế. Chúng tôi vẫn còn nhớ câu chuyện chú kể về anh Bảo Phúc, giọng chú lúc ấy như chùng hẳn lại. "Mình đặt bàn thờ Phúc ở nhà. Anh có thờ em bao giờ đâu? Nhưng mình đặt đó vì mình vẫn nghĩ Phúc nó còn sống đó. Đôi khi, mình lên ngủ ở cái phòng thờ đó, nhìn nó, như thể hai anh em vẫn còn đang trò chuyện". Chúng tôi đã không khóc khi nghe chú nói thế nhưng thực tế là không thể khóc được nổi nữa. Chúng tôi không muốn chú thấy hình của những dòng nước mắt ấy khác đi, và hơn tất cả, chúng tôi muốn được nghe chú Chấn cười đùa tếu táo, đó mới đúng là chú Chấn của tất cả, chú Chấn thực nhất, chân nhất và vẹn nhất...

Đã biết bao nhiêu lớp nhạc sỹ trẻ sau này (mà thật ra không còn trẻ nữa) đã từng được chú dẫn dắt vào nghề từ khi mới đi những bước đầu tiên, y như anh Sa dẫn dắt thằng Hoàng, thằng Hữu hôm nay đó thôi. Chú như con đường lót những lớp gạch son cho bọn trẻ đặt chân lên, hồn hậu, đam mê và cũng tận hiến phụng sự từng nốt nhạc. Rồi một ngày kia, tất cả nhận thấy đâu đó có loài rêu xanh đã phủ đầy lên lối gạch son ấy, phủ lên như muốn khuất lấp đi; muốn xoá sạch đi màu gạch son trên đó. Với loài rêu ấy, màu gạch son được coi là đã cũ và chúng muốn màu xanh rêu của chúng lên ngôi. Nhưng chúng tôi không bao giờ thấy đó là màu gạch son cũ kỹ. Vẫn là màu gạch của chú Chấn những năm xưa, 1968; những năm đã qua, một- chín- chín- mấy; những năm mà chú tạo cảm hứng cho một lớp trẻ hăm hở bước vào con đường của những ô kẻ; những khóa Sol; những khoá Fa; những dấu lặng nằm nghiêng; những đường sổ trường canh nằm dọc; những nốt tròn lay láy; những nốt móc đơn- móc kép vụng về... Con đường ấy lũ trẻ chưa từng hình dung chúng sẽ đặt chân lên mà chúng chỉ dám đứng xa chiêm ngưỡng như một thú vui của ham mê mà thôi. Nhưng rồi chú, và lớp người của chú, không lời thôi, đã cho chúng biết đó là đường đi của đời; của nghề; của nghiệp; của mưu sinh đấy nhưng cũng là của công danh đấy. Con đường đó, chúng tôi gọi là con đường lót lớp gạch son, mà hôm nay, chúng tôi vẫn cố nhìn từng viên gạch cũ, là chú, là bạn bè chú:

là Bảo Chấn; là Bảo Phúc; là Quốc Dũng... để thận trọng đặt chân lên mà đi tiếp, đi mải miết bất chấp ngoài kia, nhiều người ào lên những chỗ lũ rêu cố phủ lấp con đường mà không biết rằng đường rêu trơn, không chỗ níu tay, nhiều khi, trượt- ngã...

Sài Gòn March 2013

Cho nỗi buồn, cô đơn, gọi tên thành hạnh phúc...

"Hạnh phúc", hai nốt ấy vang lên bất ngờ trong tĩnh lặng, bằng một giọng hát đẹp của Trọng Bắc, ở một âm vực tròn; gọn nhưng mở rộng; ấm nhưng gai người; sâu nhưng ôm trọn lấy người nghe đối diện nó... đã khiến tôi khẽ rùng mình trong căn phòng nhỏ của mình. Dưới ánh đèn vàng dịu dịu, tôi nhìn sang Trí. Anh ngồi đó. Lặng. Khoan khoái. Sững lại. Bất động. Tôi không thốt ra được lời nào và để bài hát cũ ấy trôi đi. Chầm chậm. Mướt mát. Òa vỡ đôi khi. Và chỉ đến khi thanh âm ngừng hết lại, chỉ còn tiếng lạo xạo của chiếc kim máy đĩa chạy trên những vòng tròn đen vinyl, tôi mới có thể quay sang anh, lần nữa."Vẫn biết Bắc nó hát hay mà em không ngờ nó có thể hát bài này hay đến thế". "Khi anh chọn key cho bài này, Bắc nó cũng không ngờ nó có thể hát được ở key đó", Trí cười sảng khoái, "và anh biết, ở quãng giọng này, Bắc sẽ hát bài này đẹp nhất".Tôi hiểu câu trả lời ấy của Trí. Nó là sự thỏa mãn vô cùng của một người sản xuất âm nhạc khi đã khám phá ra được một điều gì đó khác, ở một lãnh địa đã rất cũ đối với quá nhiều người. Và trong một phút chững lòng mình lại, tôi nhẹ nhàng hỏi anh "Chú nghe chưa anh?".

Câu hỏi đó lặp lại ở một đêm sau; khác, khi không chỉ có tôi và Trí cùng ngồi nghe lại album Lặng lẽ tiếng dương cầm mà anh bắt tay vào sản xuất suốt thời gian qua. Chúng tôi vẫn có thói quen như thế. Trước khi ra mắt một sản phẩm nào, chúng tôi hay ngồi nghe cùng nhau vài lần, ở cả nhà tôi lẫn trong phòng nghe nhạc trên căn hộ của Trí. Không phải nghe để thẩm định lại điều gì cả mà là nghe ở tâm thức của những người khán giả, như muôn ngàn người nghe bình thường; với tất cả những thứ đi kèm bình thường với những thanh âm ấy như một chai rượu nhỏ; một điếu cigar thơm; dăm ba người bạn hiền lành, đồng cảm... "Chú vẫn chỉ được nghe qua một cái CD anh chép cho chú. Chú không có máy nghe đĩa vinyl em ạ", Trí khẽ nói. Và anh nhìn tôi, mắt chợt sáng lên "Mai chú Minh đăng cai địa điểm nhé. Anh sẽ góp vài chai vang ngon. Mình đón chú lên nghe". Cuộc hẹn đã khởi đi ngẫu hứng như thế, trong một đêm như thế...

Chú bước chân vào căn phòng của tôi, lần đầu tiên, vẫn đúng như những gì tôi từng hình dung và nhìn thấy ở chú. Một đêm ngồi lại cùng nhau chỉ để nghe đĩa nhạc mới với chúng tôi vốn dĩ cũng chỉ là một đêm bình thường, xuề xoà và có thể nhiều khi là bỗ bã. Suy cho cùng, nó chỉ là một đêm vui chơi đầu tuần, khi anh em đều rảnh rang cả. Nhưng chú vẫn đóng bộ vest nghiêm chỉnh, mang cà vạt đàng hoàng và chẳng ai trong chúng tôi nghĩ rằng đó là một nghệ sỹ. Nhìn chú giống như một nhà giáo thì đúng hơn, với sự mô phạm, nghiêm cẩn trong từng hành động nhỏ. Thật ra, tôi cũng đã quen với hình ảnh đó của chú từ lâu rồi nhưng tôi vẫn không khỏi ngỡ ngàng khi nhìn thấy chú trong bộ dạng ấy. Và hỏi "ủa chú mới đi làm về sao chú?" để rồi nhận được câu trả lời trong nụ cười hiền "đâu có, chú từ nhà tới. Trí qua rước chú mà con"... Để rồi lại tự mình nhủ mình "ừ nhỉ, chú là như thế. Vì chú là chú Nguyễn Ánh 9 mà"...

Tôi còn nhớ mấy năm trước, sau một đêm say thật say, sau một đêm chém gió lề đường thật phần phật, cái cổ họng đã khản đặc của tôi bỗng nhận một nhiệm vụ bất ngờ từ người anh thân, đạo diễn Lưu Huỳnh. "Em chạy qua đây giúp anh một việc nhé", anh Lưu đã huy động tôi như thế, trong một sáng Chủ nhật biếng lười.

Hóa ra, anh nhận lời làm một đoạn tư liệu về chú Nguyễn Ánh 9 cho trung tâm Thúy Nga và anh muốn tôi viết lời bình cho đoạn tư liệu đó. Rồi viết xong, viết khi mà tôi chưa từng một lần gặp chú, anh kêu tôi vô studio đọc lời bình luôn. Những tưởng đó chỉ là ví dụ để sau này trung tâm Thúy Nga dựng lại, chọn giọng một ai đó đọc thay nhưng tôi đã lầm. Họ tôn trọng, và giữ nguyên phần đọc lời bình ấy của tôi, với cái giọng khảo khào như người hút thuốc lào mất ngủ. Những gì tôi viết ngày đó, những gì tôi đọc ngày đó hoàn toàn chỉ là những hình dung rỗng không; cảm tính; chủ quan và áp đặt của mình về chú. Nhưng không ngờ, sau này, trong lần đầu gặp chú, chú đã nói với tôi rằng "những gì con viết trong cuốn tư liệu đó, chú rất thích và nó không sai lệch đâu con'.

Cái duyên giữa tôi và chú đã bắt đầu như vậy, kéo theo nó là những lần gặp chẳng thể gọi tên. Nhưng tôi khó có thể quên 2 lần tái ngộ để lại nhiều trăn trở trong tôi sau đó. Một lần, ngẫu nhiên đưa bạn từ Hà nội đi café nghe nhạc, ở Phú nhuận, trong một cái quán mang tên Nghê Thường, nơi chú vẫn chơi piano hằng đêm. Gặp chú, và trò chuyện, và biết rằng chú cùng bè bạn đứng ra làm Nghê Thường với sự trợ giúp của một vài người là bởi chú còn Thương Nghề. Cái nghề với những phím trắng đen; với những hợp âm và những nốt bán cung đã mang lại cho chú được những gì sau cả mấy chục năm dai dẳng đeo đuổi? Vậy mà chú vẫn thương nghề, một tình thương của tận hiến, một tình thương không hề tính toán, một tình thương không bao giờ cảm thấy xót phận mình. Và một lần khác, ở quầy bar của khách sạn Sofitel, khi tôi và Trí ngồi với khách của mình và ngẫu nhiên gặp chú bước vào, lặng lẽ. Chú cười với chúng tôi nhưng không lại gần. Chú đi làm. Chú lại với cây dương cầm của chú. Tôi đã không biết nói gì lúc đó cùng Trí khi cách chỗ chúng tôi không xa, khi chúng tôi đang nâng ly và bàn luận về những dự định tốt đẹp hơn trong tương lai, thì người nghệ sỹ già đã từng một phần khiến chúng tôi yêu thêm âm nhạc nhờ vào những thang âm của ông lại đang ngồi đó, đệm đàn cho chúng tôi uống rượu. Tôi thấy mình như có lỗi với chú. Tại sao chúng tôi không chọn một nơi khác, một nơi thuộc về những âm thanh khác.

Lúc này, chú ngồi đó, dựa vào chiếc ghế sofa nhà tôi, bên cạnh chiếc piano và tấm bìa đĩa Lặng lẽ tiếng dương cầm. Chú mừng lắm, chú nói với Trí rằng chưa bao giờ chú có một sinh nhật vui như tuổi này, khi những sáng tác của chú nằm trong một tuyển lựa lại mà Trí đã cất công sản xuất để kịp ra mắt vào mùa Phục sinh. Tấm đĩa vinyl mang tính hoài cổ của hôm nay có lẽ gợi nhắc nhiều đến những đĩa nhạc chú từng góp phần từ những ngày đầu tiên thương nghề. Chú lặng lẽ, đôi mắt nhìn đâu đó rất xa qua cặp kính trắng đã hơi mờ. Dáng ngồi nhỏ bé nhưng chứa chất tất cả những nỗi niềm nào? Phải chăng nó là nỗi buồn mà chú đã vẫy tay đón chào, nỗi buồn khác hẳn với những gì tôi đã hình dung nó từ lăng kính của Francois Sagan? Phải chăng nó là niềm "hạnh phúc như đôi chim quyên đậu cành lá thắm" bỗng chốc vụt bay trong phút không ngờ? Tôi không hiểu nổi. Tôi không lý giải nổi. Nhưng tôi đã nhìn thấy từ trong dáng ngồi ấy chàng trai trẻ Nguyễn Ánh 9 ngày nào hăm hở vào tình; cậu bé thơ Nguyễn Ánh 9 ngày nào ngồi một mình trước biển ở Nha Trang và chàng thiếu niên Nguyễn Ánh 9 ngày nào lặng lẽ ngồi bên cây dương cầm giữa chiều lạnh mờ sương Đà Lạt. Thời cuộc đã nhào nặn tất cả những hình ảnh đó trở thành chú của ngày hôm nay, lầm lũi; nhẹ nhàng và lúc nào cũng nở một nụ cười rất hiền như tạ ơn cuộc đời đã cho mình được yêu; được buồn; được cô đơn cùng những nốt nhạc...

Chú nhìn vào bản chép tay bài "Quê Xa" mà Trí viết tặng tôi và nói "chú bây giờ cũng vẫn viết tay". Và điều đó khiến tôi sực nhớ tới những người hiếm hoi còn viết tay từng bản nhạc của mình trong thời đại máy tính có thể giúp người ta ghi lại một văn bản thật rõ ràng và sạch đẹp. Ừ nhỉ, dù sao, dù thế nào đi nữa, chú vẫn còn viết tay, còn nâng niu từng nốt nhạc như những tài sản trân qúy nhất của đời mình mà nhờ vào một ân điển nào đó, cuộc đời chú đã được hội ngộ chúng. Sự nâng niu ấy, chúng tôi đã lần lượt bỏ qua, như sự từ khước một lần được minh định chính mình trong con đường mình đang đi, con đường mình đã chọn. Chúng tôi không thể thoát khỏi ra những vùng tiện lợi của chính mình thì làm sao chúng tôi có thể có được cảm nhận như chú, cảm nhận đi qua tất cả, đi qua những nỗi buồn- niềm vui; những đầm ấm- cô đơn; những ngây thơ- ngờ vực; những hân hoan- xót xa; những ồn ào- lặng lẽ; những bùng nổ- cam chịu... để rồi cuối cùng vẫn gọi tên cả một mớ hỗn độn trộn lẫn hết cùng nhau kia bằng một cái tên: Hạnh Phúc...

Sài Gòn April 2013 On Apr 30, 2013, at 2:36 AM

(Trích Hà Quang Minh. "Chân Dung")

Kha Thị Thường, chân dung thứ ba của một nhà văn nữ

Đọc liên tiếp hai truyện ngắn "Thợ Săn" và, "Nợ Rừng" của Kha Thị Thường, tôi nhớ Lan Khai.

Nếu, thời tiền chiến, nhà văn Lan Khai chọn rừng, như một tách thoát để khẳng định sự khác biệt giữa ông và những nhà văn cùng thời thì, hôm nay, qua những con chữ của mình, nhà văn Kha Thị Thường lại cho thấy rừng như (hay chính là) định mệnh tiền kiếp của cô!

Tôi muốn nói, một người đứng ngoài, hú gọi hồn rừng. Và, một người sống trong, phả từng nhịp đập của trái tim hồn rừng vào từng trang văn đau đáu xốn xang của mình.

Miêu tả một sinh hoạt của bản-rừng, ở truyện ngắn "Thợ Săn" Kha thị Thường viết:

"...Rẫy ngô người bản Boong đang mùa tròn bắp, ban ngày vẹt bay về đàn đàn lũ lũ - nhà nào cũng có người canh ngô. Họ chặt những cây nứa to, chẻ đôi phần ngọn chỉ trừ một đoạn gốc để chôn xuống đất hoặc buộc phần gốc vào một cây cụt ngọn. Từ chòi họ buộc những sợi dây dài nối với những cây nứa ấy - lâu lâu họ kéo dây để cất lên một âm thanh lạ đến lạc lõng, lũ vẹt chưa kịp sà xuống rẫy đã hoảng hốt bay đi..."

Hoặc:

"...Hôm kia- tôi và thằng Mắn chia nhau hai ngả đi, rồi lại về cùng một điểm bởi cái mùi của con thú mời gọi. Con hổ to mùa động dục- nó khản cổ gọi bạn tình mà chẳng có lời đáp lại. Nó gầm gừ rồi lại lủi thủi đi- tựa như cả cánh rừng này chỉ mình nó tồn tại. Ơ mà nhỉ? đám bạn tình nó nấp ở đâu hết? Tôi đã chợt hỏi vậy khi thấy ba bốn ngày liền nó đi mà chẳng tìm được con cái nào để phối giống. Mà con đực mùa động dục hung dữ lắm- cả tôi và thằng Mắn đã theo chân nó để rồi cứ mỗi lần sắp hành động nó lại biến đi trong im lặng đến rợn người. Hay là nó trêu ngươi?

"Đêm- chúng tôi chui trong những tấm chăn tơi tả, lẫn mùi người mùi thú..."

Nếu không phải là người ở với bản rừng (chứ không phải người quan sát hoặc nghe chuyện kể), tôi nghĩ khó nhà văn nào có thể viết xuống cụm từ "bởi cái mùi của con thú mời gọi" hay "những tấm chăn tơi tả, lẫn mùi người mùi thú".

Cũng vậy, nhiều nhà văn đã nói về sự trả thù con người của rừng. Nhưng, có lẽ chưa ai nói tới những cuộc "đòi nợ" cay nghiệt của rừng. Những món nợ lưu cữu đời này qua đời khác mà rừng đã vung tay, hào phóng nuôi, dưỡng con người, như Kha Thị Thường.

Họ Kha không nói về thảm kịch rừng "đòi nợ" qua suy tưởng (dẫn tới hư cấu) mà từ thực cảnh, đời thường, cô viết:

"...Cách đây chỉ mấy tháng, thằng bé Giót mới học xong lớp 6, thời gian nghỉ hè nó dắt trâu lên đồi dong trâu ăn cỏ trong khu rừng gia đình nó được chia bảo vệ. Bố nó là một người sống ở rừng nhiều hơn ở nhà, ông ta dựng sẵn cái lều, đồ nghề đi rừng về tấp hết trong cái lều tạm ấy. Thằng bé Giót nhiều hôm chứng kiến cảnh bố nó hạ những cây gỗ lớn. Rồi một buổi sáng như mọi ngày, nó lụi cụi trong túp lều và nảy ra ý định đưa cái cưa của bố nó ra rừng. Nó làm như bố nó, cưa mãi, cưa mãi cây gỗ nghiêng từ từ xuống phía triền dốc... cái cưa mắc kẹt, thằng bé sợ hỏng mất cưa, sợ bị bố mắng nên nó ra sức kéo mà không hay cây gỗ đổ... Máu của nó chảy loang lổ cả một vạt rừng. Cha tôi ôm xác đứa con trai bê bết màu, hú lên một tiếng trầm đục như con cọp bị thương, mẹ nó khóc gào rách cả họng nhưng nó không thể nào nghe được nữa..." ("Nợ Rừng".)

Đó là một trong những huyền bí của rừng. Nó cũng huyền bí như hàng trăm ma rừng đòi quyền được sống yên với định mệnh, sinh phần riêng của chúng:

"...Thằng Mắn- thằng Xao hay đi cùng tôi vẫn bảo chỗ chúng tôi dựng chòi có ma. Bằng chứng là cứ mỗi khi chúng tôi sau khi tách nhóm ra đi tìm thú- đứa nào về chòi trước, khi ngả lưng xuống sẽ thấy gió thổi mạnh, sẽ nghe tiếng rì rào tựa như người ta ném đá xuyên qua những tầng cây. Rồi kinh khủng nhất là tiếng gào thét của hàng trăm người, ai oán và căm phẫn. Ai cũng kêu gào hãy trả lại sự sống cho họ. Nhiều lần tôi đã vùng dậy đốt đuốc ném vào rừng và gào lên- cút đi, cút hết đi. Rồi cánh rừng im bặt như chưa hề có chuyện gì. Tôi đã sởn gai ốc khắp người- tôi đã úp mặt xuống đống đồ đạc bùi nhùi toàn mùi của thú mà tự bảo mình rằng- chỉ là ảo ảnh mà thôi..." ("Thợ Săn")

Tuy nhiên, với tôi, Kha Thị Thường không chỉ hoàn tất một cách tốt đẹp, rốt ráo vai trò một nhà văn sống và, viết về bản-rừng qua những con chữ ứng hợp và, hơi thở của trái tim rừng - Mà, những trang văn của cô, còn cho thấy một chân dung khác. Tôi gọi đó là chân dung thứ ba, trong cõi văn xuôi Kha Thị Thường.

Chân dung bản năng di truyền, hay tương quan giữa rừng (thiên nhiên) và con người (nhân loại) trải qua nhiều đời kiếp.

Tôi nghĩ, không phải ngẫu nhiên hay tình cờ mà, họ Kha đề cập không dưới hai lần "mùi thú và người" (ở Thợ Săn) và sự kiện những người con của Cậu Diêu (trong Nợ Rừng) không về dự giỗ bà ngoại, chỉ vì thế hệ hiện tại - Thế hệ niên thiếu đã được ánh sáng văn minh (?) phần nào soi, dọi tới:

"...Bữa cơm giỗ ngoại không đông như tôi nghĩ, chỉ vài mâm và đa phần là đàn bà. Cả mấy đứa con của cậu, thằng Thỏa và mấy đứa con trai của dì cũng chẳng thấy đâu. Khi tôi thắc mắc điều đó cậu Diêu gãi gãi đầu: "Thì... cậu cũng đã báo cho chúng nó trước, nhưng chúng nó ở hết trên rừng không về được..."

Bản chất (hay bản năng) nhớ rừng của những đứa con "Cậu Diêu" đã được họ Kha minh thị ngay từ dòng chữ đầu tiên của truyện ngắn "Nợ Rừng":

"Khi tôi đưa cơm cho Cha ở bệnh viện, Cha điềm nhiên nói: 'Thằng Thỏa về rồi con ạ. Em nó bảo nhớ rừng, về vài bữa em lại xuống...'"

Nói cách khác, qua những ẩn dụ, Kha Thị Thường cho thấy, nếu nhân loại không sớm thức tỉnh, ngừng tay tàn sát rừng thì, sớm muộn gì cũng có ngày rừng sẽ lên tiếng.

Sự trả thù của thiên nhiên, như chúng ta đã thấy, nằm ngoài mọi dự phòng của con người. Và, cũng rất thường, trả thù ấy, còn đến ngay tự con người dành cho con người!

Lại nữa, nhân loại văn minh dù tới đâu, cũng đừng quên, trong chúng ta, không ít thì nhiều, đều mang trong máu cái bản năng di truyền từ thời sơ khai, mông muội.

Bản năng (mùi) thú!

(Calif. 12- 27-2012)

Trích văn xuôi Kha Thị Thường.

Thợ săn.

Tôi là thợ săn.

Cái nghề cực nhọc này không phải nghề "truyền thống" từ dòng họ, không bắt đầu từ đời Ông, Cha, chỉ là duyên nợ mình tôi.

Con Bút nhà hàng xóm mỗi lần nhìn thấy tôi là nó đuổi. Bất kể ngày hay đêm, bất kể tôi đi bộ hay xe đạp, xe máy nó đều đuổi tôi mà sủa, mà gầm gừ, thậm chí có lần nó đã hung hãn táp vào cẳng chân tôi bằng sự hằn học.

Gia chủ của con Bút là thằng thanh niên kém tôi mấy tuổi song chúng tôi gắn bó với nhau từ tấm bé nên chẳng xưng anh em gì cả. Tôi chẳng buồn lòng vì điều đó. Tôi và hắn có xuất phát điểm khác nhau, có thể nói hắn là con nhà nòi về việc học hành. Tôi là con nhà nông dân mắt toét mấy chục đời. Vì thế mà lối sống khác nhau nhưng chúng tôi không hề ghét bỏ nhau. Hắn vẫn hay bảo tôi mỗi lần bị con Bút đuổi, rằng "Tại người mày toàn mùi thú".

Mùi thú?

Đúng rồi- đến bản thân tôi đây này- đôi lúc nằm nghe hơi thở mình hắt ra tôi cũng có cảm giác tởm lởm, huống chi là con Bút - cái loài có mũi thính số 1 trong các loài động vật.

Kế sinh nhai buộc tôi thành kẻ thành thạo mọi ngóc ngách của rừng. Tôi biết chỗ nào loài thú hay tụ tập, tôi biết rành mùa nào những bầy khỉ hay lui tới đâu? và đêm loài thú nào hay đi kiếm ăn?

Tôi vốn là thằng nhát gan. Lần đầu tiên tự tay tôi giết chết con thú- tôi run bần bật như là nỗi sợ ai đó sắp giết mình vậy. Có ai biết lần đầu tiên ấy tôi giết chết con vật gì không? nó chỉ là một con chuột.

Lúc đó tôi là thằng bé lên tám, theo đám bạn đi đặt bẫy trong rừng nứa. Khi theo lũ bạn đi nhặt bẫy có một con chuột to đùng đang giãy đành đạch vì mắc vào cái bẫy của tôi. Thằng bạn bảo tôi lấy cây củi khô đập chết con chuột- tôi đập toe đầu nó và sau đó tôi run- run đến nỗi sau đó về nhà tôi đã phát sốt.

Ông Tiến nói đúng.

Rồi tôi đã vững tay hơn. Không còn run bần bật lên mỗi khi nhìn thấy máu tươi, không còn nôn thốc nôn tháo khi nhìn một con vật bị bắn phụt óc ra ngoài. Không còn thấy tim mình nhảy tưng tưng mỗi lần nhìn thấy con thú bị hạ gục. Cái nghề mà tôi đang theo học có thể nuôi mẹ và tôi sống trong sung túc. Chưa kể mỗi lần có hàng tươi sống chưa kịp đưa hàng ra khỏi bìa rừng đã có người săn đón, đôi lúc còn trả giá hời, có thưởng thêm vài cây thuốc lá, dăm chai rượu.

Dần dà, với tôi- săn bắt trở thành một thú vui.

Khi xưa... mỗi lần thấy ông Tiến về gọi người nhà và thanh niên trong bản vào rừng khiêng những con lợn lòi ông săn được trong rừng, đám trẻ con hiếu động chúng tôi đã theo trai bản luồn lách trong rừng đi khiêng thú. Chao... đúng quả thật chúng là chúa của rừng xanh. Cái mõm nhọn hơn so với mõm lợn nhà, hai răng nanh chòi ra ngoài sắc nhọn và trắng muốt. Đám lông tua tủa màu đen, dựng đứng. Chả trách các ông bà cụ trong bản tôi bảo, lợn lòi có thể giết chết người.

Và cả trăm lần, nào hươu, vào vượn, nào nhím, nào trăn, nào gấu- cả hổ nữa ông Tiến đều có thể hạ gục. Đám trẻ trong bản tôi thầm ao ước lớn lên được đi làm thợ săn, được người ta trọng như ông Tiến. Cuối cùng trong đám trẻ có ước mơ giống nhau ấy chỉ tôi là vẫn đeo bám và quyết thực hiện bằng được.

*

Tôi không nhận ra mình mơ hay là thực

Thằng Mắn - thằng Xao hay đi cùng tôi vẫn bảo chỗ chúng tôi dựng chòi có ma. Bằng chứng là cứ mỗi khi chúng tôi sau khi tách nhóm ra đi tìm thú- đứa nào về chòi trước, khi ngả lưng xuống sẽ thấy gió thổi mạnh, sẽ nghe tiếng rì rào tựa như người ta ném đá xuyên qua những tầng cây. Rồi kinh khủng nhất là tiếng gào thét của hàng trăm người, ai oán và căm phẫn. Ai cũng kêu gào hãy trả lại sự sống cho họ. Nhiều lần tôi đã vùng dậy đốt đuốc ném vào rừng và gào lên- cút đi, cút hết đi. Rồi cánh rừng im bặt như chưa hề có chuyện gì. Tôi đã sởn gai ốc khắp người- tôi đã úp mặt xuống đống đồ đạc bùi nhùi toàn mùi của thú mà tự bảo mình rằng- chỉ là ảo ảnh mà thôi.

Song lạ là cứ đứa nào ở một mình lại thế- ban đầu chúng tôi không dám kể với nhau, sau... hoá ra đứa nào cũng bị thế, rồi thành quen. Căn chòi có ma cũng được, nhưng cả ma và thú đều sợ ánh sáng của đuốc (chỉ trừ loài rắn hổ chúa- thấy ánh sáng nó sẽ lao đến) - nên chỉ cần thắp đuốc ném vào rừng mọi thứ sẽ lặng im.

Tôi không thể không vào rừng. Vì bao nhiêu lí do. Mế tôi già, hình như cái đầu gối của bà đã long sòng sọc khiến bà đi lại khó khăn. Việc leo lên những thửa ruộng bậc thang cấy lúa là điều bà

595

không thể nữa. Em trai em dâu ra ở riêng vì muốn tôi cưới vợ. Các em gái lấy chồng xa. Tôi là người nuôi mế.

Đám cò hàng, dân buôn đặc sản luôn săn đón tôi.

Tôi chẳng say mê công việc gì khác lúc này - ngoài việc săn thú.

Bà mế già của tôi, lúc đầu cũng day dứt như tôi khi mà mỗi lần tôi lén lút đưa một con thú về nhà. Nhưng rồi mế thấy cả tôi và mế sống được đều là nhờ những con thú đó, dần sau này tôi thấy mắt bà ánh lên niềm vui mỗi lần tôi trở về nhà có mang theo chiến lợi phẩm. Mế sẽ buồn xo khi tôi trở về tay không. Tôi không đọc được ý nghĩ của mế, biết mế có xót cho cái thân tôi không khi mà tôi ăn chầu nằm chực trong rừng nhiều hơn là ở nhà. Da thịt tôi chẳng có mảnh thịt nào lành lặn vì muỗi chích, vì sên, vắt, vì lá rừng cứa...

.

Rẫy ngô người bản Boong đang mùa tròn bắp, ban ngày vẹt bay về đàn đàn lũ lũ- nhà nào cũng có người canh ngô. Họ chặt những cây nứa to, chẻ đôi phần ngọn chỉ trừ một đoạn gốc để chôn xuống đất hoặc buộc phần gốc vào một cây cụt ngọn. Từ chòi họ buộc những sợi dây dài nối với những cây nứa ấy- lâu lâu họ kéo dây để cất lên một âm thanh lạ đến lạc lõng, lũ vẹt chưa kịp sà xuống rẫy đã hoảng hốt bay đi.

Ban đêm. Bầy khỉ rủ nhau kêu lích chích, lẹt khẹt kéo về hướng rẫy ngô. Tôi biết điều đó và cũng chính vụ ngô của dân bản Boong bao năm qua đã giúp tôi kiếm được bộn tiền- cứ mỗi con khỉ bắt sống, tôi có trên tay bạc triệu trở lên. Gặp khi hên tôi bắt được ba con khỉ mỗi đêm. Hôm tôi ôm hai mẹ con khỉ về, con Bút hàng xóm chạy theo sủa inh ỏi.

Hàng xóm gạ mua hai mẹ con khỉ tôi vừa đem về - khỉ mẹ mạnh khoẻ, còn khỉ con có vẻ ốm yếu. Tôi chưa đồng ý bán vì muốn tăng giá nữa nên buộc hai mẹ con khỉ lên khung cửi bỏ trống của mế tôi - chẳng ngờ khỉ con lo leo trèo vòng vo thế nào mà nó bị chết ngạt. Mế tôi buông tiếng thở bảo khỉ con nó thắt cổ đấy!

Không thể nào, còn mẹ nó kia- sao nó thắt cổ được.

Mế lại bảo loài khỉ cũng như người, khi bất lực và quá tuyệt vọng nó sẽ chọn cái chết. Tôi tin. Song tôi có phần ngạc nhiên vì tư tưởng của mế, từ hôm tôi đưa hai mẹ con khỉ về, mế chăm bẩm khỉ con như chăm một đứa trẻ. Khi mế ra vườn hái nạm rau, quay vào khỉ con đã chết ngạt. Mế thực sự buồn rầu vì chuyện này, rồi còn thở ra những câu não nề, bi luỵ. Mế tự nhiên xui tôi cho con khỉ mẹ ấy đi, đừng để mế phải nhìn thấy nó nữa, rầu ruột bà.

Tôi quyết nhanh chóng bán khỉ mẹ giá rẻ chưa từng thấy cho thằng hàng xóm, hàng xóm mà, sớm tối có nhau. Với lại hắn cũng giúp tôi và mế tôi nhiều thứ, nên tôi bán rẻ cũng chí phải.

Thằng hàng xóm kiếm sợi xích dài xích cổ khỉ mẹ lại. Hắn tám táp, cho khỉ ăn nào chuối, vào mía, rồi các loại quả...

Đám trẻ trong làng tò mò xúm xuýt và đến làm quen với khỉ mẹ.

Con Bút thì quanh quẩn, lúc đầu còn rên ư ử trong họng sau dần nó cũng quen với sự hiện diện của con vật lạ trong nhà. Đến lúc không ai tin nổi là con khỉ mẹ ấy có thể nằm yên cho con Bút liến những sợi lông mượt của nó. Loài vật khác loài cũng vẫn có tình thân mến! Tôi bắt đầu tin.

Kinh khủng nhất là cả nhà thằng hàng xóm xôn xao vì khỉ mẹ thắt cổ. Cái cây nó vẫn đu đi đu lại hàng ngày trở thành nơi nó treo cổ. Tôi chạy lên, thân khỉ mẹ hãy còn ấm nóng. Tôi vạch hai mắt nó ra, thoáng rùng mình vì hai hốc mắt nó toàn nước. Nhanh chóng, tôi dùng ống nứa nhỏ rồi thổi lấy thổi để truyền hơi như một kiểu hô hấp mong cứu được khỉ mẹ thoát chết, nhưng thân khỉ mẹ cứ mềm và lạnh dần. Tôi bất lực.

*

Sau chuyện khỉ mẹ chết, tôi tạm nghỉ đi rừng vài tuần. Những ngày ấy tôi chỉ quẩn quanh ở nhà với mế già, quẩn quanh bên nhà hàng xóm. Khi nằm ngủ, tôi ám ảnh về hai con mắt ầng ậc nước của khỉ mẹ, nó khóc vì hoảng loạn, vì tuyệt vọng hay nó khóc vì không nguôi nhớ con, không nguôi nhớ những cánh rừng?

Thằng hàng xóm nằm dài trên phản, tôi rít xong hơi thuốc lào cũng nằm dài theo hắn. Bỗng dưng hắn bảo tôi. "Hay mày bỏ cái nghề đi rừng ấy đi. Thì dễ kiếm ra tiền đấy nhưng tao thấy không hay gì hết cả" "Mày có công việc để làm, tao bỏ rừng thì biết làm gì?" "Trước đây khi chưa đi rừng, mày cũng biết làm tất cả những việc tao biết làm" "Tao không quen nữa" "Mày phải tập quen lại đi. Đây có phải lần đầu tao nói mày đâu? Vào rừng mày phải lén lút, trốn kiểm lâm, trốn dân phòng hộ. Chưa kể bắt thú cũng nguy hiểm, rủi có ngày thú nó giết mày, hoặc thú không giết thì mấy thằng đi rừng chúng mày tự giết nhau. Lúc đó mế già của mày sao sống nổi hả?" "Mày chỉ nói gở, bao năm đi rừng tao có cả ti tỉ kinh nghiệm để không bị dính vào bất kỳ tai nạn nào hết" "Đừng có chủ quan... mà... thì tao cũng chỉ khuyên mày vậy thôi, mày nên suy nghĩ xem... thú săn bắt mãi cũng hết, với lại... nhìn con khỉ hôm trước chết thảm, tao thương lắm..." "Ôi dào, đó là mày chưa nhúng tay giết. Giết khỉ thì cũng như làm thịt con gà chứ có gì" "Mày đúng là..."

Hắn buông lửng câu trước mớ bao biện của tôi. Không, làm sao tôi dừng được cái nghề ăn nên làm ra này chứ? Kiểm lâm à? dân phòng hộ à? tôi chỉ cần cho họ khi con chồn, khi con cầy hương, khi con gà rừng, hay con sóc. Bọn họ sẵn sàng cười nói vui vẻ, có khi tôi còn cùng họ ngồi ăn thịt rừng nữa ấy chứ? Có gì mà phải trốn tránh- ai cũng là người cả. Ai cũng kiếm cái ăn. Cái thằng hàng xóm của tôi, chỉ độc mớ lí thuyết, lúc nào cũng khuyên giải điều này điều khác, rằng thương yêu con người, rằng bảo vệ rừng, bảo vệ thú quý. Thương yêu, bảo vệ gì chứ. Tôi thương yêu mế già mà không làm ra tiền thì có thương nổi mế không? bỏ mế đói tôi lại chả mang tội bất hiếu ấy và?

*

Những chuyến đi của tôi ngày càng dài hơn. Vì thú càng ngày càng hiếm. Mà thú càng hiếm lại càng khó tìm. Chúng tôi lùng sục khắp trong những cánh rừng. Chúng tôi đã rời căn chòi có ma để dựng những cái chòi tạm bợ khác ở những cánh rừng xa hơn.

Nhất định rừng âm u không thể trở thành nỗi sợ. Càng sâu, càng dễ gặp thú.

Sợ thú rừng ăn thịt là một nỗi sợ xa xôi mơ hồ? tôi chỉ sợ không gặp được thú rừng. Gặp rồi biến hoá được tất. Thú cũng như người thôi- gặp kẻ hiền thì ta đối mặt với nó một cách hiền từ- gặp kẻ dữ thì ta tấn công nó theo cách dữ. Có gì con người không khuất phục được chứ? Mùi thú và mùi người có khác nhau là bao.

Hôm kia- tôi và thằng Mắn chia nhau hai ngả đi, rồi lại về cùng một điểm bởi cái mùi của con thú mời gọi. Con hổ to mùa động dục- nó khản cổ gọi bạn tình mà chẳng có lời đáp lại. Nó gầm gừ rồi lại lủi thủi đi- tựa như cả cánh rừng này chỉ mình nó tồn tại. Ơ mà nhỉ? Đám bạn tình nó nấp ở đâu hết? Tôi đã chợt hỏi vậy khi thấy ba bốn ngày liền nó đi mà chẳng tìm được con cái nào để phối giống. Mà con đực mùa động dục hung dữ lắm- cả tôi và thằng Mắn đã theo chân nó để rồi cứ mỗi lần sắp hành động nó lại biến đi trong im lặng đến rợn người. Hay là nó trêu ngươi?

Đêm- chúng tôi chui trong những tấm chăn tơi tả, lẫn mùi người mùi thú. Những khẩu săm lét luôn được gối trên đầu. Cũng đã 5 đêm rồi đấy, năm đêm với nguồn lương thực dự trữ sắp cạn vậy mà kể cả một con gà rừng chúng tôi cũng chẳng mảy may tóm được. Hai thằng tự cho mình nghỉ ngơi sau một ngày đã quá vất vả trong rừng sâu. Rừng lạnh ngay cả trong mùa hè nắng nóng này. Đang thiu thiu... kí ức về khu rừng và cái chòi ma lại xuất hiện. Tôi lại nghe hàng ngàn tiếng thét gào, tiếng kêu cứu, tiếng cầu xin... tôi thấy tôi chao đảo, rồi cả người tôi lạnh toát, khi tôi bừng tỉnh, thằng Mắn đè tôi xuống và ra hiệu cho tôi im lặng. Nó trườn trên đầu tôi- dí cây súng vào tay tôi. Rất gần kia là hai chiếc đèn chiếu sáng đang từ từ tiến lại- tôi thấy đó là đèn thợ săn, rõ ràng thế. Tôi định hét lên rằng đừng bắn- vì chúng tôi cùng phường nhưng thằng Mắn lại bịt mồm tôi lại- nó thì thầm vào tai tôi "Ngài đấy, ngài đã dẫn xác đến".

Lập tức toàn thân tôi lạnh toát- tôi chưa bao giờ thấy mình bùng lên nỗi hoảng sợ như lúc này. Ngài uy nghi bước tới như thể tôi và thằng Mắn là mục tiêu của ngài, thằng Mắn hổn hển vào tai tôi- "Chĩa súng vào ngài đi- chỉ có thể làm thế. Hoặc ta thắng- hoặc ngài thắng".

Bầu trời đêm như bị xé toạc- tôi quay cuồng và thấy mình bay qua những ngọn cây. Tiếng gió, những tiếng nổ chát chúa, tiếng gầm gào, mùi người, mùi thú, mùi tanh hôi hỗn độn. Người tôi nhẹ bẫng, trên tay tôi vẫn là khẩu săm lét. Nhắm hướng có hai chấm sáng đang chồm lên chồm xuống, tôi nã đạn. Tôi nghe tiếng rống điên cuồng, và bất ngờ hai chấm sáng ấy chồm về phía tôi. Bằng kinh nghiệm bấy năm đi rừng, tôi nhanh chóng nấp vào gốc cây cổ thụ và nã đạn vào mục tiêu... hai chấm sáng vẫn lao thẳng băng về phía tôi nấp, tôi lại lùi sang một gốc cây khác, lại nã đạn... Khi tôi chuyển đến gốc cây thứ 5, tôi nhìn thấy hai chấm sáng bật nẩy ra phía sau rồi không còn thấy gì nữa... tôi chìm vào khoảng không.

Khi tôi mở mắt ra, đã có những ánh sáng xuyên qua tầng lá rọi xuống. Tan hoang, bằng phẳng. Nó như thể là nơi dành cho cả dân bản tôi ngủ qua một đêm vậy. Thằng Mắn... tôi gào tìm nó. Những vệt máu khô dính vào lá cây, thân cây. Nó đâu rồi. Cả xác con thú hung dữ đêm qua nữa, rõ ràng tôi thấy nó đã gục xuống, đã ngã về phía sau gốc cây sau khi mà nó đang bay về phía tôi rồi bị trúng liên tiếp mấy phát đạn.

Tôi lùng sục, tôi mò tìm... nhưng cuối cùng thì tôi không thấy cả hai. Thằng Mắn và con hổ. Tôi chạy khỏi rừng... hỗn độn trong ý nghĩ, có thể nào thằng Mắn lại khoẻ thế, một mình nó vác được con hổ to tướng ra khỏi rừng ư? Nó sẽ quay lại cùng dân bản tìm tôi đúng không? Nếu tôi là nó, sau khi tỉnh dậy thấy bạn mình đã ngất, cạnh xác một con hổ- tôi sẽ đưa bạn mình ra khỏi rừng chứ đời nào tôi bỏ bạn đấy để kéo hổ về cơ chứ. Cái thằng đúng là trẻ con.

*

Tôi đã không thể cùng những chàng trai vạm vỡ, những người đàn ông của bản trở vào rừng để tìm thằng Mắn vì những vết thương buộc tôi phải đến bệnh viện huyện. Tôi chỉ miêu tả đường đi, miêu tả khu rừng để họ đi tìm. Suốt những ngày nằm viện, tôi cứ đinh ninh... thằng Mắn có thể biến mất một thời gian dài, rồi nó sẽ về lại bản. Nhưng tôi lại cũng đau xót, lại run lên vì ý nghĩ nó không bao giờ xuất hiện nữa.

Cho đến ngày thứ 5, câu chuyện về thằng Mắn đến tai tôi.

Là thế đấy. Trong đầu tôi không thể hình dung ra con hổ có thể đứng dậy, có thể cắp cả thân hình thằng Mắn bỏ đi đâu đó, để xé toạc cái thây người nhỏ bé ấy ra. Sau đó nó sẽ quay lại dẫm nát tôi nữa, tôi cũng là một trong những kẻ đã hãm hại, cướp đi không gian, cuộc sống của họ hàng nó, của nó. Nhưng nó đã không còn sức.

Mế già không thể đến bệnh viện chăm tôi, đám thanh niên trong bản còn phải lo ma chay thằng Mắn, chỉ thằng em trai tôi thường xuyên túc trực... thằng hàng xóm hết giờ làm việc cơ quan là nó qua tôi, nhưng nó chẳng nói gì cả. Suốt mấy ngày như thế,

601

cho đến bữa tôi tự ngồi dậy được, nó nhìn tôi ngậm ngùi: "Mày còn trở về được là may lắm rồi" "Ừh..." Tôi thấy cái ừ của tôi thật lạc lõng, tôi thấy cảm giác vừa xấu hổ với nó, vừa hãi hùng bởi những điều mình vừa trải qua. Chiếc đồng hồ bệnh viện vẫn gõ nhịp đều tích tắc, tích tắc...

Từ đâu xộc vào mũi tôi mùi thú, mùi người...

Nhắm mắt, tôi thấy tôi băng qua những ngọn cây cổ thụ hoà trong một âm điệu lạ lùng. Và xa xa kia, thửa ruộng bậc thang của mế già tôi chập chùng xanh...

2012

Nợ rừng

Bút ký văn học.

(Với niềm kính yêu & nhớ thương cha!)

Khi tôi đưa cơm cho Cha ở bệnh viện, Cha điềm nhiên nói: "Thằng Thỏa về rồi con ạ. Em nó bảo nhớ rừng, về vài bữa em lại xuống"

Nhớ rừng ư?

Thằng Thỏa là con dì Hương, em gái ruột của mẹ. Dì dượng sinh những 7 đứa con, nhưng rồi dượng qua đời vì một căn bệnh hiểm nghèo khi thằng út của dì mới mấy tháng tuổi. Đồng lương của Cha tôi, tần tiện lắm thì cũng nuôi được chị em tôi đi học. Còn những đứa con của dì, mặc dù cha mẹ tôi cũng rất thương chúng nhưng không thể nuôi nấng tất cả chúng học hành. Mãi sau này khi chị em tôi đều đã học gần xong các trường chuyên nghiệp thì cha mẹ tôi mới có điều kiện nuôi thằng Thỏa, thằng Chích học cấp ba... Nhưng rồi chúng không học tiếp mà quay về với rừng.

Bản Diềm trong ký ức tôi vẫn còn dấu ấn của những lần mẹ địu em Thương, tay xách nách mang. Còn tôi lúc lỉu với túi đồ đạc, lẽo đẽo theo mẹ vào quê ngoại. Nhà ngoại ở sát bờ suối Nặm Choăng ngày đêm rì rào nước chảy. Tôi rất thích nghe thứ âm thanh không bao giờ dứt ấy, réo rắt, trong trẻo đến là vui...Ông bà ngoại đã thành người thiên cổ. Ngôi nhà cậu Diêu vẫn nằm sát mé suối Choăng. Chỉ khác chăng ngôi nhà xưa lợp bằng lá cọ, cột nhà chôn sâu xuống đất thì ngôi nhà bây giờ là một ngôi nhà toàn bằng gỗ. Bản Diềm của cậu Diêu, ngoài mùa làm nương phát rẫy thì tất cả đàn ông đều lên rừng để kiếm sống. Thứ mà rừng ban phát cho họ, chính là cây gỗ, tưởng chừng như vô tận đối với miền quê heo hút này...

Ngày giỗ của bà ngoại năm nay cậu Diêu bảo sẽ mời đông họ hàng. Mẹ tôi ở nhà chẳng biết xoay sở ra sao lại tất tả gọi điện kêu em tôi về. Em không thể về được vì nếu một mình tôi ở lại thành phố sẽ không biết xoay sở với Cha như thế nào? Thế là tôi có cớ về quê... Quê ngoại không có gì đổi khác lắm, vẫn là những mái nhà thưa thớt, liêu xiêu. Bữa cơm giỗ ngoại không đông như tôi nghĩ, chỉ vài mâm và đa phần là đàn bà. Cả mấy đứa con của cậu, thằng Thỏa và mấy đứa con trai của dì cũng chẳng thấy đâu. Khi tôi thắc mắc điều đó cậu Diêu gãi gãi đầu: "Thì... cậu cũng đã báo cho chúng nó trước, nhưng chúng nó ở hết trên rừng không về được..." Thím tôi loanh quanh gần đó nói xen vào "Cậu cháu là do không đi rừng được nữa nên hôm nay mới ở nhà làm giỗ bà..." Cậu tôi chống chế "Lúc còn khỏe thì phải đi mà làm ăn chứ, mình không làm có ai làm cho mình ăn đâu?" Tự dưng tôi lại buột miệng hỏi cậu "Sao cậu không để các em ở nhà, đi rừng mãi chỉ thấy tóc chúng nó dài ra như thổ phỉ chứ cháu có thấy lợi lộc là bao đâu". "Thì ở nhà cũng đâu biết làm gì? thanh niên, đàn ông trong bản mình đều đi rừng cả..."

Khe Noóng là bản cuối cùng của xã Châu Khê thuộc huyện Con Cuông, tỉnh nghệ An- là một bản giáp biên có khoảng 20 hộ dân tộc Đan Lai di cư từ bản Châu Sơn vào làm ăn bằng nghề nương rẫy, giờ cũng đã có điện và đang xây dựng đường nhựa từ xã Trung Chính sang. Con đường đang được đầu tư xây dựng và thi công từ Khe Noóng ra đến bản Xốp Pu, bản Khe Nà, bản Diềm... và qua mấy bản của đồng bào Thái nữa thì sẽ ra đến quốc lộ 7. Cậu tôi có cả một quãng thời gian tuổi trẻ sống trong những cánh rừng, cùng những chuyến đi mà lưng gùi ba lô nặng hơn cả trọng lượng người rồi hàng tháng mới trở về nhà.

Việc đầu tiên không thể thiếu trước khi vào rừng là lấy tiền cọc đặt trước của chủ thầu gỗ ở ngoài quốc lộ số 7 để mua sắm lương thực, những vật dụng cần thiết cho chuyến đi. Chuyến đi của họ hòa mình trong rừng với những chiếc lều tạm, cả rừng muỗi vo ve, cả rừng sên- vắt ngọ nguậy dưới chân... Giờ cậu Diêu của tôi không đi rừng nữa, nhiều lần cậu chống nạng đứng trên đường nhìn lên những cánh rừng mà gương mặt cậu đầy vẻ tiếc nhớ. Tai nạn không may xảy ra trong một lần đi làm gỗ, cậu bị gỗ đè suýt mất mạng. May mà kịp níu vào một cành cây khác nên không bị gỗ dập nát. Cậu bị thương ở chân phải. Gần hai tháng cậu nằm một chỗ bó bột, thuốc thang... ngỡ cậu khó có thể đi đứng trở lại... thế nhưng những mảnh xương dần liền lại , cậu đã không bỏ cái khát vọng được đứng dậy và bước đi, và cậu đã thành công... Nhưng còn cái khát vọng thôi thúc cậu nhất là được vào rừng, được nằm dưới những tán lá lấp lánh ánh nắng mặt trời thì vĩnh viễn khép lại. Đầu gối cậu không thể gập vào như một người bình thường được nữa. Điều đó cũng đồng nghĩa cậu không thể sải bước trên những chặng đường rừng cheo leo, gập ghềnh...

So với nhiều người, cậu Diêu vẫn được coi là may mắn, rừng đã lấy đi mạng sống của không ít người ở cái bản Diềm này. Có bao câu chuyện thương tâm xảy ra. Cách đây chỉ mấy tháng, thằng bé

Giót mới học xong lớp 6, thời gian nghỉ hè nó dắt trâu lên đồi dong trâu ăn cỏ trong khu rừng gia đình nó được chia bảo vệ. Bố nó là một người sống ở rừng nhiều hơn ở nhà, ông ta dựng sẵn cái lều, đồ nghề đi rừng về tấp hết trong cái lều tạm ấy. Thằng bé Giót nhiều hôm chứng kiến cảnh bố nó hạ những cây gỗ lớn. Rồi một buổi sáng như mọi ngày, nó lụi cụi trong túp lều và nảy ra ý định đưa cái cưa của bố nó ra rừng. Nó làm như bố nó, cưa mãi, cưa mãi cây gỗ nghiêng từ từ xuống phía triền dốc... cái cưa mắc kẹt, thằng bé sợ hỏng mất cưa, sợ bị bố mắng nên nó ra sức kéo mà không hay cây gỗ đổ... Máu của nó chảy loang lổ cả một vạt rừng. Cha tôi ôm xác đứa con trai bê bết màu, hú lên một tiếng trầm đục như con cọp bị thương, mẹ nó khóc gào rách cả họng nhưng nó không thể nào nghe được nữa...

Chuyến về quê giỗ ngoại, tôi cũng gặp dì Mai là họ hàng bên ngoại. Dì mất chồng khi tuổi còn đang như bông hoa nở rộ. Chồng dì cũng vác chiếc ba lô nặng trịch nào gạo nào muối lên rừng... Chú ấy chết khi đang bước những bước chân tưởng bình yên trong cánh rừng thì bất ngờ một cây gỗ có dấu gọt đẽo của rìu từ trên đỉnh núi lao xuống. Chú chưa kịp định thần thì cây gỗ bay qua. Xác chú mỏng tang, dính trong đất...

Những người dân bản Diềm cũng như còn nhiều bản khác ở cái xã vùng biên này là tội đồ của rừng nhưng thực ra họ chỉ là kẻ làm thuê cho những tay lái gỗ. Là những người có khi bị rừng báo oán đoạt lấy tính mạng, nhưng tính ra công sức của họ bỏ ra được nhận lại quá bèo bọt. Một chuyến vào rừng là ba tuần, một tháng hoặc hơn thế nữa... Khi về đến nhà, trừ đi khoản đã nhận cọc từ trước thì mỗi chuyến đi được dăm triệu là may, thông thường chỉ được trên dưới triệu bạc. Số tiền ấy nào đủ để làm gì? Nếu là ở thành phố chừng ấy tiền có khi chẳng đủ cho một bữa nhậu sơ sài của cánh đàn ông...

Thế nhưng, vì không có sự lựa chọn nào khác, những người dân quê ngoại của tôi và bao nhiêu trai làng, bao nhiêu người đàn ông của mường bản đó đây vẫn vào rừng với niềm hăng hái kiếm tiền. Có những sự hăng hái, những dự tính... vĩnh viễn im lặng trong muôn trùng sơn cước.

Tôi trở về thành phố. Những công trình mới đang xây, những con đường tấp nập, những ngôi nhà cao tầng và những ánh sáng ảo mờ khiến tâm hồn người bỗng bâng khuâng, thao thiết khi ngoảnh lại phía sau lưng. Đã quá lâu rồi... và phải chăng tôi đã quên những cánh rừng giờ đây ngày càng hoang tàn sát cạnh nhà tôi? Tôi nhớ cậu tôi với cái đầu gối không bao giờ gập lại được nữa. Cái khát vọng của cậu và của nhiều người quê tôi, tôi biết, chẳng bao giờ tắt được. Bởi vì một lẽ giản dị, rừng không chỉ là nơi kiếm sống, mà trong sâu thẳm tâm hồn, rừng là tất cả cuộc đời của họ, vui buồn, sẻ chia và mơ ước...

Hôm qua, thằng Thỏa lại về thành phố. Nó vẫn giữ lời hứa là về thăm rừng ít bữa nó sẽ trở lại chăm sóc cha tôi. Thấy bàn tay trái bầm đỏ của nó. Tôi hỏi: Tại sao?" Nó nở một nụ cười: "Gỗ đè chị ạ". Rồi nói thêm: "Thằng Quốc, con nhà cậu Đạo, chị nhớ không, chết rồi. Nó bị gỗ đè". Tôi thảng thốt quay mặt nhìn ra ngoài cửa sổ bệnh viện. Một tán cây xanh tỏa bóng. Và khí trời giao mùa, cái nắng oi như món đặc sản của xứ Nghệ, của miền Trung - cùng làn gió mang theo sự mát dịu rào luồn qua mái phố. Tất cả ở đây đều rất đỗi yên bình...

Lê Đình Đại,
"Gió Từ Bàn Tay Mở"...

Và, *Nguyễn Lương Việt.*

Nếu không kể những tác phẩm văn xuôi nhàn nhạt thì, cõi giới văn xuôi của những người trẻ trong nước cũng như hải ngoại, gần đây, có xu hướng nghiêng nặng về những nỗ lực trưng diễn ám ảnh và, phản ứng hóc hiểm, rồ, dại về dục tính!

Đó là số tác giả chủ trương cường điệu hóa những tình huống hoang tưởng một cách suồng sã. Chẳng những nó trái chiều nhân bản mà, còn quá đặc thù - Hiểu theo nghĩa chỉ là sản phẩm của trí tưởng tượng, được đặt trên bục cao của cố gắng mê sảng, sơn phết những bức tranh nằm xa, (quá xa) biên độ đời thường.

Phải chăng vì thế, khi nhận, đọc tập truyện *"Gió từ bàn tay mở"* của Lê Đình Đại (một bác sĩ có trên mười năm tình nguyện chăm sóc bệnh nhân tâm thần ở Bệnh viện Tâm thần Hòa Khánh, Đà

Nẵng); tôi đã phải tự che, chắn trước những trận gió cảm xúc rưng rưng tình người, họa hiếm, tác phẩm đem lại?*

Đọc *"Gió từ bàn tay mở"* (GTBTM) nhiều lần, tôi cảm tưởng họ Lê không chủ tâm đi vào cõi giới văn chương, như một kiếm tìm xa xỉ, phù phiếm cho vẫn vỏi kiếp người. Dù mỗi con chữ trong những truyện ngắn và, cực ngắn của ông, đều xao xuyến nhịp đập nhân ái.

Lê Đình Đại viết dễ dàng, đơn giản mà cảm động. Tựa đó là những trang nhật ký, hay tự sự kể của một chứng nhân sống giữa những người điên. Thế giới khác. Một loại địa ngục có thực, trên mặt đất!

Từ đó, tôi nghĩ, họ Lê viết, như một nhu cầu tự cứu rỗi. Một lối thoát cho những cảnh đời đáy bùn, vực sâu ông chứng kiến hoặc, đã gia công cứu vãn!

Mỗi con chữ trên trang văn của Lê Đình Đại, không chỉ cho thấy nó được chắt ra từ lương tâm một thầy thuốc mà, còn từ trái tim từ bi, trong sáng. Dù không ít lần, hồi quang từ lòng nhân ái của họ Lê, lại làm thành những vết- thương- trầm- cảm! Khiến Lê Đình Đại phải đau lòng viết xuống:

"... Bệnh tật như con tàu lao nhanh về phía trước, còn nền y học như kẻ bộ hành từng bước đuổi theo..." (GTBTM trang 41)

---

* "Gió Từ Bàn tay Mở", Văn Học xuất bản, gồm 15 truyện ngắn cho phần thứ nhất. Trong số này, có 3 truyện của nhà thơ Nguyễn Lương Nhựt, được Lê Đình Đại ghi lại, theo lời kể của Nguyễn.

(Tưởng cũng nên nói thêm, Nguyễn Lương Nhựt là bào đệ của nhà thơ Nguyễn Lương Vy, bào huynh của b.s. Nguyễn Lương Việt (bạn học, đồng nghiệp của Lê Đình Đại). Là một trong những bệnh nhân quen thuộc của Bệnh viện Tâm thần Hòa Khánh. Nguyễn Lương Nhựt là tác giả của hai câu thơ đắng lòng, viết mừng một bạn điên khỏi bệnh, trở lại được đời thường: "Mừng ơi! Bạn được làm người / hồn cây lá cũng vui cười xôn xao..." Phần thứ nhì, gồm 5 bút ký. Và, phần thứ ba, có 4 bài thơ.

Và, Lê Đình Đại đã bậm môi thú nhận:

"Đã bao năm trôi qua, đã bao lần tôi muốn bỏ nghề đi làm việc khác mà sao tôi vẫn ở đây?" (GTBTM, trang 26)

Tuy nhiên, không vì thế mà họ Lê có thể cởi áo. Quay lưng!

Tôi nghĩ, định mệnh Lê Đình Đại là định mệnh của ngọn nến (liu điu)! Định mệnh của kẻ đem ánh sáng (chấp chới) đến cuối đường hầm tuyệt vọng, cho những bệnh nhân tâm thần. Những con người dễ bị ghẻ lạnh, lãng quên!

Định mệnh đó, định mệnh Lê Đình Đại, kẻ mở rộng lòng tay (buông xả!) để nhận đón, chia sớt làn gió buồn / vui nhân thế:

"Chao ôi! Khe khắt mà bao dung, cánh cửa sự sống từng khép chặt lại ngày nào giờ đây bỗng tung mở, chân trời mới ló dạng và hạnh phúc biết bao sự sống lại gọi về. Sự phục sinh đã về. Đôi mắt chị giờ đây lại được nhìn thấy con, thấy chồng và được khóc trong vòng tay của những người thân yêu nhất. Những ánh mắt lung linh, lung linh mãi." (GTBTM, trang 44).

Hoặc ngắn gọn hơn:

"Những bông hoa đẹp nở từ thẳm sâu cơ cực." (GTBTM, trang 39).

Đó là lý do Lê Đình Đại không thể rời bỏ con đường "thương khó" đã chọn?

"Dường như có một sợi dây vô hình, một tình yêu xanh thẳm níu giữ chân mình... và tại sao tôi lại yếu mềm đến thế! Hôm chia tay với Mừng, cái ngày xa xưa ấy trong mắt mình ngấn lệ...

"Giờ đây, tôi mới thực sự hiểu mình. Tôi biết tôi đang đi về phía ấy... Người đi về phía thâm trầm và thơ mộng..." (GTBTM, trang 26)

Tôi không nghĩ tôi hiểu rốt ráo cụm từ *"Người đi về phía thâm trầm và thơ mộng"*! Nhưng tôi có thể quả quyết:

Đó là phía của những trái tim nhân ái lớn!.!

Những trái tim từ- ái lớn làm thành những lẵng- hoa- nhân-loại- thương- yêu. Quên mình, cho kẻ khác.

Và, đó cũng là một trong những lý do khiến nhân gian còn tồn tại đến hôm nay?

Nếu đúng vậy, tôi nghĩ, Lê Đình Đại là nhà văn có chiều cao (rất cao), hơn những cây bút hớn hở tự móc, treo mình trên những hô hoán! Bỗ bã!

Tôi muốn ví những trang văn của họ Lê, như những tình khúc đi ra từ một trái tim nhân ái, lớn.

(Garden Grove, tháng 6- 2013)

Trích văn xuôi Lê Đình Đại.

Một người điên làm thơ.

Nguyễn Lương Nhựt đến với thi ca trong cơn điên của mình, sau cơn điên và sẽ đến hoài. Bởi vì, anh luôn ham thích làm thơ. Anh làm thơ mọi lúc mọi nơi. Đặc sắc của mọi đặc sắc trong thơ anh là sự chân tình cảm xúc như chính cuộc đời anh hết mực chân tình. Nguyễn Lương Nhựt chọn cho mình – hay đúng hơn, tạo hóa chọn cho anh - một con đường: con đường điên. Nhưng lạ lùng thay, dưới mọi tầng nghĩa, thơ anh không hề có ngôn ngữ phân liệt. Một kẻ điên làm thơ còn giữ sự trong sáng của tiếng Việt, thế mà không ít người tỉnh làm thơ lại điên hóa tiếng mẹ đẻ của mình!

Nguyễn Lương Nhựt nằm tại Bệnh viện Tâm thần Hòa Khánh hàng chục lần, từng nằm hơn 300 ngày trong một lần nằm viện. Quả thật, về kinh nghiệm nằm viện, không ai qua mặt được anh.

Hãy đến thăm nhà thương Hòa Khánh
Nơi chúng tôi là những kẻ điên tàn
Mới thấy rõ những người đang thèm sống
Rất thương đời cúi lượm những hạt cơm.

Toàn bộ những sáng tác thơ của Nguyễn Lương Nhựt ra đời khi anh nằm chữa bệnh, có những cơn bộc phát dữ dội buộc lòng phải đưa anh vào phòng cách ly, vậy mà sáng ra anh vẫn có thơ để tặng:

Phòng trống mình tôi, tôi với tôi
Đối lòng, đối cảnh, đối đơn côi.

Thơ anh như một lời trần tình, một lời cầu nguyện, và vượt lên tất cả là lòng biết ơn vô hạn của một người mang tâm bệnh:

Một điếu thuốc cũng là tình cảm lớn
Vài câu an ủi nhỏ quí vô vàn
Tình san sẻ giữa hai màu áo trắng
Bên Mẹ Hiền bên là những bệnh nhân.

Một ngày cuối tháng 10.1994, anh đến bệnh viện trong một dáng dấp lịch sự, chững chạc. Tôi ngỡ anh ra thăm vì xa lâu mà nhớ. Song tâm sự một hồi mới biết anh muốn xin dưỡng bệnh một thời gian. Tôi mỉm cười nói với anh:

- Chà, anh bắt chước loài dơi đi tìm một giấc ngủ đông. Năm nay vào viện đẹp quá vì... không quậy.

Có lần tôi chở anh về thăm nhà, má tôi đang quét sân, anh bước vào chào bà. Đến khi mâm cơm đặt trên bàn thì bài thơ "tốc hành" vừa xong:

Con về thấy má quét sân
Lá cây, cỏ, rác, bụi trần sạch trơn
Cửa nhà trông bỗng sáng hơn
Chưa chi má đã dọn cơm lên bàn.

Có muôn nẻo dẫn đến bệnh tâm thần phân liệt song lối ra không đơn giản. Hàng chục năm thân quen, hàng chục năm theo dõi và suy nghĩ về diễn biến bệnh của Nguyễn Lương Nhụt, tôi thấy anh là một "con bệnh" hiếm có. Ở anh là một sức chịu đựng phi thường, luôn cố vượt lên những điều kiện rất hạn chế về nhiều mặt trong đời sống ở bệnh viện.

Anh từng đọc cho tôi nghe một mạch:

Ta sống cùng chung một lũ điên
Dần dà hóa đá cả con tim
Thấy gần cát bụi hơn gần vợ
Chôn chặt tâm tư mấy nỗi niềm.

Phần lớn thơ anh làm trên những tờ ruột của bao thuốc lá và giấu trong tay áo. Nhiều bài thơ làm tôi rơi nước mắt:

Ngồi xem cháu bé bình yên ngủ
Bồi hồi lòng lại nhớ thương con
Bao giờ ai cũng đều no đủ
Ba sẽ cõng con chạy khắp làng.

Vợ anh hiện là giáo viên tiểu học, vừa nuôi hai đứa con dại vừa nuôi chồng điên loạn.

Thơ anh hiếm có bài vui, còn chăng là một tí trào lộng rã rời, chân thực:

Khuya về phố vắng chó tru
Tróe troe, lói chói, chu hu giật mình
Đạp xe nhè nhẹ làm thinh
Lao xao tiếng chó tru mình bơ vơ.

Con đường điên sóng sánh với con đường thơ. Nguyễn Lương Nhụt như hạt giống được cài đặt vào nơi thẳm sâu cơ cực để cất lên tiếng hát, hát thay cho những người đồng bệnh của mình:

Của dơ giẻ rách một gùi
Ôm khư khư như ôm lấy cuộc đời
Vừa hát
La
Chửi
Rủa
Khóc
Cười...

Điên hay tỉnh cũng một kiếp người. Cứ mỗi lần nhìn những bệnh nhân miếng cơm không đủ ăn, chiếc áo không đủ ấm, tôi lại đau lòng nghĩ đến sự dư thừa của một xã hội khuyến khích con người tiêu thụ:

Chúng tôi đấy! Điên – luồn trôn - ở lỗ
Giữa chợ đời lượm đồ bỏ dùng ngay
Có thể đó là đồ ăn ruồi bọ
Của côn trùng tranh sống đón tương lai!

Tấm thân anh đã mòn mỏi cỡ nào sao còn ôm ấp thiên hạ vào lòng làm chi cho nặng gánh! Thôi thì quay về với tổ ấm bé xíu của anh nơi Quán Rường, chôn nhau cắt rốn, ở đó có những đứa con đứt ruột đẻ ra, tựa vào đó với tất cả niềm hy vọng diệu kỳ, điểm tựa ấy nhất định là mãi mãi:

Khôn lớn rồi đừng trách ba nhé con
Suốt một đời ba gần như điên loạn
Chỉ để lại cho con trong sáng tâm hồn.

Ngoài những vô số bài thơ thất lạc, vung vãi, đốt xé, đến nay anh còn đến 280 bài. Anh giao cho tôi giữ và tôi gìn giữ như là báu vật của đời anh.

Xuyên suốt thơ anh là sợi chỉ tình xe kết chân thực, trong khi nhiều thi nhân làm thơ đều có sáo ngữ, chắc vì họ tỉnh? Lòng người điên chỉ nói thực. Đó là chỗ đẹp nhất của thơ anh.

Mừng ơi! Bạn được thành người
Hồn cây lá cũng vui cười xôn xao
Từ đây hạnh phúc dạt dào
Trong vòng sinh tử xin chào bạn tôi.

Bạn đồng hành của thi sĩ phải chăng là nỗi khốn cùng?! Một số bài Nguyễn Lương Nhựt lột trần được nhiều thâm ý để diễn tả thế giới người điên, một thế giới mà có lúc con người sống thê lương, quần quại. Có bao kẻ ý thức mù mờ vẫn cố bám lấy từng hạt cơm để sống. Anh sinh ra, lạc đến lối này, rồi trở thành một nhân chứng sống động và kỳ lạ. Tôi mừng cho anh. Anh luôn cố vươn tới tìm giữ những nét đặc thù mà khách quan luôn xúc động khi chạm đến thơ anh:

Chó điên, chó dại cắn càn
Người điên, người dại thân tàn đáng thương
Tôi điên một cách tầm thường
Làm thơ vơ vẩn để thương nhớ đời.

Là một thầy thuốc, tôi chưa hề cả gan bình phẩm thi ca, nay nói bâng quơ về một góc khuất của cuộc đời làm sao tránh khỏi khiếm khuyết. Song, tôi tin rằng ở miền đất tuyệt đẹp và bí ẩn của tâm hồn thơ Nguyễn Lương Nhựt là một hiện tượng, bởi lẽ chính người điên phản ánh thân phận mình. Và xa hơn, thơ là ân nhân, là cứu cánh của đời anh.

Cầu trời cho anh vĩnh viễn khỏi bệnh, lời cầu chúc của một người thầy thuốc thật đơn sơ trước thềm năm mới!

(Bệnh viện tâm thần Hòa Khánh)

Gọi sao về trên những ngón tay

Một nhà văn dắt con gái là sinh viên vừa phát bệnh vào viện. Cô gái trẻ và xinh đẹp vậy mà la hét om sòm, rồi hát... rồi cười... Thấy vậy nhiều bệnh nhân tò mò chạy xô tới xem, vừa đưa tay xin thuốc lá vừa chỉ trỏ kháo nhau:

- Này ông, ông là thầy giáo phải không?

- Sao cô biết?

- Thưa ông, chữ nghĩa trong đầu ông bao nhiêu mà lộ ra trước trán.

Nhà văn đang ngờ ngợ thì có tiếng nhao nhao:

- Ông mà dạy ai, bụng phệ, uống bia nhiều, ổng là tư sản bây ơi.

- Không, ông này là bác học vì sói đầu sạch trơn.

- Không, trật hết rồi. Ông này là bệnh nhân tâm thần mới vào viện, y bọn mình thôi anh em ơi.

Nói rồi cả đám cười vang...

Giống gà trống thiến mắc dây thun, nhà văn đỏ mặt tía tai, đứng sững như trời trồng, ngượng ơi là ngượng! Và, vẻ mặt ông ta lúc ấy lúng túng ra sao, ngơ ngáo thế nào thật không tài nào tả nổi!

Còn con ông, đêm đêm cô gái đi dưới ánh trăng đưa hai tay lên đầu, xòe ngón ra như những cánh sen và mỗi lần gặp tôi, cô gái nói:

- Bác sĩ ơi! Gọi dùm sao về đậu lên mấy ngón tay em đi... Đừng làm thơ, làm văn... Hãy chữa bệnh cho em, bác sĩ ơi!

Đinh Mười

Đinh Mười đứng vụt dậy trong buổi sinh hoạt gần 150 bệnh nhân, giọng anh sang sảng:

- Thưa các bạn, tôi đã phát minh ra máy chống thất tình.

Cả hội trường ầm lên.

- Rất hấp dẫn – bác sĩ Thu nói – xin giữ yên lặng, anh cho biết phát minh để làm gì?

- Thưa chị, ai ai cũng bảo tôi bị thất tình, cả anh Đinh Chín cũng bảo thế, tôi điên lắm, bao đêm thao thức, trằn trọc nay chế được máy như thế này... thế này... Bấm nút rồi hướng ăng- ten về trái tim các cô gái. Máy hoạt động và cho đáp số lập tức: Cô này yêu 100%, cô kia 50%, cô kia 0%... Kìa, ăng- ten rung bần bật, cô kia yêu tràn cả ra ngoài... Đàn bà không thể lừa tôi nữa. Tôi sẽ hết điên...

Tất cả bệnh nhân cùng hô vang: "Hay quá! Hay quá!"

Riêng Đinh Mười, chao ôi, lúc đó sung sướng cực kỳ khi anh thuyết minh hùng hồn về phát minh hệ trọng của đời anh!

Hôm sau tới cổng bệnh viện ai cũng thấy tại cây trụ to nhất có hình vẽ thật to bằng sỏi hình hai trái tim với hàng chữ: "Máy chống thất tình". Tất cả được viền khung y như một thiệp cưới.

Lê Lạc Giao, tính điềm tĩnh trong cõi- giới truyện ngắn

Bước vào cõi- giới văn xuôi rất sớm, tự quê nhà, trước tháng 4- 1975, truyện ngắn Lê Lạc Giao hiện ra như một thứ nắng, gió khác.

Nếu văn chương của những người trẻ cùng thời với Lê Lạc Giao, là thế giới còn thơm mùi mực tím, giữa một thổ ngơi chấp chới lá me, thơm thảo ô mai, rộn rã tiếng guốc học trò - Thì, Lê Lạc Giao đã một mình, tách ra, để bước vào (đem đến cho người đọc) một thời tiết khác.

Tôi muốn nói, đó là một thứ thời tiết oi nồng băn khoăn. Nhức nhối tâm thức.

Tôi muốn nói, đó là thứ thời tiết dự báo những cơn dông, mang tên truy nã. Soi tìm bản ngã.

Tôi muốn nói, đó là thứ thời tiết ẩm ướt thất lạc. Lạnh buốt bơ vơ. Bập bềnh nỗi buồn mang tên thân phận. Ngổn ngang những chất vấn nhân sinh...

Dù tất cả, tự thân, chưa tỏ, rõ chân dung!

Nhưng, với tôi, nỗ lực tách, thoát của Lê Lạc Giao, cho thấy ngay khi còn rất trẻ, họ Lê đã sớm có cho mình, cái tâm- thái văn chương nghiêm chỉnh.

Nghiêm chỉnh ở đây, hiểu theo nghĩa cây bút trẻ này, bước vào văn xuôi hay thi ca, không như một đua đòi.

Ngay tự khởi đầu, Lê Lạc Giao đã nói không với a dua. Thời thượng.

Ngay tự khởi đầu, Lê Lạc Giao đã nói không với lá me. Mực tím...

Tôi hiểu, để giữ được phong cách đó, Lê Lạc Giao không chỉ lạc lõng giữa cuộc đời mà, còn lạc lõng giữa đám đông chung quanh, nữa.

Tuy nhiên, ở mặt khác, cô độc của Lê Lạc Giao lại biểu thị độ cao của lòng tự tin và, tính trân trọng với văn chương. Một biểu thị hiếm, quý nơi những cây bút trẻ, ở điểm xuất phát.

Tôi không biết những năm tháng tù tội, đọa đầy nơi đáy cùng địa ngục bất lương thời thế, lầm than lịch sử, khi miền nam thất thần bị nhận chìm trong cơn hồng thủy tháng 4- 1975... để lại thân, tâm Lê Lạc Giao những hậu địa chấn nào? Nhưng, trong ghi nhận của riêng tôi thì, khi cầm bút trở lại - qua tuyển tập truyện ngắn này, tự thân chúng, đã hiển lộ chân dung! Chân dung văn xuôi. Chân- dung- truyện- ngắn- Lê- Lạc- Giao.

Tôi thấy, tôi cần phải nói ngay rằng, tôi thích lắm cái phong thái điềm tĩnh của họ Lê, trong truyện *"Nụ cười buồn mùa hè"* và, *"Bên này ước vọng"*.

Tôi hằng nghĩ, thước đo chuẩn xác nhất tài năng một nhà văn, ở lãnh vực truyện kể là, tính điềm tĩnh.

Vẫn theo tôi, nhà văn chỉ làm chủ được ngòi bút (những xung động) của mình, khi y có được cái phong thái điềm tĩnh. Để không bị lôi tuột, cuốn trôi theo cường lực thủy triều của những đột biến tình cảm lúc sáng tác.

Nếu cần phải cho điềm tĩnh một tên gọi thì, tôi muốn gọi đó là những dấu lặng, cần thiết. (Như những dấu lặng trong âm nhạc).

Chúng cho nhà văn cơ hội nhìn ra, ghi xuống nhiều chi tiết. Những chi tiết giúp Truyện có được sự giàu có. Thậm chí, chiều sâu.

Đọc truyện ngắn Lê Lạc Giao hôm nay, tôi lại trộm nghĩ, có dễ cũng từ phong thái điềm tĩnh kia mà, Lê Lạc Giao đã làm mới được những mô tả, trong cõi- giới truyện ngắn của mình. Thí dụ:

"An cười trong ánh nắng như chim oanh gặp bạn, tiếng cười trong treo và vang rất xa. Tiếng cười của nàng làm vỡ vụn vạt nắng trên tàng cây, biến thành hàng vạn mảnh thủy tinh li ti vàng óng lung linh trong tàng khuynh diệp rớt chầm chậm xuống bờ mi mắt đang ngủ của Thăng (...) Cái chấm trắng mỏng manh hiện dần trên đường như một nốt nhạc khuấy động mảng màu sắc nặng nề ủ rũ ấy..." (Trích "Nụ cười buồn mùa hè".)

Hoặc:

"Khuôn mặt ông không hề diễn tả tình cảm. Nó chỉ là chiếc mặt nạ bằng sáp và ông Tiến chỉ mở miệng để ăn, để đưa bao nhiêu món ngon vật lạ từ những buổi tiệc, cúng giỗ trong làng vào túi cơm là cái bao tử để từ đó nó xay, nghiền qua bao nhiêu quy trình chế biến cuối cùng biến thành máu thịt nuôi sống ông, giúp ông tồn tại trên cõi đời ô trọc và khó hiểu này..." (Trích "Một kiếp người")

Hai trích đoạn kể trên, chỉ là vài thí dụ điển hình cho phong cách nhà văn của Lê Lạc Giao: Người làm chủ được ngòi bút (những xung động) của mình!

Tôi không nghĩ chúng ta còn thấy phải đòi hỏi gì thêm, nơi truyện ngắn họ Lê, khi tác giả đã "... có được cái phong thái điềm tĩnh, để không bị lôi tuột, cuốn trôi theo cường lực thủy triều của những đột biến tình cảm lúc sáng tác."

(Calif. 3 - 12th – 2013)

Những trang văn xuôi Lê Lạc Giao

Nụ cười buồn mùa hè.

Khi cô gái bước lên đồi cao cuối làng nắng sáng đã tràn xuống bờ triền thung lũng phía đông. Vạt nắng vàng choàng lên đồng cỏ xanh nét óng ả tươi vui. Gió mát thổi dọc bờ sông chạy về phía đông mất hút ở chân trời. Bên kia đồng cỏ đường xe lửa chạy song song qua trạm ga dưới tàng cây bàng cổ thụ đứng cô đơn hơn một đời người bên sân ga. Cô gái nhìn dáng cây cao uốn cong về phía đường rầy xe lửa như bóng một bà lão còng lưng đang cho gà ăn. Bà của cô vẫn thường có dáng như thế mỗi buổi sáng sớm bước ra trước nhà với đám gà con ríu rít chờ thức ăn chạy đằng sau. Khi tiếng còi tàu hai lần trong ngày bắt đầu vọng đến đầu làng bà nói với cô khi thấy cô đứng nhìn về hướng ga rằng bà đã từ cái ga xe lửa cô đơn ấy đến làng này lập nghiệp khi còn là một cô gái mười tám tuổi. Đã hơn năm năm từ ngày cô chú ý đến cách nói và nét buồn bã trên khuôn mặt mỗi một ngày một già nua thêm của bà ngoại cô. Đằng xa kìa, xóm dừa ngày ấy chỉ là một đầm nước hoang đầy sậy và cỏ lác. Lúc bấy giờ chỉ có muỗi và cá sấu. Khi con người đến, cá sấu ra đi vì thức ăn của nó dần dần bị con người vét sạch và khi không còn gì để ăn người ta bắt đầu săn bắt cá sấu. Cá sấu dần dần mất hẳn khi cái đầm lầy ấy trở thành một làng dừa và bà từ một cô gái nghèo khổ trở thành chủ một quán nước đầu làng thì triền dốc ven đầm lầy nối liền với sườn núi phía nam bắt đầu đón con đường sắt từ thành phố biển phía đông xuyên qua chân núi chạy về phương nam. Con đường sắt này chạy về đâu nhỉ? Miện vẫn thường tự hỏi từ ngày cô năm tuổi được cha cõng trên lưng vượt khỏi bờ triền dốc đi về những hàng quán tạm xung quanh ga bán thức ăn và những thứ cần dùng cho những kẻ lang thang theo con đường sắt đi về phía nam tìm công việc mưu sinh. Miện nhớ cha cô cao lớn, đứng sừng sững trong gió chiều mỗi khi khi bóng nắng rời làng theo hướng xe lửa ra đi. Cha cô nhìn về ngọn khói xám cuồn cuộn sau xe trước khi đầu xe lửa biến mất vào khe núi. Ông chỉ về nhà cuối tuần rồi sau đó lại ra đi. Ngày chủ nhật cha cô cõng cô đi về triền dốc phía đông, trong khi bà ngoại cô phải ra bờ sông giặt quần áo. Mẹ cô mất sau khi sanh cô. Sinh khó trong thời gian ấy là sự rủi ro và cái làng heo hút của cô không có bác sĩ để cứu giúp những trường hợp nguy hiểm ấy. Ngày ấy xe lửa đến làng với làn khói đen và tàn lửa bắn tung ở đầu máy những khi gió cuộn mạnh. Trên lưng cha cô bé năm tuổi chỉ nhìn thấy mây trên trời cao và gió mùa xuân trong nắng sáng hình như giúp cô lớn nhanh ước mơ của mình. Cô cứ nghĩ ngày mình được ngồi trong toa xe lửa nhìn nó chạy qua những nơi mà cô chỉ có tưởng tượng ra khi nhìn lên trời cao hay trong giấc mơ mà thôi. Con chó Bi già chạy lon ton phía sau thỉnh thoảng sủa trên chiếc bóng nhảy múa của mình.

Thăng đặt con gái xuống đất khi bước lên bậc tam cấp cuối cùng của sân ga. Anh nắm tay con chậm rãi đi về phía dãy hàng quán cuối sân ga, con Bi lủi thủi phía sau. Những người đưa đón khách đã tản đi sau khi xe lửa ra đi hai giờ đồng hồ trước. Lác đác vài kẽ quang gánh theo con dốc trở về làng sau triền đồi phía bắc. Mua cho con một túi kẹo và một chiếc bánh cam tẩm đường Thăng nhìn con đường sắt mỗi tuần đưa anh đi và mang anh về lòng trĩu nặng muộn phiền. Anh sống trong hai thế giới khác biệt.

Thành phố đằng xa kia là một phần đời của anh và nơi này là phần đời còn lại. Nơi đây anh có một mái nhà, một nấm mộ của vợ và thân nhân ruột thịt. Con gái anh đang chạy tung tăng với con chó Bi đằng sau là một niềm vui cuộc đời. Anh nghĩ như thế vì cái thị trấn bên kia rặng núi cho anh tiền bạc nhưng hình như thiếu một chút tình. Tuy thế, anh không thể bỏ nó. Tiếng động ồn ào buổi sáng, tiếng réo gọi của những gánh hàng rong, còi hụ của nhà máy điện, tiếng gào thét của các chuyến xe lửa vào thành phố và ngay cả cô gái ăn sương cũng có cái phong thái riêng trong cái không gian ngột ngạt nhưng quen thuộc của một nửa con người cuồng nhiệt và phần tương phản còn lại một bầu trời trong xanh yên tĩnh cuối tuần ở đây với bao nhiêu kỷ niệm.

Thăng ngồi xuống gốc cây sung già cạnh bờ suối, con gái anh đang bẻ từng mảnh vụn bánh cam cho con Bi ăn. Nước chảy nhẹ róc rách gần bờ, bầu trời cao, nắng trong ươm vàng một khoảng triền thung lũng. An ngồi chỗ ấy, cách anh hơn sải tay trên phiến đá nâu đang giặt quần áo. Hình ảnh của mười hai năm trước. An mười chín tuổi, Thăng hai mươi ba. An cười trong nắng sáng như chim oanh gặp bạn, tiếng cười trong trẻo và vang rất xa. Tiếng cười của nàng làm vỡ vụn vạt nắng trên tàng cây, biến thành hàng vạn mảnh thủy tinh li ti vàng óng lung linh trong tàng khuynh diệp rớt chầm chậm xuống bờ mi mắt đang ngủ của Thăng. Tiếng cười đã đánh thức anh ra khỏi một giấc mơ ngày còn bé. Cha anh chở anh trên chiếc mô tô chạy về phía xóm đạo dưới chân núi. Xe chạy qua những đồng lúa vàng hút mắt. Gió nồm mát rượi mơn man trên mặt Thăng gợn một niềm vui lâng lâng nhè nhẹ hẳn trong lòng cậu bé cảm giác vĩnh viễn thứ hạnh phúc cô tịch của thời thơ ấu. Mở mắt anh còn nghe ngân trong nắng sáng một âm thanh vọng lại từ cơn mơ hòa lẫn tiếng cười lấp lánh nắng sáng của An dưới tàng cây. Thăng ngồi dậy nhìn ra bờ sông thấy An đã giặt xong quần áo đang đùa nghịch nước và cười nói với những cô gái trong làng. Làn nước trong vắt nhảy múa chung quanh cặp chân trắng nuột của nàng. Anh nghe trong gió thoảng mùi hoa bưởi và chợt nhớ đến những ngày còn đi học phía bắc. Nơi ấy có những cô gái nói tiếng địa phương như chim kêu, mái tóc dài e ấp và những con đường trồng nhiều phượng dọc hai bên lề. Buổi sáng dậy sớm từ căn phòng trọ cạnh bờ sông anh đã nghe tiếng nói ríu rít của những cô gái đi xe đạp đến trường. Tiếng bánh xe nghiến trên mặt đường chen tiếng guốc rộn rã dù nhắm mắt anh vẫn thấy rõ ràng màu sắc tươi sáng của những ngày tháng học đại học. Thăng chồm dậy nhìn qua cửa sổ, gió buổi sáng mát rượi và đẫm mùi hoa bưởi thổi từ hàng bưởi thanh trà đang ra hoa dọc bờ sông cuốn lên mặt đường. Bao giờ cũng thế bức tranh ngày hè thẫm đỏ màu phượng vĩ và anh đã vẽ không biết bao nhiêu bức tranh cốt ghi lại cảm giác ấy nhưng vẫn không hài lòng. Nhìn đống tranh chồng chất dưới mái hiên, Trường, người bạn thân cùng lớp học cao đẳng mỹ thuật hỏi:

- Mày vẽ rất đạt nhưng vẫn cố vẽ thêm để làm gì? Mày muốn cái gì trong tranh? Mày không cảm thấy nhàm chán khi cứ miêu tả mãi một khung cảnh.

Lúc ấy Thăng trả lời:

- Tao không vẽ cảnh, tao vẽ âm thanh và cũng bởi chưa nghe được những nốt nhạc trong tác phẩm của mình.

- Cũng là thứ ấn tượng. Nắng sáng khác nắng chiều và nhạc ban mai không thể nào nhầm lẫn với dạ khúc được!

Trường vừa nói vừa gật gù có vẻ đắc chí. Thăng nghĩ Trường hiểu lầm mình nhưng anh không nói gì. Với anh nỗi buồn hay niềm vui đúng là cảm xúc nhưng cảm xúc này có đủ âm thanh và màu sắc. Nhiều khi cố gắng diễn tả, người họa sĩ chỉ vẽ lên màu sắc mà không hề miêu tả được âm thanh. Từ lâu anh cố gắng diễn tả cảm xúc của mình trong tranh nhưng không thỏa mãn. Trong khi đó Hạnh là nhạc sĩ, lại làm được điều đó. Thăng phục Hạnh và ngầm kính trọng bạn như một thiên tài. Nhạc của Hạnh đi đủ ba chiều kích dù chỉ vài nốt nhạc hết sức giản dị. Nhiều khi nghe nhạc của Hạnh, Thăng ao ước nhặt được mảng âm thanh kỳ diệu ấy bỏ vào tranh của mình. Mùa hè thành phố cổ kính ấy đỏ rực màu phượng vĩ. Những cô gái áo dài trắng đi guốc hay đạp xe chầm chậm ngẩn cao đầu như cười với trời xanh mây trắng là thứ cảm hứng dường như bất tận cho những nghệ sĩ trẻ trong thành phố nhưng đến năm thứ ba Thăng không còn ưa chuộng khung cảnh ấy nữa. Bấy giờ anh chỉ xử dụng màu xanh đen chen chút vàng nhạt. Tranh tối hơn nhưng có chiều sâu. Màu vàng cho chút hi vọng le lói khiến Thăng năm hai mươi mốt tuổi thường lang thang trên bờ sông quê nhà nhìn chăm chú chân trời xa tìm một hình ảnh nào đó không hề có hình thù nhất định nhưng lại mang nặng nỗi cô đơn ngút ngàn.

Buổi chiều Thăng mang giá vẽ ra bờ sông, anh muốn ghi lại ánh nắng chiều quê nhà trước khi trở lại trường. Trầm ngâm rất lâu trước vạt nắng vàng trên đồi cao. Con đường nhỏ từ làng ra bến sông vắng ngắt. Một chút tối đằng xa bên kia dãy núi lớn chầm chậm về hướng ga xe lửa. Thăng pha màu và vẽ rất nhanh. Cũng bấy nhiêu màu sắc dù trời còn xanh anh vẫn cho chút màu tối vào để tương phản vạt nắng còn lại trên con đường về làng. Lúc bấy giờ trong cung bậc trầm trầm buổi chiều mùa hè oi ả làm nên nét uể oải của núi đồi trước mặt thì An xuất hiện. Cái chấm trắng mỏng manh hiện dần trên đường như một nốt nhạc khuấy động mảng màu sắc nặng nề ủ rũ ấy. An áo trắng cổ tròn lá sen quần đen mang trong tay chiếc giỏ mây vàng nhạt đựng quần áo đi rất nhanh và mỉm cười với Thăng. Anh chợt nhận ra nụ cười có đủ âm thanh và màu sắc mà anh từ lâu mơ ước. Anh vội vàng vẽ, cô gái đi ngang trước mặt chỉ còn lưu lại trong trí nhớ một vùng ánh sáng huyền ảo. Vẽ xong, Thăng nhìn chăm chú như nhớ lại một kỷ niệm xa xưa nào đó từng thấp thoáng trong giấc mơ của mình. Kỷ niệm ấy nhạt nhòa nhưng rõ ràng là một thứ hạnh phúc êm ả như cơn nồm mùa hạ thổi qua mảnh sân nhỏ còn nồng hơi nắng trưa. Anh nhắm mắt và mở mắt với cảm giác lạ. Cô gái đứng bên cạnh anh từ bao giờ đang ngắm bức tranh và mỉm cười. Cô không nói tiếng nào rồi lặng lẽ bước đi một khoảng khá xa mới quay lại nhìn lần nữa như gửi lời từ giã. An đến với anh như chút hi vọng mà anh thường nhóm lên trong tranh của mình. Dù mỏng manh nhưng rõ ràng đầy sức thuyết phục. Ngày hôm sau anh lên đường trở về thành phố phía bắc hành trang không thêm gì ngoài nụ cười hiền hòa của An chiều hôm trước bên bờ sông.

Bức tranh chưa khô Thăng vẫn để trên hàng hiên. Tuần lễ sau, cha Thăng đem nó vào phòng khách. Thăng viết thư nhắc cha bảo quản tấm tranh cho mình. Mười ngày về nhà nghỉ Tết Thăng mỗi ngày đều chăm chú nhìn ngắm bức tranh ấy trước khi ra lang thang ở bến sông. Không phải Thăng tìm sự khiếm khuyết trong bức tranh mà anh đang khám phá niềm vui mong manh ở tận đáy lòng. Ngày thứ ba Thăng gặp lại An. An hỏi anh về bức tranh mùa hè. Thăng nói:

- Cô An còn nhớ đến nó hay sao?

An không trả lời mà hỏi lại:

- Sao anh biết tên em?

- Ở đây mà không biết tên cô mới là lạ. Thế cô có biết tôi hay không?

An cười lập lại:

- Ở đây mà không biết anh mới lạ. Thực ra em biết anh nhưng không rõ tên. Anh học trường tỉnh thường đi ngang nhà em mỗi sáng.

Thăng nhớ bóng áo dài trắng thấp thoáng trong mảnh sân um tùm cây kiểng đầu làng những khi ghé ngang quán nước của mẹ An mua bánh ngọt trước khi lên xe đò xuống trường. Anh nhìn sâu vào đôi mắt to, hàng mi cong của An lòng chợt bồi hồi xúc động. An hỏi :

- Anh là họa sĩ phải không?

- Bây giờ thì chưa, nhưng năm tới sau khi ra trường tôi sẽ là họa sĩ.

- Sao hôm nay anh không vẽ nữa?

- Tôi đi tìm người mẫu.

- Ai là người mẫu của anh?

Thăng đưa tay chỉ An, cô cười bẽn lẽn. Nụ cười có chút ngập ngừng nhưng tỏa ra như nắng sáng. Thăng theo An xuống bờ sông. Trong khi An giặt quần áo, từ xa Thăng ngắm nàng trong bầu trời nhiều mây tháng chạp. Mây xám làm bầu trời như thấp xuống. Tấm áo trắng của An in trên mặt nước xanh tối vì phản ánh bầu trời đầy mây trên cao và phía sau màu xanh sẫm núi đồi tạo nên những khối màu nặng nề tựa lên nhau và tất cả cái u buồn ấy dường như nhẹ nhõm khi An cất tiếng cười với anh. An đứng nhìn về phía Thăng. Tóc bay trong gió sáng mắt long lanh và tiếng cười dường như xua đi những ưu phiền trĩu nặng trong hồn anh. Cử chỉ và tình cảm của An theo anh suốt mùa xuân năm ấy và anh đã vẽ tấm tranh thứ hai từ khi quen nàng. Thăng vẽ An theo trí nhớ nhưng bố cục không khác một buổi sáng cuối đông có thật diễn ra trước mắt mình. An ngồi trên bờ đá ven sông, một nửa mặt nghiêng về phía Thăng như che dấu một nụ cười. Đằng sau nàng là mùa đông nhưng phía trước mùa xuân rực rỡ vì nụ cười của nàng làm nhẹ đi những tảng mây xám tối phía sau. Thăng nhớ nụ cười như nghe đâu đấy trong hồn chỉ một nốt nhạc làm cho chuỗi hòa âm khởi sắc. Anh bằng lòng với bức tranh thứ hai và trịnh trọng treo nó trong phòng khách ngay cửa ra vào. Mỗi lần ra khỏi phòng Thăng dường như thấy An vô hình đang cười với mình. Tình yêu Thăng vun trồng theo từng tác phẩm nghệ thuật mà anh dành cho An như miêu tả trình tự của một mối tình. Nó lớn dần theo ngày tháng và từng bước đẩy lùi những hệ lụy truyền thống trong hôn nhân. Thăng bất kể những khuyên bảo của cha về tương lai trong cuộc hôn nhân môn đăng hộ đối. Gia đình An nghèo, đơn chiếc. Cha An mất sớm khi nàng mới lên sáu tuổi. Mẹ tảo tần với chiếc quán nước đầu làng. An vừa học vừa giúp mẹ. Hôm nói chuyện với nàng ở bến sông lần thứ hai, Thăng nói:

- Hôm nào anh ghé nhà em chơi?

- Ghé thì ghé nhưng đừng có chê nhà em nghèo!

An nói như biểu lộ mặc cảm. Thăng nhìn đôi mắt to, trong vắt như một tấm kính lại dường như phản chiếu những gềnh thác cuộc sống rồi nhẹ nhàng nói với nàng:

- Chúng ta ai cũng nghèo cả, anh không những nghèo mà còn cô đơn nữa. Em không thấy anh thường lang thang ở bờ sông với nỗi buồn của mình.

- Thực thế không? Em lại nghĩ anh vừa sung sướng vừa nhàn nhã!

Thăng lắc đầu:

- Bề ngoài nào diễn tả được phần bên trong. Anh cô đơn như cái cây kia.

Thăng chỉ cây bàng cổ thụ đằng xa đứng cạnh sân ga. An cười:

- Anh có ý nghĩ giống em. Em vẫn thường nghĩ mình như cây bàng ấy mà tốt hơn.

Ví mình như cây bàng cổ thụ, An phần nào diễn tả cuộc sống của mình. Có chút tiêu cực nhưng cũng không kém tích cực với cái kiêu hãnh với nắng mưa đất trời. An đồng ý với Thăng khi anh nói lên cảm tưởng của mình một khi nghĩ rằng mình như cây bàng cổ thụ đẳng xa kia. Hôm ấy trước khi chia tay Thăng nói:

- Cây bàng ấy không cô đơn nữa vì có chúng ta làm bạn. Nó sẽ mãi mãi là người bạn của chúng ta.

An lắc đầu nói:

- Em không nghĩ như thế, cây bàng không cô đơn mà chỉ có chúng ta đơn chiếc trong cuộc đời này! Có nó làm bạn may ra chúng ta có thể mạnh dạn bước đi.

Mùa hè năm sau hai người thường ra bến sông. An học xong trung học nhưng không học tiếp đại học vì nhà nghèo và đơn chiếc. Cô không thể để mẹ sống một mình trong khi mình đi học xa. Mẹ cô sau khi thuyết phục cô tiếp tục học không được thì đổ lỗi cho Thăng. Bà nghĩ An không muốn xa Thăng nhưng viễn ảnh mối tình hai người không sáng sủa chút nào. Bà cho rằng cha Thăng không thể nào cưới một cô gái nghèo như An cho con trai độc nhất được. An không giải thích, nhưng nàng hiểu mình muốn gì, và cuộc đời của mình sẽ ra sao khi ở mãi nơi này. Lúc ấy An nhìn cây bàng cổ thụ đẳng xa kia tự an ủi mình. Thăng cũng không khác An. Anh đối phó thường xuyên với cha những khi ông nhắc đến việc anh nên cắt đứt quan hệ với An. Ông không muốn Thăng lấy An làm vợ khi anh tự động đề nghị cưới An sau khi mình tốt nghiệp cao đẳng mỹ thuật. Những khi căng thẳng với cha, Thăng thường tự nhủ, nếu mẹ còn sống thì bà chắc chắn chiều ý anh. Mẹ anh mất khi anh mười bốn tuổi và cái chết của mẹ đã góp phần nuôi lớn nỗi cô đơn trong lòng anh. Cha anh đi làm xa, dù tiền bạc ông mang về thật nhiều cũng không làm giảm đi chút nào những trống vắng trong tâm hồn Thăng.

Trong khi tìm việc làm sau khi tốt nghiệp. Thăng thường ra bến sông tìm một chỗ yên tĩnh thích hợp để vẽ. An có khi ngồi bên nhìn anh vẽ, có lúc nàng làm mẫu nhưng thật nhanh. Thăng nói với An:

- Em là người mẫu trong mộng của anh.

- Thế nào là người mẫu trong mộng?

- Có nghĩa anh nhắm mắt cũng có thể vẽ được em. Anh không cần em ngồi nghiêm chỉnh như các người mẫu trong xưởng vẽ hay lớp học.

An hạnh phúc khi nghe Thăng nói như thế vì nàng bao giờ cũng hiện diện trong lòng anh và Thăng cẩn thận khi vẽ An vì anh luôn nhớ mình phải mang được âm thanh vào hội họa. Điều này anh tự khám phá ra. Cảm hứng đến với người nghệ sĩ nhưng không phải ai cũng diễn tả được trọn vẹn. Một cảm xúc cần sự cân bằng hài hòa khi miêu tả bằng màu sắc nhưng để làm được điều đó bao giờ cũng có một nếp gấp mà người nghệ sĩ phải san bằng để hoàn tất tác phẩm. Đấy là âm thanh trong hội họa mà anh hằng mơ ước. Thăng hằng đêm nhìn sao trời thấy khoảng cách nhất định giữa cảm hứng tâm hồn và âm thanh màu sắc mà anh cố vượt qua. Anh đã có giấc mơ bước vào tác phẩm của mình nghe cảm xúc trên từng phân da thịt. Bởi thói quen, lòng tự tôn Thăng sợ mình dùng bàn ủi san bằng cảm hứng như một vị thầy của anh thường bảo. "Đừng bao giờ biến tranh thành tấm bích chương quảng cáo vì tranh không phải là bích chương. Bích chương là bích chương và tranh là tranh. Không thể lẫn lộn được! Đừng bao giờ dùng bàn ủi *là* cảm hứng của mình!" Thăng bật cười vì cái ví von hóm hỉnh của thầy mình nhưng không phải không thừa nhận bề mặt lòe loẹt phẳng lì vô cảm của các tấm tranh thời đại mà các họa sĩ tiếng tăm trong nước đã vẽ.

Thăng cưới An một năm sau khi cha anh mất vì một tai nạn lao động lúc nghiệm thu công trình. Sau đó anh bán căn nhà của mình rồi về nhà An ở. Anh vẽ tranh liên tục trong khi An phụ mẹ bán hàng. Từ cửa sổ nhà anh nhìn thấy chuyến xe lửa đi và về ghé ga hai lần mỗi ngày bằng âm thanh và màu khói xám vương vãi giữa hai khe núi. Buổi chiều về nhà bao giờ An cũng đến xem tranh của Thăng trước khi làm những việc khác. Nàng yên lặng nhìn những tảng màu xanh xám chồng chất trong tranh như thấy được cõi lòng nặng nề của chồng. An bảo:

- Anh nên nghỉ vẽ một thời gian. Tâm hồn phải thanh thản nhẹ nhàng mới vẽ tiếp được.

- Thế anh làm gì với tám giờ mỗi ngày.

- Anh nên ra bờ sông, đến sân ga vui với cây bàng già nua của chúng ta. Có thể nó sẽ bảo anh phải làm gì.

Đứng sau lưng Thăng, An vòng tay ôm cổ anh tha thiết nói. Thăng nắm tay nàng nhớ lại những ngày hè năm trước mà tưởng như lâu lắm rồi. Anh biết An là phần đời của mình, là ốc đảo hạnh phúc trên trần đời hoang vu sa mạc này. Anh đã từng ngày, tháng trưởng thành cùng lúc với nỗi niềm cô đơn lớn dần trong tâm hồn mình. Từ khi mẹ mất Thăng không còn nơi bám víu để nuôi nấng một niềm tin dù chung quanh không thiếu những chất liệu có thể nuôi dưỡng nó. Trong khi đó cha anh cũng chỉ là một hành tinh xa lạ cùng anh chạy trên một quĩ đạo nhưng không hề gặp nhau. Thăng không tìm được người bạn nào có thể chia xẻ nỗi niềm bất hạnh riêng tư ấy và anh tìm đến sách vở cùng cái đẹp đất trời như tìm tình yêu và niềm an ủi cho khát vọng của mình. Mãi đến khi gặp An. Mùa hè quê nhà bấy giờ với ánh nắng oi nồng tháng năm rải dài theo bờ sông mang theo cơn nồm từ biển xua giạt cái nóng đổ xuống từ triền đồi phía Nam đến tận chân núi thêm vào tiếng cười, bước đi của An như gia thêm cung bậc cho một hòa âm điền dã. Tình yêu của nàng chan hòa trong không gian, thời gian ấy cho Thăng cảm hứng sáng tác.

Ngày hôm nay, An biết cảm hứng không còn nữa. Tuy không biết lý do nhưng nàng hiểu không có gì tệ hại hơn đối với người nghệ sĩ một khi không có chất liệu tâm hồn để sáng tác. Thêm nữa ước mơ của Thăng vượt xa bến bờ nghệ thuật. An đã cho anh tình yêu, cảm hứng và niềm hạnh phúc trong mùa hè quê nhà. Thăng nhớ đến nụ cười ngày đầu tiên gặp nàng. Nụ cười mùa hè trong cái hòa âm trời đất bất tận quê nhà. Đó là một giấc mơ đã qua. Có thể bàng hoàng khi nhớ lại nhưng cảm giác mất mát thật rõ ràng. Những cảm xúc như trôi ra khỏi năm đầu ngón tay. Buổi sáng Thăng vứt cọ và chạy khỏi nhà. Anh đến bến sông ngồi trên phiến đá dưới tàng cây sung mà An từng ngồi giặt quần áo tìm lại cái âm thanh và vùng hào quang huyền ảo một thời đã mất. Thăng thất vọng khi cảm thấy mình thừa thãi trong khung cảnh tĩnh lặng này. Con chó Bi ngồi bên cạnh thỉnh thoảng cào cào chân lên phiến đá. Anh nhìn nó chăm chú. Con chó Bi nhỏ hơn An mười tuổi. Nó là người bạn thân duy nhất của nàng suốt quãng đời thơ ấu. An nói rằng, ngoài mẹ chỉ có con Bi là có thể chia xẻ nỗi buồn trong căn nhà trống vắng với nàng. Bây giờ có thêm anh có lẽ nó vui lắm. Thăng cúi xuống vuốt lưng con Bi. Nó quay đầu nhìn anh rồi kêu ăng ẳng hai chân tiếp tục cào xuống mặt đá. Anh nghe đằng xa tiếng còi hụ của xe lửa. Chuyến xe về Nam sắp ghé ga. Thăng đứng dậy đi về hướng sân ga trong khi bóng dáng quen thuộc của chiếc xe lửa từ từ hiện lên ở chân trời. Con Bi lẽo đẽo chạy theo sau.

Đứng dưới gốc bàng cổ thụ Thăng nhìn làng dừa xa xa ven sông, những chiếc ghe, con thuyền trên bến bãi một thời và một đời. Con đường đến trường như một sợi chỉ len lỏi xuyên qua rừng dừa. Anh nhớ về nỗi cô đơn của mình và của An những ngày thơ ấu. Gia đình anh không khác gia đình An. Cũng là những kẻ tha phương đến nơi này lập nghiệp. Ông nội Thăng từ phía bắc vào và mẹ của An từ phía nam đến. Cả hai gia đình hầu như không có bà con ở đây dù đã có thêm thế hệ con cháu. Thăng chỉ có một ông bác họ, ông bác Hậu con người anh ông cố anh ở tận miền

Trung. Lúc ông nội còn sống cứ hai năm ghé thăm một lần. Ông bác Hậu nhỏ hơn ông nội Thăng bốn tuổi, cả đời sống độc thân và là một kẻ lãng tử giang hồ. Lúc Thăng tám tuổi được nghe ông nội kể cuộc đời của ông bác Hậu. Ông bác sống bằng nghề buôn bán bình, lọ cổ. Ông chỉ đi bộ với hai tay nải trên người. Tay nải bên trái chứa vài bộ quần áo, và bên phải chứa vài chiếc lọ cổ. Ông bác Hậu lang thang từ Trung vào Nam bằng đôi chân của mình. Họa hoằn lắm ông mới phải đi xe. Ông bác đi bộ và len lỏi từ làng này sang làng khác. Ai cần thứ lọ cổ nào ông sẽ tìm mua trên đường đi rồi đến những làng kế tiếp ai thích ông bán và kiếm chút tiền lời rồi lại tìm bình lọ khác để mua. Ông bác Hậu quen với mọi người trên con đường buôn bán của mình thế nên một vòng đi của ông khi đến nhà Thăng thường là hai năm. Đến nhà Thăng ông bác nghỉ ngơi vài ngày rồi lại lên đường trở về bằng cách đi ngược trở lại với cùng kiểu cách mưu sinh. Hai năm sau khi ông nội mất, ông bác Hậu cũng mất trên con đường vạn dặm lang thang của mình. Nghe đâu ông trúng gió và qua đời trong một nhà người quen buôn bán lọ cổ của ông. Bà nội của Thăng mất khi anh chưa ra đời nên anh không có ý niệm gì rõ ràng về bà nhưng ông nội anh cho anh nhiều kỷ niệm về một đời lưu lạc phấn đấu để xây dựng sự nghiệp. Khi Thăng trưởng thành hồi tưởng lại từng chi tiết nhỏ anh khám phá ra mình giống ông nội nhiều hơn cha. Ông nội anh là một nghệ sĩ, một điêu khắc gia và họa sĩ. Ông đã dạy cho Thăng nắn tượng thú vật, vẽ tùng, hạc, mai, lan, cúc, trúc... Chính ông nội anh đã sớm khám phá ra năng khiếu của anh để rồi thường khuyên cha anh nên cho anh học mỹ thuật khi trưởng thành. Trong khi đó cha Thăng là một thương gia chính tông, ông từng tuyên bố, mọi thứ vào tay ông đều biến thành vàng. Và thật như thế, ông thầu xây cất nên cát, đất, sắt thép vào tay ông đều biến thành vàng bạc và ông trở nên là kẻ giàu có nhất nhì trong làng. Tuy ông tham vọng và quyền năng như thế, ông không thể biến đứa con trai duy nhất theo ý ông muốn chút nào. Thăng từ thuở bé chỉ vùi đầu đọc sách, vẽ tranh với ông nội hay lang thang với cây cỏ đồng nội. Mẹ Thăng thương con nên cũng nhiều khi về phe ông nội chống đối lại ý kiến của chồng. Khi bị bạo bệnh qua đời bà trăn trối với chồng nên để Thăng tự chọn nghề nghiệp theo năng khiếu của mình. Cha Thăng hứa và Thăng đã lên đường ra Trung học cao đẳng mỹ thuật sau khi học xong trung học. Từ đó Thăng và cha ngày càng xa nhau hơn nhất là phương diện tinh thần cho đến ngày ông mất vì tai nạn.

Thăng ngồi xuống gốc bàng, nhặt một quả bàng khô dùng hòn đá đập vỡ lấy nhân hạt. Nhân bàng màu trắng, anh cho vào miệng nhai nghe thấm chất béo qua đầu lưỡi, kẽ răng như ngày còn học trung học. Anh đập quả thứ hai cho con Bi, nó nằm xuống bên cạnh anh và nhai rau ráu. Trên sân ga kẻ đến người đi ầm ĩ. Hai tháng trước Hạnh từ miền Trung vào thăm vợ chồng anh cũng đến ga này. Anh đón Hạnh về nhà và nghe được những bản nhạc mới của bạn sáng tác. Trước kia chính nhạc của Hạnh từng là cảm hứng để Thăng vẽ tranh miêu tả cuộc sống của mình suốt bốn năm trọ học. Về lại quê nhà hai năm, anh nghe thêm nhạc của Hạnh qua đài phát thanh. Hạnh nổi tiếng với những bài tình ca. Nghe tình ca của Hạnh, Thăng càng thấy sự bất lực của mình trong sáng tác. Lúc nói chuyện ấy với An, nàng bảo:

- Anh đừng mặc cảm vì suy nghĩ chủ quan. Âm nhạc và hội họa tuy có những tương đồng nhưng không phải không có dị biệt. Anh tìm âm thanh trong màu sắc cũng như anh Hạnh biến màu sắc thành âm thanh. Có ngày anh sẽ bằng lòng với ước muốn của mình vì tranh của anh không phải đã từng được giải thưởng hội họa toàn quốc hay sao! Anh hãy lựa thêm mười tấm tranh để dự cuộc triển lãm mùa thu tới. Dù anh không thỏa mãn việc sáng tác của mình nhưng hãy cho những người yêu thích nghệ thuật được xem tranh của anh để họ đánh giá.

Thăng không ngờ An suy nghĩ sâu xa và chu đáo như thế. Tác phẩm nghệ thuật là một hòa âm. Không phải chỉ bản thân tác giả thỏa mãn là đủ mà mọi người sẽ thấy hạnh phúc khi thưởng thức nó. Giá trị chân chính của một tác phẩm nghệ thuật bao giờ cũng hai chiều. Đừng suy nghĩ nghệ thuật là mãi mãi còn con người giới hạn mà tự giam hãm khả năng của mình. Thuận theo tự nhiên như cây bàng này, an ổn, tĩnh lặng và lắng nghe tiếng nói của thế nhân trên sân ga, nhìn ngắm dòng sông xuôi ra biển như một sắp đặt hài hòa trời đất- con người. Buồn phiền sẽ tan biến như mây khói và chỉ còn sự êm đềm của một hòa âm bất tận. Từ đáy lòng Thăng thấy gợn một niềm vui nhẹ nhàng và tỏa rộng như quả sung vừa rơi xuống mặt nước tạo những gợn sóng nhỏ loang to dần to dần rồi mênh mông- mênh mông tận chân trời xa tít tắp đằng kia.

Khi Thăng đem những tấm tranh của mình vào Nam tham dự cuộc triển lãm mùa thu hằng năm của hiệp hội những người họa sĩ trẻ, An ở nhà tìm tất cả những bức tranh còn lại của chồng sắp xếp lại. Cô đem ba bức tranh kỷ niệm mối tình hai người treo lên phòng khách. Vẫn là nàng với nụ cười trong mùa hè quê nhà. Sau khi treo xong, An ngồi trên sàn nhà nhắm mắt lại mỉm cười khi nhớ đến ngày nào Thăng nói "Em là người mẫu trong mộng của anh". Kỷ niệm cũ lấp lánh hạnh phúc khi nhớ lại.

Trước khi đi Thăng biết tin vợ có thai nên anh vừa vui vừa lo lắng. An bảo:

- Anh yên tâm với công việc. Đã có mẹ lo. Em mong anh thành công trở về.

Tranh của Thăng bán hết trong kỳ triển lãm. Anh mua cho An chiếc áo trắng cổ lá sen như chiếc áo ngày xưa An mặc khi hai người gặp nhau lần đầu ở bến sông. Lúc ấy Thăng bắt đầu suy nghĩ về đứa con sắp có của hai người và tương lai của chính anh một khi trở về nhà. Không thể sống và sáng tác với lối suy nghĩ trước kia được. Thăng tự đề ra mục tiêu và quyết thực hiện được. Anh có gia đình và phải trách nhiệm với nó.

Hai tháng sau Thăng mướn người xây lại nhà. Căn nhà mới rộng hơn với phòng vẽ tranh và phòng cho con trong tương lai. Từ nơi làm việc Thăng vẫn thấy cây bàng cổ thụ và sân ga xa xa. An tháng cuối sinh con ở nhà xem chồng vẽ tranh. Thăng chậm rãi làm việc. Anh không cảm thấy bức xúc như trước kia trong sáng tác. Thăng đọc sách thêm những khi rảnh rỗi và gửi đơn xin việc ở những công ty đồ họa. Anh vừa vẽ tranh vừa muốn có công việc thường trực. Hai việc đều cần thiết như nhau và có thể bảo đảm cho tương lai gia đình. An cùng chồng chiều chiều ra hàng hiên nhìn về phía sân ga. Thói quen hai người xuất phát từ những thôi thúc tâm hồn giống nhau. Thăng và An cùng cảm nhận một khung cảnh và chia xẻ hoặc hòa nhập với nhau trong cảm xúc về nhận thức. Khi Thăng nói điều đó. An bảo còn gì hạnh phúc hơn khi vợ chồng chia xẻ được với nhau cả thể xác lẫn tâm hồn.

An sinh con gái và bị băng huyết hậu sản hai ngày sau. Những cô đỡ đẻ trong làng tận sức cứu giúp nhưng bó tay. Thăng mướn xe đưa An xuống bệnh viện tỉnh. Khi bác sĩ bảo rằng nếu ngay ngày đầu tiên nhập viện có thể cứu được An thì Thăng tuyệt vọng và đau đớn nghe câu nói cuối cùng của nàng. "Em hoàn toàn hạnh phúc khi sống với anh và không ân hận điều gì, chỉ mong sao anh lo cho con chúng ta." Những ngày tháng năm đen tối sau cái chết của vợ. Mỗi chiều Thăng ra mộ An ngồi và con chó Bi nằm ủ rũ dưới chân như chia xẻ nỗi đau buồn với anh. Gió nồm mùa hè không làm dịu bớt chút nào nỗi đau khổ trong lòng Thăng. Anh đi theo lối mòn ngày cũ và nhận ra hạnh phúc và đau khổ chỉ cách nhau một lằn ranh mỏng manh. Con người đầu tư càng nhiều tình cảm thì kết quả cảm xúc càng gia bội. Thăng đến sân ga ngồi xuống gốc bàng hàng giờ đếm những quả bàng khô và tưởng dường như lòng mình đang kể lể với cây cổ thụ.

Mẹ của An mướn thêm người giúp buôn bán để bà có thì giờ chăm sóc cháu ngoại. Con bé Miện lớn dần với bà ngoại và cha. Khi Miện lên ba Thăng kiếm được việc làm ở thị trấn bên kia dãy núi phía Nam. Sáng thứ hai anh ra ga xe lửa để đi đến nơi làm việc, cuối tuần về nhà rồi đầu tuần lại ra đi. Miện lớn lên càng giống mẹ, vẫn con Bi làm bạn dù nó già nua và thêm tật lãng tai. Tuy nhiên, trong nhà nó luôn chạy theo Miện khi con bé ra vườn với bà ngoại hoặc theo Thăng khi anh cõng nó trên lưng đi về bãi sông hoặc ga xe lửa. Thăng nhớ An và thường đến ngồi dưới gốc bàng cảm thấy lòng an ủi với cảm giác An đang mỉm cười với anh và con.

Miện lên năm tuổi thì đến trường. Sau khi tan học về nhà Miện hay đến phòng vẽ tranh mang những tấm tranh của cha ra ngắm. Trong đống tranh chồng chất nhiều đề tài ấy, nó lấy đúng ba tấm tranh trước kia An treo ở phòng khách ra ngắm nghía như say mê. Ba bức tranh này Thăng đã tháo xuống cất đi sau cái chết của vợ. Bà ngoại Miện kể cho Thăng nghe. Anh nghe lòng chùng xuống và hiểu Miện cảm nhận được người trong tranh là mẹ của mình. Anh ôm con và ru con một bài hát của Hạnh trước kia An rất thích. Miện bao giờ cũng ngủ dễ dàng khi nghe cha hát ru. Thăng lúc ru con thường có cảm giác mình ước muốn trở về một giấc mơ dù hiện thực bao giờ cũng bảo anh rằng đấy là ảo ảnh.

Vào cuối hè năm Miện bảy tuổi, cơn nóng cuối mùa bắt đầu từ sườn núi phía nam tỏa xuống làm cả một vạt không gian từ chân núi đến sân ga hết sức oi bức. Con Bi lừ đừ uể oải nằm trước cửa ra vào. Miện gọi, nó làm thinh. Miện nhớ nó điếc nên đến trước mặt làm dấu. Nó không thèm đứng dậy như thường ngày. Buổi trưa thấy con Bi lết ra sân, Miện rón rén theo sau thấy nó cào đất để ăn. Buổi chiều Miện kể cho bà ngoại nghe. Bà nói:

- Con Bi sắp chết già. Chó mà ăn đất là sắp chết. Cũng tội nghiệp nó sống với chúng ta hai mươi năm.

Hai ngày tiếp theo con Bi không ăn uống gì dù Miện đặt cơm nước trước mõm nó. Con Bi chỉ lết ra phía trước sân cạp đất rồi sau đó lết trở về chỗ nằm. Khi Thăng về nhà cuối tuần nghe con kể, anh đến chỗ nằm của nó vuốt đầu, cầm hai chân trước nâng lên. Con Bi lờ đờ nhìn lại. Thăng hiểu nó sắp chết, anh an ủi con:

- Cha sẽ mua cho con một con Bi khác để con nuôi.

Miện lắc đầu rưng rưng nước mắt nói:

- Con không cần con chó Bi mới, con Bi già này là bạn của con mà. Cha hãy cứu nó đi!

Miện nói như An từng nói với anh ngày xưa. Anh hiểu trong nhà này ai cũng cô đơn. Con Bi là bạn của hai thế hệ con người nếu không kể mẹ của An. Con chó Bi già này không khác người vú trung thành của gia đình và trải qua bao hoạn nạn thế nên chia lìa nhau dù nó chỉ là con vật là điều ai cũng đau lòng. Hôm nay nó sắp chết và cái chết lần nửa minh chứng không tránh bất cứ sinh vật nào. Tình yêu thương có nồng nàn bao la đến đâu cũng không làm cho sinh vật thoát khỏi cái chết. Không nói tiếng nào trước sự hấp hối của con Bi, bà ngoại Miện đi lấy một sợi dây cói xâu chục đồng tiền kẽm, làm một cái túi vải nhỏ đựng nắm gạo trộn muối khâu vào sợi dây và buộc vào cổ con Bi rồi nói với Miện:

- Con đừng buồn, con Bi không thiếu gì đâu vì nó có tiền có cơm để ăn tiêu rồi.

Buổi trưa chủ nhật con Bi chết. Miện khóc khi thấy cha cuộn xác con chó bằng chiếc chiếu mới ôm trong tay mang ra nghĩa trang. Thăng chôn con Bi bên cạnh mộ An. Đắp nấm mộ nho nhỏ của con Bi xong anh quay sang mộ vợ thì thầm:

- Con Bi hôm nay gặp em nó sẽ nói với em rằng anh, con và mẹ bao giờ cũng thương nhớ em.

Những ngày cuối tuần kế tiếp, Thăng về nhà mang quà bánh cho con thật nhiều nhưng không làm khuây khỏa chút nào nỗi buồn của con gái. Anh lang thang ra bờ sông rồi sang bên ga xe lửa. Đến cây bàng nhìn lá bàng vàng ửng trên cây và rải rác trên mặt đất anh biết mùa thu lại trở về. Chiều sân ga hoang vắng làm Thăng nhớ bóng dáng con Bi lủi thủi theo An ngày nào, rồi hình ảnh nó nằm bên cạnh anh nhai nhân quả bàng hay chạy lon ton đằng sau Miện. Một cơn gió thổi đến bất chợt cuốn tung lá bàng lên cao rồi lác đác rơi xuống đất như vết chân người. Nắng xuống chân đồi. Thăng bước nhanh về hướng ánh sáng đang ra đi như sợ bị dìm vào bóng tối đang chầm chậm tiến đến đằng sau ga xe lửa. Một ngày trôi qua thật nhanh. Anh nghĩ như thế.

Mùa hè năm đó Miện học xong trung học, cha cô mang ba mươi tư tấm tranh vào nam triển lãm. Buổi sáng hôm nay cô giúp cha mang tranh ra ga và tiễn cha lên đường. Tuần lễ trước mỗi ngày trong khi lựa chọn tranh cô đều được nghe cha kể về mẹ và nỗi lòng của cha khi vẽ những bức tranh mà mẹ làm mẫu. Thăng đang nói với con về ba tấm tranh đang treo trong phòng Miện. Tấm tranh thứ nhất An trên đường chiều ra bến sông. Vẽ toàn cảnh nhưng nổi bật điểm sáng của đôi mắt diễn tả nụ cười trên khuôn mặt. Nắng chiều một nửa đồi núi phía sau. Tấm tranh thứ nhì An ngồi trên bến sông buổi sáng tháng chạp. Vẽ cận cảnh và trắc diện khuôn mặt. Đây là bức tranh Thăng cho rằng mình diễn tả hết tình cảm nhớ nhung đối với An, màu sắc tương phản hai phía trước sau khuôn mặt như thể dằng kéo ước muốn tâm hồn. Anh vẽ hoàn toàn theo trí nhớ và nụ cười của An chỉ phảng phất vì cô nhìn nghiêng. Bức tranh thứ ba An làm mẫu hai mươi phút. Đây là bức tranh hạnh phúc vì thời gian này hai người yêu nhau. Những tảng màu nóng khéo léo đặt cạnh nhau tạo một không gian oi nồng mùa hạ nền của một cô gái áo trắng ngồi nghiêng trên cỏ úa vàng, sau lưng An là dòng sông thời gian chảy chan hòa hạnh phúc nhờ vào nụ cười tươi vui của cô.

Miện mở to mắt nghe cha kể và cô nói với cha rằng mình thường có giấc mơ và khi tỉnh giấc lại nhớ từng chi tiết bức tranh mà cô có cảm giác đang ở trong không gian quen thuộc nào đó. Giấc mơ ấy tuy lạ lùng nhưng cảm giác thân quen ấm áp từng đến với cô. Cô thấy người đàn bà nghiêng mặt mỉm cười với tóc bay trong gió, nói chuyện với cô mà nội dung cô không nhớ rõ nhưng cô quả quyết là mẹ của mình chỉ khi cô ra khỏi giấc mơ. Miện nói với cha:

- Con chỉ ao ước mình nói được tiếng mẹ trong giấc mơ nhưng hình như không bao giờ thốt ra được được. Trong giấc mơ chan hòa niềm vui, hạnh phúc mà khi tỉnh giấc thấy rõ nỗi khao khát đọng lại trong lòng. Mẹ vẫn là hình bóng xa lạ trong giấc mơ của con. Con rất buồn.

Ngồi trên xe lửa, Thăng nghĩ lời Miện nói hôm trước như tiếng vọng sắc màu âm thanh. Đó là ước mơ của Miện. Nếu ngày hôm nay có một nụ cười nơi con anh thì cũng chỉ là nụ cười buồn dù Miện rất giống mẹ. Nụ cười buồn mùa hè ấy là phiên bản của một hạnh phúc có thật nhưng đã mất tự bao giờ. Trong lúc xe lửa từ từ rời ga, Thăng đứng lên nhìn qua cửa sổ thấy con đưa tay vẫy chào. Anh nhìn khung cảnh sau lưng con như thấy phần nền dĩ vãng của ba bức tranh miêu tả một số phận nhưng số phận này lại hóa thân vào nhiều cuộc đời với nhiều thăng trầm hệ lụy. Chiếc xe lửa qua khúc quanh Thăng nhìn chiếc bóng cô đơn của con nhỏ dần bên hai thanh ray đường sắt. Cây bàng cổ thụ càng xa càng giống bà ngoại Miện đang cho gà ăn. Thăng nhớ con từng nói với anh như thế và anh tự hứa sẽ mua cho Miện một con chó con một khi trở về nhà.

(Tháng bảy- 2009)

Văn Chương
Nguyễn Tường Giang:
Trầm Tích Định Mệnh Khác

Thừa hưởng huyết thống văn chương tài hoa của thân phụ, nhà văn Thạch Lam/Nguyễn Tường Lân, theo tôi nếu Nguyễn Tường Giang không viết văn, không làm thơ, mới là điều đáng ngạc nhiên. Và, đáng tiếc!

Bước vào thế giới thơ, văn từ những năm còn là sinh viên Đại Học Y Khoa Saigon đầu thập niên 1960s, nhà văn, nhà thơ Nguyễn Tường Giang từng cộng tác với các nhóm văn hóa như Thái Độ, Đất Nước. Ông cũng là một trong những thành viên chủ trương tạp chí Văn Chương, thành lập nhà xuất bản Thạch Ngữ. Ở hải ngoại, Nguyễn Tường Giang đi tiếp con đường chữ, nghĩa thừa hưởng từ thân phụ, qua những sáng tác đăng tải trên các tạp chí như Văn, Hợp Lưu, Thế Kỷ 21... Nhưng, mãi tới hôm nay, họ Nguyễn mới cho ấn hành tuyển tập thơ, văn đầu tiên *"Khói Hồ Bay"* ở quê người.

Với gần 400 trang sách khổ lớn, mẫu bìa trang nhã tới mức khiến người đọc bỗng cảm thấy muốn nâng niu, phải gượng nhẹ. Tựa nếu không, hương khói văn chương họ Nguyễn, có thể bất bình mà, bay mất!

Trong lời tựa, trước khi mở vào tác phẩm, nhà văn Phạm Phú Minh ghi nhận một giai đoạn thơ của Nguyễn Tường Giang như sau:

"Nỗi buồn (trong thơ Nguyễn Tường Giang) tồn tại như một phẩm hạnh của tâm hồn nhà thơ, nó xác nhận một cái gì bất biến nơi ông, trước những biến đổi cực kỳ lớn cho đời ông cũng như cho đất nước Việt Nam. Dù phải hoàn toàn làm lại cuộc đời nơi xứ lạ, phong tục tập quán và văn hóa cuộc sống chung quanh đều thay đổi, nhưng trong thâm tâm ông đã kết tinh một viên ngọc của yêu thương lẫn đau thương, một loại trái tim Trương Chi không bao giờ tan biến. Đó là chỗ đáng yêu và đáng phục nhất của của tâm hồn Nguyễn Tường Giang, nằm ẩn một cách sâu xa và kín đáo trong tâm sự thi ca của ông..."

Cũng vậy, trước khi bước vào phần văn xuôi Nguyễn Tường Giang, nhà văn Nguyễn Tường Thiết viết về người em có chung một huyết thống với mình như sau:

"Khi chú Sáu của tôi (nhà văn Thạch Lam) qua đời năm 1942, tuổi của Giang lúc ấy vỏn vẹn ba ngày. Khi bác Tam (Nhất Linh) của Giang mất năm 1963, tuổi tôi hai mươi ba.

"Với Giang, Thạch Lam là cái bóng trong tâm tưởng. Với tôi, Nhất Linh là cái hình trong hồi ức.

"Giang mở đầu một bài hồi ký về cha mình bằng một cái chết:

"'Chết là giải thoát một đời. Chết là đầu bên kia của sợi dây ngày tháng. Một sớm kia, một tối nào. Tôi hay anh, cũng thế. Bên kia cái chết là nội cỏ ngàn cây hoa mộng hay bên kia cái chết là thảng thốt khổ đau. Tôi đã nhìn thấy nhiều cái chết, nhiều khuôn mặt chết. Quá nhiều. Nhưng không bao giờ, mãi mãi, tôi có thể hình dung được một cái chết, một khuôn mặt chết thân yêu nhất và buồn bã nhất của đời tôi. Cái chết của cha tôi, Thạch Lam.'" (Khói Hồ Bay - Thạch Lam, cha tôi trong trí tưởng)

Cách gì, nhìn từ góc độ nào thì, với tôi, cõi- giới văn chương của họ Nguyễn, vẫn tựa như kẻ ngậm ngùi tự lật những viên gạch một nền nhà xưa cũ, để tìm kiếm kho tàng quá khứ! Với hy vọng dò thấy mạch nguồn dĩ vãng. Một dĩ vãng đau đáu những mơ hồ của tâm cảnh nghiệt ngã hay, bản- án- không- văn- bản. Liên quan tới cái chết của người cha mà, ông gọi là "bản án sát nhân trong tâm hồn":

"Sự ra đời của tôi, một đứa con trai, là tai họa cho ông. Một người đoán tử vi nào đó, năm 1942, khi mẹ tôi đang mang thai, đã nói nếu sinh con trai người cha sẽ chết. Khi mẹ tôi đi sinh, cha tôi đang đau nặng.Ông đau bệnh gì: bệnh lao vì làm việc và suy nghĩ nhiều. Ý chí muốn dứt bỏ cái thú phù dung, hay tại số. Tôi không thể định rõ được. Lúc người nhà về báo với ông đứa trẻ mới sinh ra là con trai, ông không nói gì, lặng lẽ coi tiếp tờ báo đang xem dở. Ba ngày sau, ngày 27 tháng 6, 1942, Thạch Lam mất. Sinh ra đời, buồn thay, nhiều khi đã mang bản án sát nhân trong tâm hồn." ("Khói Hồ Bay," trang 298)

Đó là một trong rất nhiều đoạn văn như những chiếc máy khoan đất đá, có khả năng dò tìm đáy tầng dĩ vãng. Nói cách khác, tôi nghĩ, họ Nguyễn đã tìm được kho- tàng- nguồn- cội, khi ông cắt ruột, xẻ gan lật những viên gạch nền nhà quá khứ của tâm cảnh ông.

Những tìm và thấy của Nguyễn Tường Giang (qua văn chương), với tôi, là những mạch ngầm định mệnh một đời người. Chúng ở đó. Vĩnh viễn. Chúng không hề là những sợi khói, để hy vọng tan biến, một ngày nào. Nỗi buồn như những thương tích thân tâm của họ Nguyễn cũng chấp chới ở nhiều độ sâu khác nhau. Mỗi độ sâu trong tâm cảnh đào xới, họ Nguyễn lại tìm và thấy những trầm tích khác nhau.

Bắt gặp kia, khi là trầm tích của nỗi buồn thiếu mẹ:

"Mẹ hiền giờ đã khuất
ngàn dặm thân lưu đầy
nhớ nhà đôi dòng lệ
biết nói cùng ai đây?"[1]

Lúc khác, lại là trầm tích của tình bằng hữu - Một thứ tình cảm trải dài lênh đênh, cùng khắp, không chỉ trong văn xuôi mà, còn nồng nàn trong thơ cũ cũng như mới của ông nữa:

"Lâu ngày không gặp bạn
được tin bạn đi rồi
hàng phong như lửa đỏ
sáng rực một góc trời
"Tần ngần về đường cũ
nhặt một lá phong rơi
hàng phong thiếu một lá
cũng buồn như ta thôi."[2]

Nhưng, nếu những trang thơ của Nguyễn Tường Giang là những cật vấn trực tiếp với cuộc đời, nhân thế thì, những trang

---

1 Sđd. Trang 57.
2 Sđd. Trang 56.

văn của họ Nguyễn lại là những nhát cuốc đào sâu, xới tơi cả một quá khứ lao lung, phủ kín ngậm ngùi. Tôi gọi đó là loại quá khứ bập bềnh những oan khiên. Chập chùng những mất mát. Nhức nhối những chia tan.

Chúng ta đọc thơ Nguyễn Tường Giang để về gần với những câu hỏi căn bản như con người từ đâu đến? Sống để làm gì? Chết sẽ đi về đâu? Trong khi văn xuôi của Nguyễn Tường Giang lại cho ta về gần (rất gần) kỷ niệm. Kỷ niệm riêng mà chung! Vì chúng là những nấm mộ. Những nấm mộ không chỉ trong ký ức. Trong hồi tưởng. Mà, những nấm mộ, hiểu theo một nghĩa nào, cũng chính là nơi chúng ta sẽ tìm về, nằm lại. Vĩnh viễn. Như một lần chúng ta tình cờ bị/được định mệnh dắt tay bước qua ngưỡng cửa đời sống, để có mặt trong cuộc đời này. Dù chỉ khoảnh khắc.

Nhưng, khoảnh khắc một đời người, theo tôi, không hề là vạch phấn giới hạn sức sống của văn chương Nguyễn Tường Giang. Tôi nghĩ, nhiều phần, ngược lại.

Tôi tin, văn chương họ Nguyễn sẽ vượt khỏi vạch vấn khoảnh khắc. Bởi tự thân, nó vốn có cho riêng nó một định mệnh.

Định mệnh của những trầm tích khác.

(Calif. 9 tháng 12, 2012)

Nhà Văn Nguyễn Tường Thiết nói về Tự Lực văn đoàn và, văn hào Nhất Linh

LNĐ: *Cuối năm 2010, chúng tôi có dịp nói phỏng vấn nhà văn Nguyễn Tường Thiết, cho một chương trình truyền hình do chúng tôi phụ trách. Và dưới đây là toàn bộ cuộc nói chuyện của chúng tôi với người thứ nam cố văn hào Nhất Linh.*

Trân trọng kính mời bạn đọc thưởng lãm.

Du Tử Lê (DTL): *Thưa anh Nguyễn Tường Thiết, gần đây, độc giả được đọc nhiều sáng tác của anh, thí dụ trên tạp chí Hợp Lưu, báo Người Việt... Câu hỏi đầu tiên của chúng tôi là: Xin anh cho mọi người được biết chút tiểu sử của anh?*

Nguyễn Tường Thiết (NTT): Tôi sinh năm 1940 tại Hà Nội, là con út của nhà văn Nhất Linh. Trước năm 1975 ở Sài Gòn tôi dậy học rồi nhập ngũ khoá 2/68 quân trường sĩ quan Thủ Đức. Năm 1973 tôi trông nom nhà xuất bản Phượng Giang. Năm 1975 định cư ở Mỹ, tôi làm việc tại nhà máy lọc nước thải của thành phố Seattle với tư cách một chuyên viên phòng thử nghiệm hóa chất cho đến ngày về hưu, tháng 4 năm 2006. Cộng tác với các tạp chí Thế Kỷ 21, Văn Học, Hợp Lưu và các báo mạng Talawas, Da Mầu, Diễn Đàn Thế kỷ... Đã có hai tác phẩm xuất bản, hồi ký *Nhất Linh, cha tôi* (Văn Mới 2006) và tập truyện *Mùa hạ năm ấy* (Văn Mới 2008).

DTL: *Anh thực sự bước vào con đường văn chương từ bao giờ? Ra sao? Thế nào?*

NTT: Tôi thực sự bước vào con đường văn chương rất muộn, mới cách đây 8 năm, lúc tôi đã trên 60 tuổi. Vào tháng 7 năm 2002 tập san Thế Kỷ 21 ra số báo Tưởng Niệm Nhất Linh. Số báo đặc biệt này đã khơi dậy trong tôi cảm hứng cầm bút, bắt đầu từ những bài viết về Nhất Linh, rồi sau đó viết hồi ký và gần đây truyện ngắn.

DTL: *Khi sáng tác, anh có luôn nghĩ, anh đang viết văn trong chiếc bóng lớn của thân phụ là văn hào Nhất Linh và, những chiếc bóng lớn khác của dòng họ Nguyễn Tường, như Thạch Lam, Hoàng Đạo...*

NTT: Sống trong bóng rợp của người cha và hai người chú nổi tiếng trên văn đàn, rồi ngồi viết hồi ký về những người đó, về mặt tâm lý không phải là chuyện dễ dàng, như nhà văn Duy Lam đã từng nhận xét. Một mặt cái bóng tỏa đó làm chùn chân những toan tính của tôi khi bước vào thế giới chữ nghĩa, mặt khác nó buộc tôi phải khó khăn với chính mình không thể để mình quá dễ dãi với ngòi bút. Đó có thể là nguyên do đã khiến tôi không chọn nghiệp văn ngay từ lúc khởi đầu, mà chỉ bắt đầu viết ở tuổi xế chiều. Đó có thể là lý do khiến chuyện viết lách với tôi luôn luôn là một công việc khổ ải nhọc nhằn. Ở một khía cạnh khác thì cái bóng lớn của người cha nổi tiếng có một điểm tích cực mà những nhà văn khác không may mắn có được: đó là qua hình ảnh ông cụ những bài viết của tôi được đa số độc giả đón đọc với ít nhiều thiện cảm tiên khởi. Điều này là phần thưởng lớn cho tôi khiến cho cái công việc khổ ải nhọc nhằn khi viết kia trở thành niềm vui thanh cao khi tôi đọc lại những bài viết của mình phản ánh qua cái nhìn của độc giả.

DTL: *Thưa anh trong vai trò của một người con, mà thân phụ là người đóng góp lớn lao cho đất nước trên phương diện văn chương cũng như lịch sử. Xin anh có thể nói sơ qua về thân phụ anh - Nhà văn Nhất Linh, nhà cách mạng Nguyễn Tường Tam.*

NTT: Thưa anh, trong quá trình hoạt động, đúng là trong ông cụ tôi có hai con người nhập lại. Một con người chính trị, cách mạng Nguyễn Tường Tam, và một con người thứ hai – nhà văn Nhất Linh. Thật ra hai con người đó, tôi nghĩ không phải là phát triển cùng một lúc. Có giai đoạn, con người thứ nhất mạnh hơn con người thứ hai. Và cũng có giai đoạn ngược lại. Vấn đề còn tùy thuộc vào yếu tố bên ngoài đem đến. Chẳng hạn như khoảng thời gian mà đất nước ta trong thời gian sóng gió nhất. Những biến động lớn của đất nước về mặt chính trị thì con người cách mạng Nguyễn Tường Tam trỗi dậy để thực hiện những điều mà ông ấp ủ. Và khi tình trạng đất nước trở nên bình thường, con người nghệ sĩ Nhất Linh lại thắng thế. Chính vì điều đó thành ra 2 tính cách trong một con người đã song hành với nhau trong từng giai đoạn, đôi khi cũng xâu xé nhau dữ dội

DTL: *Mặc dù anh nói là song hành, nhưng liệu nó có ổn thỏa không? Xin anh nói rõ thêm về sự xâu xé này?*

NTT: Tôi nghĩ sự xâu xé thể hiện rõ trong lần ông đi Pháp về. Đó là vào khoảng năm 1927 khi ông tốt nghiệp cử nhân khoa học.

Khi về nước ông dạy học được một thời gian thì bỏ dạy, mặc dù đời sống của một giáo sư thuở ấy là đời sống bao người mơ ước. Ông cụ tôi bỏ hết để lao vào nghiệp báo mà không biết tương lai thế nào. Tôi nhớ mẹ tôi cần nhằn chuyện này lắm. Vì lợi tức ông mang lại cho gia đình bằng nghề dạy học rất lớn. Tôi còn nhớ nếu lương của thầy giáo lúc giờ là 20 thì làm báo chỉ là 2. Chính vì lẽ đó tôi hiểu sự đam mê của ông cụ phải lớn lao lắm. Sau một thập niên làm báo, con người nghệ sĩ trong ông được dịp bộc phát, ông thành công, ông đạt được ước mơ của mình là xây dựng được tờ báo càng ngày càng vững mạnh và cũng thành lập được nhóm Tự Lực Văn Đoàn. Vào những năm của thập niên 40, khi tình hình chính trị của đất nước thay đổi, tất cả những biến cố đó làm cho con người thứ hai của ông trổi dậy. Ông thấy rằng phải có bổn phận làm một cái gì cho đất nước và mục tiêu trước mắt là giành lại độc lập từ tay người Pháp, đó cũng là mục tiêu của những người yêu nước bấy giờ nghĩ đến. Thời gian đó tôi cũng đã trưởng thành và ý thức được những giằng co rất mạnh mẽ trong ông cụ.

Tự Lực Văn Đoàn gồm có 7 thành viên nòng cốt, trừ nhà văn Thạch Lam là chú tôi đã mất năm 42 tuổi. Sáu người còn lại, sau biến cố 1945, họ đi theo 2 dòng khác nhau. Tôi muốn nói, giữa những người cùng chí hướng, cùng lý tưởng dạt ra làm hai con đường.

DTL: *Anh có thể nói rõ thêm một chút nữa?*

NTT: Hoàng Đạo, Nhất Linh, Khái Hưng là những người ở trong mặt trận chống cộng. Đó là 3 người nòng cốt. 1954 Khái Hưng và Hoàng Đạo mất, ông cụ tôi vào Nam. Ba người còn lại là Thế Lữ, Xuân Diệu, Tú Mỡ ở lại ngoài Bắc. Và sự giằng xé nội tâm mà tôi nhìn thấy rất rõ ở ông cụ là việc mất tích của Khái Hưng. Hiển nhiên đó là kết quả của sự lựa chọn chính trị. Ông cụ tôi khổ tâm lắm, ở chỗ những người đồng chí cùng làm việc với mình, nay vì những vấn đề chính kiến chính trị mà bị sát hại. Về sau càng nhiều các đồng chí của ông bị thủ tiêu, và điều đó càng làm ông cụ đau đớn hơn.

DTL: *Thưa anh, ông cụ thân sinh của anh có bao giờ tâm sự với vợ con những u uẩn của mình?*

NTT: Không bao giờ, bao nhiêu u uẩn ông nén hết trong lòng.

DTL: *Thưa anh, như vậy làm sao anh được biết?*

NTT: Cũng là do tình cờ. Tôi nhớ có một đêm, khi chúng tôi mới vào Nam, ở nhà bác Nguyễn Tường Thụy. Một đêm anh em chúng tôi nghe tiếng khóc trong phòng bố tôi. Chúng tôi hồi đó còn rất bé không biết điều gì xảy ra. Người anh họ con bác Thụy, bảo cho chúng tôi biết, bố chúng tôi khóc vì thương tiếc chú Long (Hoàng Đạo). Hoàng Đạo mất trên tàu hỏa năm 1948, trong khi đang di chuyển từ Hồng Kông sang Quảng Châu, ông bị bệnh tim nghẽn. Hoàng Đạo là cánh tay phải của ông cụ tôi. Hoàng Đạo mất đi, đối với ông cụ tôi, không phải ông chỉ là mất một người em mà ông còn mất đi một đồng chí. Tôi có thể nói, khi Thạch Lam mất, Bố tôi có thương tiếc, nhưng đó là cái thương tiếc của con người văn nghệ Nhất Linh. Nhưng khi Hoàng Đạo mất, cái đau đớn đó là của nhà cách mạng Nguyễn Tường Tam. Ông như mất đi một giấc mộng lớn. Và nếu không có cái đêm tình cờ đó thì tôi làm sao hiểu được sự khác nhau giữa hai nỗi đau mất em trong một con người.

DTL: *Nếu tôi nhớ không lầm thì ông cụ tự vẫn ngày 7 tháng 7 năm 1963, vì ông từ chối phải ra tòa, và ông đã để lại một câu, có thể nói là một câu danh ngôn rất nổi tiếng: "Đời tôi để lịch sử xét xử". Thưa anh, là người trong gia đình, anh có thể cho biết tại sao lại đưa đến chuyện ông cụ phải bị ra tòa?*

NTT: Thật ra cũng khó mà trả lời một cách vắn tắt. Những lời ông cụ tôi để lại cho hậu thế, nguyên văn có 72 chữ và tự nó đã nói lên lý do, và không gì bằng dẫn chứng. Tôi lại là người cầm tờ giấy đó, chứng kiến những phút cuối cùng của ông cụ. Hiện nay tôi còn giữ bản di chúc của bố tôi. Bản di chúc có tất cả 72 chữ và tôi thuộc nằm lòng: *"Đời tôi để lịch sử xử, tôi không chịu để cho ai xử tôi cả, sự bắt bớ và xử tội tất cả các phần tử đối lập quốc gia là một tội nặng, sẽ làm cho nước mất về tay cộng sản. Tôi chống đối sự đó và tự hủy mình cũng như Hòa Thượng Thích Quảng Đức tự thiêu để cảnh cáo những người trà đạp mọi thứ tự do. 7- 7- 63. Nhất Linh Nguyễn Tường Tam"*.

Cả cuộc đời ông cụ có 2 con người, có khi ông ký tên Nhất Linh, có khi ông ký tên Nguyễn Tường Tam. Khi ông viết văn ông ký tên Nhất Linh. Khi ông viết một bản văn thuộc về chính trị, chẳng hạn như khi ông viết thư từ chức Bộ Trưởng Ngoại Giao gửi cho Hồ Chí Minh, ông cụ ký Nguyễn Tường Tam. Lần duy nhất và cũng là lần sau cùng, ông ký tên gộp cả hai là tờ di chúc để cho hậu thế: Nhất Linh - Nguyễn Tường Tam.

Tôi nghĩ, phải chăng ông cụ muốn nhắn nhủ cho hậu thế rằng, mục tiêu của cái chết này là mục tiêu chính trị nhưng phương cách, phong thái ông lựa chọn cái chết bằng tâm hồn của người nghệ sĩ, của một nhà văn.

DTL: Nhân anh nói về việc anh là người cầm và còn giữ tờ di chúc của ông cụ, đồng thời trong một hồi ký của anh, anh cũng có nói anh cũng còn giữ rất nhiều những tranh vẽ phác của ông cụ. Phải chăng anh là người được giữ rất nhiều những di sản văn hóa của ông cụ?

NTT: Đúng vậy

DTL: Tại sao anh được chọn mà không phải là những người con khác?

NTT: Tôi nghĩ có lẽ do ông cụ nhìn ở tôi có một khiếu nào đó về văn chương. Năm tôi 16 ,17 tôi cũng viết những truyện ngắn.Tôi có đưa cho ông cụ coi, ông cụ có khen hay, nhưng ông lại dấu đi không cho phổ biến mà cũng không khoe với người nào khác. Tôi nhớ một truyện ngắn tôi viết về một giấc mơ của mình, trong đó có cảnh ông cụ chết trong một chuyến lên Đà Lạt. Ông với một cành hoa huyết nhung lan, bên bờ suối, một loại lan mà ông rất thích thì ông sẩy chân ngã xuống hồ mà chết. Tôi có cảm tưởng ông không khuyến khích tôi vào con đường viết văn. Có lẽ ông thấy con đường viết văn cũng quá nhiều hệ lụy.

DTL: Hơn ai hết, chắc chắn anh là người đọc, lưu giữ với tất cả hãnh diện (chính đáng) về gia tài văn học, tôi dùng chữ văn học vì văn chương của nhóm Tự Lực Văn Đoàn từ nhiều chục năm trước, ở miền Nam đã đi vào chương trình giảng dạy văn chương ở bậc trung học cũng như đại học. Do đấy, câu hỏi của tôi là anh có nghĩ văn chương của anh bị ảnh hưởng Tự Lực Văn Đoàn, từ văn phong, kỹ thuật, bố cục, tâm lý nhân vật - Ngay cả khi những sáng tác của anh, có tính hồi ký?

NTT: Tôi không nghĩ là tôi bị ảnh hưởng của Tự Lực Văn Đoàn khi viết văn. Hoặc có thể là tôi bị ảnh hưởng dưới hình thức nào đó mà chính tôi không tự biết. Một nhà văn khi viết đương nhiên là bị ảnh hưởng không nhiều thì ít bởi môi trường sống và nền văn hóa mà người ấy hấp thụ; hiểu theo nghĩa rộng ấy thì có thể tôi bị ảnh hưởng nhiều hơn bởi những nhà văn của thế hệ sau Tự Lực Văn Đoàn, lớp nhà văn của miền Nam Việt Nam thế hệ 1954-1975, thời kỳ mà tôi ở tuổi mới lớn và dễ bị ảnh hưởng nhất.

Tuy nhiên tôi biết chắc là một lời khuyên của ông cụ đã ảnh hưởng nhiều đến tôi: "Viết về cái gì cũng được miễn là phải viết cho hay". Mỗi lần viết nhớ tới lời ông cụ tôi cố gắng hết sức để viết cho hay (hay *theo ý tôi* – cố nhiên – vì thế nào là hay lại là một chuyện khác, nó tốn nhiều giấy mực lắm).

Mặt khác có sự khác biệt giữa cách viết của tôi và ông cụ tôi. Nó không nằm ở nội dung mà nằm ở kỹ thuật viết. Văn của tôi chịu ảnh hưởng nhiều của nền điện ảnh hiện đại với rất nhiều hồi tưởng *flashback*, một kỹ thuật mà thời ông cụ tôi không có. Thời xưa người ta viết tay. Thời nay người ta gõ máy vi tính. Máy có thể làm những chuyện mà viết tay không làm được. Đó là chuyển đổi một đoạn văn từ chỗ nọ sang chỗ kia trong nháy mắt. Sự tiện lợi của máy vi tính tạo nên cho tôi một lối viết khác với lối viết xưa: truyện hay hồi ký của tôi vì thế thường là thời gian đảo lộn với những mảnh đời được cắt dán chồng chéo không trước sau, không thống nhất như lối viết truyện hay hồi ký cổ điển.

DTL: Sau ¾ thế kỷ kể từ ngày Tự Lực Văn Đoàn xuất hiện, với những thành tựu, ảnh hưởng lớn trên cả hai mặt văn chương và đời sống xã hội, hôm nay, nhìn lại, từ góc độ khách quan tối đa mà anh có được, anh thấy đâu là điểm mạnh thực sự của Tự Lực Văn Đoàn và đâu là điểm mà anh cho là yếu hay chưa đạt tới?

NTT: Theo tôi điểm mạnh thực sự của TLVĐ nằm ở chỗ, đây là một tổ chức có tôn chỉ và mục đích rõ ràng, có một chương trình hoạt động rõ rệt sản xuất ra được những tác phẩm có ảnh hưởng mạnh mẽ trong xã hội cũng như văn học, được điều hành bởi những thành viên có thực tài làm việc trong tinh thần tương nhượng và dân chủ. Tự Lực Văn Đoàn lại có cơ quan ngôn luận riêng là hai tờ báo Phong Hóa và Ngày Nay, có nhà xuất bản riêng Đời Nay, có cơ sở ấn loát riêng theo đúng tinh thần Tự Lực.

Trên địa hạt xã hội nhóm Tự Lực Văn Đoàn muốn phá bỏ những hủ tục để cải cách xã hội theo những quan niệm mới. Trong sự đả phá những cái cũ TLVĐ đôi khi đã đi quá trớn. Các tập quán phong tục của ta không nhất thiết là phải bỏ hẳn mà cần có sự phán đoán linh động. Đây có lẽ là điểm yếu của TLVĐ.

DTL: Đặt trường hợp anh là một thành viên thế hệ thứ hai của Tự Lực Văn Đoàn, anh sẽ làm gì? Tôi muốn hỏi, anh có những toan tính đổi mới nào không?

NTT: Xin cho được miễn trả lời câu hỏi này vì tôi không bao giờ nghĩ mình là thành viên thế hệ thứ hai của Tự Lực Văn Đoàn.

DTL: Thưa anh Nguyễn Tường Thiết, thêm một năm nữa đã đi qua trên cảnh đời ty nạn chung, của người Việt ở xứ người. Một cách cá nhân, năm 2010 vừa qua, những gì anh cho là mình đã làm được và những gì chưa?

NTT: Anh nói đúng, lại một năm nữa vừa trôi qua trên mảnh đời ty nạn của chúng ta. Đúng 35 năm trước khi đặt chân lên đất Mỹ tôi vừa đúng 35 tuổi. Năm nay ăn sinh nhật cái tuổi "thất thập cổ lai hy" tôi hể hả cười trong bụng chúc mừng 35 năm Việt- Mỹ đề huề! Thế là Half and Half nửa Việt nửa Mỹ nhé!

Thời gian đi nhanh thật anh nhỉ, càng nhiều tuổi thì hình như bóng chiều càng kéo xuống mau. Câu hỏi của anh làm tôi sực nhớ: mình chưa làm được gì cả trong năm 2010 ngoài nhìn thời gian trôi. Nhưng như thế cũng tốt. Sống mà cứ phải toan tính thực hiện chuyện nọ chuyện kia sao tôi thấy mệt quá. Từ ngày về hưu hết bận bịu với đời tôi cứ thả hồn rong chơi như đám mây kia trôi đi lặng lẽ, không cam kết những chuyện "lớn lao" của tuổi trẻ. Ngay cả chuyện cam kết với chữ nghĩa tôi cũng coi nhẹ: viết lách phải được xem là một cái thú, không phải là cái nghiệp, lại càng tuyệt đối không phải là một sự nghiệp.

DTL: Tình trạng sức khỏe của anh, hiện tại ra sao? Anh có nghĩ nó đủ cho anh thực hện những chương trình, dự tính của anh trong năm 2011? Nếu anh không cho là tôi quá tò mò, thì những dự tính văn chương cũng như đời thường của anh, ở năm 2011 là những gì?

NTT: Tình trạng sức khoẻ của tôi nói chung khá tốt. Tôi nghiệm ra là cái lối sống "không cam kết" của tôi tuy không mang lợi ích gì cho đời nhưng lại rất tốt cho sức khỏe của mình. Hàng ngày tôi lái xe đến hồ Green Lake, đậu xe rồi đi rảo bộ một vòng quanh hồ chu vi 5 cây số. Tôi mang theo trong giây lưng cái máy *odometer* nhỏ xíu, đi một bước thì máy nó nhẩy một số, mỗi ngày phải đi 10 ngàn bước mới đủ cữ, theo lời bác sĩ dặn. Tôi học được cái thú đi bộ từ ông cụ tôi. Không mấy ai biết Nhất Linh là người rất thể thao. Những năm của thập niên 50 thế kỷ trước ở Đà Lạt hàng ngày cha tôi đi bộ để tầm lan, đi xa trên 10 cây số, chúng tôi trai tráng đi theo ông mà muốn đứt hơi. Đi bộ xong tôi lấy *laptop* trên xe bước sang quán Starbucks gần đó, mua ly cà- phê, chiếc bánh ngọt, tờ báo Seattle, rồi ngồi đọc báo hoặc ngắm cảnh đời hoặc... viết, nếu hứng. Những bài viết của tôi, ký hay truyện, phần lớn đều đẻ ra từ những quán cà- phê ấy. Vài truyện của tôi có người nói đùa phảng phất mùi thơm cà- phê Starbucks.

Tôi viết lai rai tí một nhâm nhi như kiểu các cụ xưa uống rượu nhấm mấy hột lạc. Khi nào tập họp lại những bài viết được khoảng 2, 3 trăm trang thì tôi xuất bản sách. Để trả lời câu hỏi của anh về dự tính văn chương của tôi thì cuốn sách thứ ba của tôi dự tính sẽ ra đời vào năm tới 2011. Còn dự tính đời thường thì năm tới Thái Vân nhà tôi về hưu, chúng tôi sẽ có nhiều thì giờ hơn để đi du ngoạn nhiều nơi trên thế giới, một công việc mà trong quá khứ chúng tôi đã thực hiện. Với tôi du lịch ngoài cái thú chung của một du khách tôi còn một cái thú riêng: biết đâu mỗi lần đi xa lại đẻ thêm được một đứa con tinh thần?

Trân trọng cảm ơn nhà văn Nguyễn Tường Thiết, đã dành cho chúng tôi cuộc phỏng vấn đặc biệt này!

(Dec. 2010)

Phạm Xuân Đài, Người Tìm Gặp Hồn Tính Tiền Nhân và, dân tộc

Một người cầm bút thận trọng với chữ nghĩa của mình là điều bình thường. Nhưng, một người cầm bút có được sự trân trọng với tác phẩm của kẻ khác, mỗi khi được những tác giả đó nhờ giới thiệu tiểu sử hoặc, nói về tác phẩm của họ, theo tôi, có dễ không ai cẩn trọng bằng Phạm Xuân Đài. Tôi muốn nói, họ Phạm không chỉ đọc từ trang đầu đến chữ cuối những tác phẩm ông nhận giới thiệu! Với tôi, dường như ông còn cất công tìm kiếm trong tác phẩm những điều tốt đẹp mà, chính những tác giả kia cũng không thấy...

Nói về sự thận trọng với chữ nghĩa của mình, ở trường hợp Phạm Xuân Đài, tôi không thể không đề cặp tới bút ký, đậm đặc tính nghị luận *"Hà Nội Trong Mắt Tôi"* của ông. (1)

Trong "Lời nhà xuất bản" trước khi vào tác phẩm, khởi đầu như sau:

"Cuối năm 1989, báo Người Việt xuất bản ở Quận Cam, California nhận được một bài viết mang tựa đề 'Hà Nội Trong Mắt Tôi' từ Việt Nam gửi sang, tác giả là Phạm Xuân Đài. Đó là lần đầu tiên tên Phạm Xuân Đài và bài viết của ông xuất hiện trên báo chí hải ngoại.

"Từ đó về sau, thỉnh thoảng bài viết của ông đến với độc giả nước ngoài, như các bài 'Chùa Là Cái Thiện Của Làng' (Báo Thế Kỷ 21), 'Chuyện Trong Quán Cà Phê' (Người Việt, Xuân), 'Kẻ Cuồng Sĩ Trong Vườn Cây' (Phật Giáo Việt Nam, Los Angeles)... mà một số báo ở các nơi đã đăng lại hoặc trích đăng nhiều lần. Riêng bài 'Chùa Là Cái Thiện Của Làng' đã được nhà xuất bản Trăm Hoa, năm 1992, tuyển in trong cuốn Những Vấn Đề Việt Nam cùng với nhiều tác giả khác trong và ngoài nước..."

Tôi không biết vô tình (liệt kê theo thời gian), hay cố ý mà, những bài ký sự nghị luận của Phạm Xuân Đài được nhà xuất bản Thế Kỷ nhắc tới, lại là những bài viết đáng chú ý nhất trong tập "Hà Nội Trong Mắt Tôi" của tác giả này.

Như đã nói, bên cạnh tính thận trọng với chữ nghĩa, họ Phạm còn cho thấy ông có óc quan sát tỉ mỉ, so sánh sắc bén làm nổi bật nhiều hình ảnh tương phản về những nơi chốn ông đã đi qua - Về, những sự kiện được ông chú ý, ghi nhận.

Ngay torng bút ký đầu tiên của tác phẩm, bút ký chính được chọn làm nhan đề chung: "Hà Nội Trong Mắt Tôi," họ Phạm viết:[1]

---

[1] Phạm Xuân Đài, bút hiệu của Phạm Phú Minh, sinh năm 1940 tại Đông Bàn, Điện Bàn, Quảng Nam. Cựu học sinh các trường Trần Quý Cáp, Hội An; Trương Vĩnh Ký và Chu Văn An, Saigon. Ông tốt nghiệp đại học sư phạm năm 1964. Tỵ nạn tại Hoa Kỳ 1992... "Hà Nội Trong Mắt Tôi" do nhà Thế Kỷ, California, xuất bản năm 1994.

"... Hà Nội là một thành phố đẹp. So với những thành phố khác mà người Pháp đã xây dựng trên nước ta như Sài gòn, Đà Nẵng, Đà Lạt thì Hà Nội được xây dựng với một chủ đề văn hóa rõ rệt và công phu nhất. Họ xây dựng công thự, khu hành chánh, những 'khu phố tây', nhưng đồng thời cũng trân trọng giữ lại phần Hà Nội cổ với khu buôn bán, khu cổ thành và các di tích..." (Sđd. Tr. 21)

Ghi nhận của tác giả về Hà Nội, là những điều mà, những người sinh trưởng tại Hà Nội, có thể cũng không nhìn ra.

Ở một đoạn khác, ông viết:

"Tại Hà Nội công trình có tính cách quốc gia duy nhất xây dựng từ các triều đại trước còn lại nguyên vẹn cho đến ngày nay có lẽ là Văn Miếu. Các đền đài lăng tẩm ở Huế mặc dù hoàn chỉnh hơn, rực rỡ hơn vẫn không cho ta một cảm giác sâu thẳm về thời gian, niềm hãnh diện về văn hiến và tình cảm về tổ tiên mạnh mẽ như Văn Miếu. Di tích Huế chỉ mới như một kẻ vào độ tráng nhiên, trong khi Văn Miếu là một cụ già thông thái và hiền từ râu tóc bạc phơ đang mỉm cười với con cháu. Bước vào cổng tam quan đi dưới bóng cây cổ thụ um tùm, qua một lớp thành nữa, rồi đến hồ, bia đá và rùa đá sắp hàng, rồi một lần cổng, rồi sân đá rộng thênh thang, rồi đền thờ, cứ vào, vào mãi như cái đi vào hun hút của lịch sử, như lần đến vùng thông tuệ của tiền nhân. Nói dân tộc Việt Nam là một dân tộc có văn hiến là một điều rất trừu tượng, nhưng đi vào Văn Miếu thì tức là đắm mình vào và hít thở chính cái văn hiến ấy... ." (Sđd. Tr. 24 & 25).

Chỉ với hai trích đoạn ngắn kể trên, người đọc đã có thể cảm nhận bản chất nhậy cảm, khao khát lội ngược thời gian, để gặp được hồn tính tiền nhân, hồn tính dân tộc... Những yếu tố căn bản làm thành truyền thống nghìn năm một đất nước của tác giả.

Cũng thế, ở bài viết "Chùa Là Cái Thiện Của Làng"[2] (Cụm từ họ Phạm rút ra và, khai triển từ một đoạn văn của nhà văn Nguyễn Khải trong truyện ngắn Người ở Làng Pháo,) Phạm Xuân Đài viết:

"Cái làng pháo mà tác giả tả là hình ảnh thu nhỏ của xã hội Việt Nam sau mấy mươi năm trong chế độ cộng sản: cái gốc bị phai mờ, tình cảm tốt đẹp nhân hậu giữa người với người không còn, kinh tế kiệt quệ, người chửi rủa nhau, hãm hại nhau, chia bè, chia cánh, cường hào (tức cán bộ lãnh đạo đảng và chính quyền địa phương nổi lên thi nhau bách hại dân chúng..." (Sđd. Tr. 177 &178).

Chi tiết hơn, ở một đoạn khác, họ Phạm nhấn mạnh:

"Tôn giáo có cái công dụng thực dụng mà nó đem lại cho xã hội: vì sợ hãi sự trừng phạt ở thế giới bên kia mà người dân hiền lành hơn, không làm việc ác. Nhưng sức mạnh chính của tôn giáo không phải là răn đe, dù là một cách êm dịu. Sức mạnh đó là 'cảm hứng về thể nghiệm điều thiện nhờ việc hành đạo.' Các lý thuyết chính trị, xã hội, triết học (kể cả môn đạo đức học) dù có khao khát cũng không làm điều đó được – tức làm tự thân con người vươn cao một cách tự giác – vì chỉ đụng đến vùng lý trí chứ không phải vùng tâm linh của con người. Lý trí chỉ biểu cho con người sự hợp lý để phục vụ đời sống, trong khi thể nghiệm tâm linh giúp cho con người bay bổng, như sự khác nhau giữa một bài luận chứng kinh tế và một bài thơ. Tôn giáo là cái cửa mở lên trời của ngôi nhà nhân loại. Nhờ cái cửa ấy, ánh sáng nội tại trong con người được khêu lên làm rực rỡ ngôi nhà của mình..." (Sđd. Tr. 179 & 180)

Tôi tin, bất cứ ai một khi đã đọc "Hà Nội Trong Mắt Tôi" của Phạm Xuân Đài, cũng sẽ nhận ra tấm lòng rất mực tha thiết tìm về nguồn gốc, bản chất dân tộc. Và từ đó, những trang văn của họ Phạm sẽ dẫn chúng ta tới chỗ sinh lòng quý mến ông:

---

2 Đọc thêm "Chùa Là Cái Thiện Của Làng", trang 177, sđd.

- Một nhà văn, một trái tim tận hiến cho nỗ lực ngược dòng ghi lại những cái đẹp của đất nước.

(Calif. 2- 22- 2013)

Trần Hoàng Trúc, biểu tượng thành công với thể loại "Truyện Cực Ngắn"

Phải chăng, để đáp ứng sự kiện đa số độc giả ngày càng khan hiếm thì giờ dành cho văn chương, nên thể loại "Truyện Cực Ngắn" đã ra đời?

Phong trào này, một thời rộ lên vì được sự hưởng ứng của nhiều cây bút. Trong số đó, có cả những nhà văn thành danh, lão thành.

Tuy nhiên, số người thất bại với thể loại "truyện cực ngắn" ấy, thực tế, lại là con số không nhỏ! Vì vậy, gần đây, thể loại này không còn xuất hiện "rôm rả" trên các diễn đàn văn chương trong, cũng như ngoài nước.

Có nhiều cách để lý giải sự thất bại của thể loại truyện ấy. Một trong những lý giải được nhiều người chia sẻ, đó là sự kiện người viết đã không tuân thủ "luật chơi" của thể loại "truyện cực ngắn".

Căn bản thể loại truyện này, không chỉ là số chữ cần phải được neo cứng ở con số trên, dưới 100 chữ. Nội dung của nó, cũng không phải chỉ là một vài hình ảnh, ý tưởng mang tính ẩn dụ hay, bàng bạc một triết lý nhân sinh mơ hồ nào đấy.

Tuy "truyện cực ngắn" rất gần với thể thơ Thất ngôn tứ tuyệt hoặc, Haiku của Nhật Bản*. Nhưng, nếu ở lãnh vực thi ca, tác giả được phép gửi vào tác phẩm của mình một số ý tưởng, hình ảnh... để từ đó, độc giả sẽ cảm nhận (một cách bất trắc), những "thông điệp / message " thì, ở "truyện cực ngắn" (vì là văn xuôi), nên nó lại đòi hỏi tác giả phải nói được điều gì đó! Một điều gì, độc giả có thể nhận biết tương đối dễ dàng. Minh bạch.

Đòi hỏi này là một thách thức lớn, với cả những nhà văn lão hành hoặc, đã thành danh!

Giữa lúc thể loại Truyện cực ngắn bị coi là mất mùa thì, một nhà văn trẻ, (tôi nghĩ còn rất trẻ, ở khoảng tuổi 30, thế hệ 8x?) Trần Hoàng Trúc xuất hiện.

Trần xuất hiện như một bông hoa trái mùa, với những mảng truyện cực ngắn rực rỡ ý nghĩa. Đậm màu xót xa nhân thế. Trong cõi giới "truyện cực ngắn" của họ Trần, đôi khi cũng nấu, tương những chát, đắng đời thường...

---

* Đại để, thể thơ Haiku quy định bài thơ chỉ có 17 âm tiết, trong 3 câu. Câu thứ nhất, 5 âm tiết. Câu thứ 2, 7 âm tiết và, câu thứ ba, 5 âm tiết.

Nhưng, truyện cực ngắn của Trần Hoàng Trúc, bao giờ cũng khép lại bằng những cảm nghiệm hay thông điệp cụ thể, như người cố tình lật cái mặt trái của tấm áo mang tính nhân sinh huy hoắc. Tựa cái nhìn điềm tĩnh với nhiều lo lắng, thương yêu của một người... già, một hiền triết: Cuối đời bỗng ngộ ra biết bao hư, dối ở mặt bên kia thời gian. (Thời gian, chiếc bóng bất phân ly của một kiếp người).

Cá nhân tôi rất thích kết luận của truyện cực ngắn tên "Thời gian" của họ Trần, khi cô khép lại tiểu phẩm của mình, bằng câu:

"... Nhưng vì quá ngu xuẩn nên Nếp Nhăn không biết Thời Gian cũng đồng thời mang đến chúng cái chết."

Hay, với tiểu phẩm nhan đề "Cái Gương" - (Một thứ thẩm quyền chứng nhận "... gương mặt thánh thiện hệt thiên thần..." lừa được rất nhiều người nhẹ dạ...) Để rồi, rốt ráo:

"'Xoảng' – chiếc gương vỡ tan dưới chân nàng. Tung tóe khắp nhà, những mảnh vỡ hiện hình cái ác."

Hoặc lời cảnh báo khẩn thiết, xốn xang niềm tuyệt vọng chung của nhân loại, khi chúng ta ngày càng tiến dần tới chỗ không còn thiên nhiên. Mà, sẽ chỉ có một thứ thiên nhiên... "nhân tạo," như trong tiểu phẩm nhan đề "Cô gái kỳ lạ" cũng của Trần Hoàng Trúc.

Trên đây là 3 trong số 4 truyện cực ngắn của nhà văn trẻ Trần Hoàng Trúc mà, chúng tôi đã hân hạnh đăng tải ít ngày qua, ở cột mục "Văn- Bằng Hữu," thuộc trang mạng này. Tôi tự thấy, không thể không gửi tới Trần Hoàng Trúc lời cảm ơn, chí ít, cũng của riêng tôi.

(Garden Grove, May 8- 2013)

Vài truyện cực ngắn của Trần Hoàng Trúc.

Thời gian

Vì muốn biết mặt Tương Lai nên Thời Gian luôn hối hả. Nó chạy quá nhanh nên chẳng kịp kết bạn với ai, chỉ vô tình trở thành kẻ thù của Quá Khứ, Sức Khỏe và Sắc Đẹp.

Trong một giai đoạn ngắn ngủi nào đó, các Vết Thương thực sự biết ơn Thời Gian.

Duy có Nếp Nhăn luôn cổ vũ Thời Gian trên đường đua của mình:

Tiếp tục đi, nhanh nữa nào, hãy giúp chúng tôi sinh sôi nảy nở!

Nhưng vì quá ngu xuẩn nên Nếp Nhăn không biết rằng Thời Gian cũng đồng thời mang đến chúng Cái Chết.

Cái gương

Nàng có gương mặt thánh thiện hệt thiên thần. Gương mặt ấy che kín tính chây lười, giúp nàng lừa bao người nhẹ dạ. Cùng thời gian và lỗi lầm, nét thiên thần ngày càng biến mất, từ lâu nàng không dám soi gương.

Một ngày kia, nàng nhận ra chẳng còn ai tin mình. Người ta thận trọng trước những gì nàng nói.

Còn một mình, nàng thu hết can đảm nhìn thẳng mình trong gương.

"Xoảng" – chiếc gương vỡ tan dưới chân nàng.

Tung tóe khắp sàn nhà, những mảnh vỡ hiện hình cái ác.

Cô gái kỳ lạ

Trong chuyến du lịch anh tình cờ gặp nàng – một cô gái thông minh, thú vị với vốn kiến thức phong phú khiến anh phải há hốc mồm.

Nàng yêu thiên nhiên đến kỳ lạ, có thể ngắm biển, leo núi, đi rừng hàng giờ không biết chán.

Kết thúc chuyến đi, anh xin số điện thoại, mắt nàng buồn xa xăm:

Vô ích thôi, em thuộc về tương lai anh ạ. Em đến từ năm 3013, khi thế giới chẳng còn biển, rừng, sông, núi... Tất cả đều là nhân tạo. Anh thật diễm phúc khi còn được tận hưởng thiên nhiên tươi đẹp này.

Anh vừa phá lên cười thì một tia sáng lóe lên. Nàng biến mất.

Trần Thu Miên, Boston. Đêm.
Ký ức*

Tôi mới đọc lại bài "Trăng Randolph và Trung Thu Xứ Người" của Trần Thu Miên, một giáo sư ở Boston. Bài viết phối hợp hai dạng tùy bút và tường thuật. Mạch văn chan chứa tình cảm. Khúc sông gập ghềnh ấu thơ của họ Trần, với tôi, trước sau, vẫn là một tùy bút đẹp. Một tản văn khiến tôi nhớ lại tôi và T., những ngày Boston.

Những dòng chữ viết về thơ ấu và, viết cho trẻ thơ Việt Nam ở Boston, cho tôi sống lại, lần nữa, buổi tối, trung tuần tháng 6 vừa qua. Đó là lần *trở về mái nhà xưa* gần nhất của tôi. (Từ ngày dời xa quê hương, tôi thấy tôi có nhiều hơn một "Mái nhà xưa" để trở

---

* Tựa tùy bút này được đặt theo nhan đề bức tranh "Boston. Đêm. Trong ký ức", nằm trong bộ sưu tập của Dr. Thành Trần.

về. Những "Mái nhà xưa" mang tên Houston, Hoa Thịnh Đốn, Dallas, Austin, Atlanta, Orlando, New Orleans... Nơi chúng tôi có nhiều bằng hữu. Những tình thân giúp đời sống tinh thần chúng tôi trở nên giàu có. Tôi nghĩ, ở lãnh vực này, nếu tôi có tự nhận mình là một "đại gia", chắc cũng không phải là lời nói quá. Đó cũng là những kỷ niệm chung của chúng tôi.

"Trở về mái nhà xưa" Boston tháng 6, không có T. Tôi không nhớ những lần trước, ai là người đón tôi? Nhưng tôi nhớ rất rõ, người đón tôi và T. ở phi trường, trong "ra mắt" Boston, lần thứ nhất là Trần Thu Miên. Và cách đây 4 tháng, cũng là Trần Thu Miên. Một người mà cả tôi lẫn T., rất thương mến, dù chưa một lần nói ra hay viết xuống.

Tôi nhớ, khi chuyến bay "red- eyes" (theo cách nói của cha Nguyễn Tuấn Linh, Linh mục chánh xứ St. Bernadette), của hãng Jet Blue thả tôi xuống phi trường Boston, lúc 4 giờ rưỡi sáng. Tôi không nghĩ Trần Thu Miên sẽ là bằng hữu thứ nhất tôi sẽ nhìn thấy, khi bóng tối còn là "thị phần" chính với cái lạnh gần zero độ căn cứ theo tin tức thời tiết, chuyến bay cung cấp cho hành khách, ít phút trước khi đáp. Đó là thời gian Boston vừa trải qua những ngày bão lốc, khiến hàng ngàn người phải bỏ nhà, đi tỵ nạn.

Đó là thời gian cuộc thảm sát chấn động, do hai anh em nhà Tsarnaev chủ mưu... , bạn tôi đã ngỡ ngàng, chua xót viết xuống:

"... Khi rời tiệm sách cũng là lúc bom nổ ở Boston, nhưng không theo dõi tin nên chúng tôi hoàn vô tư. Khách vãng lai quanh khu Harvard Square cũng không tỏ ra dấu hiệu gì đáng chú ý. Thường thì để sang phố Tàu từ Cambridge chúng tôi đi đường Memorial Drive, lên cầu băng ngang dòng sông Charles vào khu Kenmore Square và Boston University, rồi tạt sang phố Tàu từ đường Commonwealth, nhưng nghĩ cuộc đua vẫn còn nên đã vào phố Tàu từ Thông Lộ 90 hay Mass Turn Pike. Khi vào Mass Turn Pike chúng tôi thấy cả đoàn xe cảnh sát chạy ngược chiều và trực thăng bay

ngay trên bầu trời trung tâm Boston, nhưng tôi nghĩ bụng có lẽ cảnh sát bảo vệ nhân vật quan trọng nào đó còn trực thăng thì thu hình tại điểm cuối của đường đua. Chúng tôi vẫn nghe tin qua đài NPR (Nationa Public Radio) mỗi khi lên xe, nhưng hôm ấy không theo dõi tin như thói quen. Vào phố Tàu theo ngõ vào trạm xe lửa South Station nên không thấy dấu hiệu gì khác lạ. Du khách vẫn qua lại, ra vào các tiệm ăn như chưa có gì xảy ra tại Boston. Tuy nhiên có một số người, từ trung tâm Boston, kéo vali đi một cách vội vã xuống cổng vào trạm xe điện ngầm phố Tàu. Bây giờ nghĩ lại mới hiểu tại sao. Thức ăn vừa được dọn ra bàn, tôi chưa kịp uống cạn ly bia đầu tiên lúc điện thoại cầm tay của tôi báo tin. Thấy số gọi không quen, định tắt ngay, nhưng không hiểu sao tôi vẫn mở nghe. Giọng con gái vừa khóc vừa nói 'Bố, con đây! Điện thoại con không gọi được...' Nghe không rõ nên tôi ra ngoài tiệm ăn để hỏi con thêm.

" 'Điện thoại hư, sao con lại khóc?" Tôi hỏi rất vô tình.

" 'Không! Có hai quả bom nổ ở phố!" Con tôi vẫn còn khóc!!!!

" 'Con đang ở đâu?'

" 'Con về lại trường rồi! Và đang ở nhà bạn. Hệ thống Cell Phone bị cắt đứt nên con không dùng điện thoại của con được. Bố mẹ ở đâu? Con gọi về nhà không gặp."

" 'Bố mẹ và em đang ở phố Tàu!"

" 'Con chỉ muốn bố mẹ biết là con OK thôi!"

"Trở lại tiệm ăn trong trạng thái xúc động, tôi nói vội với Uyên-Sa, 'Có bom nổ ở ngoài phố!'

" 'Con mình ở đâu?'

" 'Nhà bạn!"

" 'Anh gọi lại số con vừa gọi, lấy địa chỉ để mình đến thăm con ngay.'

"Chúng tôi vội vã mua thức ăn mang đến cho con và bạn cháu. Đây là lần đầ tiên con tôi và bạn nó chứng kiến cảnh bom nổ và sự xáo trộn của thành phố. Dấu ấn "khủng bố" đã được đóng vĩnh viễn vào tâm hồn của con tôi và bạn cháu từ ngày hôm nay. Tôi đã tưởng chỉ đời mình mới bị dấu tích chiến tranh hằn sâu trong ký ức. Ai ngờ hôm nay, chính con mình lại phải chứng kiến hậu quả của 'khủng bố' ở giữa một thành phố đã sống thanh bình hơn 200 năm qua.

"Tôi gọi bạn tôi, người có cửa tiệm tạp hóa ở Phố Cổ Ý. Bạn cho biết có thêm vụ nổ nữa ở thư viện JFK.

" 'Boston đại nạn rồi ông ơi' Bạn tôi nói với giọng lo lắng.

"Sau này mới biết vụ cháy ở thư viện cố tổng thống Kennedy bên cạnh Đại Học Massachusetts- Boston không liên quan đến vụ bom khủng bố ngoài phố.

"Đúng 2:49 chiều ngày tưởng niệm những phát súng khởi nghĩa đầu tiên tại Hoa Kỳ 238 năm trước, trong khoảnh khắc, hai quả bom khủng bố nổ tung trên đường Boylston gần Quảng Trường Copley Square ngay trước điểm đích cùng của cuộc đua Boston Marathon. Cả Boston xôn xao nhưng không rối loạn. Cả nước Mỹ xôn xao nhưng không sợ hãi. Tin về số tử vong và thương vong được lập đi lập lại trên các hệ thống truyền thông. Hình ảnh lúc bom khủng bố nổ ở đoạn cuối đường đua cũng được chiếu lại nhiều lần trên các đài truyền hình. Các vị lãnh đạo chính quyền địa phương trấn an dân chúng bằng những lời lẽ rất chân tình và can đảm. Boston, nơi người dân phất cờ khởi nghĩa chống thực dân Anh đòi đập lập cũng vào ngày này, 238 năm trước (1775- 2013), không chịu khuất phục bất cứ quyền lực hay bạo tàn khủng bố nào, sẽ phục sinh sau biến nạn khủng bố này. Đấy là ý chung của người *dân và chính quyền. Tin sau cùng xác định, một em bé trai 8 tuổi, 2 thiếu nữ chưa hết tuổi 20, một cô người Mỹ cư dân vùng Boston, và một cô sinh viên từ Trung Hoa đã tử thương. Rất nhiều người bị thương tích nặng đến nỗi phải cưa chân. Những người khủng bố nghĩ gì? Họ nhân danh ai để làm điều dã man vậy? Biết đâu họ đã cầu nguyện với "Thần Linh" của họ trước khi giết người. Thượng Đế nào? Thiên Chúa nào? Thần Linh nào mà ác độc thế????..."* [1]

Nhắc lại chuyện này, tôi không hề có ý lo sợ một tai họa bất ngờ nào khác, có thể xẩy ra cho Boston, như một cú "đúp". Tôi chỉ muốn nói, trong tình cảnh đó, chuyến bay lại tới sớm hơn lịch trình cả tiếng, khó hy vọng thấy được bạn. Vậy mà vừa ra khỏi phi cơ, đi chưa được bao nhiêu bước, tôi đã thấy Trần Thu Miên tỉnh táo, mạnh giỏi, trong áo ấm nở nụ cười bên cạnh vài người Mỹ, cũng thức sớm, đón thân nhân giữa hành lang.

Gặp lại Trần Thu Miên, với tôi, như gặp lại Boston! Như gặp lại Uyên Sa, Trần Đông Bắc, Nguyễn Trọng Khôi, Nhất Chi Vũ, Đỗ Vy Hạ tức Nguyên Long, Nguyễn Bá Chung, Nguyễn Ngọc Chấn... vậy.

Bà thư ký người Mỹ của Trần Thu Miên "book" phòng lớn, loại "suite" có salon bốn ghế, bếp đủ tiện nghi cùng chén bát, muỗng nĩa... cho tôi ở Boston Marriott Quincy. Lầu 11. Căn phòng có chiều ngang toàn kính trong suốt, nhìn vào một sườn núi đá xanh. Khi Trần Thu Miên đưa tôi lên phòng, dặn tôi ở yên, rồi trở xuống, từ khung kính phẳng này, tôi thấy những con sáo mỏ đỏ làm tổ trong hốc đá. Vài cây dại oằn mình theo chiều gió và, mưa lất phất như những hạt confetti nhỏ xíu, bay khắp khoảng trời vừa nứt, rạn chút ánh sáng bên kia núi thấp. Tâm hồn tôi yên tĩnh, ấm áp như vừa ôm một người thân, nguyên vẹn mùi thơm xưa. Lát sau, trở lại, Trần Thu Miên kệ nệ xách một lẵng mây lớn. Không phải

---

1 Xem thêm Trần Thu Miên "Tháng Tư: Bom nổ Boston, đạn bay ký ức", Website dutule.com. Đăng ngày 25 tháng 4-2013.

673

hoa mà là cheese, cracker, bánh ngọt, trái cây các loại, sáu chai nước suối, ba chai rượu vang, một cái mở rượu, một thiệp chào mừng, nhấn mạnh: "Rượu vang, để anh đãi bạn"...

Cảm động trước sự chu đáo quá mức của Uyên Sa, tôi nói:

"Anh đồ chừng Uyên Sa nghĩ anh là bợm nhậu thứ thiệt, Miên à?"

Trần Thu Miên đáp ngay:

"Chắc vậy, anh!"

Năm phút sau, người giáo sư có nhiều chục năm dạy cho một đại học Công Giáo nổi tiếng Boston, chở tôi ngang qua nhiều khu ngoại ô Boston, đến phố Việt. Dù giá rét đã bắt đầu tan, nhưng mưa bụi vẫn còn lẽo đẽo theo chúng tôi qua những căn nhà thấp. Những cửa sổ ngó vào lòng đường, vẫn thở những hơi thở đẫm sương. Trên đường đi, tôi hỏi thăm T.C. một người bạn chung của chúng tôi. Miên nói, sau khi ly dị, T.C bỏ Boston, đi về một tiểu bang khác đã nhiều năm. Đó là lý do tại sao, ngày 16 tháng 4 năm 2005, khi hai tổ chức "The Institute For Vienamese Culture & Education" và "Harvard Vietnamese Association" mời tôi qua nói chuyện tại Building Winthrop JRC, Winthrop House, Harvard University, không có T.C.!

Tôi hỏi Trần Thu Miên có nhớ lần tôi T.C. mời tôi trở lại Boston? Dường như đó là tháng 11 năm 2000, một hai ngày sau bầu cử tổng thống. Buổi tối đó, dù mời rất nhiều người đến nhà để gặp tôi, nhưng T.C. lại tỏ ra bồn chồn, nôn nóng hướng về Tallahasee, thủ phủ của tiểu bang Florida. Nơi số phiếu đại diện tri đoàn tiểu bang Florida dành cho ứng cử viên Tổng thống George W. Bush, chỉ hơn ông Al Gore vài phiếu... Trong khi tôi lại chú ý tới cô em của .C., lúc cô dẫn một cháu bé đến trước mặt tôi, bảo cháu:

'Con khoanh tay chào thầy của mẹ đi. Ông là người dạy mẹ ngày xưa ở Saigon đó con".

Cháu bé tròn mắt, ngơ ngác nhìn. Tôi không nghĩ cháu hiểu rõ câu nói của mẹ, nhưng cháu vẫn ngoan ngoãn, khoanh tay, cúi đầu chào.

Tôi nói với cô em T.C., thỉnh thoảng tôi cũng gặp lại một vài học trò cũ. Nhưng chưa ai làm tôi vui như tối đó. Tôi không hỏi cô học tôi ở trường nào, chỉ nhấn mạnh:

"Em làm thầy nhớ những ngày còn trẻ ở Việt Nam. Khi đó em là nữ sinh mới lớn. Bây giờ em đã có chồng con... Và tôi đã bước vào tuổi già..."

C. đã bỏ Boston mà đi. Tôi không biết cô em của C. ở lại, hay cũng di chuyển theo anh đi nơi khác? Tôi hiểu, đời sống là dòng sông cuộn xiết đổi thay. Nhưng tôi cũng không thoát khỏi bùi ngùi.

Trở lại Boston, tháng 6 vừa qua, tôi cũng không khỏi ngậm ngùi khi Trần Đông Bắc, ngập ngừng cho tôi biết, Bắc đã chia tay L. Bắc giao lại căn nhà cho L. Căn nhà, nơi tôi và T. từng ở ít ngày, khi trở lại Boston, để dự đêm "Thơ Nhạc DTL" trong khuôn viên Harvard. Tôi cũng có ý muốn thăm hỏi người con gái tôi gặp trong chuyến về Boston lần thứ nhất, sau hai buổi nói chuyện tại Wellesley College và Boston College. Về Cali, nhiều tháng sau, cô còn liên lạc với tôi qua trung gian một người bạn. Thời đó chưa có Internet, cũng chưa có Cell phone, thư từ qua lại giữa chúng tôi khá nhiêu khê, diệu vợi... Nhưng tôi xóa được rất nhanh ý muốn này. Nghĩ, nhiều phần Miên không biết và, cũng chẳng để làm gì!

Thời gian trôi qua đã lâu, mọi thứ đã thành quá khứ. Như đã quá khứ, những lần Nguyễn Bá Chung và Trần Đông Bắc, dẫn tôi lên lầu hai, một quán café có tuổi đời xấp xỉ tôi, ở Boston. Những buổi trưa trên lầu, ngoài sân gỗ, tôi thấy như tôi đang ngồi trên những mái nhà xám. Và, hai bên đường hẹp, những cây phượng vàng lá nhỏ, rớt xuống đường đi, như những hạt lá me lăn tăn, chạy theo những chiếc xe rì rầm lăn bánh dưới thấp. Đó là những giờ khắc, Trần Đông Bắc kể cho Nguyễn Bá Chung nghe, Bắc gặp tôi trong trường hợp nào, những năm đầu thập niên 1980. Những ngày quán Tay Trái của chúng tôi mới khai trương. Trần Duy Đức, Hương Thơ, Vũ Kiểm chọn sân khấu Tay Trái để cất tiếng hát. Riêng Bắc chọn Tay Trái để đọc những bài thơ năm chữ của mình. Với tiếng đàn guitar như lụa của Việt Dzũng, lót lưng giọng đọc, những bài thơ tình của Bắc, sáng lên, tựa những đốm lửa lập lòe năm, tháng chông chênh đời ty nạn. Rồi Bắc lặng lẽ biến mất, như thình lình xuất hiện. Rồi tôi được tin Bắc trở thành luật sư, đại diện chính quyền tiểu bang Masschusetts, cùng với tin Bắc bị bệnh trầm cảm nặng. Phải uống thuốc mỗi ngày...

Những ngày tháng ấy, bây giờ cũng xa. Nếu không không nhắc lại, chúng sẽ như những hạt cát lãng quên dưới đáy sông quá khứ.

Tháng Sáu trở lại, ngồi ở một tiệm phở mở cửa sớm trong khu phố Việt, Trần Đông Bắc tìm đến trước Nhất Chi Vũ. Bắc cho biết bệnh tình của mình, chẳng những không bớt mà có phần nặng hơn. Vài ngày sau, tôi hiểu nguyên nhân. Và tôi cũng hiểu lý do Bắc gần như không làm thơ mà chỉ viết truyện. Những truyện ngắn của Bắc như những lưỡi cưa xẻ dọc nỗi phiền muộn đời riêng và, thảm kịch gia đình người ty nạn ở Boston... Mà, mạt cưa là những gì Bắc giữ riêng mình, để trộn lẫn cùng ưu uất nứt xương. Bắc kể, có lần quá hăng, cãi thí cho một người đàn bà Việt cô thế, Bắc suýt bị đưa vào tù, khi tranh cãi trước tòa với một Biện lý, bất chấp lệnh ngưng nói của chánh án.

Xu hướng khoanh vùng hay be bờ cho người Việt của Bắc, mặt nào đó, rất gần với tôi. Nhớ lại lần đầu tiên đến với Boston, T. và tôi được gặp một người trẻ tuổi tên Nhất Chi Vũ, tốt nghiệp trường Berklee College of Music ở Boston. Một trường cao đẳng âm nhạc tư, nổi tiếng thế giới vì điều kiện nhập học một trăm lần khó khăn hơn những trường cao đẳng âm nhạc khác của nước Mỹ, chúng tôi thích lắm. Chúng tôi biết, Vũ không phải là người Việt đầu tiên, tốt nghiệp Berklee. Nhưng nghe Trần Thu Miên kể, Vũ được học bổng toàn phần vì năng khiếu âm nhạc đặc biệt của Vũ, tôi và T. thấy quý Vũ hơn. Tuy nhiên, chúng tôi chỉ thực sự hãnh diện về Vũ, khi vẫn Trần Thu Miên cho biết, trong quá khứ, một ca khúc của Vũ đã được hát lên, vang dội Tòa thánh Vatican, vào dịp Tòa Thánh phong Thánh cho các vị Tử Đạo Việt Nam.[2] Tôi không biết, đó có phải là lần đầu tiên, sáng tác của một nhạc sĩ Việt ty nạn, được trình diễn tại Tòa Thánh Vatican? Nhưng tôi vẫn hạnh phúc! Tôi cho đó điều rất đáng hãnh diện (dù tôi không là một Ky-tô- hữu).

Hình như mặc cảm nhược tiểu, thua kém của người Việt Nam có trong tôi khá sớm và quá lớn! Nên phản ứng tự nhiên của tôi là luôn cảm thấy hãnh diện (âm thầm hãnh diện) khi biết được bất cứ một thành tựu đáng kể nào của người Việt Nam ở mọi lãnh vực. Đôi khi, tôi cảm tưởng tôi hãnh diện và, hạnh phúc hơn chính người đạt được những thành tích nọ!

Tôi nghĩ, nếu có ai bảo rằng, tôi là người bệnh hoạn trong lãnh vực "khoanh vùng", "be bờ" kia, tôi tin, tôi sẽ nhận. Không đôi co.

Cũng vậy, ở một khung cảnh nhỏ bé hơn, giới hạn trong sinh hoạt của một buổi lễ do Đại diện Ban Việt Ngữ tổ chức ngày 9 tháng 6 vừa qua, tại hội trường Nhà sứ St. Bernadette, trước

---

2 Đó là ca khúc "Giấc mơ chưa tròn" của Nhất Chi Vũ. Trong ca khúc này có những câu như: "Dâng lên Cha Toàn Năng giấc mơ chưa tròn nơi xứ lạ quê người.../ Cho bao người Việt Nam đón nhau về khắp trời nở hoa... / Giờ gặp lại nhau trên vùng đất lạ / Ôi bao là nhớ quê nhà xa xăm..." Trần Thu Miên cũng cho biết thêm, ca khúc được hát rất nhiều ở các nhà thờ Công Giáo vào thập niên 1980, bởi những ca đoàn hải ngoại. Và các ca sĩ như Hoàng Oanh, Khánh Ly cũng đã thu âm...

khoảng hơn 300 quan khách và phụ huynh học sinh, chủ đề "Cho em cội nguồn", tôi đã không che dấu xúc động lúc chương trình bước qua phần ca nhạc "Tiếng hát tuổi thơ xứ người" do các em học sinh Việt ngữ St. Bernadette trình diễn. Kế tiếp là phần nhạc chủ đề "Quê hương, Nỗi nhớ, Cội nguồn" do chính các thầy cô thuộc ban Việt Ngữ St. Bernadette thể hiện. Tiếng hát từ trái tim của họ gửi vào ca từ, ở với nốt nhạc, làm tôi, đôi lúc rưng rưng, muốn khóc.

Trong tôi, niềm tự tin tiếng Việt như thủy triều dâng cao. Qua các em, qua thầy cô, tôi hãnh diện là người Việt Nam. Họ cho tôi niềm tha thiết, khao khát sống, dù thân phận tôi, một tỵ nạn đã bao nhiêu năm, luân lạc, xứ người. Các em, thầy cô cho tôi cảm tưởng như tôi đã chạm được đã sờ thấy, đã ôm chặt vào lòng mình hai chữ "quê hương" trừu tượng! Hoặc nóng bỏng các chữ "dân tộc / tổ quốc" - Vốn là những ý niệm mơ hồ, không cụ thể...

Tôi biết, một lần thêm, tôi mang món nợ tinh thần với Ban Tổ Chức, các thầy cô - Những người phải chắt mót từng giờ phút rảnh rỗi hiếm hoi sau công việc mưu sinh, bổn phận gia đình hàng ngày..., để làm thành buổi tối "Cho em cội nguồn". Làm thành một Việt Nam rực rỡ ý nghĩa, tin yêu một góc khuất trong một thành phố bao la, lạnh lẽo này.

Tôi biết tôi không đủ chữ để nói rõ, nói hết được lòng biết ơn của tôi, trước hy sinh vô cùng to lớn của họ. Với tôi, đó là những đốm lửa không bao giờ tắt trong sinh mệnh Việt Nam. Đốm lửa ấy, một khi đã được thắp lên, nó sẽ được truyền tay qua nhiều thế hệ. Để nuôi dưỡng hy vọng, tăng trưởng niềm hãnh diện Việt, dưới mái nhà Boston...

Lúc chương trình chấm dứt, ra khỏi phòng hội, Cố Sơn (thân phụ của Linh Mục Nguyễn Tuấn Linh) hỏi tôi cảm tưởng. Tôi nói, chưa bao giờ tôi có được những giờ phút xúc động như thế.

Cũng vậy, tôi thấy tôi không thể không nói ra lòng biết ơn của mình, khi đọc tùy bút "Trăng Randolph và Trung Thu Xứ Người" của Trần Thu Miên.

Làm sao tôi cầm giữ được rung động mình, khi ngay đoạn mở đầu tùy bút đã là:

"Tôi cũng như nhiều đứa trẻ lớn lên ở vùng quê hẻo lánh nghèo nàn thời chiến tranh chưa từng được cầm lồng đèn tung tăng rước qua đường phố những đêm trăng rằm Trung Thu. Thời ly loạn, bóng đêm, dù trăng rằm vằng vặc sáng đến mấy, vẫn luôn luôn là thế giới của sợ hãi; vì đạn pháo có thể rơi bất ngờ, súng có thể nổ ven làng, hay Việt Cộng có thể gõ cửa vào nhà dân ám sát, bắt cóc, tịch thu thực phẩm, gạo lúa, hay tuyên truyền, dọa nạt. Chiến tranh là thế đấy! Chỉ có những trẻ em ở xa vùng chiến tranh hay thành phố mới được vui hưởng Tết Trung Thu. Còn tôi và nhiều trẻ em cùng thời chỉ được nghe, đọc truyện huyền thoại Cây Đa Chú Cuội, hay chị Hằng Nga, rồi được thầy cô dạy các hát bài như "Chú Cuội" (Bóng Trăng trắng ngà...có cây Đa to có thằng Cuội già...) và "Rước Đèn Tháng Tám" (Tết Trung Thu rước đèn đi chơi...em rước đèn đi khắp phố phường...). Dù được nghe, đọc về phong tục ăn Tết Trung Thu nhưng chưa bao giờ được ăn Bánh Dẻo hay cầm lồng đèn, xem Múa Lân, rước qua khắp phố phường.

"Năm tôi lên 12 tuổi, bố mẹ gửi tôi vào tu viện Châu Sơn để học làm tu sĩ thì các sinh hoạt lễ hội tuổi thơ của tôi chỉ chuyên về Tôn Giáo. Suốt những năm dài học tu ở Châu Sơn, ký ức tôi không sót lại dấu vết đẹp nào về Tết Trung Thu..."[3]

Đoạn văn mở đầu tùy bút "Trăng Randolph và Trung Thu Xứ Người" của Trần Thu Miên, làm tôi nhớ, tôi cũng không có một trung thu trọn vẹn, cho tuổi thơ của mình. Trung thu duy nhất, tôi

---

3 Xem thêm Trần Thu Miên "Trăng Randolph và Trung Thu Xứ Người", Website dutule.com. Đăng ngày 30 tháng 9-2013.

có, là một trung thu, nửa đêm, tôi bị đánh thức... Không phải để "phá cỗ" mà để chạy giặc! Nửa đêm, khi được tin quân Pháp sẽ mở trận "càn" ở Kim Bảng, mẹ tôi đặt tôi ngồi lọt thỏm trong một chiếc thúng lớn và thúng còn lại, là mấy chiếc lư hương mẹ tôi lấy vội từ bàn thờ chính. Bà thuê người gánh tôi cùng lư hương, theo đoàn người chạy từ Kim Bảng tới Lạc Sơn, rồi từ Lạc Sơn chạy tiếp tới Đồi Mơ, Do Lễ. Tôi nhớ trong cơn buồn ngủ, thỉnh thoảng tôi choàng tỉnh, thấy vầng trăng thật lớn, vằng vặc, bì bõm theo tôi, băng qua những khu ruộng lầy lội, giữa tiếng súng mọc chê đâu đó - Như những tiếng quát tháo nhát gừng của thần chết bám theo chúng tôi. Ở Do Lễ, tôi còn tự hỏi, không biết những chiếc bánh nướng, bánh dẻo, những con vật bằng bột, nhiều mầu mà tôi gọi là những "con giấu" trong "bàn cỗ" sẽ đi về đâu? Tôi nghĩ, Tây biết gì về cỗ trung thu? Họa chăng có "Vàng", con "Vện" của gia đình tôi, mới biết thưởng thức!

Tôi không biết bao lâu sau, chúng tôi được hồi cư? Ngơ ngác nhìn khu nhà đổ nát, với những chiếc sân xi măng (vốn được mẹ tôi dùng để phơi lúa, ô mai) tung tóe sách, báo. Những khoảng sân cháy nám, loang lổ như những miếng da trâu, tôi gặp trên đường trở về! Chỉ biết, sau đấy, chị Oanh, người chị dâu sớm góa bụa của tôi, xin mẹ tôi cho tôi và chị B.T. tôi ra Hà Nội ở với chị.

Diễn biến này là một ngạc nhiên, bất ngờ lớn với tôi. Nhưng mẹ tôi thì không. Đó là kế hoạch đã được bàn thảo, tính toán giữa chị Oanh và bà. Mẹ tôi kể, sau khi anh Uyển tôi bị máy bay Pháp bắn chết trưa mồng ba Tết, năm 1951, ở Nho Quan, chị Oanh chôn anh tôi xong, trở về Kim Bảng, sống với gia đình chồng. Chiến tranh khi ấy là đám mây đen khổng lồ, không lúc nào rời khỏi phố huyện chúng tôi. Nhìn thấy nguy cơ, có ngày cả gia đình chúng tôi sẽ không còn lấy một người, chị Oanh xin phép mẹ tôi cho chị ra Hà Nội, trở lại nghề y tá, làm đầu cầu, đón tôi và chị B.T. tôi. "Ông trời", lối nói của mẹ tôi, đã lấy đi khỏi bà, nhiều đứa con, đồng thời cũng bịt mắt, dắt đi mù mịt những đứa khác. Mẹ tôi không muốn xa thêm hai đứa con nhỏ nhất, còn lại của bà. Nhưng, chiến tranh không có cửa cho bà chọn lựa. Bà phải chấp nhận sống xa hai đứa con sau cùng của bà, để hy vọng gặp lại! Hơn là chính bà hoặc ai đó, có ngày phải đưa chúng ra khu nghĩa trang riêng của gia đình, đã không còn chỗ trống!!!

Những ngày ở nhờ trong căn nhà số 53 phố Phúc Kiến của người chị ruột của chị Oanh, cũng không có một trung thu nào cho tôi. Không trung thu, nhưng tôi lại... "thấy" trung thu trong sân trường Tàu bên kia đường ngôi nhà tôi ở tạm. Đó là buổi tối trung thu Hà Nội. Những đứa nhỏ trạc tuổi tôi, mặc đồng phục, đi quanh sân với những chiếc đèn mầu và, những ngọn nến nhẩy nhót dưới tay chúng... Từ bên này đường thèm thuồng, ghen tị nhìn qua, tôi nghĩ, rồi đây, khi có được một trung thu như chúng, tôi nghĩ, tôi sẽ không chỉ có một chiếc đèn mà, hai tay tôi là hai chiếc đèn khác nhau. Tôi sẽ không thèm chơi những chiếc đèn giấy xếp nhỏ xíu, bèo nhèo mà, tôi sẽ xin chị Oanh hoặc mẹ tôi, mua cho tôi một chiếc đèn ngôi sao thật lớn, cho tay phải và, tay trái tôi sẽ là đèn cá chép, cũng bự không kém. Trong sân nhà, tôi sẽ rước cả hai đèn một lúc. Nếu chị B.T tôi không chịu chơi với tôi, dù một mình, tôi cũng sẽ hát rõ to cho nhiều người nghe... *"Tết Trung Thu rước đèn đi chơi / Em rước đèn đi khắp phố phường / Lòng vui sướng với đèn trong tay / Em múa ca trong ánh trăng rằm / Đèn thiên nga với đèn bướm bướm / Em rước đèn này đến cung trăng / Đèn xanh lơ với đèn tím tím / Đèn xanh lam với đèn trắng trắng / Trong ánh đèn rực rỡ muôn màu..."*[4]

Tôi cũng định bụng, lúc đó, nếu lỡ quên lời, tôi sẽ cứ ê a... "... Đèn ông sao với đèn cá chép..." không thôi, cũng đủ "trả thù"

---

4 Nhạc và lời nhạc sĩ Đức Quỳnh (Theo Wikipedia – Tiếng Việt)

những ngày tôi đứng bên lề đường nhìn sang sân trường Tầu ở phố Phúc Kiến rồi!

Nhưng giấc mơ của tôi, như con chuồn chuồn ngô tự dứt đứt đuôi khỏi chỉ cột, bay tới một phương trời khác. Cuối cùng, khi đã trưởng thành, tôi vẫn không một lần có trong tay chiếc đèn trung thu nào... Nên, có muốn hát thầm... "Tết Trung Thu rước đèn đi chơi..." tôi cũng chẳng thể! Vì Thực tế, chưa bao giờ tôi có được cho mình một chiếc đèn trung thu (dù chỉ là chiếc đèn giấy xếp bèo nhèo, chán chết!)

*

Có dễ đã hơn hai tuần kể từ ngày đọc tùy bút "Trăng Randolph và Trung Thu Xứ Người" của Trần Thu Miên, viết về của cha Linh, các thầy cô, Ban Việt Ngữ, Phụ huynh, học sinh giáo xứ St. Bernadette... vẫn lấp lánh trong tôi, ngọn nến tuổi thơ:

"... Khi trời vừa nhá nhem tối, lồng đèn Trung Thu đã được các cô giáo cho treo lên hai sợi dây cao trước sân khấu sáng lên làm mọi người nao nức chờ trăng. Cô Thu- Hằng cho các em ngồi xuống sân nghe cô kể truyện huyền thoại về chú Cuội, chị Hằng và cây đa. Các em chăm chú nghe cô kể chuyện bằng hai ngôn ngữ Anh- Việt và giơ tay trả lời câu hỏi rất thích thú hồn nhiên. Nghe kể chuyện xong, mỗi em được phát một lồng đèn đi rước quanh sân. Hơn 200 lồng đèn đã được phát ra mà vẫn còn thiếu. Có cô giáo 'nguýt' tôi dài dăm bảy cây số 'Đã bảo mua thêm lồng đèn mà không nghe!' Thôi thì ăn ít ngon hơn ăn nhiều.

"Số trẻ em lớn bé tham dự đông ngoài dự ước. Chúng tôi định cho các em ăn bánh Trung Thu ngoài trời ngắm trăng Randolph nhưng vì số người tham dự quá đông nên cha Xứ bảo tập họp trong hội trường. Ban tổ chức chỉ xếp sẵn khoảng mười bàn nhưng số trẻ em và cha mẹ tràn vào hội trường có thể là từ 300 đến 400 người nên các thầy cô phải vận động bà con xếp thêm bàn ghế. Các bạn trong chương trình Việt Ngữ VNSB của tôi ai cũng hăng hái bưng những đĩa bánh Trung Thu và bánh do cô Linda và cô Huyền nướng tại nhà mang đến từng bàn mời các em và phụ huynh cùng chung vui tết Trung Thu. Tiếng cười nói ồn ào khiến mọi người ai cũng rạng rỡ hân hoan. Bánh Trung Thu được bà con và nhà hàng Phở Countryside chiêu đãi dư đầy. Không ngờ vui đến thế. Dọn dẹp xong, cô Thu- Hằng, cô Giang và anh Bình mang các thứ nước uống thuộc loại 'cấm' trẻ em dưới 21 tuổi để mọi người 'giải khát'. Chúng tôi cụng ly nói cười vui như tết. Tết Trung Thu mà!

(...)

"... Khi tôi và Uyên- Sa rời sân giáo đường St. Bernadette, trăng tháng Chín vằng vặng giữa bầu trời khuya không vẩn mây. Mùa Thu ở đây bắt đầu cựa mình thức giấc. Phải sống hơn nửa đời người tôi mới hưởng một Trung Thu đầy ý nghĩa; dù ở xứ người không có trăng Đà Lạt hay trăng Sài Gòn. Nhưng trăng Randolph đêm nay bất chợt làm mình nhớ quê nhà quá và yêu thêm tuổi thơ Việt Nam ở xứ người."

Bạn tôi viết "... Phải sống hơn nửa đời người tôi mới hưởng một Trung Thu đầy ý nghĩa..."

Với tôi là: Phải sống gần hết đời người, tôi mới được hưởng một trung thu ý nghĩa, từ xa: Trên giấy và hình ảnh.

Ngay lúc này, dù chăm chú gõ hai ngón tay trên bàn phím, tôi vẫn nghe vẳng đâu đó, tiếng tôi hát thầm: "... Tết trung thu rước đèn đi chơi / ... / Đèn ngôi sao với đèn cá chép..." Có thể trung thu hiểu theo một nghĩa nào, đã không hề bỏ tôi (như những con chuồn ngô tự dứt đứt đuôi, bay đi phương trời khác). Mà, trung thu đã trở về. Đã ở lại với tuổi thơ Việt Nam, quê người.

Và, những chiếc đèn, những ngọn nến từ những bàn tay nhỏ xíu kia, một ngày nào, sẽ chuyển giao cho những bàn tay nhỏ xíu khác... Như đất nước, dân tộc tôi, ngàn đời đã tồn lưu, như thế.

Trần Trung Đạo và, những xác tín dành cho văn chương

Trong số những người chỉ thực sự cầm bút từ sau biến cố tháng 4- 1975, do Biển Đông đem lại cho sinh hoạt VHTN của chúng ta ở quê người, tôi chú ý nhiều tới nhà thơ Trần Trung Đạo. Căn cứ theo một bài viết của tác giả Hà Khánh Quân thì:

"Sinh tại Duy Xuyên Quảng Nam vào năm 1955, Trần Trung Đạo tên thật là Trần Văn Nhơn. Những tư liệu này được hai nhà thơ Lưu Nguyễn và Phan Xuân Sinh cho giống nhau, chưa thấy ghi trong Tác Giả Việt Nam của Lê Bảo Hoàng, hoặc nhiều trang điện toán có thông tin, đăng tác phẩm của tác giả như:

thewriterspost.net, vnthuquan.net, uminhcoc.com, xuquang.com, nguoivietboston.com, trantrungdao.com.

Trần Trung Đạo có vóc dáng rất Việt Nam, rất thư sinh nho nhã. Anh đã từng có mặt tại trung học Trần Quý Cáp Hội An, đại học Vạn Hạnh, đại học Luật Khoa Sài Gòn. Rồi tốt nghiệp kỹ sư điện toán tại Wentworth Institute of Technology. Trần Trung Đạo đến Hoa Kỳ bằng phương tiện phổ thông: vượt biên đường biển vào năm 1981. Sau thời gian ở đảo Palawan, anh hiện sống cùng gia đình tại Boston Massachusettes. Nghề tay phải hiện nay: điều hành hệ thống dữ kiện cho một hãng đầu tư tài chánh ngay tại nơi định cư. Trần Trung Đạo bắt đầu sinh hoạt văn học từ cuối thập niên 80. Ngoài bài vở đóng góp trên các báo đất, báo mạng, anh đã có các tác phẩm bày bán:

– Đổi Cả Thiên Thu Tiếng Mẹ Cười (thơ, in 1993 tái bản 1996)

– Thao Thức (thơ, 1997)

– Thơ Trần Trung Đạo (thơ, 2003)

– Giấc Mơ Việt Nam (văn, 2003)

– Tâm Bút (văn, 2005, được chính trang web TTĐ giới thiệu: Gồm 23 bài tâm bút và tiểu luận liên quan đến các vấn đề của đất nước mà mỗi chúng ta hằng ưu tư, trong đó có Suy Nghĩ Tháng Tư, Ba Mươi Năm Nhìn Lại Chiến Tranh, Sự Im Lặng Của Biển, Tuổi Trẻ Và Lý Tưởng Phụng Sự Xã Hội, Con Có Một Tổ Quốc, Số Phận Một Loài Chim, Nhìn Tấm Bia Tưởng Niệm Ở Galang Suy Nghĩ Về Hòa Giải v.v... Ngoài ra, Tâm bút Trần Trung Đạo còn gồm những bài thuyết trình của tác giả về các chủ đề văn hóa, tuổi trẻ và nhân quyền tại các cộng đồng, hội nghị, đại học và các trại hè thanh niên trên nước Mỹ)

– Tiểu Luận (văn, 2009. Nguyên văn giới thiệu trên web TTĐ: Tuyển tập dày hơn 300 trang, bao gồm những tiểu luận chọn lọc như: Khám nghiệm một "Hồn Ma", Sông Gianh chảy giữa lòng Hà Nội, Tuổi trẻ Việt Nam học lịch sử để làm lịch sử, Trách nhiệm của các thế hệ Việt Nam, Hẹn một ngày giành lại Hoàng Sa, thảo luận về các vấn đề nóng bỏng của đất nước và đang được người Việt trong cũng như ngoài nước quan tâm nhất. Ngoài ra, tập tiểu luận còn có những bài góp ý về các hồi ký gây nhiều chú ý của một số nhà văn trong nước, đã qua đời hay còn sống như Đặng Thùy Trâm, Nguyễn Văn Thạc v.v...)..."[1]

Sự chú ý của tôi, khởi nguồn khi tôi tình cờ đọc được bài thơ nhan đề *"Mẹ là Thơ Nên Nước Việt Sẽ Hồi Sinh"* của họ Trần.

Ngay từ tựa đề bài thơ, tác giả đã cho thấy một niềm tin, một ý niệm mới lạ về vị trí của thi ca đối với vận mạng một đất nước. Nó như một thứ niềm tin "bất khả tư nghì / không thể nghĩ bàn."

Nội dung bài thơ đề cập tới một bà mẹ Việt Nam ở San Jose, ngồi xe buýt suốt 2 giờ đồng hồ để đến dự buổi đọc thơ của Trần Trung Đạo:

"... Mẹ đi xe buýt suốt hai giờ
Chỉ mong đến tận nơi
Để nghe đọc thơ con
Những vần thơ vốn buồn hơn nước mắt
Con biết lòng mẹ đau mà không khóc
Như chúng con vẫn gượng cười đi giữa điêu linh.
"Có giống dân nào như một giống chim
Bay suốt bốn ngàn năm chưa dừng lại
Như đời mẹ mang nỗi buồn đi mãi
Bảy mươi lăm năm chưa một chỗ quay về
Mẹ ghé từng quán sách ở San Jose
Để rao bán những bài thơ con viết
Như bán tình thương mẹ chảy hoài không hết
Bán cả niềm đau cho nhân loại vô tình.
"Có ai cần đọc thơ con
Một thi sĩ vô danh

---

1 Theo Blog Trần Trung Đạo.

Viết những chuyện chẳng còn ai muốn nhắc
Câu chuyện Việt Nam mịt mờ xa lắc
Mười tám năm bao nước chảy qua cầu
Xin mẹ đừng buồn dù chẳng ai mua
Hồn thơ đó nghìn năm sau vẫn đọng.
"Nhờ có mẹ thơ con còn hy vọng
Mẹ là thơ nên nước Việt sẽ hồi sinh.²

Trung thành với khuynh hướng kể chuyện một cách chân thiết, đơn giản và, phảng phất nhiều hơi hướm của thơ tiền chiến, như hầu hết những bài thơ khác của mình, nhưng ở bài thơ này, trước tấm lòng quá gắn bó với thi ca của một bà mẹ Việt Nam, ở miền bắc tiểu bang California, họ Trần đã cảm nhận và, đi đến một kết luận khác cho thi ca. Ông cho nó một định mệnh cao cả. Một vai trò hay một vị trí khác hơn quan niệm xưa cũ: Đa số vẫn cho thơ là một trò chơi chữ nghĩa phù phiếm, thích hợp với những giây phút trà dư tửu hậu. Hoặc đó là sân chơi riêng của một số người tự xếp mình vào loại sinh bất phùng thời, thất bại trong đời thường nên quay qua làm... thơ. Như một hình thức tự lường gạt chính mình!!!

Và, tôi tin nhờ bản chất chân thành, với một niềm tin sắt đá vào chữ nghĩa mà, thi ca Trần Trung Đạo đã mang lại cho người đọc nhiều xúc động. Tựa như ông đã nó thay nỗi lòng nhiều người.

Cũng khởi từ "*Mẹ là Thơ Nên Nước Việt Sẽ Hồi Sinh*" tôi đã lần theo cõi giới văn chương họ Trần. Và, thấy thêm rằng, họ Trần không chỉ giới hạn mình trong lãnh vực thi ca. Tấm lòng, trái tim trĩu nặng hồn nước của ông, còn thể hiện qua nhiều lãnh vực khác nữa. Từ tùy bút, tới bình luận thời cuộc. Từ chính trị tới xã hội, tôn giáo... Xa hơn, thơ cũng như văn xuôi của ông, còn mở vào thế

---

2 N.đ.d.

giới, qua một số bài viết như *"Người bạn da đen"*, hay *"Varanasi, Đêm nghe sông Hằng hát"*...

Về tính thời sự, Trần Trung Đạo đặc biệt quan tâm tới đóng góp cho tương lai đất nước của những người trẻ. Cụ thể, qua những bài viết như: *"Võ Thị Thắng và Nguyễn Phương Uyên, bóng tối và ánh sáng"* hoặc *"Đừng khóc cho Phương Uyên mà hãy sống cùng mơ ước của em"*...

Nói cách khác, nếu chúng ta chỉ nhìn thấy họ Trần ở những bài thơ viết về mẹ, khiến người đọc có thể chảy nước mắt thì, đó là một cái nhìn phiếm diện, bất công đối với Trần Trung Đạo - Một tác giả, tự nguyện hiến tặng cho tổ quốc Việt Nam trí tuệ, tài năng của mình. Tôi muốn ví họ Trần Đạo như một hảo thủ dũng mãnh trên sân cỏ.

Họ Trần không chỉ xuất sắc ở vai trò tiền đạo hay trung phong... Ông còn cho thấy ở dù ở vị trí nào trên sân cỏ, ông cũng có khả năng "làm bàn", khả năng đưa banh vào lưới một cách ngoạn mục...!

Thành tích kia, Trần Trung Đạo có được, theo tôi, khởi nguồn vẫn từ tấm lòng và trái tim chân thành, thiết tha ở với quê hương, ở với dân tộc và một niềm tin bất khả tư nghì của riêng ông. Đó là niềm tin ngày nào chúng ta còn văn chương, chữ nghĩa Việt thì, ngày ấy chúng ta vẫn được phép tin chắc rằng "nước Việt sẽ hồi sinh" vậy.

Từ niềm tin sắt son vừa kể, người đọc lại thấy niềm tin sắt son nơi tâm thức Trần Trung Đạo, một lần nữa, lại thể hiện mạnh mẽ, quyết liệt qua tác phẩm tựa đề "Chính Luận" mới ấn hành ở Boston, Mass.

Đó là tác phẩm thứ 10 của một tác giả có nhiều bài thơ được độc giả khắp nơi yêu thích.

Như tựa đề, "*Chính Luận*" là một tác phẩm tâm huyết, cũng có thể nói đó là một thứ "tâm huyết bút", nằm trong loạt "tâm huyết bút" của họ Trần.

"Chính Luận" của Trần Trung Đạo, không chỉ đáng kể ở độ dầy 600 trang chữ nhỏ, khổ lớn mà, "Chính Luận" còn có chiều sâu của những bài viết, như những bản cáo trạng khẩn thiết báo động về những vấn đề trực tiếp liên quan tới sinh mệnh của dân tộc, tổ quốc Việt. Điển hình như những bài viết về "Hiểm họa Trung Cộng", "Hiện trạng Việt Nam", "Bàn về tẩy não", "Cách mạng tại Việt Nam, khoảng cách và hy vọng", hoặc "Hãy nói trước ngày chết" v.v...

Nói cách khác, với 600 trang "tâm huyết bút" của một người trẻ đang đứng ở tuyến đầu thao thức về vận mạng đất nước, "Chính Luận" của Trần Trung Đạo, không chỉ là những trang viết nóng bỏng, nồng nàn tâm cảm của một người yêu nước mà, nó còn là tấm lòng, trái tim của một Thi Sĩ cống hiến đời mình cho hy vọng một Việt Nam khác - Với những câu hỏi được cất lên, gửi tới bất cứ một người Việt Nam yêu nước nào, như:

"Việt Nam tôi đâu? Câu hỏi vang lên theo từng đợt sóng dội vào bờ cát nhưng tuyệt nhiên không có tiếng trả lời. Một người đứng trên đất khách và một kẻ đang ở trong tù có cùng một câu hỏi. Thì ra, không chỉ người đi xa mới thấm thía nỗi đau của kẻ thiếu quê hương mà cả những người đang sống trên đất nước vẫn đi tìm kiếm quê hương. Và quê hương chúng tôi đang tìm kiếm, không chỉ là núi đồi, sông biển, ruộng vườn cây trái nhưng là một quê hương có khối óc tự do, có tâm hồn nhân bản, có trái tim dân chủ, có đôi chân tiến về phía trước và đôi tay kiến tạo một xã hội thanh bình, thịnh vượng cho mãi mãi Việt Nam" ("Chính Luận" trang 597).

Trong bài "*Hãy nói trước ngày chết*", họ Trần viết:

"... Giết một vài đối thủ thì không sao nhưng để loại bỏ hàng triệu người thì lại là chuyện khác. Stalin không thể lên tận các trại lao động khổ sai ở Siberia để bỏ đói những người chống đối y. Mao Trạch Đông không thể xuống từng trường học để tra tấn các thầy cô trong Cách Mạng Văn Hóa, hay Hồ Chí Minh không thể đích thân xử bắn bà Nguyễn Thị Năm trong Cải Cách Ruộng Đất. Nhưng họ có khả năng huấn luyện, đầu độc một thế hệ đao phủ thủ trẻ tuổi hăng say và cuồng tín để làm thay. Quyền lực đặt vào tay đám đao thủ phủ trẻ này chẳng khác gì con dao bén để chúng thanh toán những mối thù riêng và lập công dâng Đảng.

"Tháng 10 năm 2002, nhà báo Mỹ Amanda Pike đến Campuchia để tìm hiểu nguyên nhân tội ác diệt chủng của Pol Pot đã không được làm sáng tỏ. Amanda Pike phỏng vấn bà Samrith Phum, người có chồng bị Khơ Me Đỏ giết. Theo lời kể của bà Samrith Phum, vào nửa đêm năm 1977 chồng bà bị một Khờ Me Đỏ địa phương bắt đi và giết chết vì bị cho là 'gián điệp CIA'. Hung thủ chẳng ai xa lạ mà là người cùng làng với bà Samrith. Hiện nay kẻ giết người vẫn còn sống nhởn nhơ chung một làng với bà cách thủ đô Nam Vang vài dặm nhưng không một tòa án nào truy tố hay kết án (...)

"Tình trạng kẻ sát nhân và gia đình những người bị sát hại vẫn còn sống chung làng, chung xóm, chung thành phố không chỉ phổ biến tại Campuchia nhưng cũng rất phổ biến tại Huế sau vụ Thảm Sát Mậu Thân 1968.

"Số người bị giết trong vụ Thảm Sát Tết Mậu Thân khác nhau tùy theo nguồn điều tra nhưng phần lớn công nhận số người bị giết lên đến nhiều ngàn người và 'kẻ thù nhân dân' không chỉ là công chức chính quyền VNCH mà còn rất đông sinh viên, học sinh, phụ nữ, trẻ em và ngay cả một số giáo sư ngoại quốc. Ông Võ Văn Bằng, nghị viên tỉnh Thừa Thiên và cũng là Trưởng Ban Truy Tìm và Cải Táng Nạn Nhân Cộng Sản Tết Mậu Thân, kể lại: *Các hố cách*

691

khoảng nhau. Mỗi hố vào khoảng 10 đến 20 người. Trong các hố, người thì đứng, nào là nằm, nào là ngồi, lộn xộn. Các thi hài khi đào lên, thịt xương đã rã ra. Trên thi hài còn thấy những dây lạt trói lại, cả dây điện thoại nữa, trói thành chùm với nhau. Có lẽ, họ bị xô vào hố thành từng chùm. Một số người đầu bị vỡ hoặc bị lủng. Lủng là do bắn, vỡ là do cuốc xẻng'.

"Tài liệu liên quan đến Thảm sát Tết Mậu Thân rất nhiều, từ điều tra của các nhà nghiên cứu nước ngoài cho đến các nhân chứng sống Việt Nam. Đến nay, thành phần được nghĩ đã gây ra biến cố đầy thảm thương cho dân tộc Việt Nam này là những người Huế 'nhảy núi'. Họ là những người bỏ trường, bỏ làng xóm, bỏ cố đô lên rừng theo cộng sản và Tết Mậu Thân đã trở lại tàn sát chính đồng bào ruột thị của mình. Họ là những kẻ vừa được giải thoát khỏi nhà giam Thừa Phủ đưa lên núi huấn luyện vài ngày rồi trở lại giết chết những kẻ bị nghi ngờ đã bỏ tù họ.

"Không giống quân đội chính quy tấn công Huế, Những du kích nằm vùng, những thanh niên, sinh viên, học sinh là những người sinh ra và lớn lên ở Huế, thuộc từng tên phố tên đường, biết tên biết tuổi từng người. Họ lập danh sách và đến từng nhà lừa gạt người dân bằng cách 'mời đi trình diện' rồi sẽ trả về nhà ăn Tết. Những người nhẹ dạ đi theo. Mà cho dù không nhẹ dạ cũng chẳng ai nghĩ mình sắp bị chôn sống chỉ vì làm chức liên gia trưởng của năm bảy gia đình, ấp trưởng một ngôi làng nhỏ, xã trưởng của vài trăm dân. Kết quả, từng nhóm, từng đoàn người lần lượt bị đem ra 'tòa án nhân dân' và kết án tử hình (...)

"Dân tộc Việt Nam đã trải qua nhiều thời kỳ suy vi và phân hóa nhưng sự kiện một số người dã tâm tàn sát nhiều ngàn người Việt khác trong chỉ vài tuần bằng các phương tiện phi nhân chưa từng có như ở Huế là lần đầu. Vết thương Mậu Thân sẽ không bao giờ lành một khi tội ác chưa được đưa ra ánh sáng. Nền tảng của hòa giải là công lý và sự thật chứ không phải che đậy và lãng quên (...)

"... Dụng ý của kẻ viết bài này chỉ muốn nhấn mạnh một điều rằng, nhiều trong số những người 'nhảy núi' còn sống ở Huế hay trong và cả ngoài nước, nhưng chắc không sống bao lâu nữa. Tuổi tác của các ông các bà đều trên dưới bảy mươi. Thời gian còn lại như tiếng chuông ngân đã quá dài. Tất cả sẽ là không. Các ông các bà ra đi không mang theo gì cả nhưng sẽ để lại rất nhiều. Vẫn biết con người khó tự kết án chính mình nhưng các ông các bà vẫn còn nợ dân tộc Việt Nam, nhất là các thế hệ mai sau, câu trả lời cho cái chết của nhiều ngàn dân Huế vô tội.

"Ngọn nến trước khi tắt thường bật sáng, vì tương lai dân tộc, các ông các bà hãy sáng lên sự thật một lần trước ngày chết." (Trích "Chính luận", Tr. 586, 587, 588, 593, 594)

Được biết, nơi trang cuối "Chính Luận", tiểu sử nhà thơ Trần Trung Đạo, người mang trái tim nồng nàn tình yêu dành cho tổ quốc Việt, ghi nhận như sau:

"Quê quán Duy Xuyên, Quảng Nam. cựu học sinh Trung Học Duy Xuyên, Trung Học Trần Quý Cáp, Hội An. Cựu sinh viên Luật Saigon và Kinh Tế, Vạn Hạnh. Vượt biên bằng đường biển năm 1981, tạm trú tại trại Palawan, Philippines, định cư tại Mỹ trong cùng năm. Học điện toán tại Wentworth Institute of Technology và Boston University. Tốt nghiệp kỹ sư điện toán và hiện đang làm việc cho một công ty đầu tư tài chánh tại Boston. Góp phần xây dựng mạng lưới Internet đầu tiên tại hải ngoại vào đầu thập niên 1990. Đóng góp tích cực vào nỗ lực xây dựng các phong trào trẻ tại hải ngoại. Thuyết trình về các chủ đề tuổi trẻ, nhân quyền, văn hóa tại các cộng đồng Việt Nam, hội nghị, đại học, tổng hội sinh viên, trại hè. Sáng tác thơ, văn, dịch, nghiên cứu, tiểu luận và chính luận..."

Nhật ký đời sống
trong thơ, văn Trần Yên Hòa

Theo ghi nhận của nhiều người thì cõi giới thơ cũng như văn của Trần Yên Hòa, luôn là những cảnh đời thực, tựa những trang nhật ký của đời ông.[*] Bên cạnh đó, dư luận cũng ghi nhận Trần Yên Hòa có sức viết mạnh mẽ, đều đặn. Trung bình mỗi

---

[*] Căn cứ vào cuộc nói chuyện giữa nhà văn Phạm Phú Minh và Trần Yên Hòa trên đài phát thanh VNCR năm 2004 thì: Trần Yên Hòa tên thật là Trần Văn Hòa, viết văn, làm thơ lấy bút hiệu là Trần Yên Hòa. Ông sinh ngày 20 tháng 12 năm 1947 tại xã Kỳ Mỹ, quận Tam Kỳ, tỉnh Quảng Nam. Theo học trường Trung Học Trần Cao Vân trong suốt thời gian Trung Học. Đậu tú tài phần 2 niên khóa 65-66. Vào Sài Gòn học tại Đại Học Luật Khoa. Sau đó đi dạy tại trường Trung Học Mộ Đức, Quảng Ngãi và tại trường Lý Tín, Quảng Tín. Cuối năm 1968, ông tình nguyện thi vào trường Đại Học Chiến Tranh Chính Trị Đà Lạt, khóa 2 SVSQ, ra trường ngày 19/2/1971. Khi ra trường, đổi về sư đoàn 2, trung đoàn 6 bộ binh, về đại đội lẻ tác chiến. Đến năm 1973, ông được thuyên chuyển về làm sĩ quan Thanh Tra tại Văn phòng Tổng Thanh tra Quân Đoàn I và Quân khu 1 tại

năm, gần như ông đều gởi tới độc giả của mình, một sáng tác mới. Nếu không kể số bản thảo chưa được ấn hành thì, trong vòng trên dưới mười năm trở lại đây, Trần Yên Hòa đã xuất bản trên dưới mười tác phẩm. (Mà), tác phẩm mới nhất của họ Trần là tập truyện có tựa đề *"Rớt xuống tuổi thơ, tôi"*, đã được bạn đọc nồng nhiệt đón nhận.

Tùy từng góc độ, thời gian và điểm đứng trên lộ trình nhân thế, khi họ Trần gửi tới những độc giả của ông, năm, tháng quê nhà: Những ngày niên thiếu. Giai đoạn trưởng thành. Những năm tháng tù đầy trong nhà giam, là "trại cải tạo"... Khi là những năm, tháng quê người... Cùng những rung động về tình yêu. Những được / mất, những thành / bại của một con người, sống như một mũi tên bắn thẳng về phía trước - Mà, thương yêu cuộc đời, luôn là ngọn hải đăng soi đường cho Trần Yên Hòa trước cũng như sau, mọi thất lỡ...

Ở mặt nào của quá khứ hay hiện tại, thơ, văn Trần Yên Hòa cũng cho thấy tính nồng nàn, tha thiết, chân thực với từng cảnh đời. Có người cho rằng, Trần Yên Hòa không chủ tâm làm văn chương, hiểu theo nghĩa không hề tô vẽ thêm cho mọi trạng huống đời sống ông kinh qua. Bởi vì căn bản, văn chương của ông, là những trang nhật ký, viết riêng cho mình, trước nhất.

Chính từ chất "mộc" kia, mà thơ, văn Trần Yên Hòa đã được nhiều độc giả đón nhận, như qua *"Lời bạt"* của tập truyện mới nhất, *"Rớt xuống tuổi thơ, tôi"*, họ Trần viết:

"Ai cũng có một nơi chốn sinh ra. Dù ở nhà quê hay phố thị, thì đó là nơi cất dấu những kỷ niệm của đời mình nhiều nhất.

Đà Nẵng. Sau 30/4/75 đi tù, về năm 1981, ông đi kinh tế mới ở Tân Biên, Tây Ninh, sau về Sài Gòn làm đủ mọi nghề, vá sửa xe đạp lề đường, bán bánh bò bánh tiêu, đạp xe xích lô, bỏ hàng phụ tùng xe đạp...Ông qua Mỹ tháng 3/1995, làm công nhân hãng Mỹ... (Nguồn Wikipedia-mở)

"Có thể thời gian qua đi, ta quay quắt sống với cuộc đời, với xã hội, ta bon chen với cơm áo gạo tiền nên những hình ảnh cũ tạm thời lắng xuống lòng mình. Đến một lúc, những vật lộn với cuộc đời đã qua, nằm gác tay lên trán trong những đêm trằn trọc ngủ không được, mới thấy nỗi nhớ nhung khôn nguôi về một thời thơ ấu. Bây giờ thì quá xa, có với tay níu bắt cũng không được nữa rồi, nó trở thành những bóng hình của ký ức.

"Tôi đã có một thời ấu thơ như thế.

"Ký ức là những mảnh vụn, có lúc rời rạc, có lúc nối kết thành một xâu chuỗi trong tâm thức tôi, đánh động tôi viết nên những giòng này, như tri ân một quê hương đã mất, đã mù xa.

"Tôi xa quê năm mười sáu tuổi. Thật ra thì chiến tranh và cuộc sống xô đuổi tôi đi. Chiến tranh thì ai không sợ, mà chiến tranh đã xuất phát từ vùng quê. Một đêm tối trời đang ngủ ngon giấc với giấc ngủ trẻ thơ, bỗng có tiếng đập cửa, tiếng nhiều người hét lớn, "mở cửa, mau mở cửa." Mẹ tôi quýnh quáng thức dậy thắp ngọn đèn dầu, rồi ra mở cửa. Những bóng đen nói, "ai có trong nhà thì thức dậy hết để kiểm tra". Chúng tôi phải bước ra khỏi giường, phải sắp hàng ngồi dưới đất để nghe những lời thuyết giảng. Rồi cha tôi bị bắt đi sau đó.

"Sau đó là những tiếng súng nổ, tiếng hô xung phong. Mẹ tôi đã khóc ngất, tôi đã khóc ngất. May mà cha tôi được trở về, nhưng đó là lần đầu tiên tôi biết về chiến tranh, về tiếng nổ của súng và lựu đạn, về những tiếng la hét của những người trong bóng đêm. Tôi đã sợ hãi nên những năm sau đó phải rời xa quê.

"Cho nên trong tập truyện này, tôi cố viết về chuyện trẻ con, về tuổi ấu thơ, nhưng dù cố gắng bao nhiêu đi nữa cũng mắc vào cái nhìn của người lớn, là tròng vào đầu trẻ con những suy nghĩ người lớn. Tuy nhiên, là những truyện có chút thật bên trong, nên tôi nghĩ mình cũng chưa đi quá đà.

"Con nít hồi xưa khác xa con nít bây giờ. Con nít ngày xưa ở quê tôi tìm không ra quả bóng "tơ nít" bỏ đi, để đem ra đồng đá bóng, mà phải kết quả bóng bằng lá chuối khô, hay lấy quả "bòng" nướng lên cho dẻo, để đá khỏi bể. Đồ chơi trẻ con không có, chỉ tự tạo, được cái gì chơi cái đó, như tự làm ná cao su bắn chim, lấy đất sét làm tượng con trâu, con bò, con chim, con cá...

"Bây giờ thì ê hề, trẻ con muốn gì thì cha mẹ sắm cho cái đó. Tuy nhiên, suy cho cùng, trong cái thiếu thốn đó cũng có những cái thú vị, đi chân đất cũng thú vị, để đầu trần dang nắng giữa trưa cũng thú vị, hái ổi trộm cũng thú vị lắm chứ sao không?

"Đây là thời kỳ còn non tơ, tươi rói, chưa biết yêu là gì, chỉ có những rung động đơn phương nho nhỏ như dây đàn bung lên nhè nhẹ, rồi thôi, nhưng là thời kỳ đáng nhớ nhất, đẹp nhất của cuộc đời (...)

"Vì là một truyện kể, như là đang ngồi với một người bạn, người cùng quê, cùng xóm, cùng làng năm xưa, bên tách nước chè, tách trà, tách cà phê... hay nhậu lai rai ba sợi... kể lại cho nhau những chuyện nho nhỏ nơi miền quê mình đã sống, chuyện thuở ấy, xa tít tắp, năm, sáu mươi năm... Kể lại, rồi mình như đã bị rớt xuống quá khứ, rớt về quá khứ... Như anh với tôi, chị với tôi, em với tôi, ngồi đối diện nhau... nhìn lại một thời..."

Tính chân thật nền tảng của văn chương Trần Yên Hòa, không chỉ hiển lộ nơi tập truyện vừa kể, mà, ngay trong truyện dài *"Đi Mỹ"* của mình, ấn hành đã lâu, tác giả cũng đã *"Mở"* vào tác phẩm của ông như sau:

"'Ngày ấy' với 'hôm nay' đã lâu lắm rồi. Ngày ấy là những ngày, những tháng, những năm, của thế kỷ trước. Nói thì lâu lắc lắm vậy, nhưng thật ra, cũng chỉ mười chín, hai mươi năm thôi. Hôm Nay, mỗi khi nhớ lại quãng thời gian đó, tôi vẫn thấy lòng mình có một nỗi chua xót, đắng cay, bàng hoàng, xúc động.

"Chuyện dài 'Đi Mỹ' thì có trăm hình vạn trạng. Mỗi người, mỗi gia đình có một hoàn cảnh riêng. Ở đây tôi chỉ ghi lại một vài chuyện nhỏ trong muôn hình vạn trạng kia thôi.

"Dĩ nhiên là hư cấu.

1.

"Buổi sáng trời Sài Gòn nóng. Cái nóng muôn đời của miền nhiệt đới. Xe cộ chạy rồi ùn tắc. Từng đợt, từng đợt. Đứng lại, đạp thắng chân hay bóp thắng tay. Hai bàn tay đen đủi của Ngàn nổi lên những đường gân xanh xám. Có lẽ, cuộc kiếm tìm miếng ăn đã làm cả thân xác anh khô quắt đi. Đôi cánh tay sạm nắng. Chiếc mobilette như con ngựa già rít lên từng chặp rồi lếch thếch kéo lê thân xác Ngàn cùng một "giỏ" cần- xé đầy hàng phụ tùng xe đạp, đi suốt ngày, trên những chặng đường nắng cháy da.

"Buổi sáng thức dậy lúc 5 giờ, đánh răng, vệ sinh qua quít rồi dắt xe ra đường. Một ngày anh đi hơn một trăm cây số, đến các hãng sản xuất phụ tùng xe đạp ở các ngõ ngách của Chợ Lớn, lấy những món hàng mà các tiệm bán phụ tùng đã đặt anh hôm qua, rồi nếu không đủ hàng, anh phải len lỏi vào chợ Tân Thành lấy thêm hàng bổ sung. Một ngày. Chạy xe qua lại trên những con đường quen thuộc với những người chủ hãng quen thuộc, đến những bạn hàng quen thuộc, anh loay hoay như con gà mắc đẻ, đến chỗ này, tấp chỗ kia. Một ngày, lại một ngày và nhiều ngày như thế....

"Từ khi ở trại tập trung ra, lúc đó anh vui sướng và hạnh phúc bao nhiêu khi dệt trong đầu mình những ước vọng nhỏ. Ước vọng 'nhỏ' chứ làm sao có ước vọng lớn được, khi anh trở về với cái 'Giấy Ra Trại' và cái mức quản chế lên đến một năm. Ước vọng nhỏ đó là một cuộc sống bình yên với gia đình và anh sẽ làm một nghề gì đó, có thể là bằng trí óc, như sẽ xin đi dạy ở một trường cấp một, anh sẽ đứng trên bục giảng để giảng cho lớp trẻ những bài về Toán hay Việt văn. Anh lúc nào cũng lạc quan vì anh đã hạ cuộc sống mình đến mức thấp nhất. Với mấy chứng chỉ đại học, anh nghĩ mình có thể thực hiện điều đó dễ dàng. Nhưng đó là cái lạc quan tếu, thật tếu, tếu nhất. Anh đã nghĩ về chế độ mới bằng một cái nhìn cầu an và dung dị. Cuộc sống cứ cho anh những lạc quan mà sự thật bi quan, lúc nào cũng chờ chực đẩy anh xuống miệng hố đen ngòm.

"Anh làm sao xin đi dạy với cái bản án trên vai - sĩ quan ngụy - sáu năm tập trung cải tạo. Sự thật đã làm những giấc mơ xanh rờn nhỏ nhoi cũng vụt bay biến. Anh nhìn rõ hiện thực hơn và đầu óc anh cũng hiện thực hơn. Anh không thể làm một nghề gì bằng trí óc cả. Cái chất xám của bảy năm trung học, bốn năm đại học, là một hiểm họa hơn là hạnh phúc. Cho nên anh phải bước xuống đời bằng hai cánh tay và đôi chân. Từ đó, anh trải qua biết bao nhiêu nghề một cách chật vật, bán bánh bò bánh tiêu, vá xe đạp lề đường, chẻ củi thuê, chạy xích lô đạp..."

Nếu trên, là "chân diện mục" Trần Yên Hòa, qua văn xuôi thì, dưới đây, vẫn là "chân diện mục" Trần Yên Hòa, nhưng qua thi ca vậy:

Khan Cổ Gọi Tình, Về
Từ em, bỏ cội bỏ nguồn
Bỏ con sông nước đứng buồn nhìn theo
Nhánh sông chảy miết qua đèo
Anh heo hút đợi, chèo queo một mình
Cũng đành thôi một cánh chim
Bay xa, bay mãi hút chìm nơi đâu?
Bố em, mưa rớt thấm đầu
Bố em, vô lượng ngàn sau có về
Bố em, rời khỏi u mê
Anh khan cổ gọi, em về cùng anh

Có con chim nhỏ trên cành
Líu lo hót đợi mùa xanh hoa vàng

Đợi em, bên vườn địa đàng
Xin em hãy ghé cài tràng hạt xưa.

Gởi Khổ Lụy Một Thời
Ta gồng mình đứng im, tay vuốt mặt
Giọt mồ hôi chảy rịm khắp châu thân
Chiều đứng gió bờ cao và lũng thấp
Bóng tà dương chập choạng nỗi căn phần
Thân phận bay trên từng bờ đá nhọn
Ngày xích lô đêm ngủ bụi ngủ bờ
Thốt chợt thấy mình mang thân du mục
Lang thang trong thành phố cù bơ...

Ngày tháng đó trong đời ta đã dựng
Một căn phần cát bụi ủ ê thôi
Mưa gió chướng giạt trên triền đất lở
Tràn qua tim máu chảy - máu luân hồi
Ta lạc loài như một dải mây trôi
Bay chấp chới giữa vô cùng lạnh giá
Ngày tháng đó một mình ta mệt lả
Một mình ta thân phận trớ trêu đời
Em đi rồi ta làm kẻ mồ côi
Nuôi trong lòng niềm cô đơn ruỗng mục
Ta rong mãi những đường dài khổ nhục
Bờ tre xưa gốc rạ cũ đâu rồi
Ta dãi dầu cùng mưa nắng ta thôi
Xin em cứ ngoảnh đi và lặng lẽ
Ta hú gọi khan chờ em mọi nẻo
Nhưng bờ môi thắm thiết biệt tăm hơi

701

Những vong thân những cay đắng một thời
Đừng vực dậy em ơi, đừng vực dậy
Ta chiếc lá khô - cọng rêu - trôi nổi mãi...